ஜாதக கணிதம்
இரண்டாம் பாகம்

ஜாதகப் பலாபலன்கள் நிர்ணயம்

ஜோதிட பூஷண, கணித மேதை
C.G. ராஜன், B.A., Maths.
அவர்களால் எழுதப்பட்டது.

கிரி
கிரி டிரேடிங் ஏஜென்ஸி பிரைவேட் லிமிடெட்

JATHAGA KANITHAM (Part - II)
(Tamil)
ISBN : 978-81-7950-208-2

2nd Edition : February 2005 | 13th Reprint : March. 2022
Pages 368 | Demy | Maplitho | 500 Copies

Published by : GIRI TRADING AGENCY PRIVATE LIMITED
© Publisher | All rights reserved.

Regd. Office : Modi Niwas, Opp.Post Office, Matunga, Mumbai - 19. ✆ (022) 2412 1344
Admn. Office : No.372/1, Mangadu Pattur Koot Road, Mangadu, Chennai - 600 122.
✆ +91 44 66 93 93 93 (Multiple Lines), +91 44 2679 3190, 3100
www.giri.in ✉ sales@giri.in

SHOWROOMS:
MUMBAI - CHENNAI - KANCHIPURAM - COIMBATORE - MADURAI -
TRICHY- PUDUCHERRY- KUMBAKONAM - HOSUR- VILLUPURAM-
SECUNDERABAD- HYDERABAD - BENGALURU - NEW DELHI

முன்னுரை

இப்புத்தகம் என்னுடைய "ஜாதக கணிதம் என்னும் ஜோதிட கிரக சட்பலம் ஆயுள் கணிதம் " என்ற புத்தகத்தினுடைய இரண்டாம் பாகம் ஆகும். "ஜாதக கணிதம்" என்ற புத்தகத்தில் சொல்லியுள்ள பிரகாரம் கணித்து வரும் கிரக சட்பலத்தையும் பாவ பலத்தையும் அனுசரித்து பலா பலன்கள் இப்புத்தகத்தில் நிர்ணயஞ் செய்யப்பட்டிருக்கின்றன. மேலும் ஜாதக கணிதம் பிரகாரம் கிரக சட்பலம், பாவபலம் முதலியவைகளை கணிக்கச் சந்தர்ப்பப்படாதபோது சாதாரண வழி பிரகாரம் கிரகங்களின் பலத்தை யூகித்து பலாபலன் நிர்ணயஞ் செய்யும் மார்க்கத்தையும் கொடுத்திருக்கிறது. மிகவும் புராதீனமாக சிறந்த கிரந்தங்களில் கொடுக்கப்பட்டுள்ள விஷயங்களில் மிகவும் அவசியமாயும் சிறந்த தாயும் உள்ள விஷயங்களும் விதிகளும் இப்புத்தகத்தில் கொடுக்கப்பட்டிருக் கின்றன. பலாபலன்களைச் சொல்ல வேண்டுமானால் இப்புத்தகத்தில் 186–187 வது பக்கங்களில் கண்டுள்ள பிரகாரம் பல அம்சங்களையும் ஆராய்ச்சி செய்து யோசனை செய்து யூகித்து சாமர்த்தியமாய்ச் சொல்லவேண்டும். பல விதமாய் ஆராய்ச்சி செய்யும்போது ஏற்படும் பலன்களை எல்லாம் ஒரு காகித்தில் தனித்தனியாய் எழுதிக்கொண்டு பிறகு இந்தத் தனித்தனிப் பலன்களை ஒன்றாகச் சேர்த்து அவைகளால் ஏற்படும் நிகரப்பலனை யோசித்துத் தேர்ந்தெடுக்க வேண்டும். உதாரணமாக ஒரு கிரகத்தின் தனிப் பலன் ஜாதகன் சிகப்பு நிறமுள்ளவன் என்றும், இன்னொரு கிரகத்தின் தனிப் பலன் ஜாதகன் கறுப்பு நிறமுள்ளவன் என்றும் ஏற்பட்டால் இவ்விரண்டு தனிப் பலன்களையும் ஒன்றாய்ச் சேர்க்க வருகின்ற சிகப்பும் கறுப்பும் கலந்த மாநிறம் என்ற நிகர பலன் ஏற்படும். இவ்விதமாகவே ஒரு கிரகத்தின் தனிப் பலனால் ஜாதகன் தனவான் என்றும் இன்னொரு கிரகத்தின் தனிப் பலனால் ஜாதகன் ஏழை என்றும் ஏற்படுமானால் இவ்விரண்டு தனிப் பலன்களையும் ஒன்றாய்ச் சேர்த்துக் கவனிக்க ஜாதகன் தனவந்தனாயும் ஏழையாயும் இல்லாமல் நடுத்தர நிலையில் இருப்பான். இவ்விதமாகவே ஒவ்வொரு பலனையும் நிகரப் பலனைக் கொண்டு அறியவேண்டும். இப்புத்தகத்தில் எழுத்துப் பிழை, சொற்பிழை முதலியவைகளிருந்தால் அவைகளை மன்னித்து இதிலுள்ள சாராம்சத்தை ஏற்றுக்கொண்டு இந்தப் புத்தகத்தை ஆமோதிக்கும் படியாய் இதை வாசிக்கும் பெரியோர்களையும் சிறியோர்களையும் வணக்கத்துடன் கேட்டுக் கொள்ளுகிறேன்.

30.8.1935 ***C.G. Rajan B.A.***

விஷய அட்டவணை

1–ஆவது அத்தியாயம்
கிரக ராசியாதி சீலாத்தியாயம்

பக்கம்

1. கிரகங்களின் பெயர் 1
2. உபகிரகங்களின் பெயர் 1
3. நட்சத்திரங்களின் பெயர் 1
4. இராசிகளின் பெயர் 2
5. சர, ஸ்திர, உபய ராசிகள் 2
6. ஆண் ராசி அல்லது யுக்ம ராசி 2
பெண் ராசி அல்லது யுக்ம ராசி 2
7. இராசிகளின் அவயவங்கள் 2
8. இராசி நவாம்ச, துவாதசாம்ச அதிபதிகள் 2
9. இராசிகளினுடைய திக்குகள் 3
10. கிரகங்களினுடைய ஆட்சி ராசிகள் 3
11. கிரகங்களினுடைய உச்ச ராசிகள 3
12. கிரகங்களினுடைய நீச ராசிகள் 3
13. கிரகங்களினுடைய மூலத்திரிகோண ராசிகள் 4
14. ஒரே ராசி ஆட்சி, உச்ச, மூலத்திரிகோண ராசியாதல் 4

14–1. வைஸேஷிகாம்சங்கள் 5

15. கேந்திர, திரிகோண பணபர, ஆபோக்லிப,
உபஜெய, அபஜெய, மறைவு ஸ்தானங்கள் 5
16. கிரகங்களினுடைய நிறங்கள் 5
17. இராசிகளினுடைய நிறங்கள் 6
18. கிரகங்களினுடைய திக்குகள் 6
19. கிரகங்களினுடைய ஜாதிகள் 6
20. நைசர்க்கிக சுபக்கிரகங்களும், பாபக்கிரகங்களும் 6
21. நவக்கிரகங்களின் பார்வையின் அளவு 7

21.a கிரகங்களினுடைய குலங்கள் 9

22. கிரகங்கள் துவாதச ராசியில் இருக்கும் பலத்தின் அளவு
(அதாவது கேந்திர பலம்) 9

22.a கிரகங்களினுடைய குணங்கள் 9

23. கிரகங்களுக்குரிய நிரச வஸ்துக்கள் 10

		பக்கம்
24.	கிரகங்களினுடைய ரசங்கள்	10
25.	குட்டையான, சமமான, நீண்ட ராசிகள்	10
26.	அதிக ஜலராசி, கொஞ்ச ஜலராசி, ஜலமில்லா ராசி	10
27.	இராசிகளினுடைய ஜாதிகள்	10
28.	தசவர்க்கங்களின் பெயர்	11
29.	பல வர்க்கங்கள் நேரிடுவதின் பெயர்	11
30.	இராசிகளுக்குரிய தேசங்கள்	11
30.a	இந்து தேசத்தில் கிரகங்களுக்குரிய நாடுகள்	11
30.b	கிரகங்களுக்குரிய இராஜ அதிகாரங்கள்	12
31.	கிரகங்களின் நைசர்க்கிக நட்பு, பகை, சமம்	12
32.	கிரகங்களின் தற்கால மித்துரு, சத்துரு	12
33.	அதிமித்துரு, அதிசத்துரு, சமம் முதலியன	12

2–ஆவது அத்தியாயம்

34.	நவக்கிரக காரகத்துவம்	13
35.	துவாதச பாவ காரகத்துவம்	15
36.	துவாதச பாவங்களினுடைய காரகக் கிரகங்கள்	17
37.	பிறந்த குழந்தை ஆண், பெண் என்று அறியும் வழி	17
38–40.	பிறந்த குழந்தை எத்தனையாவது குழவி என்று அறியும் வழி	19
40.a	ஜெனனமான விடத்தின் நகரச் சிறப்பு	23
41.	மேஷாதி ராசிகளுக்குரிய சுபர், அசுபர், யோகர், மாரகர்	27
42.	ஜாதகருக்குரிய சுப, அசுப, மத்திம நட்சத்திரங்கள்	28
43.	கிரகங்களின் பலமும், பாவங்களின் பலமும் அறியும் விதம்	29
44.	உச்சம், ஆட்சி, நீசம் முதலிய பாவங்களின் விவரம்	30
45.	சட்பல கணித ரீதியாய் வரும் பலன்களின் விபரம்	31
46.	கிரக சட்பலம் – ரூபம் அளவில்	31
47.	கிரக சட்பலம் – சதாம்ச ரூப பங்கு அளவில்	32
48–49.	பாவங்களின் பலத்தை அறியும் விதம்	32
50.	பாவ பலம், ரூபம் அளவில் அறிதல்	33
51–52.	பாவபலம் – சதாம்ச பங்கு அளவில் அறிதல்	34
53.	துவாதச பாவபலம் ஆராய்ச்சி	35

பக்கம்

54. திக்குப்பலத்தில் வலிவாய் இருக்குங் கிரகத்தின் பலன் 37
55. கால பலம் அல்லது அயன பலத்தில் வலிவாய் இருக்கும் கிரகத்தின் பலன் 38
56. சேஷ்டா பலத்தில் வலிவாய் இருக்கும் கிரகத்தின் பலனும், ஸ்தான பலத்தின் பலனும் 38
57. இஷ்ட பலம் கஷ்ட பலம் உள்ள கிரகங்களின் பலன்கள் 39
58. சப்தகிரகங்கள் துவாதச ராசிகளில் இருக்கும் பலன் 39
59. நவக்கிரகங்கள் துவாதச பாவங்களில் இருக்கும் பலன் 46
60. மாந்தி என்ற குளிகன் விபரம் 71
61. குளிகனுடன் சூரியாதி கிரக சேர்க்கைப் பலன் 72
62. முக்கியமான பலாபலன்களை நிர்ணயிக்கும் மார்க்கம் 72

3–வது அத்தியாயம்
(துவாதச பாவாஸ்தித நவக்கிரக பலாத்தியாயம்)

63. 1–வது பாவத்தில் இருக்கப்பட்ட கிரக பலன் 105
64. 1–வது பாவத்தில் இருக்கப்பட்ட பாவாதிபதி பலன் 106
65. 2–வது பாவத்தில் இருக்கப்பட்ட கிரக பலன் 107
66. 2–வது பாவத்தில் இருக்கப்பட்ட பாவாதிபதி பலன் 108
67. 3–வது பாவத்தில் இருக்கப்பட்ட கிரக பலன் 109
68. 3–வது பாவத்தில் இருக்கப்பட்ட பாவாதிபதி பலன் 110
69. 4–வது பாவத்தில் இருக்கப்பட்ட கிரக பலன் 111
70. 4–வது பாவத்தில் இருக்கப்பட்ட பாவாதிபதி பலன் 112
71. 5–வது பாவத்தில் இருக்கப்பட்ட கிரக பலன் 113
72. 5–வது பாவத்தில் இருக்கப்பட்ட பாவாதிபதி பலன் 114
73. 6–வது பாவத்தில் இருக்கப்பட்ட கிரக பலன் 115
74. 6–வது பாவத்தில் இருக்கப்பட்ட பாவாதிபதி பலன் 115
75. 7–வது பாவத்தில் இருக்கப்பட்ட கிரக பலன் 117
76. 7–வது பாவத்தில் இருக்கப்பட்ட பாவாதிபதி பலன் 117
77. 8–வது பாவத்தில் இருக்கப்பட்ட கிரக பலன் 119
78. 8–வது பாவத்தில் இருக்கப்பட்ட பாவாதிபதி பலன் 119
79. 9–வது பாவத்தில் இருக்கப்பட்ட கிரக பலன் 120
80. 9–வது பாவத்தில் இருக்கப்பட்ட பாவாதிபதி பலன் 121
81. 10–வது பாவத்தில் இருக்கப்பட்ட கிரக பலன் 122

		பக்கம்
82.	10-வது பாவத்தில் இருக்கப்பட்ட பாவாதிபதி பலன்	123
83.	11-வது பாவத்தில் இருக்கப்பட்ட கிரக பலன்	124
84.	11-வது பாவத்தில் இருக்கப்பட்ட பாவாதிபதி பலன்	125
85.	12-வது பாவத்தில் இருக்கப்பட்ட கிரக பலன்	126
86.	12-வது பாவத்தில் இருக்கப்பட்ட பாவாதிபதி பலன்	127

4-வது அத்தியாயம் (சட்வர்க்க சட்பல பலாத்தியாயம்)

87.	சப்த வர்க்கங்களால் அறியப்படும் விவரங்கள்	128
88.	லக்கினத்தின் சட்வர்க்கம் முதலிய பலன்கள்	128
89.	சூரியனுடைய சட்வர்க்கம் முதலிய பலன்கள்	135
90.	சந்திரனுடைய சட்வர்க்கம் முதலிய பலன்கள்	143
91.	செவ்வாயினுடைய சட்வர்க்கம் முதலிய பலன்கள்	150
92.	புதனுடைய சட்வர்க்கம் முதலிய பலன்கள்	158
93.	குருவினுடைய சட்வர்க்கம் முதலிய பலன்கள்	165
94.	சுக்கிரனுடைய சட்வர்க்கம் முதலிய பலன்கள்	172
95.	சனியினுடைய சட்வர்க்கம் முதலிய பலன்கள்	179

5-வது அத்தியாயம்
(துவாதச சமுதாய பாவ பலாத்தியாயம்)

96.	துவாதச பாவங்களின் கிரக யோகப் பலன்	186
97.	லக்கின பாவ பலன்	187
98.	2-வது பாவ பலன்	191
99.	3-வது பாவ பலன்	195
100.	4-வது பாவ பலன்	207
101.	5-வது பாவ பலன்	217
102.	6-வது பாவ பலன்	230
103.	7-வது பாவ பலன்	234
104.	8-வது பாவ பலன்	245
105.	9-வது பாவ பலன்	251
106.	10-வது பாவ பலன்	261
107.	11-வது பாவ பலன்	268
108.	12-வது பாவ பலன்	269

6-வது அத்தியாயம்
(கிரக சமுதாய யோகாதி பலாத்தியாயம்)

109.	கிரக யோகங்களின் பெயரும் அவைகளின் பலனும்	272

பக்கம்

7-வது அத்தியாயம்
(மேஷாதி துவாதச ராசி லக்கினாதிபதி கிரக யோக பலாத்தியாயம்)

110–111. நாடி அம்சங்கள்	296
112. நூற்றைம்பது நாடி அம்சங்களின் பெயர்	302
113. லக்கின ஸ்புடத்திற்குரிய நாடி அம்சம் அறியும் வழி	306
114. கிரகங்களின் நாடி அம்சம் அறியும் விதம்	307
115. நாடி அம்சங்களின் உபயோகம்	308
116. மேஷ லக்கின ஜாதகப் பலன்கள்	309
117. மேஷ லக்கினத்திற்கு நாடிக் கிரந்தங்களில் உபயோகப்படுத்தப்பட்டுள்ள விதிகள் பிரகாரம் பலன்கள்	313

8-வது அத்தியாயம்

118. ஸாவதிபாவ பலன்கள்	325

9-வது அத்தியாயம்
(தசாந்தர் தசாத்தியாயம்) (தசா புக்தி பலன்கள்)

119. உடு தசா பலன்	330
120. உடு தசா பலன் – வேறு விதமானது	334
121. உடு தசா பலன் – வேறு விதமானது	337
கோட்சார பலன்	339
சூரிய தசையின் பலன்	344
சந்திர தசையின் பலன்	346
செவ்வாய் (குஜ) தசையின் பலன்	349
புதன் தசையின் பலன்	351
குரு தசையின் பலன்	353
சுக்கிர தசையின் பலன்	355
சனி தசையின் பலன்	357
இராகு தசையின் பலன்	358
கேது தசையின் பலன்	362

ஜாதக கணிதம் என்ற புத்தகத்தின் இரண்டாம் பாகமாகிய

ஜாதகப் பலாபலன் நிர்ணயம்

ஜோதிட சாஸ்திரத்தை எல்லோரும் அறியும் வண்ணம் திறமையும், கீர்த்தியுமுள்ள பல நிபுணர்கள் ஜோதிட சாஸ்திரத்தைப் பற்றிப் பல கிரந்தங்கள் எழுதி இருக்கின்றார்கள். ஆயினும் இப்படிப்பட்ட பல கிரந்தங்களைப் படித்தும் பலாபலன் நிர்ணயம் செய்யும் விதம் தெரியாமல் அனேகர் தடுமாறுவதால் அடியேன் என்னுடைய சுமார் இருபது வருஷத்திற்கு மேற்பட்ட அனுபவத்தை அனுசரித்துப் பலாபலன் நிர்ணயம் செய்யும் மார்க்கத்தைச் சோதிட சாஸ்திரமாகிய ஒரு மகா சமுத்திரத்தைக் கடக்க ஒரு சிறிய படகுபோன்ற இந்தப் புத்தகத்தில் சொல்லத் துணிகின்றேன்.

அத்தியாயம் — 1

கிரக ராசியாதி சீலாத்தியாயம்

1. கிரகங்கள்		2. உபகிரகங்கள்	
1 சூரியன்	6 சுக்கிரன்	1 குளிகன்	6 தூமன்
2 சந்திரன்	7 சனி	2 யமகண்டன்	7 வியதிபாதன்
3 செவ்வாய்	8 ராகு	3 அர்த்தப் – பிரகாணன்	8 பரிவேடம்
4 புதன்	9 கேது	4 மிருத்யு	9 இந்திர-தனுசு
5 குரு		5 காலன்	10 தூமகேது

3. நக்ஷத்திரங்கள்:

1 அஸ்வினி	10 மகம்	19 மூலம்
2 பரணி	11 பூரம்	20 பூராடம்
3 கிருத்திகை	12 உத்திரம்	21 உத்திராடம்
4 ரோகிணி	13 அஸ்தம்	22 திருவோணம்
5 மிருகசீர்ஷம்	14 சித்திரை	23 அவிட்டம்
6 திருவாதிரை	15 சுவாதி	24 சதயம்
7 புனர்பூசம்	16 விசாகம்	25 பூரட்டாதி
8 பூசம்	17 அனுஷம்	26 உத்திரட்டாதி
9 ஆயில்யம்	18 கேட்டை	27 ரேவதி

4. இராசிகள்:

1 மேஷம்	4 கடகம்	7 துலாம்	10 மகரம்
2 ரிஷபம்	5 சிம்மம்	8 விருச்சிகம்	11 கும்பம்
3 மிதுனம்	6 கன்னி	9 தனுசு	12 மீனம்

5. சர ராசிகள் அல்லது தாது ராசிகள்:– மேஷம், கடகம், துலாம், மகரம் ஆகும். **ஸ்திர ராசிகள் அல்லது மூல ராசிகள்:–** ரிஷபம் , சிம்மம், விருச்சிகம், கும்பம் ஆகும். **உபய ராசிகள் அல்லது ஜீவ ராசிகள்:–** மிதுனம், கன்னி, தனுசு, மீனம் ஆகும்.

6. ஆண் ராசி அல்லது ஒஜை ராசி அல்லது ஒற்றைராசி:– மேஷம், மிதுனம், சிம்மம், துலாம், தனுசு, கும்பம் ஆகும்.

பெண்ராசி அல்லது யுக்ம ராசி அல்லது இரட்டை ராசி:– ரிஷபம், கடகம், கன்னி, விருச்சிகம், மகரம், மீனம் ஆகும்.

7. இராசிகளும் அவைகளின் அவயவங்களும்:

1	மேஷம்	–	சிரசு
2	ரிஷபம்	–	முகம்
3	மிதுனம்	–	மார்பு
4	கடகம்	–	இருதயம்
5	சிம்மம்	–	வயிறு
6	கன்னி	–	தொப்புள்
7	துலாம்	–	அடிவயிறு
8	விருச்சிகம்	–	சிசுனம்
9	தனுசு	–	இரண்டு துடைகள்
10	மகரம்	–	இரண்டு முழங்கால்கள்
11	கும்பம்	–	இரண்டு கணுக்கால்கள்.
12	மீனம்	–	இரண்டு பாதங்கள்.

8. இராசி நவாம்சம் துவாதசாம்சங்கள் இவைகளின் அதிபதிகள்

1 மேஷத்திற்கு	– செவ்வாய்	7 துலாத்திற்கு	– சுக்கிரன்
2 ரிஷபத்திற்கு	– சுக்கிரன்	8 விருச்சிகத்திற்கு	– செவ்வாய்
3 மிதுனத்திற்கு	– புதன்	9 தனுசிற்கு	– குரு
4 கடகத்திற்கு	– சந்திரன்	10 மகரத்திற்கு	– சனி
5 சிம்மத்திற்கு	– சூரியன்	11 கும்பத்திற்கு	– சனி
6 கன்னிக்கு	– புதன்	12 மீனத்திற்கு	– குரு அதிபதி ஆகும்

ஜாதக பலாபலன் நிர்ணயம்

9. இராசிகளும் அவைகளின் திக்குகளும்:-

கிழக்கு	தெற்கு	மேற்கு	வடக்கு
1 மேஷம்	2 ரிஷபம்	3 மிதுனம்	4 கடகம்
5 சிம்மம்	6 கன்னி	7 துலாம்	8 விருச்சிகம்
9 தனுசு	10 மகரம்	11 கும்பம்	12 மீனம்

10. கிரகங்களும் அவைகளின் ஆட்சி இராசிகளும்:-

1 சூரியனுக்கு   – சிம்மமும்
2 சந்திரனுக்கு   – கடகமும்
3 செவ்வாய்க்கு   – மேஷமும், விருச்சிகமும்
4 புதனுக்கு   – மிதுனமும், கன்னியும்
5 குருவுக்கு   – தனுசும், மீனமும்
6 சுக்கிரனுக்கு – ரிஷபமும், துலாமும்
7 சனிக்கு   – மகரமும், கும்பமும்
8 இராகுக்கு   – கன்னியும்
9 கேதுக்கு   – மீனமும், ஆட்சி வீடாகும்

11. கிரகங்களும் அவைகளின் உச்ச ராசிகளும்:-

1 சூரியனுக்கு   – மேஷமும்
2 சந்திரனுக்கு   – ரிஷபமும்
3 செவ்வாய்க்கு   – மகரமும்
4 புதனுக்கு   – கன்னியும்
5 குருவுக்கு   – கடகமும்
6 சுக்கிரனுக்கு – மீனமும்
7 சனிக்கு   – துலாமும்
8 இராகுக்கு   – ரிஷபமும்
9 கேதுக்கு   – விருச்சிகமும் உச்சராசிகளாகும்.

குறிப்பு:–இராகு, கேதுக்களுக்கு ஆட்சி வீடு, உச்ச வீடு முதலியவை கிரந்தங்களில் வித்தியாசமாகக் கொடுக்கப்பட்டிருக்கின்றன.

12. கிரகங்களும் அவைகளின் நீச ராசிகளும்:-

1 சூரியனுக்கு   – துலாமும்
2 சந்திரனுக்கு   – விருச்சிகமும்
3 செவ்வாய்க்கு   – கடகமும்
4 புதனுக்கு   – மீனமும்

5 குருவுக்கு	–	மகரமும்
6 சுக்கிரனுக்கு	–	கன்னியும்
7 சனிக்கு	–	மேஷமும்
8 இராகுக்கு	–	விருச்சிகமும்
9 கேதுக்கு	–	ரிஷபமும் நீச ராசிகளாகும்

13. கிரகங்களும் அவைகளின் மூலத்திரிகோண ராசிகளும்:–

1 சூரியனுக்கு	–	சிம்மமும்
2 சந்திரனுக்கு	–	ரிஷபமும்
3 செவ்வாய்க்கு	–	மேஷமும்
4 புதனுக்கு	–	கன்னியும்
5 குருவுக்கு	–	தனுசும்
6 சுக்கிரனுக்கு	–	துலாமும்
7 சனிக்கு	–	கும்பமும்
8 இராகுக்கு	–	கும்பமும்
9 கேதுக்கு	–	சிம்மமும் மூலத்திரிகோணராசிகளாகும்

14. ஒரு இராசியே ஆட்சி ராசியாகவும் உச்ச ராசியாகவும், மூலத்திரிகோண ராசியாகவும் வரும்போது விவரம்:–

1. சூரியனுக்கு சிம்மத்தில் முதல் 20 பாகை–மூலத்திரிகோணம் மீதி 10 பாகை ஆட்சி
2. சந்திரனுக்கு ரிஷபத்தில் முதல் 3 பாகை உச்சம், மீதி 21 பாகை மூலத்திரிகோணம்.
3. செவ்வாய்க்கு மேஷத்தில் முதல் 12 பாகை மூலத்திரிகோணம், மீதி 18 பாகை ஆட்சி
4. புதனுக்குக் கன்னியில் முதல் 15 பாகை உச்சம், அடுத்த 10 பாகை மூலத்திரிகோணம், கடைசி 5 பாகை ஆட்சி,
5. குருவுக்குத் தனுசில் முதல் 20 பாகை மூலத்திரிகோணம், மீதி 10 பாகை ஆட்சி
6. சுக்கிரனுக்குத் துலாத்தில் முதல் 20 பாகை மூலத்திரிகோணம், மீதி 10 பாகை ஆட்சி.
7. சனிக்குக் கும்பத்தில் முதல் 20 பாகை மூலத்திரிகோணம், மீதி 10 பாகை ஆட்சி.

14.1 வைஸேஷிகாம்சங்கள்:–

1. இராசி, 2. நவாம்சம், 3. திரேக்காணம், 4. சப்தமாம்சம், 5. துவாத சாம்சம், 6. ஒரை, 7. திரிம்சாம்சம், 8. தசாம்சம், 9. சோடசாம்சம், 10. சஷ்டி யாம்சம் ஆகிய இந்த பத்து அம்சங்களுக்கும் தசவர்க்கம் என்று பெயர். ஒரு கிரகம் தன்னுடைய வர்க்கத்திலேயே இருப்பதற்கு வர்க்கோத்தமம் என்று சொல்லுவதுண்டு. இந்த தச வர்க்கங்களும், மூலத்திரிகோணம், சுவக்ஷேத்திரம், உச்சம், ஆகிய இம்மூன்று வர்க்கங்களும் சேர்ந்து வருகின்றவைகளுக்கு வைஸேஷிகாம்சங்கள் என்று பெயர். (வைஸேஷி காம்சங்கள் அடியிற் கண்டபடியாகும்.)

1. பாரிஜாதம்: இரண்டு வர்க்கங்கள் சேருவது பாரிஜாதமாகும்.
2. உத்தமாம்சம்: மூன்று வர்க்கங்கள் சேருவது உத்தமாம்சமாகும்.
3.கோபுராம்சம்: நான்கு வர்க்கங்கள் சேருவது கோபுராம்சமாகும்.
4. சிம்ஹாசனாம்சம்: ஐந்து வர்க்கங்கள் சேருவது சிம்ஹா சனாம்சமாகும்.
5. பாராவதாம்சம்:– ஆறு வர்க்கங்கள் சேருவது பாராவதாம்சமாகும்
6. தேவலோகாம்சம்:– ஏழு வர்க்கங்கள் சேருவது தேவலோ காம்சமாகும்.
7.தேவலோகாம்சம்:– எட்டு வர்க்கங்கள் சேருவதுகூட தேவலோ காம்சமாகும்.
8.ஐராவதாம்சம்:– ஒன்பது வர்க்கங்கள் சேருவது ஐராவதாம்சமாகும்.

15.

கேந்திரம் – லக்கினத்திற்கு – 1,4,7,10–ஆம் வீடுகள்.
திரிகோணம்–லக்கினத்திற்கு – 1,5,9 –ஆம் வீடுகள்.
பணபரம – லக்கினத்திற்கு – 2,5,8,11 – ஆம் வீடுகள்.
ஆபோக்லீபம் –லக்கினத்திற்கு – 3,6,9,12–ஆம் வீடுகள்.
உபஜெய ஸ்தானம்–லக்கினத்திற்கு – 3, 6,10, 11–ஆம் வீடுகள்.
அபஜெய ஸ்தானம்–லக்கினத்திற்கு– 1,2,4,6,7,8,9,12–ஆம் வீடுகள்.
மறைவு ஸ்தானம்–லக்கினத்திற்கு – 3,6,8,12–ஆம் வீடுகள்.

குறிப்பு:–3, 6–ஆம் வீட்டிற்குடையவர்கள் வலுவாய் இருக்கும் போது 3, 6–ஆம் வீடுகள் உபஜெய ஸ்தானங்களாகும். பலவீனமாய் இருக்கும்போது மறைவு ஸ்தானங்களாகும்.

16. கிரகங்களின் நிறங்கள்:–

1. சூரியன் – சிகப்பு, விசேஷ பழுப்பு
2. சந்திரன் – வெண்மை
3. செவ்வாய் – சிகப்பு
4. புதன் – பச்சை
5. குரு – மஞ்சள், பொன்னிறம்
6. சுக்கிரன் – வெண்மையும் கறுப்பும் கலந்த நிறம்
7. சனி – கறுப்பு
8. இராகு – கறுப்பு
9. கேது – சிகப்பு

17. இராசிகளின் நிறம்:

1. மேஷம் – சிகப்பு
2. ரிஷபம் – வெண்மை
3. மிதுனம் – பச்சை (கிளிப்பச்சை)
4. கடகம் – மங்கலான சிகப்பு
5. சிம்மம் – மங்கலான வெள்ளை
6. கன்னி – பலவர்ணம்
7. துலாம் – கறுப்பு
8. விருச்சிகம் – பொன்னிறம்
9. தனுசு – மஞ்சள்
10. மகரம் – மங்கலான சிகப்பு
11. கும்பம் – பழுப்பு நிறம்
12. மீனம் – வெண்மை

18. கிரகங்களின் திக்கு:–

1. சூரியன் – கிழக்கு
2. சந்திரன் – வடமேற்கு
3. செவ்வாய் – தெற்கு
4. புதன் – வடக்கு
5. குரு – வடகிழக்கு
6. சுக்கிரன் – தென்கிழக்கு
7. சனி – மேற்கு
8. இராகு – தென்மேற்கு
9. கேது – வடமேற்கு

19. கிரகங்களின் ஜாதி:–

1. சூரியன் – ஆண்
2. சந்திரன் – பெண்
3. செவ்வாய் – ஆண்
4. புதன் – பெண் அலி
5. குரு – ஆண்
6. சுக்கிரன் – பெண்
7. சனி – ஆண் அலி
8. இராகு – ஆண்
9. கேது – பெண்

20. நைசர்க்கிக சுபக்கிரகங்களும், நைசர்க்கிக பாபக் கிரகங்களும்:–

சூரியன் – சுப அசுபபல மொத்தத்தில் 1/2 (அரை) பாபி,
செவ்வாய் – சுப அசுபபல மொத்தத்தில் 3/4 (முக்கால்) பாபி,
குரு – சுப அசுபபல மொத்தத்தில் 1 (ஒன்று) பலன்
சுக்கிரன் – சுப அசுபபல மொத்தத்தில் 3/4 (முக்கால்) சுபன்,
சனி – சுப அசுபபல மொத்தத்தில் 1 (ஒன்று) பாபி,
  அதாவது முழு பாபி.
இராகு – சுப அசுபபல மொத்தத்தில் 1 (ஒன்று) பாபி, "
கேது – சுப அசுபபல மொத்தத்தில் 1 (ஒன்று) பாபி, "
சந்திரன் – தேய்பிறை ஏகாதசி முதல் வளர்பிறை பஞ்சமி வரையிலும் 1 (ஒன்று) பாபி, அதாவது முழு பாபி.

வளர்பிறை ஏகாதசி முதல் தேய்பிறை பஞ்சமி வரையிலும் 1 (ஒன்று) சுபன் அதாவது முழு சுபன்.

வளர்பிறை சஷ்டி முதல் வளர்பிறை தசமி வரையிலும்–சமன் அதாவது சுபனும் அல்ல பாபனும் அல்ல.

தேய்பிறை சஷ்டி முதல் தேய்பிறை தசமி வரையிலும்– சமன் அதாவது சுபனும் அல்ல பாபனும் அல்ல.

சந்திரன் சமனாய் இருக்கும்போது பாவச்சக்கரத்தில் இதுவரையிலும் மேலே சொல்லப்பட்ட சுபனுடன் கூடினால் சுபனாவான், பாபியுடன் கூடினால் பாபியாவான்.

புதன்:–பாவச்சக்கரத்தில் தனியாய் இருந்தால் சுப அசுபபல மொத்தத்தில் 1/2 (அரை) சுபனாவான், பாவச்சக்கரத்தில் புதன் சுபர்களாகிய குரு, சுக்கிரன் சுபனாய் வருகின்ற சந்திரன் இவர்களுடன் கூடினால் 1/2 (அரை) சுபனாவான். பாவச்சக்கரத்தில் புதன் பாபிகளாகிய சூரியன், செவ்வாய், சனி, ராகு, கேது பாபியாய் வருகின்ற சந்திரன் இவர்களுடன் கூடினால் 1/2 (அரை) பாபியாவன். புதன் சுபனுடனும் பாபருடனும் சம்பந்தப்பட்டிருந்தால் பாபர் பரிமாண அளவு சுபர் பரிமாணத்தைவிட அதிகமானால் புதன் 1/2 (அரை) பாபி, மாறுபாடாகவிருந்தால் புதன் 1/2 (அரை) சுபன், இரண்டும் சமானமாக விருந்தால் புதன் சமனாவான். சந்திரன் சுபனா, பாபியா என்று நிர்ணயஞ் செய்துக் கொண்ட பிறகு புதன் சுபனா, பாபியா என்று நிர்ணயஞ் செய்ய வேண்டும். கிரக சுப அசுப பரிமாணத்தைப் பல புத்தகங்களில் பலவிதமாய்க் கொடுக்கப்பட்டிருக்கின்றபடியால் இங்கு கொடுக்கப்பட்டிருப்பதை இந்தப் புத்தகத்திற்காக உபயோகப்படுத்த வேண்டியது.

(21) நவக்கிரகங்களும் அவைகளின் பார்வையின் அளவும்: –

எல்லாக் கிரகங்களும் தாங்கள் இருக்கும் ஸ்தானத்திலிருந்து 1–வது, 2–வது, 6–11–வது, 12–வது ஸ்தானங்களைப் பார்ப்பது கிடையாது. எல்லாக் கிரகங்களும் தாங்கள் இருக்கும் ஸ்தானத்திலிருந்து 7–வது ஸ்தானத்தை முழு பார்வையுடனும், 4–வது, 8–வது ஸ்தானத்தைச் செவ்வாய் தவிர மற்றக் கிரகங்கள் முக்கால் பார்வையுடனும், 5–வது, 9–வது ஸ்தானத்தைக் குரு தவிர மற்றக் கிரகங்கள் அரைப்பார்வையுடனும், 3–வது, 10–வது ஸ்தானத்தைச் சனி தவிர மற்றக் கிரகங்கள் கால் பார்வையுடனும் பார்க்கின்றார்கள். செவ்வாய் 4–வது, 8–வது ஸ்தானத்தையும், குரு 5–வது, 9–வது ஸ்தானத்தையும், சனி 3–வது, 10–வது ஸ்தானத்தையும் முழுப் பார்வையுடன் பார்க்கின்றார்கள். கிரகங்களின் பார்வையின் அளவை அடுத்த பக்கத்திலுள்ள கட்டத்தால் சுலபமாய் அறியலாம்.

கிரகங்கள் ஒவ்வொரு ஸ்தானத்தையும் பார்க்கும் பார்வையின் அளவு (ரூபம்) X

ஸ்தானம்	சூரியன்	சந்திரன்	செவ்வாய்	புதன்	குரு	சுக்கிரன்	சனி	இராகு	கேது
1–வது.....	0	0	0	0	0	0	0	0	0
2–வது.....	0	0	0	0	0	0	0	0	0
3–வது.....	1/4	1/4	1/4	1/4	1/4	1/4	1	1/4	1/4
4–வது.....	3/4	3/4	1	3/4	3/4	3/4	3/4	3/4	3/4
5–வது.....	1/2	1/2	1/2	1/2	1	1/2	1/2	1/2	1/2
6–வது.....	0	0	0	0	0	0	0	0	0
7–வது.....	1	1	1	1	1	1	1	1	1
8–வது.....	3/4	3/4	1	3/4	3/4	3/4	3/4	3/4	3/4
9–வது.....	1/2	1/2	1/2	1/2	1	1/2	1/2	1/2	1/2
10–வது.....	1/4	1/4	1/4	1/4	1/4	1/4	1	1/4	1/4
11–வது.....	0	0	0	0	0	0	0	0	0
12–வது.....	0	0	0	0	0	0	0	0	0

குறிப்பு: சில புத்தகங்களில் பார்வையின் அளவை வெவ்வேறு விதமாகக் கொடுத்திருக்கின்றார்கள். ஆயினும் இந்தப் புத்தகத்தை உபயோகப்படுத்துபவர்கள் இதில் மேலே கட்டத்தில் கொடுத்துள்ள பார்வையின் அளவை உபயோகப்படுத்தவும். இங்கு ஸ்தானம் என்ற பதம் இராசியையும், பாவத்தையும் தெரிவிக்கும்.

X.விவரம்: நமது கணிதத்தில் ஒன்றை சதம் (100) பாகமாக அதாவது சதாம்சமாகப் பங்கிட்டிருப்பதால் நமது கணித ரீதியாய் 1 என்பது 100, 3/4 என்பது 75 , 1/2 என்பது 50, 1/4 என்பது 25 சதாம்சம் ஆகும்.

21–a. கிரகங்களின் குலம்

1. சூரியன் – க்ஷத்திரிய குலம்
2. சந்திரன் – வைசிய குலம்
3. செவ்வாய் – க்ஷத்திரிய குலம்
4. புதன் – சூத்திர குலம்
5. குரு – பிராம்மண குலம்
6. சுக்கிரன் – பிராம்மண குலம்
7. சனி – தாழ்ந்த குலம்
8. இராகு – நீச குலம்
9. கேது – நீச குலம்

22. கிரகங்கள் லக்கினத்திலிருந்து துவாதச ராசியிலிருக்கும் பலத்தின் அளவு (அதாவது கேந்திர பலம்)

கிரகம் லக்கினத் திற்கு	பலத்தின் அளவு	நமது கணிதரீதியாய் சதாம்ச அளவு
1–வது பாவத்திலிருந்தால்	1	100
2–வது பாவத்திலிருந்தால்	1/2	50
3–வது பாவத்திலிருந்தால்	1/4	25
4–வது பாவத்திலிருந்தால்	1	100
5–வது பாவத்திலிருந்தால்	1/2	50
6–வது பாவத்திலிருந்தால்	1/4	25
7–வது பாவத்திலிருந்தால்	1	100
8–வது பாவத்திலிருந்தால்	1/2	50
9–வது பாவத்திலிருந்தால்	1/4	25
10–வது பாவத்திலிருந்தால்	1	100
11–வது பாவத்திலிருந்தால்	1/2	50
12–வது பாவத்திலிருந்தால்	1/4	25

22–a கிரகங்களின் குணம்:

1. சூரியன் – சத்துவ குணம்
2. சந்திரன் – சத்துவ குணம்
3. செவ்வாய் – தமசு குணம்
4. புதன் – ரஜசு குணம்
5. குரு – சத்துவ குணம்
6. சுக்கிரன் – ரஜசு குணம்
7. சனி – தமசு குணம்
8. இராகு – தமசு குணம்
9. கேது – தமசு குணம்

சத்துவ குணம் என்பது நல்ல குணமாகும். ரஜசு குணம் அல்லது ரஜோகுணம் என்பது காமம், கோபம் முதலிய ஆத்திரமான குணங்கள். தமசு குணம் அல்லது தமோகுணம் என்பது தாமசம் முதலிய கெட்ட குணங்கள் என்பதாம்.

23. கிரகங்களுக்கு உரிய நிரச வஸ்துக்கள்:–

1. சூரியன் – செம்பு
2. சந்திரன் – இரத்தினங்கள்
3. செவ்வாய் – பொன்
4. புதன் – பித்தளை
5. குரு – வெள்ளி X
6. சுக்கிரன் – முத்து
7. சனி – இரும்பு

24. கிரகங்களின் ரசங்கள்:–

1. சூரியன் – காரம்
2. சந்திரன் – உப்பு
3. செவ்வாய் – கசப்பு
4. புதன் – பலரசங்களுடையது
5. குரு – தித்திப்பு
6. சுக்கிரன் – புளிப்பு
7. சனி – துவர்ப்பு

25

குட்டையான ராசிகள்	சமமான ராசிகள்	நீண்ட ராசிகள்
மேஷம்	மிதுனம்	சிம்மம்
ரிஷபம்	கடகம்	கன்னி
கும்பம்	தனுசு	துலாம்
	மகரம்	விருச்சிகம்
	மீனம்	

26

அதிக ஜல ராசிகள்	கொஞ்சம் ஜலமுள்ள ராசிகள்	ஜலமில்லாத ராசிகள்
கடகம்	ரிஷபம்	மேஷம்
விருச்சிகம்	மிதுனம்	சிம்மம்
மகரம்	கன்னி	துலாம்
மீனம்	கும்பம்	தனுசு

27. இராசிகளின் ஜாதிகள்:–

பிராம்மண ஜாதி	க்ஷத்திரிய ஜாதி	வைசியஜாதி	சூத்திர–ஜாதி
ரிஷபம்	மேஷம்	மிதுனம்	கடகம்
விருச்சிகம்	சிம்மம்	கும்பம்	கன்னி
மீனம்	தனுசு	துலாம்	மகரம்

X குரு தன்னுடைய ஆட்சி வீடுகளாகிய தனுசு, மீனத்தில் இருந்தால் அதற்குரிய உலோகம்–பொன்.

28. தச வர்க்கங்கள்:–

1 இராசி
2 ஹோரை
3 திரேக்காணம்
4 நவாம்சம்
5 துவாதசாம்சம்
6 திரிம்சாம்சம்
7 சப்தமாம்சம்
8 தசாம்சம்
9 கலாம்சம்
10 சஷ்டியாம்சம்

29. பல வர்க்கங்கள் நேரிடுவதின் பெயர்

2 வர்க்கங்கள்	நேரிடுவது	பாரிஜாதாம்சம்
3 வர்க்கங்கள்	நேரிடுவது	உத்தமாம்சம்
4 வர்க்கங்கள்	நேரிடுவது	கோபுராம்சம்
5 வர்க்கங்கள்	நேரிடுவது	சிம்ஹாசனாம்சம்
6 வர்க்கங்கள்	நேரிடுவது	பாராவதாம்சம்
7 வர்க்கங்கள்	நேரிடுவது	தேவலோகாம்சம்
8 வர்க்கங்கள்	நேரிடுவது	தேவலோகாம்சம்
9 வர்க்கங்கள்	நேரிடுவது	ஐராவதாம்சம்

குறிப்பு:– அயிட்டம் நெ. 14–a–யைப் பார்க்கவும்.

30. இராசிகளுக்குரிய தேசங்கள்:–

1 மேஷம் – பாடலம்
2 ரிஷபம் – கர்னாடகம்
3 மிதுனம் – சேரம்
4 கடகம் – சோழம்
5 சிம்மம் – பாண்டிய நாடு
6 கன்னி – கேரளம்
7 துலாம் – கொல்லம்
8 விருச்சிகம்– மலையாளம்
9 தனுசு – சைந்தவ தேசம்
10 மகரம் – உத்திர – பாஞ்சாலம்
11 கும்பம் – யவன தேசம்
12 மீனம் – கோசலம்

30–a. இந்திய தேசத்தில் கிரகங்களுக்குரிய நாடுகள்:–

1. சூரியன்– இப்பூமி முழுவதும் **2. சந்திரன் –** இப்பூமி முழுவதும் **3. செவ்வாய்–** இலங்கை முதல் கிருஷ்ணா நதிதீரம் வரையிலுள்ள நாடுகள். **4. புதன்–** விந்திய பர்வதத்திலிருந்து கங்காநதி தீரம் வரையிலுமுள்ள நாடுகள். **5. குரு–** கௌதமுகிநதி தீரம் முதல் விந்திய பர்வதம் வரையிலுமுள்ள நாடுகள். **6. சுக்கிரன்: –**கிருஷ்ணாநதி தீரம் முதல் கௌதமுகிநதி தீரம் வரையிலுள்ள நாடுகள். **7. சனி–** கங்காநதி தீரம் முதல் இமயமலை வரையிலுமுள்ள நாடுகள்.

30–b. கிரகங்களுக்குரிய இராஜ அதிகாரங்கள்.

1 சூரியன் – அரசன்
2 சந்திரன் – அரசன்
3 செவ்வாய் – சேனாதிபதி
4 புதன் – பட்டத்திற்குரிய இளவரசன்
5 குரு – மந்திரி
6 சுக்கிரன் – மந்திரி
7 சனி – சேவகன்

31. கிரகங்களின் நைசர்கிக நட்பு, பகை, சமம்:–

(சத்தியாச்சாரியார், வராஹமிகிரர் மதம் பிரகாரம்)

கிரகங்கள்	நட்பு கிரகங்கள்	பகை கிரகங்கள்	சம ரகங்கள்
சூரியனுக்கு	சந், செ, குரு	சு, சனி	புதன்
சந்திரனுக்கு	பு, சூ	இல்லை	செ, குரு, ச,சனி
செவ்வாய்க்கு	குரு, சூ, சந்	புதன்	சு, சனி
புதனுக்கு	சூ, சு	சந்	செ, குரு, சனி
குருவுக்கு	சூ, சந், செ	பு, சூ	ச னி
சுக்கிரனுக்கு	பு, சனி	சூ, சந்	செ, குரு
சனிக்கு	பு, சு	சூ, சந், செவ்	குரு
ஃ இராகுக்கு	குரு, சனி	சூ, சந், அ, பு	இல்லை
ஃ கேதுக்கு	குரு, சு, சனி	சூ, சந், அ, பு	இல்லை

ஃ சர்வார்த்த சிந்தாமணிப் பிரகாரம்

32. கிரகங்களின் தற்கால மித்துரு, சத்துரு:

ஒரு கிரகத்திற்குத் தான் இருக்கும் வீட்டில் இருந்து 2, 3, 4, 10, 11, 12–ஆம் வீட்டிலிருக்கும் கிரகங்கள், அக்கிரகத்திற்குத் தற்கால மித்துரு ஆகும். மற்ற விடங்களாகிய 1, 5, 6, 7, 8, 9 இந்த ஆறு வீட்டில் இருக்கும் கிரகங்கள் அந்த கிரகத்திற்குச் சத்துரு ஆகும். இதில் சமம் என்பது இல்லை என்று அறியவும்.

33. அதிமித்துரு, அதிசத்துரு, சமம் முதலியவை:

நைசர்க்கிக பலம் ரீதியாய்	தற்கால பலம் ரீதியாய்
1. மித்துருவாயும்	மித்துருவாயும் இருந்தால் அதிமித்துரு
2. சமமாயும்	மித்துருவாயும் இருந்தால் மித்துரு
3. மித்துருவாயும்	சத்துருவாயும் இருந்தால் சமம்
சத்துருவாயும்	மித்துருவாயும் இருந்தால் சமம்
4. சமமாயும்	சத்துருவாயும் இருந்தால் சத்துரு
5. சத்துருவாயும்	சத்துருவாயும் இருந்தால் அதிசத்துரு

அத்தியாயம்—2

34. நவக்கிரக காரகத்துவம்

1. சூரியன்:

தகப்பன், தேக சுகம், வீரியம், சாய்க்கால் அதிர்ஷ்டம், ஆத்மம், சிவன், கேந்திரம், சிரசு, தைரியம், இராசசேவை, சுரம், உத்தியோகம், சிரோரோகம், சிகப்பு நிறம், கிழக்கு, க்ஷத்திரியகுலம், சத்துவகுணம், செம்பு, காரம், பிரபாவம், சக்தி, சிந்தை, மலைநாட்டார், பாதரசம், வனாந்தரம், இடையர், விதைகள், மரங்கள், நெருப்பு, விஷம், மருந்து, வைத்தியர், விவசாயி, அரசர், பிரயாணிகள், திருடர், பாம்பு, துஷ்டர்.

2. சந்திரன் :

(மனசின்குணம்) தாய், செல்வம், இராஜ சன்மானம், அறிந்து கொள்ளும் சக்தி, கணபதி, சிலேஷ்ம ரோகம், வெண் நிறம், வடமேற்கு, வைசிய குலம், சத்துவ குணம், இரத்தினங்கள், உப்பு, புத்தி தெளிவு, சிந்தை, இனிப்பான ரசவர்க்கங்கள், புஷ்பம் , பழம், முத்து, ஜலம், ஜலத்தில் வசிக்கும் ஜந்துக்கள், நெல், கோதுமை, மூலிகைகள், பிராம்மணர், வெண்மையான குதிரை, அழகிய இளம் வயதுள்ள பெண்கள், சேனாதிபதி, வஸ்திரம், ஆகாரம், கொம்புள்ள மிருகம்.

3. செவ்வாய்:

இளைய, மூத்த சகோதரம், பூமி, தைரியம், சத்துரு, தகப்பன் வழி பந்துக்கள், குணாதிசயங்கள், கொலை போன்ற அகஸ்மார்த்தான மரணம், விதவை சம்போகம், அக்கினிபயம், சோரபயம், வீரியம், சேனாதிபத்தியம், சிவப்புநிறம், தெற்கு, க்ஷத்திரிய குலம், தமசகுணம், பொன், கசப்பு, சேவகன், விவசாயிகள், ரசாயன சாஸ்திரிகள், போர் வீரர், அக்கினி, வேலையாட்கள், காட்டில் வசிப்பவர்கள், பிரதானப் பட்டணங்கள், குழந்தைகள், அரசர்கள், யானை, இடையர், குழந்தைகளைக் கொல்பவர், பவழம், சேனாதிபதிகள், சாராயம், வெல்லம், துஷ்டர், சுரங்கம், திருடர், விரோதி.

4. புதன்:

மாமன், வித்தை, சினேகிதர்கள், வாக்கு, பந்துக்கள், பகுத்தரியுந் தன்மை, விஷ்ணு, அண்டவாத ரோகம், ஞானம் வாக்கு சாதுர்யம், சில்பம், வியாபாரம், வாதநோய், புத்திரஹானி, பச்சைநிறம், வடக்கு, சூத்திரகுலம், ரஜசுகுணம், பித்தளை, பலரசங்களுடையது, கர்மம்,

கைத்தொழிலாளி, குடியர், பாடகர், கிரந்த கர்த்தர், வர்ண வேலைக்காரர், வாசனைத் திரவியம், சித்திரம் எழுதுபவர், இலக்கணப் புலவர், வைத்தியர், சிற்பசாஸ்திரி, கணித வித்வான் தூது செல்பவன், பப்பூன், மந்திரவாதி, மாயவித்தைக்காரன், கோள்சொல்பவர், கிழக் கூத்தர், புலவர், காவலாளிகள், நடனஞ்செய்பவர், எண்ணெய், நெய், கோவேரிக்கழுதை.

5. குரு:

தானம், புத்திராள், ஞானம், சரீர புஷ்டி, வித்தை, அறிவு, யோகாப்பியாசம், உபதேசம், அஷ்டமாசித்திகள், சுருதி, ஸ்மிருதி, இராஜ சன்மானம், இராஜ்ஜியமூல ஜீவனம், மஞ்சள் நிறம், பொன் நிறம், வடகிழக்கு, பிராம்மணகுலம், சத்வகுணம், வெள்ளி, பொன், தித்திப்பு, தானம், யானை, குதிரை, அரசர், மந்திரி, புரோகிதர், விவாகம், தீர்க்கயோசனை, இரக்கம், சுத்தம், வித்தை, தருமம், மதசம்பந்த மானவைகளை அனுஷ்டித்தல், இலக்கண வித்துவான், வேதாந்திகள், தனவான், வக்கீல்கள் என்ற லாயர்கள், இராஜ சின்னங்கள், சூாமரம், குடை, பாதரசம், உப்பு, மெழுகு.

6. சுக்கிரன்:

மனைவி, வாகனம், ஆபரணங்கள், சுகம், காமம், சம்பத்து, வஸ்திராபரணம், கப்பல்வியாபாரம், ரத்தின வியாபாரம், ஆலயம், அழகிய ஸ்த்ரீ சம்போகம், வெண்மையும் கறுமையும் கலந்த நிறம், தென்கிழக்கு, பிராம்மண குலம், ரஜசுகுணம், முத்து, புளிப்பு, வெள்ளி, சுரங்கம், தேர், யானை, குதிரை, மாவுத்தன், தனவான், புஷ்பம், வாசனைத் திரவியம், நவரத்தினங்கள், ஆபரணங்கள், படுக்கை, மணமகன், வாலிபன், வாலிப ஸ்த்ரீ, காமத்தை உண்டுபண்ணும் வஸ்துக்கள், நந்தவனம், கீர்த்தி, சுகம், அழகு, வித்தை, மந்திரி, குயவர், பட்டு, சந்தன மரம்.

7. சனி:

ஆயுள், ஜீவனம், நிரியாணத்திற்குக் காரணம், விபத்து, சம்பத்து, புலால் புசித்தல், ஈனஸ்த்ரீபோகம், எருமை விருத்தி, அடிமைத்தனம், கடன், கிருஷி, ஜெயிலில் அடைபடுதல், இராஜ தண்டனை, அவயவக் குறைவு, மேகநோய், சித்தப்பிரமை, பித்தவியாதி, கறுப்பு நிறம், மேற்கு, தாழ்ந்த குலம், இரும்பு, துவர்ப்பு. துஷ்டர், அனாசாரமுடையவர், வாணியர், மலடர், பட்சி வேட்டையாடுபவர், படகு ஓட்டுபவர், செம்படவர், கிழவர், ஏழை, மலையில் வசிப்பவர், விதவை, எருமை, கழுதை, ஒட்டகம்.

8. இராகு:

பிதுர்வழி பாட்டன், விஷபயம், பரதேசவாசம், ஜெயில் தண்டனை, கப்பல் முழுகிப் போகுதல், ரோகஸ்த்ரீ சம்போகம், விகடவித்தை, அங்கபின்னம், குத்துவெட்டு காயம், குன்ம வியாதி, பித்தவாத ரோகம், ஜல கண்டம், குலத்திற்கு விரோதமான தொழில் செய்தல், மூர்ச்சை, வாய்வு, நோய், கறுப்பு நிறம், தென்மேற்கு, தடாகம், தோட்டம், இளைப்பாறுதல், மலைவாசிகள், குகைகள், அங்கவீனர். நாய், நரி தின்பவர், துஷ்டர், திருடர், குஸ்தி, சண்டை செய்பவர், எள்ளு.

9. கேது:

தாய் வழி பாட்டன், சித்தப்பிரமை, விஷபாண்டு, குஷ்ட ரோகம், ரண காயம், அக்கினி பாதை, இழிகுலத்தொழில், பரதேச ஜீவனம், புலால் புசித்தல், தரித்திரம், ஜெயிலிலடைபடுதல், இராஜ தண்டனை, அக்கினி பாதை, சிகப்பு நிறம், வடமேற்கு, மோக்ஷம், வெகுதானம், தனவான், கீர்த்தியும் புகழும் உள்ளவர், பரதார இஷ்டர்.

35. துவாதச பாவ காரகத்துவம்

1-வது பாவம்:

ஆத்மா, தேகம், சுபாவம், நிறம், சொரூபம், ஆயுள், சுபம், சந்தோஷம், சிரசு, புலன், பொறிகள், நினைப்பு, கீர்த்தி, கிலேசம், இந்த ஜென்மம், வசிக்குமிடம், சுதேச வாசம், பரதேச வாசம்.

2-வது பாவம்:

குடும்பம், தனம், கிருகம், வாக்கு, புதையல், சொர்ணம், பிரயாணம், முகம், வலது கண், முத்து, வித்தை, போகம், ரத்தின கம்பளம், வலிவு, சாஸ்திரக் கேள்வி, நவரத்தினம், பூமிச் செல்வம், சாஸ்திரப் பரிசயம், யோகம், பல்லு, வாய்ச் சாலக்கு, யாசகம்.

3-வது பாவம்:

சகோதரன், சகோதரி, யோகம், ஆண், பெண் வேலையாட்கள், சத்துவம், பராக்கிரமம், கோபம், சாந்தம், உபாயம், காரிய பூர்த்தி, சினேகிதர், ஸ்வரம், விஷபக்ஷணம், ஜலம், நபுஞ்சகம், போகம், வீரியம், காது நோய், கர்ணபூஷணம், புசித்திடுங் கலன்கள், தைரியம், தேவதா பக்தி, ஜெயம், பெறுதல், கடன், பிதுர் மாரகம், சரீர பலம்.

4-வது பாவம்:

மாதா, ஜலம், பந்து, சுகம், கிணர், தடாகம், வெள்ளம், வாசற்படி, பூமி, புஸ்தகம், கிருகம், பசு, படுக்கை, பயிர், தானியம், வித்தை, வாகனம்,

ஔஷதம், மந்திரம், விவாதம், சாட்சி, புராணம், சுபங்கள், வியாபாரம், சௌக்கியம், தாயின் பந்துக்கள், நிட்க்ஷேபம், தேவதானம், இருதயம், சினேகிதர்கள், கிருஷி.

5–வது பாவம்.

புத்திரன், புத்திரி, மந்திரி, புத்தி, சக்தி, மாமன், பூர்வ புண்ணியம், மந்திரங்கள், வித்தை, தாய், பாட்டன், தமிழ் வித்தை, விதரணம், சகோதரம், மறு ஜென்மம், யோகாப்பியாச சாதனம், தேவதாபக்தி, மடம், ஆலயம், சத்திரம், பிதுர் பக்தி.

6–வது பாவம்:

ரோகம், சத்துரு, காயம், பயம், பங்காளி, ஆயுதம், பாவம், பீடை, ஆயுதங்களால் ரணம், பங்காளி, உபத்திரவம், கள்வர் பயம், ஸ்திரீகளால் பயம், பாம்பால் துன்பம், சிறைப்படுதல், X மாமன், ஜல கண்டம், விஷ உபாதைகள், அங்க ஹீனம்.

7–வது பாவம்:

மனைவி, காமம், தலை, சூதுகள், ஆபரணம், வியாபாரம், சௌக்கியம், விவாகம், போகம், ஸ்தானம், சௌந்தர்யம், அலங்காரம், நல்லவர் களுடைய உறவு, சன்மானம், மனைவியின் மரணம், விவாத வியாஜ்ஜியம், அன்னிய தேசத்தில் வசித்தல், யாத்திரை செய்தல்.

8–வது பாவம்:

ஆயுள், மிருத்தியு, ஜீவனம், நாசம், உபாயம், மோக்ஷம், போஜனம், சிற்றுண்டி, யுத்தம், வியாதி, கிலேசம், பலதுன்பம், ரணம், நஷ்டம், செலவு, பகை, யுத்த களத்தில் மரணம், உயரத்தில் இருந்து விழுதல், அபஜெயம், பூர்வஜென்மம், கடன்காரர் பயம்.

9–வது பாவம்:

பிதுர் பாக்கியம், ஞானம், குரு, தபசு புண்ணியம், தயை, பக்தி, தேவதை, உபாசனம், புத்திரர், சித்திரம், ஆனந்தம் எஜமானன், தருமம், உபதேசம், மடம், சத்திரம் குளம், தடாகம், நியாயம், பூர்வ புண்ணிய பலனை அனுபவித்தல்.

10–வது பாவம்:

கர்மம், வியாபாரம், மனசு, ஆகாசம், காரியம், புண்ணியம், இராஜ்ஜியம், வீக்யம், பட்டணங்கள் ஸ்தாபித்தல், இரக்கம், தேவதாபக்தி, சௌகரியம், பிரதாபம், கிராமம், பூமி, நக்ஷத்திரம், இவைகளின் லாபம், தயை, மனைவீடு, ஆக்ஞை, யாத்திரை, தன்குலத்தொழில், ஆயுள்.

X. குறிப்பு: 5–வது பாவத்தை விட 6–வது பாவத்தைக் கொண்டுதான் விசேஷமாய் மாமனுடைய பலன் சொல்லவேண்டும்.

11–வது பாவம்:

பணலாபம், ஜெயம், புட்டம், மூத்த சகோதரம், மூத்த சகோதரி, இளைய மனைவி, பொன், வித்தை, பயிர், குதிரை, யானை, தண்டிகை, உத்தரீயம், பலதார சம்போகம், பூமியால் விருத்தி, சங்கீதத் தொழில், நாடகத் தொழில், ஜலத்தின் மேல் பிரயாணம் செய்தல், வர்த்தகத் தொழில்.

12–வது பாவம்:

விரயம், நாசம், ஜலம், அன்னிய தேசத்திலுத்தியோகம், விரயத்தால் போகம், சயன சௌக்கியம், விவாதம் விளைதல், தானம், புண்ணியம், தியாகம், மலைநாடு, சஞ்சாரம், பூப்பிரதக்ஷிணம் செய்தல், தனவிரயம், இராஜ தண்டனை, கப்பல் வியாபாரம், மோக்ஷம், அலைச் சலுந்திரிச்சலும்.

36. துவாதச பாவங்களும் அவைகளின் காரக கிரகங்களும்

பாவம்	காரக கிரகங்கள்	பாவம்	காரக கிரகங்கள்
1–வது பாவம்	சூரியன்	7–வது பாவம்	சுக்கிரன்
2–வது பாவம்	குரு	8–வது பாவம்	சனி
3–வது பாவம்	செவ்வாய்	9–வது பாவம்	சூரியன், குரு
4–வது பாவம்	சந்திரன், புதன்	10–வது பாவம்	சூரியன், புதன், குரு, சனி
5–வது பாவம்	குரு	11–வது பாவம்	குரு
6–வது பாவம்	செவ்வாய், சனி	12–வது பாவம்	சனி

37. குழந்தை ஆண், பெண் என்று அறியும் வழி:

ஞாயிற்றுக்கிழமையில் சூரிய உதயம் முதல் 1 ¼ நாழிகை வரையிலும் ஆண் காலம், அதாவது முதலாவது 1 ¼ நாழிகை ஆண் காலம், 1 ¼ நாழிகைக்கு மேல் 2½ நாழிகை வரையிலும் பெண் காலம், அதாவது இரண்டாவது 1 ¼ நாழிகை பெண் காலம். இவ்விதமாகவே அறுபது நாழிகை வரையிலும் வரிசையாக மாறி மாறி ஆண் காலம், பெண் காலம் வரும். இவ்விதமாகவே செவ்வாய்க்கிழமை, வியாழக்கிழமை, சனிக்கிழமை இவைகளுக்கும், தெரிந்துகொள்ளவும். திங்கள், புதன், வெள்ளி, இந்த கிழமைகளில் முதல் 1 ¼ நாழிகை வரையிலும் பெண் காலம். இரண்டாவது 1 ¼ நாழிகை ஆண் காலம். இவ்விதமாகப் பெண் காலமும், ஆண்காலமும் வரிசையாக மாறி மாறி வரும். இங்கு சொல்லியதை அடுத்த பக்கத்தில் உள்ள கட்டத்தில் விபரமாகக் தெரிந்து கொள்ளலாம்.

முதற் கொண்டு	வரை	ஞாயிறு	திங்கள்	செவ்வாய்	புதன்	வியாழன்	வெள்ளி	சனி	முதற் கொண்டு	வரை
நா வி	நா வி								நா வி	நா வி
0–0	1–15	ஆ	பெ	ஆ	பெ	ஆ	பெ	ஆ	30–00	31–15
1–15	2–30	பெ	ஆ	பெ	ஆ	பெ	ஆ	பெ	31–15	32–30
2–30	3–45	ஆ	பெ	ஆ	பெ	ஆ	பெ	ஆ	32–30	33–45
3–45	5–00	பெ	ஆ	பெ	ஆ	பெ	ஆ	பெ	33–45	35–00
5–00	6–15	ஆ	பெ	ஆ	பெ	ஆ	பெ	ஆ	35–00	36–15
6–15	7–30	பெ	ஆ	பெ	ஆ	பெ	ஆ	பெ	36–15	37–30
7–30	8–45	ஆ	பெ	ஆ	பெ	ஆ	பெ	ஆ	37–30	38–45
8–45	10–00	பெ	ஆ	பெ	ஆ	பெ	ஆ	பெ	38–45	40–00
10–00	11–15	ஆ	பெ	ஆ	பெ	ஆ	பெ	ஆ	40–00	41–15
11–15	12–30	பெ	ஆ	பெ	ஆ	பெ	ஆ	பெ	41–15	42–30
12–30	13–45	ஆ	பெ	ஆ	பெ	ஆ	பெ	ஆ	42–30	43–45
13–45	15–00	பெ	ஆ	பெ	ஆ	பெ	ஆ	பெ	43–45	45–00
15–00	16–15	ஆ	பெ	ஆ	பெ	ஆ	பெ	ஆ	45–00	46–15
16–15	17–30	பெ	ஆ	பெ	ஆ	பெ	ஆ	பெ	46–15	47–30
17–30	18–45	ஆ	பெ	ஆ	பெ	ஆ	பெ	ஆ	47–30	48–45
18–45	20–00	பெ	ஆ	பெ	ஆ	பெ	ஆ	பெ	48–45	50–00
20–00	21–15	ஆ	பெ	ஆ	பெ	ஆ	பெ	ஆ	50–00	51–15
21–15	22–30	பெ	ஆ	பெ	ஆ	பெ	ஆ	பெ	51–15	52–30
22–30	23–45	ஆ	பெ	ஆ	பெ	ஆ	பெ	ஆ	52–30	53–45
23–45	25–00	பெ	ஆ	பெ	ஆ	பெ	ஆ	பெ	53–45	55–00
25–00	26–15	ஆ	பெ	ஆ	பெ	ஆ	பெ	ஆ	55–00	56–15
26–15	27–30	பெ	ஆ	பெ	ஆ	பெ	ஆ	பெ	56–15	57–30
27–30	28–45	ஆ	பெ	ஆ	பெ	ஆ	பெ	ஆ	57–30	58–45
28–45	30–00	பெ	ஆ	பெ	ஆ	பெ	ஆ	பெ	58–45	60–00

☞ ஆ– என்பதை ஆண் என்றும், பெ–என்பதை பெண் என்றும் வாசிக்கவும்.

குறிப்பு: நாழிகை வினாடியைக் கணக்கிடும் போது நாழிகை வினாடியை சூரிய உதயத்திலிருந்து கணக்கிடவேண்டியது. இது முக்கியமானது. உதாரணமாக ஞாயிற்றுக்கிழமையில் உதயாதி நாழிகை 24–10 வினாடிக்கு ஒரு குழந்தை பிறந்தால் அந்தக் குழந்தை ஆணா, பெண்ணா என்பதை அறிவோம். ஜெனன நாழிகையாகிய 24–10 என்பது 23–45க்கு மேற்பட்டு 25–00 க்குள் இருப்பதால் மூன்றாவது கலத்தின் கீழ் அதாவது ஞாயிற்றுக்கிழமையின் கீழ் 23–45, 25–00க்கு நேரில் பார்க்கப் "பெண்" என்று இருப்பதைக் கவனிக்கவும். ஆகையால் ஜெனனமான குழந்தை பெண் குழந்தையாகும்.

38. ஜெனனமான குழந்தை ஆணா, பெண்ணா என்பதும் எத்தனையாவது பிறவி என்பதும் அறியும் வழி:-

ஜெனன லக்கினத்தைப் பதினாறு சமபாகமாகப் பங்கிட வேண்டும். இப்படிப் பங்கிட்டு எந்த பாகத்தில் குழந்தை ஜெனனம் என்று அறியவேண்டும். அதன் பிறகு அடியிற்கண்ட கட்டத்தில் அந்தந்த பாகத்திற்கு எதிரில் கொடுத்துள்ளப் பிரகாரம் ஆண் பெண் என்றும் எத்தனையாவது பிறவி (மகவு) என்றும் அறிய வேண்டும். இப்படிச் சொல்லியபடி 16 பாகமாகப் பங்கிட வேண்டுமானால் ஒரு ராசிக்குரிய 30 பாகையை 16 பாகமாகப் பங்கிட பாகம் ஒன்றுக்கு ஒரு பாகை, 52 கலை, 30 விகலையாகும். அந்த லக்கினத்தில் சென்ற பாகை, கலை, விகலை எந்தப் பாகத்தில் இருக்கிறதென்று பார்க்க அந்தப் பாகமே குழந்தை பிறந்த பாகமாகும். இவ்விதமாக ஒரு ராசிக்குரிய 30 பாகையை 16 சமபாகமாகப் பங்கிட்டு பாகம் அறிவதற்குப் பதிலாக அந்தந்த ராசிக்குரிய ராசிமான சங்கியை நாழிகை விநாடியை 16 சமபாகமாகப் பங்கிட்டு எந்த பாகத்தில் குழந்தை ஜெனனம் என்று அறிந்து கொள்ளலாம். இந்த இரண்டு வழிகளில் பாகையைப் பங்கிட்டு அறியும் விதமே துல்லியமானது.

39. 16-பாகங்களின் ஸ்புடங்கள்:-

பாகத்தின் நெம்பர்	முதற் கொண்டு			வரை		
	பாகை	கலை	விகலை	பாகை	கலை	விகலை
1	0	00	00	1	52	30
2	1	52	30	3	45	00
3	3	45	00	5	37	30
4	5	37	30	7	30	00
5	7	30	00	9	22	30
6	9	22	30	11	15	00
7	11	15	00	13	07	30
8	13	07	30	15	00	00

பாகத்தின் நெம்பர்	முதற் கொண்டு			வரை		
	பாகை	கலை	விகலை	பாகை	கலை	விகலை
9	15	00	00	16	52	30
10	16	52	30	18	45	00
11	18	45	00	20	37	30
12	20	37	30	22	30	00
13	22	30	00	24	22	30
14	24	22	30	26	15	00
15	26	15	00	28	07	30
16	28	07	30	30	00	00

40-வது நெ. டேபில்

லக்கினத்தின் பெயர்	பாகத்தின் நெ.	குழவியின் ஜாதி	எத்தனையாவது குழவி என்பது	லக்கினத்தின் பெயர்	பாகத்தின் நெ.	குழவியின் ஜாதி	எத்தனையாவது குழவி என்பது
1	2	3	4	1	2	3	4
மேஷம்	1	ஆண்	1	மிதுனம்	1	ஆண்	
	2	ஆண்	1		2	பெண்	3
	3	பெண்	3		3	ஆண்	7
	4	பெண்	4		4	பெண்	2
	5	பெண்	3		5	ஆண்	4
	6	ஆண்	5		6	ஆண்	5
	7	ஆண்	7		7	ஆண்	2
	8	பெண்	1		8	பெண்	7
	9	ஆண்	8		9	ஆண்	1
	10	பெண்	10		10	பெண்	12
	11				11	பெண்	8
	12				12	ஆண்	8
	13	ஆண்	14		13	பெண்	11
	14	ஆண்	15		14	ஆண்	6
	15	ஆண்			15	ஆண்	8
	16				16	ஆண்	13
ரிஷபம்	1	பெண்	12	கடகம்	1	பெண்	2
	2	ஆண்			2	ஆண்	
	3	ஆண்	1		3	பெண்	5
	4	பெண்	1		4	ஆண்	3
	5				5	ஆண்	2
	6				6	ஆண்	3
	7	பெண்	3		7	பெண்	1
	8	பெண்	5		8	பெண்	10
	9				9	பெண்	9
	10				10	ஆண்	11
	11	ஆண்	11		11	பெண்	8
	12	ஆண்	12		12	ஆண்	14
	13				13	ஆண்	
	14				14	பெண்	11
	15	ஆண்	13		15	ஆண்	2
	16	ஆண்	11		16	பெண்	8

40—வது நெ. டேபில் தொடர்ச்சி

லக்கினத்தின் பெயர்	பாகத்தின் நெ.	குழவியின் ஜாதி	எத்தனையாவது குழவி என்பது	லக்கினத்தின் பெயர்	பாகத்தின் நெ.	குழவியின் ஜாதி	எத்தனையாவது குழவி என்பது
1	2	3	4	1	2	3	4
சிம்மம்	1	ஆண்	3	துலாம்	1	ஆண்	2
	2	பெண்	4		2	பெண்	4
	3	ஆண்	6		3	ஆண்	5
	4	பெண்	1		4	பெண்	6
	5	பெண்	2		5	பெண்	16
	6	ஆண்	7		6	ஆண்	3
	7	ஆண்	8		7	பெண்	5
	8	பெண்	6		8	ஆண்	1
	9	ஆண்	6		9	ஆண்	5
	10	பெண்	7		10	பெண்	8
	11	பெண்	12		11	ஆண்	7
	12	ஆண்	1		12	பெண்	8
	13	பெண்	12		13	பெண்	10
	14	ஆண்	9		14	ஆண்	1
	15	ஆண்	11		15	பெண்	7
	16	பெண்	14		16	ஆண்	4
கன்னி	1	பெண்	3	விருச்சிகம்	1	பெண்	9
	2	ஆண்	4		2	ஆண்	5
	3	பெண்	5		3	பெண்	
	4	ஆண்	3		4	ஆண்	3
	5	ஆண்	1		5	ஆண்	2
	6	பெண்	5		6	பெண்	1
	7	பெண்	7		7	பெண்	6
	8	ஆண்	6		8	ஆண்	7
	9	பெண்	3		9	பெண்	5
	10	ஆண்	8		10	ஆண்	6
	11	ஆண்			11	ஆண்	8
	12	பெண்	1		12	ஆண்	11
	13	ஆண்	12		13	ஆண்	12
	14	பெண்	11		14	பெண்	10
	15	ஆண்	4		15	ஆண்	13
	16	பெண்	10		16	பெண்	12

40–வது நெ. டேபில் தொடர்ச்சி

லக்கினத்தின் பெயர்	பாகத்தின் நெ.	குழவியின் ஜாதி	எத்தனையாவது குழவி என்பது	லக்கினத்தின் பெயர்	பாகத்தின் நெ.	குழவியின் ஜாதி	எத்தனையாவது குழவி என்பது
1	2	3	4	1	2	3	4
தனுசு	1	ஆண்	5	கும்பம்	1	ஆண்	5
	2	பெண்			2	ஆண்	7
	3	ஆண்			3	பெண்	3
	4	பெண்	7		4	ஆண்	9
	5	பெண்	2		5	பெண்	1
	6	ஆண்	7		6	ஆண்	4
	7	பெண்			7	பெண்	2
	8	ஆண்			8	ஆண்	2
	9	ஆண்	4		9	பெண்	5
	10	பெண்	10		10	ஆண்	7
	11	ஆண்	3		11	பெண்	8
	12	ஆண்	4		12	ஆண்	
	13	பெண்	9		13	ஆண்	6
	14	ஆண்	19		14	பெண்	10
	15	பெண்	1		15	ஆண்	11
	16	ஆண்	19		16	பெண்	12
மகரம்	1	பெண்	2	மீனம்	1	பெண்	5
	2	ஆண்	2		2	ஆண்	3
	3	பெண்	4		3	பெண்	2
	4	ஆண்	3		4	ஆண்	2
	5	ஆண்	5		5	ஆண்	4
	6				6	பெண்	4
	7	ஆண்	8		7	ஆண்	1
	8	பெண்	7		8	பெண்	5
	9	பெண்	5		9	பெண்	7
	10	ஆண்	4		10	ஆண்	9
	11	பெண்	8		11		
	12	ஆண்	1		12		
	13	பெண்	2		13	ஆண்	2
	14	பெண்	5		14	பெண்	10
	15	ஆண்	9		15	ஆண்	11
	16	பெண்	11		16	பெண்	12

குறிப்பு : இங்கு சில அம்சங்கள் கொடுக்கவில்லை. ஏனென்றால் அவைகள் நமக்குக் கிடைத்த சாஸ்திரத்தில் தென்படவில்லை.

(40–a). ஜென்ம லக்கினத்தைக் கொண்டு ஜெனனமான இடத்தின் நகர சிறப்பை அறியும் விதம்.

லக்கின ராசி யின் பெயர்	பாதம்	லக்கின ஸ்புடம் முதற் கொண்டு பா	லக்கின ஸ்புடம் முதற் கொண்டு கலை	வரை பா	வரை கலை	வீதி லட்சணம்	ஜெனன வாசல் லட்சணம்	ஜெனனவிடத்தின் லட்சணம்
மேஷம்	1	0	00	7	30	வடக்கு–தெற்கு	----	ஆழமான குளம், கிணறு அருகிலுண்டு, தெற்கே கோயிலுண்டு. வடக்கே இடிந்த கோயில், வீதியில் கணேசர் கோயிலுண்டு. ஆழி உண்டு.
	2	7	30	15	00	கிழக்கு–மேற்கு	----	குளம் கிணறு எதிரில் உண்டு, வாய்வு அக்கினி திக்கில் ஆலயமுண்டு, மேற்கே ஆழி உண்டு, அடுத்த மனைபாழ்
	3	15	00	22	30	வடக்கு–தெற்கு	----	அந்த ஜெனன மனைக்கு இருபுறமும்பாழ். அதாவது ஜெனன வீடு தனி வீடு.
ரிஷபம்	4	22	30	30	00	கிழக்கு–மேற்கு	தெற்கு	கோயில் தோப்புண்டு.
	1	30	00	37	30	வடக்கு–தெற்கு	கிழக்கு	மூன்றாவது வீடு பின்னம், தென் கிழக்கில் குளம்.
	2	37	39	45	00	கிழக்கு–மேற்கு	தெற்கு	கீழ்மேற்கில் ஈசன் கோயில், குலதெய்வம் கொல்லையில் குடியிருப்பு.
	3	45	00	52	30	வடக்கு–தெற்கு	மேற்கு	தெருவில் கணேசர் கோயில்
	4	52	30	60	00	கிழக்கு–மேற்கு	வடக்கு	அந்த ஜெனன வீட்டில் இரண்டு குடும்பம். வடக்கே உமையவள் கோயில்.

24 page.29. ஜாதக கணிதம் 2ஆம் பகுதி

மிதுனம்	1	60	00	67	30	வடக்கு–தெற்கு	கிழக்கு	வீடு பாழான வீடு
	2	67	30	75	00	கிழக்கு–மேற்கு	தெற்கு	ஆழி உண்டு
	3	75	00	82	30	வடக்கு–தெற்கு	மேற்கு	தெற்கே கோயில்
	4	82	30	90	00	கிழக்கு–மேற்கு	வடக்கு	சொந்த வீடல்ல, பாட்டன் வீடு
கடகம்	1	90	00	97	30	வடக்கு–தெற்கு	மேற்கு	தெருவில் முருகர் கோவில்
	2	97	30	105	00	கிழக்கு–மேற்கு	தெற்கு	வீட்டிற்கு அருகில் சந்துண்டு, எதிரில் வீடில்லை
	3	105	00	112	30	வடக்கு–தெற்கு	கிழக்கு	————————
	4	112	30	120	00	கிழக்கு–மேற்கு	வடக்கு	————————
சிம்மம்	1	120	00	127	30	கிழக்கு–மேற்கு	தெற்கு	பிதுர் குடும்பம் மூன்று, சகோதரன் ஏழு, சகோதரி நான்கு, இரு புறமும் சந்து, கிழக்கே தடாகம் உண்டு.
	2	127	30	135	00	வடக்கு–தெற்கு	------	ஆழி உண்டு. சந்திரன் லக்கினத்தில் இருந்தால் வழல் வீடு.
	3	135	00	142	30	கிழக்கு–மேற்கு	வடக்கு	------
	4	142	30	150	00	வடக்கு–தெற்கு	மேற்கு	------
கன்னி	1	150	00	157	30	கிழக்கு–மேற்கு	தெற்கு	மேற்கே தோப்பு, அதில் ஆலயமுண்டு.
	2	157	30	165	00	வடக்கு–தெற்கு	கிழக்கு	வீட்டிற்கு அருகில் குளம், எதிரில் வாவி.
	3	165	00	172	30	கிழக்கு–மேற்கு	வடக்கு	வீட்டிற்கு அருகில் சந்துண்டு.
	4	172	30	180	00	வடக்கு–தெற்கு	கிழக்கு	வீட்டிற்கு அருகில் சந்துண்டு.
துலாம்	1	180	00	187	30	கிழக்கு–மேற்கு	வடக்கு	தெற்கே தோப்பு உண்டு.
	2	187	30	195	00	வடக்கு–தெற்கு	கிழக்கு	-------
	3	195	00	202	30	கிழக்கு–மேற்கு	தெற்கு	-------

40–a. ஜென்ம லக்கினத்தைக் கொண்டு ஜெனனமான இடத்தின் நகர சிறப்பை அறியும் விதம்.

லக்கின ராசியின் பெயர்	பாதம்	லக்கின ஸ்புடம்				வீதி லட்சணம்	ஜெனன வாசல் லட்சணம்	ஜெனனவிடத்தின் லட்சணம்
		முதல்		வரை				
		பா	கலை	பா	கலை			
துலாம்	4	202	30	210	00	வடக்கு–தெற்கு	மேற்கு	மேற்கே தோப்பு, வீட்டிற்கருகில் சந்து.
விருச்சிகம்	1	210	00	217	30	கிழக்கு–மேற்கு	தெற்கு	மேற்கே கோவில், தடாகமுண்டு. கிழக்கே நீரோடுங் கால்வாயுண்டு. வடக்கே பிடாரி கோயிலுண்டு.
	2	217	30	225	00	வடக்கு–தெற்கு	மேற்கு	இரண்டு பக்கமும் வீடுகளுண்டு.
	3	225	00	232	30	கிழக்கு–மேற்கு	வடக்கு	———
	4	232	30	240	00	வடக்கு–தெற்கு	கிழக்கு	குடியிருப்பு இருவர் பாகம், ஈசான்யத்தில் சக்தி கோயில்.
தனுசு	1	240	00	247	30	கிழக்கு–மேற்கு	தெற்கு	இரண்டு கட்டுவீடு, மேற்கே அரன் கோவிலுண்டு, தெற்கே தோப்பு.
	2	247	30	255	00	வடக்கு–தெற்கு	மேற்கு	———
	3	255	00	262	30	கிழக்கு–மேற்கு	வடக்கு	———
	4	262	30	270	00	வடக்கு–தெற்கு	கிழக்கு	எதிர்வீடு பாழ்.
மகரம்	1	270	00	277	30	கிழக்கு–மேற்கு	தெற்கு	வீட்டிற்கு எதிரில் சந்துண்டு. மேற்கே ஜெகம் புகழும் கோயில்.

ஜாதக கணிதம் 2ஆம் பகுதி

	2	277	30	285	00	வடக்கு-தெற்கு	கிழக்கு	வீட்டில் மூன்றிலொரு பங்குண்டு.
	3	285	00	292	30	-----	-----	-----
	4	292	30	300	00	-----	-----	-----
கும்பம்	1	300	00	307	30	வடக்கு-தெற்கு	கிழக்கு	கிழக்கே தடாகமுண்டு,மேற்கே விஷ்ணு கோயிலுண்டு.
	2	307	30	315	00	-----	-----	-----
	3	315	00	322	30	-----	-----	-----
	4	322	30	330	00	-----	-----	-----
மீனம்	1	330	00	337	30	கிழக்கு-மேற்கு	வடக்கு	கிழக்கே தடாகமுண்டு, வடக்கே கோயிலும், தோப்புமுண்டு.
	2	337	30	345	00	-----	-----	-----
	3	345	00	352	30	-----	-----	-----
	4	352	30	360	00	-----	-----	-----

குறிப்பு: நமக்குக் கிடைத்த ஓலைப் புத்தகத்தில் சில அம்சங்கள் சொல்லாமல் விட்டுவிட்டிருப்பதால் அந்த விடங்களில் "-----" என்று குறி போடப்பட்டிருக்கின்றது.

41–a. மேஷாதி மீனம் வரையிலுமுள்ள ராசிகளுக்குச் சுபர், அசுபர், யோகர், மாரகர் முதலியன.

இராசி	சுபர்	அசுபர்	யோகர்	மாரகர்	விசேஷம்
மேஷம்	சூ, குரு	பு, சு, சனி	------	பு, சு, சனி	குரு, சனி சம்பந்தமானால் யோகமில்லை.
ரிஷபம்	சூ, சனி	சந், குரு, சு	சனி	சந், சு, சு,பு	-----
மிதுனம்	சுக்	சூ, அ, குரு	----	சூ, அ, குரு	குரு, சனி சம்பந்தமானால் யோகமில்லை சந்திரன் கொல்லான்
கடகம்	அ, குரு	பு, சு	அங்	பு, சு, சனி	சூரியன் கொல்லான்
சிம்மம்	அ, குரு	பு, சு	----	பு, சு	குரு, சுக்கிரன் சம்பந்தமானால் யோகமில்லை.
கன்னி	சுக்	சந், அ, கரு	பு, சுக்	சந், அ, குரு	சுக்கிரன் கொல்லான்
துலாம்	பு, சனி,	சூ, அ, குரு	சந், புத	சூ, குரு	அங்காரகன் மாரகனல்லன்
விருச்சிகம்	சந், குரு	அ, பு, சு	சூ, சந்	அ, பு, சு	குரு மாரகனல்லன்
தனுசு	சூ, பு	சுக்	சூ, பு	சுக்	சனி கொல்லான்
மகரம்	பு, சுக்	சந், அ, குரு	சுக்	அ, சந், குரு	புதனும், சுக்கிரனும் சம்பந்தமானால் விசேஷ யோக முண்டு, சனி தன் தெசையில் கொல்லான்
கும்பம்	சுக்	சந், அ, குரு	சு, அ, குரு	சந், அ	குரு மாரகனல்லன்
மீனம்	சந், அ	சூ, பு, சுக், சனி	அ, குரு	சனி, பு	அங்காரகன் கொல்லான்

குறிப்பு: 1. சுபர் அசுபர் என்று சொல்லப்படாத கிரகங்கள் சமன் ஆகும்.

2. மாரகலக்ஷணம் பொருந்திய மாரகர்களும் மாரகஸ்தானத்தில் இருக்கும் மாரகர்களும், மாரகஸ்தானத்தில் இருக்கும் நைசர்க்கிகப் பாபிகளும் மாரகஞ் செய்வார்கள். பெரும்பாலும் தன் தெசையில் தன் புத்தியில் கிரகங்கள் கொல்லுவதில்லை.

(3) மாரகனல்லன், கொல்லான், என்று சொல்லப்பட்ட கிரகங்கள் கெண்டத்தைக் காட்டுவார்; ஆனால் மாரகஞ்செய்யார்.

(4) இங்கு சுபர், அசுபர், சமன் என்று சொல்லப்பட்ட லக்ஷணங்களை யோகவிஷயத்திலும், மாரக விஷயத்திலும் மாத்திரமே அனுஷ்டிக்க வேண்டுமேயொழிய மற்றெந்த விஷயங்களுக்கும் அனுஷ்டிக்கக்கூடாது என்று ஏற்படுகின்றது. இயற்கையிலே குருவும், சுக்கிரனும் முழு, முக்கால் சுபக்கிரகங்கள். எல்லா சாஸ்திர புத்தகங்களிலும் இவர்களை சுபர்களே என்றும் இவர்களுடைய சம்பந்தம் பார்வையினால் அந்தந்தப் பாவங்களுக்கு நன்மையும் விருத்தியும் உண்டென்று சொல்லி இருக்கின்றது. இப்படிப்பட்டவர்கள் சில சமயங்களில் பாபிகளாகின்றார்கள் என்று சொல்லுவது சாஸ்திரக் கொள்கைக்கு விரோதமாகத் தோன்றுகின்றது. இவ்விதமாகவே முழு முக்கால் பாபிகளான சனி செவ்வாயைச் சுபர்கள் என்றுஞ்சொல்வது சாஸ்திர விரோதமாகிறது. குரு சுக்கிராள் சில சமயங்களில் மாரகஞ் செய்து விடுகின்றார்கள். ஆகையால் மேலே சொல்லப்பட்ட சுபர், அசுபர், சமன் என்ற லக்ஷணங்களை யோக விஷயத்திற்கும் மாரக விஷயத்திற்கும் மாத்திரமே அனுஷ்டிக்க வேண்டுமே தவிர மற்ற எந்த விஷயத்திற்கும் அனுஷ்டிக்கக்கூடாது என்பது அபிப்பிராயம்.

42. ஜாதகருக்குரிய சுப, அசுப, மத்திம நக்ஷத்திரங்கள்:—

நக்ஷத்திரங்களும் அவைகளின் அதிபதிகளும் அடியிற்கண்டபடி ஆகும்:—

அஸ்வினி	மகம்	மூலம்	இவைகளுக்கு அதிபதி	கேது
பரணி	பூரம்	பூராடம்	”	சுக்கிரன்
கிருத்திகை	உத்திரம்	உத்திராடம்	”	சூரியன்
ரோகிணி	அஸ்தம்	திருவோணம்	”	சந்திரன்
மிருகசீரிஷம்	சித்திரை	அவிட்டம்	”	செவ்வாய்
திருவாதிரை	சுவாதி	சதயம்	”	ராகு
புனர்பூசம்	விசாகம்	பூரட்டாதி	”	குரு
பூசம்	அனுஷம்	உத்திரட்டாதி	”	சனி
ஆயில்யம்	கேட்டை	ரேவதி	”	புதன்

ஜெனன காலத்தில் சந்திரன் இருக்கும் நக்ஷத்திரமே ஜென்ம நக்ஷத்திரம் அல்லது சந்திர நக்ஷத்திரமாகும். சந்திர நக்ஷத்திரத்து அதிபதி யார் என்பதை மேலே கொடுத்துள்ளதிலிருந்து அறிய வேண்டும். பிறகு ஜென்ம லக்கினம் எந்த நக்ஷத்திரத்திலிருக்கிறதோ அதுவே லக்கின நக்ஷத்திரமாகும். இந்த லக்கின நக்ஷத்திரத்திற்குரிய அதிபதியை மேலே சொல்லியதிலிருந்து முன் போல அறிய வேண்டும். சந்திர நக்ஷத்திர அதிபதி, லக்கின நக்ஷத்திர அதிபதி இவர்கள் இருவரில் யார் வலுவுள்ளவர்கள் என்று அறியவேண்டும். இந்த இரண்டு கிரகங்களுக்குள் யாருக்குச் சட்பலம்X அதிகமாக இருக்கிறதோ அந்தக் கிரகமே வலுவுள்ளதாகும், சந்திர நக்ஷத்திர அதிபதி வலுவாய் இருந்தால் சந்திர நக்ஷத்திரத்திலிருந்தும், லக்கின நக்ஷத்திர அதிபதி வலுவாய் இருந்தால் லக்கின நக்ஷத்திரத் திலிருந்தும் கணக்கிட வருகின்ற 2, 4, 6, 8, 11, 13, 15, 17, 20, 22, 24, 26–வது நக்ஷத்திரங்கள் இந்த ஜாதகருக்குச் சுப நக்ஷத்திரங்களாகும். 1, 9, 10, 18, 19, 27–வது நக்ஷத்திரங்கள் மத்திம நக்ஷத்திரங்களாகும். 3, 5, 7, 12, 14, 16, 21, 23, 25–வது நக்ஷத்திரங்கள் அசுப நக்ஷத்திரங்களாகும். சுப நக்ஷத்திரத்திலி ருக்கின்ற கிரகங்களும் அவர்களின் தெசையும் சுப பலனைத் தரும், மத்திம நக்ஷத்திரத்திலிருக்கின்ற கிரகங்களும் அவர்களின் தெசையும் மத்திம பலனைத் தரும், அசுப நக்ஷத்திரத்திலிருக்கின்ற கிரகங்களும் அவைகளின் தெசையும் அசுப பலனைத் தரும் என்று அறியவும். கிரகங்கள் கோட்சாரத்தில் சுப நக்ஷத்திரத்தில் வந்தால் சுப பலனையும், மத்திம நக்ஷத்திரத்தில் இருந்தால் மத்திம பலனையும், அசுப நக்ஷத்திரத் திலிருந்தால் அசுப பலனையுந் தரும்.

43. கிரகங்களின் பலமும், பாவங்களின் பலமும் அறியும் விதம்:–

கிரகங்களின் பலத்தையும் பாவங்களின் பலத்தையும் இரண்டு விதங்களில் அறியலாம்.

1. சட்பலத்தைக் கணிதஞ் செய்யாமல், உச்சம், மூலத் திரிகோணம், ஆட்சி, நட்பு, பகை, நீசம் என்று சொல்லப்பட்ட விவரங்களில் இருந்து கிரக பலமும் பாவ பலமும் அறியலாம்.

2. சட்பலத்தைக் கணிக்கும் ரீதியாய் சட்பலத்தைக் கணித்து அதிலிருந்து கிரகங்களின் பலமும், பாவங்களின் பலமும் அறியலாம். சட்பலம் கணித்து அதிலிருந்து பலம் அறிவது விசேஷமானது, துல்லியமானது. ஆனால் சட்பலம் கணிப்பது கொஞ்சம் சிரமமானது. இந்தச் சிரமத்தை ஏற்றுக்கொள்ள இஷ்டமில்லாதவர்களும், சட்பல

ரீதியாய்க் கணித்துப்பார்க்கச் சந்தர்ப்பமில்லாதவர்களும், உச்சம், நீசம் முதலியவைகளால் கிரகங்களின் பலத்தைத்தோராயமாய் அறிந்து கொள்ளலாம். கிரக பலத்தையும் பாவ பலத்தையும் (1) பூர்ணபலம் என்றும் (2) சமபலம் என்றும் (3) தாழ்ந்த பலம் என்றும் மூன்று விதமாய்ப் பங்கிடலாம்.

44. ஆட்சி, நீசம் முதலிய பலன்களின் விபரம் அதாவது ஸ்தான பலம்.

1. தன் உச்சராசியில் இருக்கும் கிரகத்திற்குப் பலம்
   1 அல்லது 100 பங்கு **X**
2. தன் மூல த்திரிகோணத்திலிருக்கிற கிரகத்திற்குப் பலம்
   3/4 அல்லது 75 பங்கு
3. தன் சுவக்ஷேத்திரத்திலிருக்கிற கிரகத்திற்குப் பலம்
   1/2 அல்லது 50 பங்கு
4. தன் அதிமித்துருவாயிருக்கிற கிரகத்தின்
   இராசியிலிருக்கிற கிரகத்திற்குப் பலம் 3/8 அல்லது 38 பங்கு
5. தன் மித்துருவாயிருக்கிற கிரகத்தின் இராசியிலிருக்கிற
   கிரகத்திற்குப் பலம் 1/4 அல்லது 25 பங்கு
6. தனக்கு சமமாயிருக்கிற கிரகத்தின் ராசியிலிருக்கிற கிரகத்திற்குப்
   பலம் 1/8 அல்லது 13 பங்கு
7. தனக்குச் சத்துருவாயிருக்கின்ற கிரகத்தின் ராசியிலிருக்கின்ற
   கிரகத்திற்குப் பலம் 1/16 அல்லது 6 பங்கு
8. தனக்கு அதி சத்துருவாயிருக்கின்ற கிரகத்தின் ராசியிலிருக்கின்ற
   கிரகத்திற்குப் பலம் 1/32 அல்லது 3 பங்கு
9. தன் நீச ராசியிலிருக்கும் கிரகத்திற்குப் பலம்
   0 அல்லது 0 பங்கு

குறிப்பு: என்னுடைய "ஜாதக கணிதம் முதல் பாகம்" என்னும் புத்தகத்திலும் "பிருஹத்ஜாதகம்" என்ற புஸ்தகத்திலும் **X** விவரம் தரப்பட்டுள்ளது. இங்கு 1 பலம் என்பது 1 ரூபம். இந்த ஒரு ரூபமாகிய முழுபலத்தை 100 சம பங்குகளாகப் பங்கிட்டு அதில் 75 பங்கு, 50 பங்குகளாகவும் கண்டிருக்கின்றது. ஒவ்வொரு பங்கும் ஒரு சதாம்சம் ஆகும். 8–வது பக்கத்தின் அடியில் விவரம் என்பதில் கொடுத்துள்ளதையும் வாசிக்கவும்.

இங்கு முக்கால் பலத்தையும் அதற்கு மேற்பட்ட பலத்தையும் பூர்ணபலம் என்றும். 3/8 பலத்தையும் அதற்கு மேற்பட்டு முக்கால் பலம் வரையிலும் சமபலம் என்றும், 3/8 பலத்திற்குக்குறைந்த பலத்தைத் தாழ்ந்த பலம் என்றும் பாவித்துக்கொள்ள வேண்டியது.

45. சட்பல கணித ரீதியாய் வரும் பலங்களின் விபரம்:-

கிரகங்கள் பூர்ணபலம், சமபலம், தாழ்ந்த பலம் உடையன என்று அடியிற்கண்டபடி சட்பலத்தை அனுசரித்துத் தெரிந்து கொள்ள வேண்டும். இங்கு கிரகங்களின் சட்பலம் ரூபம் என்ற அளவால் கொடுக்கப்பட்டிருக்கின்றன. ஒரு ரூபத்தை 100 சமபங்காக்கி இந்த பங்கு அளவிலும் கொடுக்கப்பட்டிருக்கின்றன. கிரகங்களின் சட்பலத்தை என்னுடைய "ஜாதக கணிதம் என்றும் சோதிட கிரகசட்பலம் ஆயுள் கணிதம்" என்ற புத்தக ரீதியாய்க் கணித்துக் கொள்ளவும்.

46. கிரக சட்பலம் (ரூபம் அளவில்)-

ஒவ்வொரு கிரகத்திற்கும் பரம பலம் 18 1/2 ரூபம்

கிரகம்	தாழ்ந்த பலம்		சம பலம்		பூர்ண பலம்
	முதற் கொண்டு	வரை	முதற் கொண்டு	வரை	இதுவும் இதற்கு மேற்பட்டது
	ரூபம்	ரூபம்	ரூபம்	ரூபம்	ரூபம்
சூரியன்	0	3 1/4	3 1/4	6 1/2	6 1/2
சந்திரன்	0	3	3	6	6
செவ்வாய்	0	2 1/2	2 1/2	5	5
புதன்	0	3 1/2	3 1/2	7	7
குரு	0	3 1/4	3 1/4	6 1/2	6 1/2
சுக்கிரன்	0	2 3/4	2 3/4	5 1/2	5 1/2
சனி	0	2 1/2	2 1/2	5	5

"ஜாதக கணிதம்" என்ற என்னுடைய புஸ்தகத்தில் 1 ரூபத்தை 100 பங்காக்கி இருப்பதால் ஜாதக கணித புஸ்தக சதாம்ச ரூப பங்கு அளவில் மேற் சொல்லிய ரூபம் அளவு அடியிற்கண்டபடி ஆகும். அதாவது ஒரு ரூபத்திற்கு 100 பங்கு என்று வைத்துக் கொள்ளவும்.

47. கிரக சட்பலம் (சதாம்ச ரூப பங்கு அளவில்):–
ஒவ்வொரு கிரகத்திற்கும் பரம பலம் 1850

கிரகம்	தாழ்ந்த பலம்		சம பலம்		பூர்ண பலம்
	முதற் கொண்டு	வரை	முதற் கொண்டு	வரை	இதுவும் இதற்கு மேற்பட்டது
கிரகம்	பங்கு	பங்கு	பங்கு	பங்கு	பங்கு
சூரியன்	0	325	325	650	650
சந்திரன்	0	300	300	600	600
செவ்வாய்	0	250	250	500	500
புதன்	0	350	350	700	700
குரு	0	325	325	650	650
சுக்கிரன்	0	275	275	550	550
சனி	0	250	250	500	500

48. பாவங்களின் பலத்தை அறியும் விதம்:–

1–வது வழி.... ஒரு பாவம் பலமாய் இருக்கின்றதா இல்லையா என்று அறிய வேண்டுமானால் அந்த பாவாதிபதி உச்சத்திலோ, மூலத்திரி கோணத்திலோ, ஆட்சியிலோ, அதிமித்துரு க்ஷேத்திரத்திலோ, மித்துரு க்ஷேத்திரத்திலோ, சமமான கிரக க்ஷேத்திரத்திலோ, சத்துரு க்ஷேத்திரத்திலோ, அதிசத்துரு க்ஷேத்திரத்திலோ நீசஸ்தானத்திலோ இருக்கிறதா என்று பார்க்க வேண்டும். மேலும் லக்கினத்திற்கு எத்தனையாவது பாவத்தில் இருக்கின்றது என்று பார்த்து அதனால் 22–வது அயிட்டம் பிரகாரம் வரும் பலத்தை அறியவேண்டும். இவ்விதமாக பார்க்கும்போது பாவாதிபதியின் பலம் எப்படி இருக்கிறதோ அவ்விதமாகவே அந்த பாவாதிபதியால் ஏற்படும் பாவபலம் நேரிடும். உதாரணமாக பாவாதிபதி உச்சமாக இருந்தால் அந்த பாவம் வலுவுள்ளதாய் இருக்கும். பாவாதிபதி நீசமாய் இருந்தால் அந்த பாவம் பலவீனமாய் இருக்கும். இது ஒரு அம்சம். மேலும் அந்த பாவத்தில் சுபக்கிரகங்கள் இருந்தாலும் அல்லது அந்த பாவத்தைச் சுபக்கிரகங்கள் பார்த்தாலும் பாவம் பலப்படும். இது இரண்டாவது அம்சம் இவ்வித மாகவே அந்த பாவத்தில் பாபக்கிரகங்கள் இருந்தாலும் அல்லது அந்தப்

பாவத்தைச் பாபக்கிரகங்கள் பார்த்தாலும் அந்தப் பாவம் பலவீனப்படும். இது மூன்றாவது அம்சம். இவ்விதம் மூன்று விதமான அம்சங்களால் பாவத்தின் பலத்தை அறியவேண்டியது அவசியம்: அது தோராயமான வழி.

49. 2-வது வழி (துல்லியமான வழி):-

சட்பல கணித ரீதியாய் ஒரு பாவம் பூர்ண பலம் உள்ளதா, சமபல முள்ளதா, தாழ்ந்த பலமுள்ளதா என்று அறிந்துகொள்ளலாம். ஒரு பாவத்தின் பலம் அறியவேண்டுமானால் அடியிற் கண்ட கட்டத்தில் அந்த பாவாதிபதிக்குக் கொடுத்துள்ள பூர்ண பல அளவு, சமபல அளவு, தாழ்ந்த பல அளவு இவைகளைக் கொண்டு அறியவேண்டும்.

50. பாவபலம் ரூபம் அளவில்:-

ஒவ்வொரு பாவத்திற்கும் பாவ பலம் 22 1/2 ரூபம்

கிரகம்	தாழ்ந்த பலம்		சம பலம்		பூர்ண பலம்
	முதற் கொண்டு	வரை	முதற் கொண்டு	வரை	இதுவும் இதற்கு மேற்பட்டது
	ரூபம்	ரூபம்	ரூபம்	ரூபம்	ரூபம்
சூரியன்	0	5 1/4	5 1/4	10 1/2	10 1/2
சந்திரன்	0	5	5	10	10
செவ்வாய்	0	4 1/2	4 1/2	9	9
புதன்	0	5 1/2	5 1/2	11	11
குரு	0	5 1/4	5 1/4	10 1/2	10 1/2
சுக்கிரன்	0	4 3/4	4 3/4	9 1/2	9 1/2
சனி	0	4 1/2	4 1/2	9	9

"ஜாதக கணிதம் முதல் பாகம்" என்ற என்னுடைய புஸ்தகத்தில் 1 ரூபத்தை 100 பங்காக்கி இருப்பதால் ஜாதககணித புஸ்தக பங்கு அளவில் மேற்சொல்லிய ரூபம் அளவு அடியிற்கண்டபடி ஆகும். அதாவது 1 ரூபத்திற்கு 100 பங்கு என்று வைத்துக்கொள்ளவும்.

51. பாவ பலம் (சதாம்ச பங்கு அளவில்):-

ஒவ்வொரு பாவத்திற்கும் பரம பலம் 2250

பாவாதிபதி யாகிய கிரகம்	தாழ்ந்த பலம்		சம பலம்		பூர்ண பலம்
	முதற் கொண்டு	வரை	முதற் கொண்டு	வரை	இதுவும் இதற்கு மேற்பட்டது
	பங்கு	பங்கு	பங்கு	பங்கு	பங்கு
சூரியன்	0	525	525	1050	1050
சந்திரன்	0	500	500	1000	1000
செவ்வாய்	0	450	450	900	900
புதன்	0	550	550	1100	1100
குரு	0	525	525	1050	1050
சுக்கிரன்	0	575	575	950	950
சனி	0	450	450	900	900

52. உதாரணமாகச் சுக்கிரன் லக்கின பாவாதிபதியாகவரும் போது லக்கின பாவபலம் 883 பங்கு என்று வைத்துக்கொள்ளுவோம். இவ் விதமானால் லக்கினபாவம் பூர்ணபலம் உடையதா, சமபலமுடையதா, தாழ்ந்த பலம் உடையதா என்று மேலே கொடுத்துள்ள கட்டத்தால் அறி வோம். இந்தக் கட்டத்தில் சுக்கிரனுக்கு எதிரில் பாவபலம் 475 பங்கு முதல் 950 பங்கு வரையிலும் இருந்தால் சமபலமென்று கண்டிருப் பதாலும். மேலே வந்த லக்கின பாவபலமாகிய 883 பங்கு என்பது 475 பங்குக்கும் 950 பங்குக்கும் இடையில் இருப்பதால் லக்கின பாவம் சமபலம் உடையது என்று ஏற்படுகிறது. உதாரணமாகச் சனி 4–ஆம் பாவாதிபதியாக வரும்போது 4–ம் பாவபலம் 999 பங்கு என்று வைத்துக் கொள்ளுவோம், இவ்விதமானால் 4–ஆம் பாவம் பூர்ண பலம் உடையதா, சமபலம் உடையதா, தாழ்ந்தபலம் உடையதா என்று மேலே கொடுத்துள்ள கட்டத்தால் அறிவோம். இந்த கட்டத்தில் சனிக்கு எதிரில் பாவபலம் 900 பங்குக்கு மேற்பட்டால் பூர்ணபலம் என்று கண்டிருப்பதாலும், மேலே வந்த 4–ஆம் பாவபலமாகிய 999 பங்கு என்பது 900 பங்குக்கு மேற்பட்டதால் 4–ஆம் பாவம் பூர்ணபலம் உடையது என்று ஏற்படுகிறது.

குறிப்பு:– "ஜாதக கணிதம்" முதல் பாகம் 42–வது கட்டத்தைப் பார்க்கவும்.

ஒரு பாவம் ஒரு ராசியிலும், இரண்டு ராசியிலும், மூன்று ராசியிலும், விழக்கூடுமாகையால் அந்தப் பாவத்திற்குப் பாவாதிபதி ஒரு கிரகம், இரண்டு கிரகம், மூன்று கிரகம் முறையே வரக்கூடும். ஒரு கிரகமும், மூன்று கிரகமும் வருவது அருமையாய் இருக்கும். இரண்டு கிரகம் வருவது சகஜமாய் இருக்கும். இரண்டு கிரகங்கள், மூன்று கிரகங்கள் ஒரு பாவத்திற்குப் பாவாதிபதியாகக் கொள்வது பலன் சொல்லுவதற்கு அதிக சிரமத்தை உண்டுபண்ணும், ஆகையால் அந்தப் பாவஸ்புடம் எந்த ராசியில் விழுகின்றதோ அந்த ராசிக்குடைய கிரகத்தையே பாவாதிபதி யாகக் கொள்வது போதுமானது.

குறிப்பு:– "ஜாதக கணிதம்" முதல் பாகம் இரண்டாம் பதிப்பு புஸ்த கத்தில் 198–வது பக்கத்தில் 2–வது பாராவில் சொல்லியதை வாசிக்கவும்.

53. துவாதச பாவ பலம் ஆராய்ச்சி

குறிப்பு:– "சட்பலம், பாவபலம்" இவைகளைக் கணித ரீதியாகக் கணிக்காமல் பாவங்களின் பலாபலத்தை தோராயமாய் அறியும் விதம்:–

1. பாவத்திற்கு 1, 4, 5, 7, 9, 10 இந்த வீடுகளில் சுபக் கிரகங்களாகிலும், அல்லது அந்த பாவாதிபதியாகிலும், இருந்து அந்தப்பாவத்தில் பாபிகள் இல்லாமல் இருந்தும் அல்லது அந்தப் பாவத்தைப் பாபிகள் பார்க்காமல் இருந்தாலும், அந்த பாவம் வலுவாகவும் விருத்தியடைவதாகவும் இருக்கும். இதற்கு மாறுபாடாக விரோதமாக இருந்தால் அந்தப் பாவம் வலுவில்லாமலும் விருத்தியடையாமலும் இருக்கும். இவ்விரண்டு விதங்களும் கலந்து இருந்தால் அந்த பாவம் மத்திம பலமாகவும் விருத்தியும் க்ஷயமுமில்லாமல் மத்தியமாகவும் இருக்கும். இங்கு அந்த பாவம் விருத்தியடையும். அல்லது அடையாது என்று சொன்னால் அந்தப் பாவத்தினுடைய பலாபலன்கள், விருத்தியடையும், அல்லது விருத்தியடையாது என்பதாம்.

2. ஒரு பாவத்திற்கு அந்த பாவத்திற்கு 8–வது வீட்டிலிருந்தாலும், நீசத்திலிருந்தாலும், அஸ்தமனமடைந்திருந்தாலும், பகை ராசியிலி ருந்தாலும், அப்போது அந்த பாவத்தைச் சுபக்கிரகங்கள் பார்க்காமலி ருந்தாலும் அல்லது அந்த பாவத்தில் சுபக்கிரகங்கள் இல்லாமல் இருந்தாலும் அந்தப் பாவம் க்ஷீணித்துப் போய்விடும்; இவ்விதம் இருக்கும்போது அந்த பாவாதிபதி இதர கிரகங்களுடன் அதாவது சுபக்கிரகங்களுடன் சம்பந்தப்பட்டாலும் அந்த பாவபலத்தை விருத்தி செய்விக்கமாட்டார்.

3. ஒரு பாவத்தின் பாவாதிபதி அந்தப் பாவத்திற்கு 6, 8, 12-ம் வீட்டிலாவது, அல்லது பகை வீட்டிலாவது, அல்லது பலவீனமாகவாவது அல்லது அஸ்தமனம் அடைந்தாவது இருந்தால் அந்தப் பாவத்தில் இருக்கிற கிரகம் அந்தப் பாவத்தை விருத்தியடையும்படி செய்விக்காது.

4. ஒரு பாவத்தில் புதன், அல்லது குரு, அல்லது சுக்கிரன் அல்லது அந்தப் பாவாதிபதி இருந்தாலும், அல்லது அந்தப் பாவத்தைப் புதனாவது குருவாவது, சுக்கிரனாவது, அந்தப் பாவாதிபதியாவது பார்த்தாலும் அப்போது இதர கிரகங்கள் அந்தப் பாவத்தைப் பார்க்காவிட்டாலும், அல்லது அந்தப் பாவத்தில் இல்லாவிட்டாலும், அந்தப் பாவம் விருத்தியடையும்.

5. ஒரு பாவாதிபதி நீசத்திலாவது, பகை வீட்டிலாவது இருந்தால் அந்தப் பாவம் நசித்து விடும். அந்தப் பாவாதிபதி தன் உச்சத்திலாவது, மூலத்திரிகோணத்திலாவது, நட்பு வீட்டிலாவது இருந்தால் அந்தப் பாவம் விருத்தியடையும்.

6. ஒரு பாவாதிபதி லக்கினத்திற்கு 6, 8, 12-ம் வீட்டில் இருந்தாலும் அல்லது 6, 8, 12-ம் வீட்டுக்கு அதிபதி அந்தப் பாவத்திலிருந்தாலும், அந்தப் பாவம் நாசமடையும், இப்படி இருக்கும்போது அந்தப் பாவத்தைச் சுபக்கிரகம் பார்த்தால் அந்தப் பாவத்தின் பலம் நாசம் அடைவதில் கொஞ்சம் குறையும், அதாவது அவ்வளவு நாசமடையாது.

7. ஒரு பாவாதிபதி லக்கின கேந்திரத்திலாவது, திரிகோணத்திலாவது இருந்து வலுவாய் இருந்தாலும், அல்லது தன் உச்ச ஸ்தானத்திலிருந்தாலும், அல்லது அப்போது சுபக் கிரகங்களால் பார்க்கப்பட்டாலும், அந்தப் பாவம் விருத்தியடையும்.

8. ஒரு பாவாதிபதி இருக்கும் ராசிநாதன் பலவீனமாய் இருந்தாலும், கெட்ட ஸ்தானத்திலிருந்தாலும் அந்தப் பாவம் பலவீனமடையும். அந்தப் பாவாதிபதி இருக்கும் ராசிநாதன் தன் உச்சஸ்தானத்திலாகிலும், தன் நட்பு வீட்டிலாகிலும் அல்லது தன் வீட்டிலாகிலும் இருந்தால் அந்தப்பாவம் விருத்தியடையும்.

9. ஒரு பாவத்தின் பாவாதிபதியும் அந்தப் பாவாதிபதியின் நட்பு கிரகங்களும், அந்தப் பாவாதிபதியின் உச்சஸ்தானத்தின் அதிபதியும் அந்தப் பாவத்திற்கு 11, 2, 3-வது வீட்டில் பகை, நீசம், அஸ்தங்கதம் இவைகள் இல்லாமல் இருந்தால் அந்தப் பாவம் விருத்தியடையும்.

10. ஒரு பாவத்தில் இருக்கிற கிரகம் அந்தப் பாவத்தின் நடுவில் (அதாவது அந்தப் பாவ ஸ்புடத்தில் X) இருக்கும் போது அந்தப் பாவத்தின் பூர்ண பலத்தைக் கொடுக்கும். அப்படி நடுவில் (Middle) இல்லாமல் முன்பின்னாக இருந்தால் அந்தக் கிரகம் கொடுக்கும் பலத்தைத் திரைராசிகம் பிரகாரம் கணித்துக் கொள்ளவும்.

X ஜாதக கணிதம் முதல் பாகம் 25-வது பக்கத்தில் சொல்லி இருப்பதை வாசிக்கவும்.

கிரகங்களின் ஸ்தான பலம், திக்குப்பலம், சேஷ்டாபலம், காலபலம், அயன பலம் இவைகளின் பூர்ண பலத்தின் அளவு பின்வரும் கட்டத்தில் கொடுக்கப்பட்டிருக்கின்றது. இந்தப் பலத்திற்குக் குறைந்தால் பூர்ண பலத்தைவிடக் குறைந்தது என்றும், மேற்பட்டால் பூர்ண பலமுடையது என்றும் அறிய வேண்டும்.

சதாம்ச ரூபபங்கு அளவில் X

பலத்தின் விபரம்	சூரி, புத, குரு	சந், சுக்	செவ், சனி
ஸ்தான பலம் ----	275	222	160
திக்கு பலம் ----	58	83	50
சேஷ்டாபலம் ----	83	50	67
கால பலம் ----	137	167	112
அயன பலம் ----	50	67	33

X 1 ரூபத்தை 100 சம பங்காகப் பங்கிட வரும் பங்கு அளவில் கொடுக்கப்பட்டிருக்கின்றன. 83 என்பது 1 ரூபத்தை 100 சமபங்காகப் பங்கிட 83 பங்கு என்பதாம். சதம் என்றால் நூறு ஆனபடியால் இப்பங்குகளுக்குச் சதாம்ச ரூபபங்கு என்று பெயரிட்டிருக்கின்றது. சூரியனுக்கு ஸ்தான பலத்தில் 275-க்கு மேல் பலம் வந்தால் சூரியன் ஸ்தானபலத்தில் பூர்ண பலமுடையதாகும். இவ்விதமாகவே பார்த்துக் கொள்ளவும்.

54. திக்கு பலம்:

திக்குப் பலத்தில் எல்லா கிரகங்களை விட வலுவாய் இருக்கும் படியான கிரகமானது:

1. சூரியன் ஆகில் வியாபாரத்தினால் பணமும், புகழும் வரும்
2. சந்திரனாகில் இராஜ சேவையினால் பணமும், கீர்த்தியும் விருத்தியடையும்.

3. செவ்வாயாகில் இராஜ சேவையினால் கீர்த்தியுண்டாகும், தோப்பியாசம் எப்பொழுதும் உண்டாகி அதனால் கீர்த்தி உண்டாகும்.
4. புதன் ஆகில் கிருஷி மூலம் பணம் வரும், புத்திசாலித்தனத்தால் கீர்த்தி உண்டாகும்.
5. குரு ஆகில் இராஜ காரியத்தால் பணம் வரும். வீரியத்தினால் தன் பணம் பிரகாசிக்கும்.
6. சுக்கிரன் ஆகில் கொடையாளியாயிருந்து அதனால் கீர்த்தி ஏற்படும்.
7. சனி ஆகில் வேலையாட்களுக்கு எஜமானனாய் இருத்தல் சத்துரு விடமிருந்து பணம் பெறுவான்.

55. காலபலம்

காலபலம் அல்லது அயன பலத்தில் எல்லா கிரகத்தை விட வலுவாய் இருக்கும் கிரகம்:–

1. சூரியன் ஆனால் மந்திர உபதேசம் செய்தல்
2. சந்திரனானால் (கிருஷ்ணபட்சமானால்) உழவுத்தொழிலுண்டு (சுக்கில பட்சமானால்) வித்தையுண்டு.
3. அங்காரகன் ஆகில் பாஷாண்டி பதம் வரும்.
4. புதன் ஆகில் வித்தையுண்டு.
5. குரு ஆகில் வித்தையுண்டு.
6. சுக்கிரன் ஆகில் வித்தையுண்டு.
7. சனி ஆகில் ஒருவருக்கு ஏவல் தொழில் செய்தல்.

புதன், குரு, சுக்கிரன் இவர்களுக்கு திக்குப் பலத்தைக் காட்டிலும் காலபலம் அல்லது அயனபலம் அதிகமாய் இருந்தால் தனம் உண்டு.

56. சேஷ்டா பலம்:–

சூரியாதி முதலிய கிரகங்களுக்குச் சேஷ்டா பலம் அதிகமாய் இருந்தால் நானாவிதமான வரும்படிகள் வரும்.

ஸ்தான பலம்

சுபக்கிரகங்கள் சத்துரு க்ஷேத்திரத்திலிருந்தால் வியாதியாலும், கலகத்தாலும், சினேகிதர்களாலும் பீடிக்கப்படுகின்றான், மற்ற ராசிகளில் இருந்தால் நல்லது. பாபர்கள் சத்துரு க்ஷேத்திரத் திலிருந்தால் எப்போதும் ரோகமுடையவன் சினேகிதர்களாலும், பந்துக்களாலும் விட்டுவிடப்பட்டவன். எல்லோராலும் விரோதிக்கத் தக்கவனாயிருப்பான், பாபர்கள் உச்சம், திரிகோணம், மித்துரு, அதிமித்துரு க்ஷேத்திரத்திலும், தன் தசவர்க்கத்திலும் வலுத்திருந்தால் பூமி, புத்திர, களத்திரம், தனம், தான்யம் ஸமிர்த்தியாயுண்டு.

57. இஷ்ட பலம்.

சுபக்கிரகங்கள்:–சுபக் கிரகங்களுக்கு இஷ்டபலம் அதிகமாய் இருந்தால் பணக்காரனாய் இருப்பான். சினேகிதர்களிடத்தில் நன் நடத்தையுடையவனாய் இருப்பான். குணசாலியாயிருப்பான், தர்மிஷ்டியாயும், கொடையாளியாயும் இருப்பான். சுகியாய் இருப்பான், நல்ல பலிஷ்டனாயிருப்பான்.

பாபக்கிரகங்கள்: பாபக் கிரகங்களுக்கு இஷ்டபலம் அதிகமாய் இருந்தால் சத்துருக்களுக்கு இடைஞ்சல் செய்வதிலேயே நோக்க முடையவனாய் இருப்பான்.

சுபக்கிரகங்கள்: சுபக்கிரகங்களுக்குக் கஷ்டபலம் அதிக மாயிருந்தால் வியாதிகளாலும், கலகத்தாலும், சினேகிதர்களாலும் பீடிக்கப்படுவான்.

பாபக்கிரகங்கள்: பாபக்கிரகங்களுக்குக் கஷ்டபலம் அதிக மாயிருந்தால் துஷ்ட நடவடிக்கையுள்ளவன், மஹா பாபங்களைச் செய்பவன்.

58. சப்தக்கிரகங்கள் துவாதச ராசிகளில் இருக்கும் பலன்

குறிப்பு: மேஷாதி இராசிகளில் சூரியாதி கிரகங்கள் இருக்கும் பலன்கள் அந்த கிரகமும், அந்த கிரகமிருக்கும் ராசியாதிபதியும் வலுவாய் இருக்கும்போது தான் பலிக்கும்.

1. சூரியன் இருக்கும் ராசி:–

1. மேஷம் ஆனால் – கொஞ்சம் தனம் உண்டு, சாஸ்திரவாதி, கியாதியுள்ளவன்.
2. ரிஷபம் ஆனால் – சங்கீதப்பிரியன், முகரோகம், நேத்திரரோகம் உண்டு. சத்ரு உண்டு.
3. மிதுனம் ஆனால் – வித்தை தனம் இவைகளை அடைய சதா கவலை உண்டு. தயாள குணமுண்டு.
4. கடகம் ஆனால் – பிதப்பை காரியத்தில் சபலம் உண்டு.
5. சிம்மம் ஆனால் – அனேக வித்தையறிந்த தந்திரசாலி. சத்துருவை ஜெயித்தல்.
6. கன்னி ஆனால் – திரவியம் தேடும் ஆசை அதிகமுடையவன். ஸ்த்ரீ சரீரம் போன்ற சரீர காந்தியுடையவன், வெட்கமுடையவன்.
7. துலாம் ஆனால் – தைரியசாலி.

8. விருச்சிகம் ஆனால் கீர்த்திமான்.
9. தனுசு ஆனால் சிறிய வியாபாரி.
10. மகரமானால் சாமர்த்தியமுடையவன்.
11. கும்பமானால் புத்திர, பௌத்திர சுகமில்லை.
12. மீனம் ஆனால் விவசாய விருத்தியுண்டு.

2. சந்திரன் இருக்கும் ராசி:–

1. மேஷம் ஆனால் உருண்ட கண்களுடையவன், காமி, தனமில்லாதவன், மூத்தோருள்ளவன், ஜலத்தைப் பார்த்தால் பயங்காளி.
2. ரிஷபம் ஆனால் அழகான தேகி; அதிகாரம், பராக்கிரமம், தயாள குணமுடையவன், காமி, பெண் குழந்தைகளுள்ளவன்.
3. மிதுனம் ஆனால் ஸ்த்ரீ லோலன், வேதசாஸ்த்ரி, சங்கீதப் பிரியன், ஆடல், பாடல், வேடிக்கைகளில் வல்லவன்.
4. கடகம் ஆனால் ஜோதிட சாஸ்த்ரி, ஸ்த்ரீகளுக்கு அடங்கி நடப்பவன்.
5. சிம்மம் ஆனால் கர்வி, வீரன், ஸ்த்ரீ துவேஷி, அற்ப புத்திரவான், பல்நோயுண்டு, வயிற்று நோயுண்டு.
6. கன்னி ஆனால் நயமாகப் பேசுபவன், வேதசாஸ்த்ரம், சங்கீதம், ஆடல், பாடல், சிற்ப சாஸ்த்ரம் இவைகளில் வல்லவன், ஸ்த்ரீ லோலன், அன்னிய தேசவாசி, பெண்களையும் அற்ப புத்திரர் களையுமுடையவன்.
7. துலாம் ஆனால் அங்கஹீனன், வேதசாஸ்த்ரமறிந்தவன் வர்த்தகன், தனவந்தன், குடும்பத்தை ரட்சிப்பவன் நோயாளி.
8. விருச்சிகம் ஆனால் கள்ளங்கபடமுள்ளவன். வாலிபத்தில் ரோகி, தாய் தகப்பனை விட்டுப் பிரிந்தவன், தேசசஞ்சாரி.
9. தனுசு ஆனால் சாமர்த்தியமாய்ப் பேசுபவன். கிரந்தகர்த்தன். சங்கீதம், சித்திரம் இவைகளில் வல்லவன், பிதுர் சொத்துள்ளவன், குலசிரேஷ்டன்.
10. மகரம் ஆனால் லோபி, மனைவி மக்களிடத்தில் பிரியன், சதா சஞ்சாரி, புஸ்தகங்களை எழுதுபவன், காமி.
11. கும்பம் ஆனால் செவிடன், பாப காரியஞ் செய்பவன் சலியாமல் நடப்பவன்.
12. மீனம் ஆனால் தனவான். கல்விமான், ஜலவஸ்துக்களில் வியாபாரி, காமி.

ஜாதக பலாபலன் நிர்ணயம் 41

சந்திரன் ஒவ்வொரு ராசியிலிருந்து ஒவ்வொரு கிரகத்தாலும் பார்க்கப்பட்டால் அதன் பலன் அடியில் கொடுக்கப்பட்டிருக்கின்றது. அடியில் சந்திரன் இருக்கும் ராசியும், அதனைப் பார்க்கும் கிரகமும், அதனாலுண்டாகும் பலனும் வரிசையாகக் கொடுக்கப்பட்டிருக்கின்றன.

சந்திரன் இருக்கும் ராசி	பார்க்குங் கிரகம்	பலன்
மேஷம்	செவ்வாய்	அரசன்
	புதன்	வித்வான்
	குரு	அரசனுக்கு சமானமானவன்
	சுக்கிரன்	நற்குணமுடையவன்
	சனி	திருடன்
	சூரியன்	தரித்திரன்
ரிஷபம்	செவ்வாய்	சொத்தில்லாதவன்
	புதன்	நியாயாதிபதி
	குரு	கௌரவமுள்ளவன்
	சுக்கிரன்	அரசன்
	சனி	தனவான்
	சூரியன்	கூலியாள்
மிதுனம்	செவ்வாய்	அங்கஹீனன்
	புதன்	அரசன்
	குரு	புத்திமான்
	சுக்கிரன்	வித்வான்
	சனி	துன்மார்க்கன்
	சூரியன்	தரித்திரன்
கடகம்	செவ்வாய்	தைரியசாலி
	புதன்	கௌரவமுள்ளவன்
	குரு	புலவன்
	சுக்கிரன்	அரசனுக்கு சமானமானவன்
	சனி	இரும்பு வேலை செய்தல்
	சூரியன்	நேத்திர ரோகம்
சிம்மம்	செவ்வாய்	அரசன்
	புதன்	சாமர்த்தியமாய்ப் பேசுதல்
	குரு	தனவான்
	சுக்கிரன்	அரசன்
	சனி	துன்மார்க்கன்
	சூரியன்	அதிக வல்லமைசாலி

கன்னி	செவ்வாய்	தனவான்
	புதன்	அதிக வல்லமைசாலி
	குரு	கௌரவமுள்ளவன், பிரபு
	சுக்கிரன்	வித்வான், வேதாந்தி
	சனி	சீலமில்லாதவன்
	சூரியன்	சுகி
துலாம்	செவ்வாய்	நபும்சகன்
	புதன்	அரசன்
	குரு	தனவான்
	சுக்கிரன்	வர்த்தகன்
	சனி	நபும்சகன்
	சூரியன்	நபும்சகன்
விருச்சிகம்	செவ்வாய்	தாயும், மாற்றாந்தாயும்– உடையவன்
	புதன்	ராஜப்பிரியன்
	குரு	தாழ்ந்த குணமுடையவன்
	சுக்கிரன்	நோயாளி
	சனி	தரித்திரன்
	சூரியன்	மந்திரி
தனுசு	புதன் குரு சுக்கிரன்	வித்வான், தனவான், புத்திமான், கீர்த்திமான், பலவான்
	சனி சூரியன் செவ்வாய்	நியாய ஸ்தலத்தில்– மத்யஸ்தம் செய்பவன், ஸ்த்ரீலோலன்
மகரம்	செவ்வாய்	அரசன்
	புதன்	சக்கிரவர்த்தி
	குரு	வித்வான்
	சுக்கிரன்	தனவான்
	சனி	தரித்திரன்
	சூரியன்	பிரபு
கும்பம்	புதன்	மிகவும் கீர்த்திமான்
	குரு	மேற்படி
	சுக்கிரன்	மேற்படி
	சனி	ஸ்த்ரீ லோலன்
	சூரியன்	மேற்படி
	செவ்வாய்	மேற்படி

மீனம்	புதன் குரு சுக்கிரன்	வித்வத் தன்மையுடைய அரசன்,கேளிக்கையில் ஆசையுடையவன்
	சனி செவ்வாய் சூரியன்	கெட்ட வார்த்தை சொல்லுபவன், கெட்ட எண்ணமுடையவன்

குறிப்பு: இங்கு ராசிச் சக்கிரத்தில் சந்திரன் இருக்கும் ராசியையும், சந்திரனைப் பார்க்கும் கிரகத்தையும் கொண்டு பலன் சொல்லி இருக்கிறது. இந்தப் பலனையே அம்சச்சக்கிரத்தில் சந்திரன் இருக்கும் அம்ச ராசியையும், அம்ச சக்கிரத்தில் சந்திரனைப் பார்க்கும் கிரகத்தையும் கொண்டு சொல்லலாம்.

3. செவ்வாய் இருக்கும் ராசி :–

1. மேஷம் ஆனால் – விவசாயத்தினாலும் அரசராலும் பொருள் வரவு
2. ரிஷபம் ஆனால் – காமாக்கினியுடையவன்.
3. மிதுனம் ஆனால் – மெல்லிய குரலுள்ளவன்.
4. கடகம் ஆனால் – இராஜப் பிரியன், அதிக தனவந்தன்.
5. சிம்மம் ஆனால் – ஸ்திரமான தனமுடையவன்.
6. கன்னி ஆனால் – மெல்லிய குரலுள்ளவன்.
7. துலாம் ஆனால் – காமாக்கினி யுடையவன்.
8. விருச்சிகம் ஆனால்– விவசாயத்தினாலும், அரசராலும் பொருள் வரவு.
9. தனுசு ஆனால் – சுகமும் சந்தோஷமும் உடையவன், எதிரியை ஜெயிப்பவன்.
10. மகரம் ஆனால் – கெட்டவர்கள் சகாயம் உடையவன்
11. கும்பம் ஆனால் – அரசன் அல்லது அரசனுக்குச் சமானமானவன்
12. மீனம் ஆனால் – சுகமும் சந்தோஷமும் உடையவன், எதிரியை ஜெயிப்பவன்.

4. புதன் இருக்கும் ராசி: –

1. மேஷம் ஆனால் – தரித்திரன்.
2. ரிஷபம் ஆனால் – வித்வான்
3. மிதுனம் ஆனால் – சுகவான்
4. கடகம் ஆனால் – செலவாளி

5. சிம்மம் ஆனால் – மனைவிக்கு அடங்கி நடப்பவன்.
6. கன்னி ஆனால் – நற்குணமுடையவன், ஆபத்துக்கள் நேரிடாதவன்.
7. துலாம் ஆனால் – வித்வான்.
8. விருச்சிகம் ஆனால்– தரித்திரன்
9. தனுசு ஆனால் – இராஜப் பிரியன்.
10. மகரம் ஆனால் – கூலிக்குக் கைத்தொழில் செய்பவன்.
11. கும்பம் ஆனால் – கூலிக்குக் கைத்தொழில் செய்பவன்
12. மீனம் ஆனால் – சேவகனாய் இருத்தல்.

5. குரு இருக்கும் ராசி:–

1. மேஷம் ஆனால் – நற்குணவான், கொடையாளி, தனமும் புத்திரர்களும் அதிகமாயுடையவன்.
2. ரிஷபம் ஆனால் – வலிமைசாலி.
3. மிதுனம் ஆனால் – அதிக சினேகிதருடையவன்.
4. கடகம் ஆனால் – வெகு புத்திரருடையவன், புத்திமான்
5. சிம்மம் ஆனால் – கீர்த்திமான்
6. கன்னி ஆனால் – அதிக சினேகிதருடையவன்
7. துலாம் ஆனால் – வல்லமைசாலி
8. விருச்சிகம் ஆனால் – நற்குணவான், கொடையாளி, தனமும், புத்திரர்களும் உடையவன்.
9. தனுசு ஆனால் – அரசன், அரசனுக்குச் சமானமானவன்.
10. மகரம் ஆனால் – தேச சஞ்சாரி கவலையுடையவன்.
11. கும்பம் ஆனால் – சுகவான்
12. மீனம் ஆனால் – அரசன், அரசனுக்குச் சமானமானவன்.

6. சுக்கிரன் இருக்கும் ராசி:

1. மேஷம் ஆனால் – ஸ்த்ரீகளிடத்தில் பிரீதியுடையவன்.
2. ரிஷபம் ஆனால் – மித்திராள், பந்து, தனம், ஞானம், இவைகளில் அதிக சாய்கால் உடையவன்.
3. மிதுனம் ஆனால் – வித்வான், தனவான், ஞானவான்.
4. கடகம் ஆனால் – பயங்காளி.
5. சிம்மம் ஆனால் – மந்த புத்திரருடையவன்.
6. கன்னி ஆனால் – தாழ்ந்த நடவடிக்கையுள்ளவன்.
7. துலாம் ஆனால் – இராஜப்பிரியன்.
8. விருச்சிகம் ஆனால் – துஷ்ட ஸ்த்ரீ சகவாசமுடையவன்.

ஜாதக பலாபலன் நிர்ணயம்   45

9. தனுசு ஆனால்   –   ஜனபதி.
10. மகரம் ஆனால்   –   போகி.
11. கும்பம் ஆனால்   –   கன்னியா ஸ்த்ரீ லோலன்.
12. மீனம் ஆனால்   –   வித்வான், குணவான், சீலவான், தனவான்.

7. சனி இருக்கும் ராசி:
1. மேஷம் ஆனால்   –   மூர்க்கன்.
2. ரிஷபம் ஆனால்   –   அதிக தனமில்லாதவன்.
3. மிதுனம் ஆனால்   –   தனம், புத்திராள், புத்தி இவைகள் இல்லாதவன்.
4. கடகம் ஆனால்   –   தாய்சுகமில்லாதவன்.
5. சிம்மம் ஆனால்   –   அபகீர்த்தியுடையவன்
6. கன்னி ஆனால்   –   அற்ப தனவான், அற்ப புத்திரவான்
7. துலாம் ஆனால்   –   கிராமாதிகாரி, ஒரு ஜாதிக்கு அதிகாரி
8. விருச்சிகம் ஆனால்–   கெட்ட மனதுடையவன்.
9. தனுசு ஆனால்   –   தனம், மனைவி, புத்திராள் இவர்கள் சுகமுடையவன்
10. மகரம் ஆனால்   –   இராஜப் பிரியன்
11. கும்பம் ஆனால்   –   தனவான்
12. மீனம் ஆனால்   –   தேஜசும், மிகவும் நல்ல குணங்களுமுடையவன்

குறிப்பு: ஒவ்வொரு, கிரகத்தினாலுண்டாகும் குணங்களை எல்லாம் முதலில் வெவ்வேறாக எழுதிக்கொண்டு பிறகு இவைகளை எல்லாம் ஒன்றாய்ச் சேர்க்க, வருகின்ற மொத்த குணத்தை யுக்தியால் அறியவேண்டியது. உதாரணமாகக் குரு தனுசில் இருந்தால் பலன் அரசன், அரசனுக்குச் சமானமானவன் என்று சொல்லியிருக்கிறது. குரு சுமார் ஒரு வருஷம் தனுசு இராசியில் இருக்கும் என்று எல்லோருக்கும் தெரிந்த விஷயம். ஆகையால் குரு தனுசு ராசியில் ஒரு வருஷம் இருப்பதால் இந்த ஒரு வருஷத்தில் பிறப்பவர் எல்லாம் அரசனுக்குச் சமான மானவன் என்று எண்ணக்கூடாது. மற்ற கிரகங்களின் நிலையாலும் லக்கினத்தாலும் உண்டாகும் பலனையும் இத்துடன் சேர்த்து மொத்தப் பலனை யுக்தியால் அறிந்து சொல்லவேண்டும். மேலும் ஒரு கிரகத்தின் குணம் அந்தக் கிரகத்தின் தெசாபுக்தி காலங்களில் விசேஷமாகத் தோன்றும், மேலும் அதனுடன் சம்பந்தப்பட்ட கிரகம், அதைப் பார்த்த கிரகம் இவைகளின் குணத்தாலும் அந்தக் கிரகத்தின் குணம் மாறுதலடையும். இதையும் யுக்தியால் யூகிக்க வேண்டியது.

59. நவக்கிரகங்கள் துவாதச பாவங்களில் இருக்கும் பலன்

1. சூரியன்

சூரியன் 1–வது பாவத்தில் இருந்தால் ஆரோக்யம் உண்டாகும், பித்ததேகி, புத்திமான், நேத்ரரோகமுடையவன், சூடான வயிற்றை உடையவன், நல்லொழுக்க–முடையவன், மூர்க்கன், பிள்ளை இல்லாதவன், அல்பமாய் பேசுகிறவன், கூர்மையான புத்தியுடையவன், பிரதேசத்தில் வசிப்பவன், சுகவான் (வேறு) கொஞ்சமாக உண்பவன், குறைந்த பார்வையுடையவன், யுத்தகளத்தில் வீண் டம்பம் செய்பவன், நாடக நடை நொடி பாவத்தில் வல்லவன்.

சூரியன் 1–வது பாவத்தில் மேஷத்தில் உச்சமாய் இருந்தால் கீர்த்திமான், வித்வான், பலசாலியை எதிர்க்கின்றவன், (வேறு) நல்ல பார்வையும், கீர்த்தியும் உடையவன், ஞானம், நற்குணம் இவைகளை அடைய ஊக்கமுடையவன்.

சூரியன் 1–வது பாவத்தில் கடகத்தில் இருந்தால் ரோகி, ஞானி நீர்க்குழிக்கொப்பான கண்ணுடையவன்.

சூரியன் 1–வது பாவத்தில் சிம்மத்தில் இருந்தால் அரசனாக விருப்பான். (வேறு) இரவில் கண் தெரியாது. பலசாலி.

சூரியன் 1–வது பாவத்தில் கன்னியில் இருந்தால் பெண் குழந்தைகள் பிறக்கும், நன்றியில்லாதவன், மனைவி இறப்பாள், நிலமுடையவன், இந்தச் சூரியன் சுபருடன் கூடினால் ஆரோக்கியமுடையவன், சூரியன் பாபிகளுடன் கூடினால் வருஷத்தில் ஜுர பீடை, அவன் சுபர்களால் பார்க்கப்பட்டால் தோஷமில்லை.

சூரியன் 1–வது பாவத்தில் துலாத்தில் நீசனாகவிருந்தால் பிரதாபமுடையவன், தரித்திரன், குருடன், ஞானத்தவேஷி, சுபர்களால் பார்க்கப்பட்டால் இந்த தோஷங்களில்லை.

சூரியன் 1–வது பாவத்தில் மகரத்தில் இருந்தால் இருதய ரோகி.

சூரியன் 1–வது பாவத்தில் மீனத்தில் இருந்தால் ஸ்த்ரீ ஜனங்களிடத்தில் பழகிக் கொண்டிருப்பான்.

சூரியன் 1–வது பாவத்தில் சத்துரு க்ஷேத்திரத்தில் இருந்தால் மூன்றாவது வருஷத்தில் ஜுர பீடையுண்டாகும்.

குறிப்பு: ஒரு கிரகம் ஒரு பாவத்தில் இருந்தால் அதன் பலன் பலானவை என்று அதன் கீழ் கொடுத்திருக்கும் எல்லா பலன்களும் அந்தக் கிரகம் அந்தப் பாவத்தில் இருந்தால்தான் பலிக்கும்.

2. சூரியன் 2–வது பாவத்தில் இருந்தால் முக ரோகம் உண்டு. இருபத்தைந்தாவது வயதில் இராஜ தண்டனையால் பணச்செலவு. இந்த ஸ்தானம் உச்சி ஸ்தானமாகவோ (அதாவது மேஷமாகவோ), சுவக்ஷேத்திரமாகவோ (அதாவது சிம்ம மாகவோ) இருந்தால் இந்தத் தோஷமில்லை. இந்த ஸ்தானத்தில் பாபியோடு சேர்ந்திருந்தால் நேத்திர ரோகமுண்டு, சுவல்ப வித்வான், ரோகம் உடையவன் இந்த ஸ்தானங்களில் சுபர்களாலே பார்க்கப்பட்டால் தனம் உடையவன், தோஷங்களைச் சொல்லக் கூடியவன், நேத்திரச் சௌக்கியம் உடையவன், சுயாம்சத்திலோ உச்சாம் சத்திலோ இருந்தால் வெகு தனம் உடையவன், புதன் சேர்ந்திருந்தால் தெத்துவாயன், இரண்டிற்குடையவன் உச்சாம்சம் பெற்றிருந்தால் வாக்மீ, சாஸ்திரம் தெரிந்தவன், ஞானமுள்ளவன், நேத்திரச் சௌக்கியம் உண்டு, ராஜயோகமுண்டு. (வேறு) கொடையாளி, தாது திரவியமுடையவன், சாதுர்யமாய்ப் பேசுவான், சத்துருக்களிடத்தில் அன்புடையவன்.

3. சூரியன் 3–வது பாவத்தில் இருந்தால் புத்திமான், தம்பி இல்லாதவன், ஜேஷ்டசகோதர நாசன், 4, 5, 8, 12–வது வருஷங்களில் கொஞ்சம் பீடை உள்ளவன். சூரியன் பாபியோடு சேர்ந்திருந்தால் குரூரமான காரியத்தைச் செய்யக்கூடியவன், இரண்டு தாய் உடையவன், பராக்கிரமம் உடையவன், யுத்தத்தில் சூரன் கீர்த்தியுடையவன், தன் பணத்தை அனுபவிக்கின்றவன், சூரியன் சுபக்கிரகங்களோடு சேர்ந்து இருந்தால் தன் சகோதர விருத்தி உடையவன். 3–வது ஸ்தானாதிபதி பலம் உள்ளவனாக இருந்தால் சகோதரர்கள் தீர்க்காயுளுடையவர்களாக இருப்பார்கள். பாபிகளுடன் சேர்ந்தாலும் பாபிகளால் பார்க்கப்பட்டாலும் சகோதர நாசம் உண்டு. சுபர்களால் பார்க்கப்பட்டால் சகோதரர்கள் தனவந்தர்களாயும், போகியாயும் இருப்பார்கள் (வேறு) தைரியசாலி, கொடையாளி, மிகவும் தனவான், துஷ்டர்கள் சகவாசம் உடையவன்.

சூரியன் 4–வது பாவத்தில் இருந்தால் அங்கவீனன், அஹங்காரி, ஜன விரோதி, உஷ்ண தேகம் உடையவன், மனப்பூடையுடையவன், 32–வயதில் சர்வகார்யானுகூலம் உடையவன், பஹுபிரதிஷ்டை உடையவன், நல்ல பதவி, ஞானம், சௌகர்யம் இவைகளுடையவன், ஜாதியில் குறைந்தவன், தனதான்ய குறைவு உள்ளவன். நான்குக்குடையவன் பலிஷ்டர்களோடோசேர்ந்தோ, சுவ க்ஷேத்திரத்திலோ, கேந்திரத்திலோ, திரிகோணத்திலோ இருந்து, நல்ல கிரகங்களுடைய வீக்ஷண்யம் இருந்தால், பல்லக்கு உடையவன், பாபக்கிரகங்களோடு கூடியோ, பாபக் கிரகங்களால் பார்க்கப்பட்டோ இருந்தால் துஷ்டஸ்தானத்தில் கெட்ட வாகனங்கள் கிடைக்கும், நிலங்கள் கிடையாது, அயல் வீட்டிலேயே வசிப்பவன். (வேறு) ஹிருதயரோகி, குரூரன், தன தான்யம் புத்தி இல்லாதவன்.

5. சூரியன் 5–வது பாவத்தில் இருந்தால் பெருத்த தேகம் உடையவன், ஏழை, ஏழாவது வயதில் பிதாவுக்கு அரிஷ்டம் உண்டாகும், மேதாவி. அல்ப புத்திரருடையவன், புத்திமான் ஐந்தாவது வீட்டிற்குடையவன் பலவானுடன் கூடினவனாக இருந்தால் புத்திரர் பிறக்கும். ஐந்தாவது வீட்டிற்குடையவனோ அல்லது அந்த வீட்டில் இருக்கும் சூரியனோ பாபியுடன் கூடினாலும், பாபிகளால் பார்க்கப்பட்டாலும் பெண் குழந்தை பிறக்கும். இவர்களில் ஒருவர் இராகு, கேதுகளுடன் கூடினால் சர்ப்ப தோஷத்தால் புத்திர நாசம். இவர்களில் ஒருவர் செவ்வாயுடன் கூடினால் சத்துரு மூலமாய்ப் புத்திர நாசம், சுபர் பார்வையிருந்தால் தோஷமில்லை, ஐந்தில் சூரியன் பலிஷ்டர்களுடன் கூடினால் புத்திர ஸமிர்த்தி (வேறு) இராஜப் பிரியன், சபல மனதுடையவன், தேசாந்திரத்தில் திரிபவன்.

6. சூரியன் 6–வது பாவத்தில் இருந்தால் அல்ப பங்காளியுடையவன், சத்துரு விருத்தியுண்டு, தன தான்ய ஸமிர்த்தி, இருபதாவது வயதில் கண்கெட்டு விடும், சுபதிருஷ்டி இருந்தால் தோஷமில்லை. பாம்பு, காடு இவைகளை நாசம் செய்யக்கூடிய மந்திரம் தெரிந்தவன், கீர்த்திமான், துக்க ரோகம் உடையவன், அதிக உஷ்ணமான தேகம் உடையவன். ஆறாம் வீட்டுக்காரன், சுபர்களுடன் கூடினால் தேகம் ஆரோக்கியமுள்ளதாக இருக்கும், பங்காளி, சத்துரு அதிகமாக இருக்கும். ஆறாம் வீட்டிற்குடையவன் துர்பலனாக விருந்தால் சத்துரு நாசம் உண்டு, பிதா துர்பலனாக இருப்பார். (வேறு) தைரியசாலி, காமாக்கினியுடையவன், இராஜ பூஜிதன், தனவான், கீர்த்திமான், கௌரவமுடையவன்.

7. சூரியன் 7–வது பாவத்தில் இருந்தால் விவாக விளம்பம், ஸ்த்ரீ துவேஷி, அயல் மனைவியிடம் விருப்பமுடையவன், இரண்டு மனைவியுடையவன், 25–வது வயதில் தேசாந்திரம் போவான். சாப்பிடக் கூடாத வஸ்துக்களைச் சாப்பிடுவான், விநோதசீலன். மனைவியைத் துவேஷிப்பவன், ஏழாவது ஸ்தானம் தன் வீடாக விருந்து பலிஷ்டர்களுடன் கூடியிருந்தால் ஒரு மனைவி, சத்துருகிரகங்கள், நீசக்கிரகங்கள் பார்க்கப்பட்டாலும் அனேக மனைவிகள் உண்டு (வேறு) துன்மார்க்கன், கோபி.

8. சூரியன் 8–வது பாவத்தில் இருந்தால் அற்ப புத்திரனுள்ளவன், நேத்திர ரோகம் உண்டு, 10–வது வயதில் தலைகாயமுள்ளவன், சூரியன் சுபக்கிரகங்களுடன் கூடினாலும், அல்லது அவர்களால் பார்க்கப்பட்டாலும் இவைகளுக்கு பரிகாரம் உண்டாகும். அற்ப தனம், பசுமாடு, எருமை மாடு இவைகளுக்கு நாசம், சரீரத்தில் ரோகம் உண்டு. பிரசித்திப் பெற்றவன், பாவாதிபதி பலிஷ்டனாக இருந்தால் இஷ்டமுள்ள க்ஷேத்திரம் உண்டு. உச்சாம்சமோ சுயாம்சமோ பெற்றிருந்தால் தீர்க்காயுள் உண்டு. (வேறு) மனதைக் கவருபவன், கலகப்பிரியன், அதிருப்தியுள்ளவன்.

9. சூரியன் 9–வது பாவத்தில் இருந்தால் தர்மிஷ்டன், அற்ப பாக்கியன், தகப்பனைத் துவேஷிப்பவன், புத்திரர், மனைவியுடையவன், தபசு தியானம் உள்ளவன், குரு தேவதா பக்தியுண்டு. நீச ஸ்தானத் திலும் பாப க்ஷேத்திரத்திலும் இருந்தாலும் அல்லது பாபக்கிரகங்களால் பார்க்கப்பட்டாலும் பித்ரு நாசம் உண்டு. சூரியன் சுபக்கிரகங்களுடன் கூடினாலும், அல்லது சுபர்களால் பார்க்கப்பட்டாலும் பிதாவுக்குத் தீர்க்காயுள் (வேறு) பித்ரு, குரு துவேஷி, வேறு மதத்தை அனுசரிப்பவன்.

10. சூரியன் 10–வது பாவத்தில் இருந்தால் 18–வது வயதில் வித்யாதிகாரம் பெற்று பிரசித்தனாவான், தனம் தேடுவதில் சமர்த்தன், ராஜப்பிரியன், நல்ல கர்மங்களில் ஆசையுடையவன், ராஜசூரன், பிர சித்தியுடையவன், சூரியன் உச்சாம்சமோ, சுயாம்சமோ பெற்று இருந்தால் பலிஷ்டன், பிரசித்தமான கீர்த்தியுடையவன், குளம், க்ஷேத்திரம், கோபுரம், இவைகளைச் செய்வதால் ஏற்படுகிற கியாதியுள்ளவன், சூரியன் பாபிகளின் க்ஷேத்திரத்தில் இருந்தாலும் பாபிகளுடனிருந் தாலும், பாபிகளால் பார்க்கப்பட்டாலும் காரிய விக்கினம் உண்டு. கெட்ட காரியம் செய்பவன், அநாசாரம் உடையவன், பாபி, (வேறு) பிதுரார்ஜிதம் உள்ளவன். வித்வான், கீர்த்திமான், நற்குணவான், அரசனுக்குச் சமானமானவன்.

11. சூரியன் 11–வது பாவத்தில் இருந்தால் அதிக தான்யமுடையவன், 25–வது வயதில் வாகனம் கிடைக்கும், தனம் சம்பாதிப்பதில் சமர்த்தன். வாக்குச்சமர்த்தன், பிரபுக்களுக்கு பயத்தையுண்டுபண்ணக்கூடியவன், வேலைக்காரரிடத்தில் நேசம் உடையவன், சூரியன் பாபர்களுடன் கூடினால் வெகு தான்ய விரையம் உண்டு. வாகனம் இல்லாதவன். சூரியன் உச்சஸ்தானத்திலோ, சுவக்ஷேத்திரத்திலோ இருந்தால் இங்கு மேலே சொல்லிய நல்ல பலன்கள் எல்லாம் அதிகமாக உண்டு. சூரியன் வாகன ஸ்தானாதிபதியுடன் கூடினால் வெகு க்ஷேத்திரங்களில் பணம் சம்பாதிப்பான். வாகன யோகம் உண்டு. வெகுபாக்கியம் உண்டு. (வேறு) அதிக தனம் உடையவன், மனைவி, புத்திரர், வேலையாட்கள் உடையவன், சுகவான்.

12. சூரியன் 12–வது பாவத்தில் இருந்தால் 36–வது வயதில் குன்ம வியாதியுண்டு. கெட்ட விஷயத்தில் விரையஞ் செய்வான், தனஹானி உண்டு. கோஹத்திபண்ணுவான். பரதேசவாசி, 12–வது வீட்டிற்குடை யவன் வலுவாய் இருந்தாலும், அல்லது 12–வது பாவாதிபதியுடன் சூரியன் சேர்ந்திருந்தாலும் தேவாசித்தியுடையவன், படுக்கை, கட்டில் முதலிய சயன சுகங்கள் உண்டு. சூரியன் பாபக்கிரகங்களுடன் சேர்ந்தி ருந்தால் கெட்ட வழியில் செலவு செய்வான். சுகமான படுக்கை இல்லா

தவன், சூரியன் ஆறுக்குடையவனோடு கூடினால் குஷ்டரோகம் உடையவன், சுபதிருஷ்டியிருந்தால் அதற்குப்பரிகாரமுண்டு. பாபி, ரோக விருத்தியுடையவன். (வேறு) புத்திரருடையவன், அங்கவீனன், தேச சஞ்சாரி.

2. சந்திரன்

1. சந்திரன் 1–வது பாவத்தில் இருந்தால் பலாவண்யம் உடையவன். சபலன், 15–வது வயதில் அதிகமாக யாத்திரை பண்ணுபவன், மேஷமோ, ரிஷபமோ, அல்லது கடகமோ இதில் சந்திரன் இருந்தால் சாஸ்திரம் தெரிந்தவன், தனமுடையவன், சுகமுடையவன், அரசனுடைய மிருதுவான வாக்கு உடையவன், மிருதுவான தேகத்தையுடையவன், சந்திரன் சுபக்கிரகங்களால் பார்க்கப்பட்டால் புத்திமான், ஆரோக்கியவான், வாக்மீ, தனம் உடையவன். லக்கினாதிபதி பலவீனனாய் இருந்தால் வியாதி உடையவன். (வேறு) சந்திரன் தேய்பிறை சந்திரனானால் செவிடன், அங்கவீனன், சேவகனாயிருப்பான், சந்திரன் தேய்பிறையாய் இருந்து பாபியுடன் சேர்ந்திருந்தால். பலவீனன், பாலாரிஷ்டம் உடையவன், சந்திரன் உச்சமாகவோ, அல்லது சுவக்ஷேத்திரத்திலோ இருந்தால் அதிக அழகு, வெகுதனம், அதிக கீர்த்தி உடையவன், சந்திரன் பூர்ண சந்திரனாய் இருந்தால் வித்வான், நீண்ட ஆயுள் உடையவன்.

2. சந்திரன் 2–வது பாவத்தில் இருந்தால் நல்ல வாக்குடையவன். பராபரத்தையுடையவன். தனவான், அல்ப சந்தோஷி, 18–வது வயதில் ராஜாங்கத்தில் சேனாதிபதியாவான். பாபக்கிரகத்துடன் சந்திரன் கூடினால் வித்தையில்லாதவன், சந்திரன் சுபக்கிரகத்துடன் கூடினால் அதிக வித்தையும் தனமும் உண்டு. வளர்பிறை சந்திரனாகில் பூர்ண தனவான், அனேக வித்தையுள்ளவன் (வேறு) தனவான், வித்தியா பிரீதி உடையவன், ஸ்த்ரீகள் மேல் பிரியமுள்ளவன், காமாக்னி உள்ளவன், மதுரமாய்ப் பேசுபவன், யூகி.

3. சந்திரன் 3–வது பாவத்தில் இருந்தால் வாதசரீரமுடையவன், அன்னமில்லாதவன், அற்ப பாக்கியன், 24–வது வயதில் இராஜ தண்டனையில் திரவிய சேதமுண்டு. பசு மாடுகள், எருமை மாடுகள் இல்லாதவன், கோள் சொல்லுகிறவன், சகோதர விருத்தியுள்ளவன் (வேறு) தனம் மிகவும் கொஞ்சமாக உடையவன், நற்குணமுடையவன், பந்துக்களிடத்தில் பிரீதியுடையவன்.

4. சந்திரன் 4–வது பாவத்தில் இருந்தால் இராஜ்யாபிஷேகமுடையவன், குதிரையுடையவன், பால் பாக்கியமுடையவன், தனதான்யமுடையவன், மாத்ரு ரோகியாய் இருப்பான், பரஸ்த்ரீயின் பாலைக் குடிக்கிறவன்,

நல்ல சாப்பாட்டையுடையவன், பரஸ்த்ரீலோலன், ளெக்கியவான், சந்திரன் பூர்ணச் சந்திரனாய் இருந்து சுவக்ஷேத்திரத்தில் இருந்தால் பலிஷ்டன், தீர்க்காயுளுடைய மாத்ரு உடையவன். சந்திரன் க்ஷீண சந்திரனாயிருந்து பாபிகளுடன் சேர்ந்திருந்தால் தாய் நாசமடைவாள். வாகனம் இல்லாதவன். பலிஷ்டமான கிரகத்துடன் சந்திரன் கூடினால் வாகனம் உண்டு. அந்த பாவாதிபதி உச்சத்தில் அல்லது சுவக்ஷேத் திரத்தில் இருந்தால் அனேக குதிரை முதலான வாகனங்களுண்டு. (வேறு) வித்வான், பாக்கியவான், நற்குணமுடையவன், பரஸ்த்ரீ லோலன்.

5. சந்திரன் 5–வது பாவத்தில் இருந்தால் ஸ்த்ரீ தேவதை சித்தியும், உபாசமும் பெற்றவன், ரூபவதியாயும் சில விஷயத்தில் கோபத்தையுடை யவளான பத்தினி உடையவன், ஸ்தனம் மத்தியில் மச்சம் உடையவன், நாற்கால் ஜந்துக்களில் லாபமுடையவன். இரண்டு மனைவியுடையவன், அதிக பால் லாபமுடையவன், பலமுள்ளவன், வெகு சிரமத்தில் உற்பவிக்கப்பட்டவன், சிந்தை உடையவன், ஸ்த்ரீ பிரஜை உடையவன், ஏகபுத்திரனுடையவன், சந்திரன் சுபக்கிரகத்தோடு கூடியிருந்தாலும் அல்லது சுபக்கிரகத்தால் பார்க்கப்பட்டாலும் அனுக்கிரகத்தில் சமர்த் தன், சந்திரன் பாபக் கிரகத்துடன் கூடினாலும் அல்லது பாபக்கிரகத் தால் பார்க்கப்பட்டாலும் தண்டிப்பதில் சமர்த்தன். சந்திரன் பூர்ணச் சந்திரனாய் இருந்தால் பலவான். அன்னதானத்தில் ப்ரீதியுடையவன், அநேக பண்டிதர்களுடைய அனுக்கிரகமும் ஐஸ்வரியமும் பொருந்தி னவன், நல்ல கர்மங்களைப் பண்ணக் கூடியவன், பாக்கிய ஸமிர்த்தி, ராஜயோகமுடையவன், கியானவான், (வேறு) பெருந்தன்மையுடையவன், தனவான், பனக்ஷபாதம் உடையவன், தீர்க்கமாய் ஆலோசிப்பவன்.

6. சந்திரன் 6–வது பாவத்தில் இருந்தால் அதிக தரித்திரத்தால் கஷ்டப்படுபவன், 36–வது வயதில் விதவை சங்கமம் உண்டு. சந்திரன் பாபக் கிரகத்துடன் கூடியிருந்தால் ஹீனமாகவும் பாவமாகவும் இருக்கக்கூடிய–தொழில் செய்பவன். சந்திரனுடன் ராகு, அல்லது கேது கூடியிருந்தால் பணம் இல்லாதவன், குதிரையை உடையவன், சத்துரு கலகம் உடையவன், சகோதர ஹீனன், அக்கினி மாந்தத்திலே உண் டான ரோகமுடையவன், குளம், குட்டைகளில் ஜலகண்டம் உடையவன், சந்திரன் பாபியுடன் சேர்ந்திருந்தால் ரோகவான் ஹீனசந்திரனாய் இருப்பான், ரோகமில்லாதவன். (வேறு) சந்திரன் தேய்பிறையானால் அற்பாயுள், சந்திரன் பூர்ண சந்திரனானால் தீர்க்க ஜீவி போகி.

7. சந்திரன் 7–வது பாவத்தில் இருந்தால் மிருதுபாஷி, வக்கிர கண்ணன். 32–வது வயதில் ஸ்த்ரீ சங்கமம், ஸ்த்ரீலோலன், ஸ்த்ரீ

மூலமாய் கிரந்த சாஸ்திராதி பீடை, ராஜப்பிரசாத லாபம் உண்டு. சந்திரன் இருக்கும் ஸ்தானாதிபதி பலிஷ்டனாய் இருந்தால் இரண்டு தாரம் உடையவன். சந்திரன் க்ஷீணந்திரனாய் இருந்தால் களத்திர நாசம் உண்டு. சந்திரன் பூர்ண சந்திரனாய் பலிஷ்டனாய் அல்லது உச்ச னாய் இருந்தால் அல்லது சுவக்ஷேத்திரத்தில் இருந்தால் ஏககளத்திர வான், போகத்தில் விருப்பமுடையவன். (வேறு) ஸ்த்ரீ வசியமாகுபவன், போக வான், காமமுடையவன், தயையுள்ளவன்,சதாதிரிந்துகொண்டிருப்பவன்.

8. சந்திரன் 8–வது பாவத்தில் இருந்தால் அற்பவாகனம் உடையவன், நதி, குளம் இவைகளில் கெண்டத்தையுடையவன், ஸ்த்ரீயின் காரண மாகப் பந்து ஜனத்தை விட்டவன். உச்சத்தில் அல்லது சுவக்ஷேத்திரத்தில் சந்திரன் இருந்தால் தீர்க்காயுள். க்ஷீணசந்திரனாய் இருந்து பலிஷ்ட னாக சந்திரன் இருந்தால் தீர்க்காயுள். (வேறு) வித்தைப்பிரியன், கேளிக் கைப் பிரியன், தயாள குணமுடையவன், போர் செய்யப்பிரியமுள்ளவன்.

9. சந்திரன் 9–வது பாவத்தில் இருந்தால், மிகவும் படித்தவன், புண்ணியவான், குளம் கோயில் கட்டுகிறவன், புத்திர பாக்கியம் உடைய வன். பூர்ண சந்திரனாய் இருந்து பலிஷ்டனாக விருந்தால் வெகு பாக்கி யம் உடையவன், தீர்க்காயுள் உடைய பிதாவை உடையவன், சந்திரன் பாபியின் ஸ்தானத்தில் பாபியுடன் சேர்ந்தால் மாத்ரு, பித்ரு நாசம் உடையவன். (வேறு) பித்ரு தேவதைகள், கடவுள் இவர்கள் இடத்தில் பக்தியுடையவன், தியாகியாய் இருப்பான்.

10. சந்திரன் 10–வது பாவத்தில் இருந்தால் வித்வான், சந்திரனுடன் பாபக்கிரகம் சேர்ந்தால் 27–வது வயதில் விதவாசங்கமத்தால் ஜன விரோதி, அதிமேதாவி, நல்ல கர்மங்களில் ஆசை உடையவன், கீர்த்தி மான், தயாதாட்சண்யன். அந்த பாவாதிபதி பலிஷ்டனாய் இருந்தால் விசேஷ சத்கர்மசித்தியுண்டு. சந்திரன் பாபியால் பார்க்கப்பட்டாலும், அல்லது பாபியுடன் சம்பந்தப்பட்டாலும் கெட்ட காரியத்தைச் செய்பவன், கர்மநாசத்தையுடையவன். (வேறு) தனதான்ய வஸ்திரபூஷணம் உடைய வன், ஸ்த்ரீகளிடத்தில் விளையாடக்கூடியவன்.

11. சந்திரன் 11–வது பாவத்தில் இருந்தால் மிகவும் படித்தவன் புத்திரருடையவன், உபகாரி, 25–வது வயதில் புத்திர நாசத்தையுடை யவன், வெகு பிரபலயோகம் உடையவன். அந்த பாவாதிபதி பலவீனனாய் இருந்தால் வெகுதன விரையம் உண்டு. அந்த பாவாதிபதி பலிஷ்டனாய் சந்திரனுடன் சேர்ந்திருந்தால் லாபத்தையுடையவன், நிக்ஷேப லாபத்தை யுடையவன், சுக்கிரன் இருந்தால் நரவாகன யோகத்தையுடையவன், பகுவித்வான், க்ஷேத்திரவான், அனேக ஜனங்களை ரட்சிக்கும் பாக்கிய வான் (வேறு) தனவான்.

12. சந்திரன் 12–வது பாவத்தில் இருந்தால் கெட்ட வஸ்துவை சாப்பிடக்கூடியவன், கெட்ட விஷயத்தில் செலவு செய்பவன், கோபத் தால் கெடுதி உடையவன், விசனம் உடையவன், ஸ்த்ரீ ரோகம் உடைய வன், சாப்பாடு இல்லாதவன். சந்திரன் சுபக்கிரகத்துடன் கூடி இருந்தால் வித்வான், தயையுடையவன், சந்திரன் பாபக்கிரகத்துடனாவது, சத்துரு கிரகத்துடனாவது இருந்தால் பாபலோகம் உண்டு. சுபக்கிரகத்துட னாவது, மித்துரு கிரகத்துடனாவது இருந்தால் புண்ணியலோகம் உண்டு. (வேறு) அந்நியதேச வாசி.

3. செவ்வாய்

1. செவ்வாய் 1–வது பாவத்தில் இருந்தால் தேகத்தில் விரணம் உண்டு. அநேக திருடர்களை அலங்கரிக்கின்றவன். பெரிய தோப்புகளை உடையவன், சிவந்த கைகளை உடையவன், சூரன், பலவான், மூர்க்கன், கோபி, சாமானமான பராக்கிரமத்தை உடையவன், பணக்காரன், சபலன், விசித்திரமான ரோகமுடையவன், கோபமுடையவன், கெட்டவன், செவ்வாய் உச்ச ஸ்தானத்தில் அல்லது சுவக்ஷேத்திரத்தில் இருந்தால் ஆரோக்யம் உண்டு. திடகாத்திரன், இராஜ சன்மானத்தால் கீர்த்தியு டையவன், தீர்க்காயுளுடையவன். செவ்வாய் பாபிகளுடன் அல்லது சத்துருக்களுடன் கூடினால் அல்பாயுசு உண்டு. சுவல்ப பிள்ளை உடைய வன். வாதசூல ரோகமுண்டு. துர்முகன், செவ்வாய், உச்சத்தில் அல்லது சுவக்ஷேத்திரத்தில் இருந்தால் தனவான், வித்தையுடையவன், விசால மான கண்ணையுடையவன், இந்த ஸ்தானங்களில் செவ்வாய் பாபி யுடன் கூடினாலும், அல்லது பாபியால் பார்க்கப்பட்டாலும், அல்லது இந்த க்ஷேத்திரங்கள் பாபக்ஷேத்திரமானாலும் நேத்திர ரோகமுண்டு, (வேறு) துன்மார்க்கன், தைரியவான், சதாசஞ்சாரி, நோயாளி, சபலபுத்தியுடையவன்.

2. செவ்வாய் 2–வது பாவத்தில் இருந்தால் வித்தை இல்லாதவன். லாபாதிபதி 6–வது ஸ்தானத்திற்கு மேலே இருந்தால் கண்போய்விடும், சுபர்கள் செவ்வாயைப் பார்த்தால் இதற்குப் பரிகாரமுண்டு. செவ்வாய் உச்சத்திலும் அல்லது சுவக்ஷேத்திரத்திலும் இருந்தால் வித்தையுண்டு. விசாலமான நேத்திரமுண்டு. அவ்விடத்தில் பாபர்கள் இருந்தாலும், அல்லது அவ்விடத்தைப் பாபர்கள் பார்த்தாலும் அல்லது அந்தவிடம் பாப க்ஷேத்திரமானாலும் கண்ரோகமுண்டு. (வேறு) கிருஷி, உலோகம் இவை கள் விஷயமாய் தேசசஞ்சாரஞ் செய்பவன், கோபி.

3. செவ்வாய் 3–வது பாவத்தில் இருந்தால் தன் மனைவி விபசாரி, செவ்வாயைச் சுபர் பார்த்தால் தோஷமில்லை, தம்பி இல்லை, பண

மில்லை, செவ்வாய் ராகு அல்லது கேதுவுடன் சேர்ந்தால் வேசி சங்கம முண்டு, பிராத்ரு துவேஷி, துக்கப்படுகிறவன், அல்ப சகோதரமுண்டு. செவ்வாய் பாபியுடன் சேர்ந்தாலும், பாபியால் பார்க்கப்பட்டாலும் பிராத்ரு நாசம். செவ்வாய் உச்சத்தில் அல்லது சுவக்ஷேத்திரத்தில் சுபக்கிரகத் துடன் சேர்ந்திருந்தால் பிராதா தீர்க்காயுளாக இருப்பான். ஜாதகன் தீரன், பராக்கிரமன், யுத்தத்தில் சூரன், செவ்வாய் மித்ர க்ஷேத்திரத்தில் பாபியுடன் சேர்ந்திருந்தால் தைரியவான். (வேறு) கீர்த்திமான், பராக் கிரமமுடையன், சத்தியவான்.

4. செவ்வாய் 4–வது பாவத்தில் இருந்தால் கிருகத்தில் மனஸ்தாப முடையவன், 8–வது வயதில் பிதாவுக்கு அரிஷ்டம், ரோகமுள்ள மாதா வையுடையவன், செவ்வாய் சுபக்கிரகத்துடன் சேர்ந்திருந்தால் பரக் கிருகவாசி, ரோகமில்லாத சரீரத்தையுடையவன், நிலமில்லாதவன், தன தான்யமில்லாதவன், கெட்டுப்போன பழையவீட்டில் வசிப்பவன். செவ் வாய் உச்சத்திலோ அல்லது மித்திர க்ஷேத்திரத்திலோ, சுவக்ஷேத்தி ரத்திலோ இருந்து சுபக்கிரகம் சேர்ந்திருந்தால் வாகனம் உடையவன். நிலமுடையவன், தீர்க்காயுளுடைய தாயாரையுடையவன், செவ்வாய் நீசத்தில் பாபியுடன் இருந்தால் மாத்ரு நாசம் சுபக்கிரகத்துடன் இருந் தால் வாகனம் உடையவன். பந்து ஜனத்துவேஷி, சுததேவதை விட்ட வன், வஸ்திரம் இல்லாதவன் (வேறு) பந்துக்களில்லாதவன், தீரன், மனை விக்கு அடங்கி நடப்பவன்.

5. செவ்வாய் 5–வது பாவத்தில் இருந்தால் புத்திகளில்லாதவன், துஷ்ட நடத்தையுள்ளவன், இராஜ கோபத்தையுடையவன், 6–வது வரு ஷத்தில் ஆயுதத்தாலே தண்டனை உண்டு. கெட்ட ஞானத்தையுடைய வன், பொய்சொல்லுபவன், தீக்ஷண்யபுத்தியுடையவன், செவ்வாய் உச்சத் திலாவது, சுவக்ஷேத்திரத்திலாவது இருந்தால் புத்திர ஸமுர்த்தியுண்டு, அன்னதானத்தில் ப்ரீதியுடையவன். இராஜாதிகாரம் கிடைக்கும். சத்துருவினால் பீடை, செவ்வாய் பாபக்கிரகத்துடன் கூடினாலும், அல் லது பாபியின் வீட்டில் இருந்தாலும் புத்திரநாசம், சித்தப்பிரமை முதலான ரோகத்தையுடையவன். ஆறாவது வீட்டிற்குடையவன் பாபக்கிரகத் துடன் சேர்ந்திருந்தால் பாபியாயும், வீரனாயும், தத்து புத்திரனையுடை யவனாயும் இருப்பான் (வேறு) குரூரன், சதா திரிபவன், தைரியவான், கெட்டவன், தனவான், போகி.

6. செவ்வாய் 6–வது பாவத்தில் இருந்தால் பிரசித்தன், காரியத்தில் சமர்த்தன், சத்துருக்களைக் கொல்லக் கூடியவன், பிள்ளையுடைவன், 27–வது வயதில் கன்னிகாவிவாகம் உடையவன், சத்துருக்ஷயம்,

செவ்வாய் பாபியால் பார்க்கப்பட்டாலும் பூர்ணபலன் உண்டு. வாதசூல ரோகமுண்டு, புதனுடைய வீட்டில் இவ்விதமாய் இருந்தால் குஷ்டரோக முண்டு. சுபக்கிரகத்தால் பார்க்கப்பட்டால் பரிகாரமுண்டு. (வேறு) சொத்துடையவன் சத்துருக்களைச் சம்ஹாரம் செய்பவன், தீர்க்கப் பசியுடையவன், தனவான், பலிஷ்டன், கீர்த்திமான்.

7. செவ்வாய் 7–வது பாவத்தில் இருந்தால் தன் மனைவிக்குப் பீடை யுண்டு, செவ்வாய் பாபியுடைய வீட்டில் பாபியுடன் சேர்ந்திருந்தாலும், அல்லது சுவக்ஷேத்திரத்தில் இருந்தாலும் களத்திர நாசம் உண்டு. சுபரால் பார்க்கப்பட்டால் பர்த்தாவானவன் உயிருடன் இருக்குங் காலத் திலேயே களத்திர நாசமுண்டு. தேசாந்திரத்தில் சஞ்சரிப்பவன், செவ்வாய் உச்சஸ்தானத்திலாகிலும் மித்துரு க்ஷேத்திரத்திலாகிலும், சுவக்ஷேத்திரத்திலாகிலும் சுபக்கிரகத்துடன் சேர்ந்தாலும், பாபக்ஷேத்தி ரத்திலிருந்து பாபிகளால் பார்க்கப்பட்டாலும் களத்திர நாசமுண்டு இல் லாவிடில் திருட்டுத் தனமாகவோ விபசாரமாகவோ வேறு ஒரு ஸ்த்ரீயின் லாபமுண்டு, துஷ்டஸ்த்ரீகளுடன் சேர்க்கையுண்டு, பசு சும்பனம் பண் ணக்கூடியவன், நான்குகால் ஐந்துவுடன் சேர்க்கையுடையவன், கள் குடிப்பவன், சனியுடன் சேர்ந்திருந்தாலும், அல்லது சனியால் பார்க்கப் பட்டாலும் சிசுன சும்பனம் பண்ணுபவன், கேதுவுடன் கூடியிருந்தால் ஸ்த்ரீ ருதுவாயிருக்கும்போது சம்போகம் செய்பவன், கேதுவுடன் கூடின செவ்வாயுடன் சத்துருகிரகம் கூடினால் அநேக களத்திர நாசமுண்டு. சூரனாயில்லாதவன், அகங்காரி, ஆனால் செவ்வாய் சுபர்களால் பார்க்கப்பட்டால் இவ்விதமான தோஷங்கள் கிடையாது. (வேறு) யுத்தப்பிரியன், காமமுடையவன்.

8. செவ்வாய் 8–வது பாவத்தில் இருந்தால் நேத்திரரோகமுண்டு. அர்த்தாயுசு அதாவது பாதி ஆயுள் பிதாவுக்கு அரிஷ்டம், மூத்திரரோகி, அல்பபுத்திரனுடையவன், வாதசூல ரோகமுடையவன், பத்தினி சுகமுடையவன், செவ்வாய் சுபகிரகத்துடன் சேர்ந்திருந்தால் தேகா ரோக்கியமுடையவன். தீர்க்காயுளுடையவன். பிரஜாவிருத்தியுண்டு. செவ்வாய் பாபக்ஷேத்திரத்திலிருந்து பாபருடன் சேர்ந்திருந்தாலோ, அல்லது பாபரால் பார்க்கப்பட்டாலோ வாத, க்ஷயரோகம், அதிக மூத்திர ரோகம் மத்திமாயுள். பாவாதிபதி பலிஷ்டனாயிருந்தால் பூர்ணாயு ளுண்டு, தனவான், அநேகரிடத்தில் அதிகாரமுடையவன், சாதாரண மான ஆடை தரிப்பவன்.

9. செவ்வாய் 9–வது பாவத்தில் இருந்தால் பித்ருக்கு அரிஷ்டம், பாக்கியமில்லாதவன். செவ்வாய் உச்ச ஸ்தானத்திலாகிலும் சுவ

க்ஷேத்திரத்திலாகிலும் இருந்தால் குருபத்தினி கமனம் பண்ணுவான், (வேறு) கீர்த்திமான்.

10. செவ்வாய் 10–வது பாவத்தில் இருந்தால் ஜனக்கட்டுடையவன். பாவாதிபதி பலிஷ்டனாயிருந்தால் தீர்க்காயுளுள்ள சகோதரனு டையவன். விசேஷ பாக்கியமுடையவன், தியான சீலவான், குருபக்தி யுடையவன், இவ்விடத்தில் செவ்வாய் பாபியுடன் சேர்ந்திருந்தால் தான் செய்யும் காரியத்திற்கு இடையூறுகள் உள்ளவன், செவ்வாய் பாப க்ஷேத் திரத்தில் இருந்து சுபர்களுடன் சேர்ந்திருந்தால் தான் காரியசித்தி உடையவன், கீர்த்தி உடையவன், 18–வது வயதில் பணம் சம்பாதிக்கும் திறமை வாய்ந்தவன், சர்வ சமர்த்தன், திடகாத்திரன், திருட்டுப் புத்தி யுடையவன். செவ்வாய் பாபக்ஷேத்திரத்தில் பாபர்களுடன் சேர்ந்தி ருந்தால் கெட்ட காரியம் செய்கின்றவன், பாக்கியாதிபதியோடும், கர்மா திபதியோடும் சேர்ந்திருந்தால் மஹாராஜ்ஜியத்தில் மஹாபட்டாபிஷேக முடையவன், செவ்வாய் குருவுடன் சேர்ந்திருந்தால் யானை கட்டிவாழும் ஐஸ்வரியமுடையவன். பூ, சேமுர்த்தியுடையவன் (வேறு) தனவான், வீரன், கீர்த்திமான்.

11. செவ்வாய் 11–வது பாவத்தில் இருந்தால் அனேக வேலையை உடையவன். தனவான், குணங்களால் சீக்கிரத்தில் லாபமுடையவன். லாபாதிபதியுடன் சேர்ந்தால் இராஜ்யாதிபத்தியம் உண்டு. செவ்வாய் இரண்டு சுபர்களுடன் சேர்ந்திருந்தால் மஹா ராஜ்யாதிபத்திய யோக முண்டு. பிராதுவின் பணத்தையுடையவன். (வேறு) வாக்கு சாதுர்யன். காமமுடையவன், தனவான், வீரன்.

12. செவ்வாய் 12–வது பாவத்தில் இருந்தால் பணம் கிடையாது, வாதபித்த தேகி செவ்வாய் பாபியுடன், சேர்ந்திருந்தால் டம்பம் உடைய வன். (வேறு) பணமில்லாதவன் விரோதிக்கப்பட்டவன்.

4. புதன்

1. புதன் 1–வது பாவத்தில் இருந்தால் வித்தையுடையவன். விவாகம் முதலான நல்லொழுக்கமுடையவன், அனேக தேசத்திற்கு அரசன், மந்திரவாதி, பிசாசு ஒட்டுவதில் சமர்த்தன், மிருதுபாஷி; வித்வான், பெருமையையுடையவன், தயவுடையவன் 27–வது வயதில் தீர்த்த யாத்திரை செல்பவன், அதிக லாபமுடையவன், அதிக வித்தையுடைய வன், புதன் பாபக்ஷேத்திரத்தில் பாபியுடன் சேர்ந்திருந்தால் தேகத்தில் ரோகமுண்டு, பித்தப் பாண்டு ரோகமுண்டு, சுப க்ஷேத்திரத்தில் சுபரு டன் கூடியிருந்தால் தேகத்தில் ஆரோக்கியம், தங்கக் காந்தி உடைய சரீரம் ஜோதிஷ சாஸ்திரம் படித்தவன், அங்கஹீனன், நல்ல ஜனங்க ளைத் துவேஷிப்பவன், நேத்திர ரோகி, 17–வயதில் பிராதாவுக்களுக்குள்

ஒருவருக்கொருவர் கலகம் உண்டு, வஞ்சகன், புதன் இருப்பது உச்ச க்ஷேத்திரம் அல்லது சுவக்ஷேத்திரமானால் பிராதாவுக்குச் சௌக்கியம், நல்ல லோகம் செல்வான், புதன் நீச க்ஷேத்திரத்தில் பாபியுடன் சேர்ந்தாலும் பாபியால் பார்க்கப்பட்டாலும் கெட்ட லோகம் போவான், படுக்கை சுகம் கிடையாது, துஷ்ட தேவதையை உபவாசஞ் செய்கிறவன், புதன் பாபி, சனி இவர்களுடன் இருந்தால் இடது கண்ணுக்கு ஊனம், 6–வது வீட்டுக் குடையவன் அல்லது நீசாதிபதியுடனோடோ கூடி னால் தோஷமில்லை, கெட்ட வழியில் செலவு செய்பவன், பாபங்களைப் போக்கடிக்கக் கூடியவன். புதன் சுபக்கிரகத்துடன் கூடினால் நிச்சய மாய்த் தனதான்யம் கிடைக்கும், தர்மசிந்தையுடையவன், அஸ்த்ர வித்தை தெரிந்தவன், கணித சாஸ்திரம் தெரிந்தவன், சௌக்கிய முடையவன் தர்க்க சாஸ்த்திரம் தெரிந்தவன், திடகாத்திரவான் (வேறு) வித்தை தனம், நற்குணம், சுய தர்மம் இவைகளை அடைய ஆசையுடைவன்.

2. புதன் 2–வது பாவத்தில் இருந்தால் புத்திர ஸமுத்தியுண்டு. வாச் சாலகன், வேதசாஸ்திரம் இவைகளில் கெட்டிக்காரன். நினைத்த கார்ய ஜெயம் பெறுவன், தனவான், குணசாலி, 15–வயதில் வெகு வித்தை தெரிந்தவன், அதிக லாபம் உடையவன், புதன் பாப க்ஷேத்திரத்திலோ, சத்துரு க்ஷேத்திரத்திலோ, நீச க்ஷேத்திரத்திலோ, பாபியுடன் சேர்ந்தி ருந்தால் வித்தை இல்லை, குரூரத்தன்மை வாய்ந்தவன், தெத்துவாயன், புதன் சுபர்களுடன் கூடினாலும் அல்லது சுபர்களால் பார்க்கப்பட்டாலும் தனவான், வித்வான்: புதன் குருவுடன் சேர்ந்தாலும் அல்லது குருவால் பார்க்கப்பட்டாலும் கணித சாஸ்திரம் தெரிந்தவன், ஆபத்தை விளை விக்கக்கூடிய புத்தியுடையவன் (வேறு) நற்குணவான், அதிக தனவான்.

3. புதன் 3–வது பாவத்தில் இருந்தால் சகோதரமுடையவன், அதிக சௌக்கியவான், 15–வது வயதில் தன் பத்தினியால் பிள்ளையுடையவன், தனவான், குணவான். இந்தப் பாவாதிபதி பலிஷ்டனாக இருந்தால் பிராதா தீர்க்காயுளாக இருப்பான், ஜாதகன் தைரியவான், இந்த பாவா திபதி துர்பலமாகவிருந்தால் பிராதுருக்குப் பீடையுண்டு, ஜாதகன் பயங் காளி, புதன் பலிஷ்டர்களைக் கூடினால் பிராதுரு தீர்க்காயுளுடையவன் (வேறு) மாயாகர்மன், சதாதிரிபவன், அதிகபலன், துக்கவான்.

4. புதன் 4–வது பாவத்தில் இருந்தால் அஸ்த்த சாபல்யவான், தைரியவான், விசாலமான கண்களுடையவன், தாய்தந்தை சௌக் கியம், ஞானவான், சுகமுடையவன், 16–வயதில், திரவிய மூலமாக அதிக லாபமுண்டு, புதன், குரு அல்லது சுக்கிரன், இவர்களுடன் கூடினால் அனேக வாகனமுடையவன், இந்த பாவாதிபதி பலிஷ்டனாக இருந்தால்

பல்லக்கு உண்டு, புதனுடன் ராகு, கேது அல்லது சனி கூடினால் வாகன அரிஷ்டம் உண்டு. க்ஷேத்திர சுகமில்லாதவன், பந்து, குல துவேஷி, கபடன், (வேறு) தனவான், வித்வான், பந்து மித்திரர் இல்லாதவன்.

5. புதன் 5–வது பாவத்தில் இருந்தால் மாமனுக்குக் கெண்டம், மாத்ரு, சௌக்கியமுண்டு. புத்திரனுக்கு இடையூறு, புத்திமான், இனிமையாக பேசுகிறவன், அந்த பாவாதிபதி பாபியுடன் சேர்ந்தாலும் பலவீனனாக இருந்தாலும் புத்திநாசமுண்டு, புத்திரனில்லாதவன், தத்து புத்திரப் பிராப்தியுடையவன். பாபகர்மம் செய்பவன், மந்திரவாதி, (வேறு) வித்தை, தனம், கீர்த்தி, வல்லமை, மனைவி, மக்கள் உடையவன், வேதம் படித்தவன்.

6. புதன் 6–வது பாவத்தில் இருந்தால் இராஜ பூஜ்ஜியன், வித்தைக்கு இடையூறு உடையவன், டம்பமுடையவன், விவாதத்தில் சூரன். 30–வது வயதில் அநேக ராஜாக்களுடன் சிநேகித–முண்டு, பத்திரம் முதலானது எழுதக்கூடியவன், புதன் செவ்வாய் வீட்டில் இருந்தால் நீல குஷ்டமுண்டு, புதன் சனி, ராகு அல்லது கேதுவுடன் கூடினால் வாத சூல ரோகமுண்டு, ஞாதி சத்துரு கலகமுண்டு, இந்த பாவாதிபதி பலிஷ்டனாக இருந்தால் ஞாதி பிரபலனாய் இருப்பான், சத்துரு நீச க்ஷேத்திரத்திலிருந்தால் ஞாதி விருத்தியடையமாட்டான் (வேறு) பந்துக்களுக்கு உபகாரஞ்செய்யான், கலகப் பிரியன், கோரிக்கையுடையவன்.

7. புதன் 7–வது பாவத்தில் இருந்தால் தாயாருக்குச் சௌக்கியமுண்டு, ஜாதகன் குதிரை ஏறுவான், தர்மஞ் செய்பவன், உதார புத்தி உடையவன், பிரசித்தமான கீர்த்தியுடையவன், இராஜ்ய பூஜ்ஜியன். இந்த பாவத்தில் புதன் சுபக்கிரகத்துடன் சம்பந்தப்பட்டிருந்தால் 24–வது வயதில் பல்லக்கு ஏறுபவன், நல்ல புத்தியுள்ள களத்திரமுடையவன், கெட்ட வஸ்துவைச் சாப்பிடாதவன், புதன் இருக்கும் பாவாதிபதி பலிஷ்டனாகயிருந்தால் ஒரே பத்தினியுடையவன், இந்த பாவாதிபதி துர்பலனாகவோ அல்லது பாபியாகவோ, அல்லது பாபியுடன் சேர்ந்தோ, அல்லது பாபருடைய க்ஷேத்திரத்திலோ இருந்தால் களத்திர நாசமுண்டு, குஷ்ட ரோகமுள்ள களத்திரமுடையவன். ரூபமில்லாத களத்திரமுடையவன், (வேறு) சில்ப கலா வினோதன், அங்கவீனன்.

8. புதன் 8–வது பாவத்தில் இருந்தால் ஆயுளுடையவன், பகுதி க்ஷேத்திரமுடையவன், ஏழு பிள்ளையுடையவன், 25–வது வயதில் அநேக பிரதிஷ்டை சித்தியுண்டு, கீர்த்திமான் பாவாதிபதி பலிஷ்டனாக இருந்தால் பூர்ணாயுளுடையவன்; பாவாதிபதி சத்துரு கிரகம் அல்லது நீச கிரகம், அல்லது பாபக் கிரகத்துடன் கூடினால் அல்பாயுளுடையவன்; பாவாதிபதி உச்ச சுவக்ஷேத்திரங்களில் சுபர்களுடன் கூடியிருந்தால் பூர்ணாயுளுடையவன், (வேறு) தனவான், நல்ல குணமுடையவன்.

9. புதன் 9–வது பாவத்தில் இருந்தால் அதிகப் பிரஜையுடையவன், வேத சாஸ்திர பண்டிதன், சங்கீதப் பாடகன், தாக்ஷண்யவான், தர்மமுடையவன், பிரதாபவான், பகுலாபவான், தீர்க்காயுளுடைய பிதாவையுடையவன், இந்தப் பாவம் பாபக்ஷேத்திரமாயிருந்தாலும், புதன் பாபருடனிருந்தாலும் பாபரால் பார்க்கப்பட்டாலும் பித்ரு நாசமுண்டு, பிதாவுக்குத் துக்கத்தைத் தரகூடியவன், குரு துவேஷி. பாவாதிபதி பலிஷ்டனாக இருந்தால் பிதாவுக்குத் தீர்க்காயுளுண்டு, தபஸ், த்யானம் உடையவன். (வேறு) நல்ல வழியில் சம்பாதிக்கப்பட்ட தனமுடையவன், சாஸ்திரவான், நல்ல ஆச்சாரமுடையவன்.

10. புதன் 10–வது பாவத்தில் இருந்தால் நல்ல கர்மசித்தியுடையவன். தைரியவான், அனேக கீர்த்திமான், பணக்காரன், 28–வது வயதில் நேத்திர ரோகமுடையவன், புதன் உச்சுவ க்ஷேத்திரத்திலிருந்து குருவுடன் கூடியிருந்தால் அக்கினிஷ்டோமல் முதலிய அநேக நல்ல கர்மங்களைச் செய்பவன், புதன் சத்ரு கிரகத்துடன் சம்பந்தப்பட்டிருந்தாலும், மூடமாய் இருந்தாலும் பாபக் கிரகத்துடன் சம்பந்தப்பட்டிருந்தாலும், கெட்ட காரியம் செய்பவன், அனாசாரமுடையவன். (வேறு) தனவான், கீர்த்திமான், எல்லா விதமான வித்தையிலும் சமர்த்தன்.

11. புதன் 11–வது பாவத்தில் இருந்தால் அனேக மங்களம் உண்டு. அநேக விதமான வழியில் தனம் வரும். 16–வது வயதுக்கு மேல் மனைவி, பிள்ளை, தனம் உடையவன், தயவுடையவன், புதன் பாப க்ஷேத்திரத்தில் பாபியுடன் கூடினால் ஹீனன் மூலமாகத் தனத்திற்கு கெடுதி வரும். புதன் உச்ச, சுவக்ஷேத்திரங்களில் சுபருடன் கூடினால் நல்ல மார்க்கத்தில் பணம் வரும். (வேறு) நிபுணன், தனவான், அதிக வித்தையுடையவன்.

12. புதன் 12–வது பாவத்தில் இருந்தால் ஞானவான், கொடையாளி, புதன் பாபியுடன் கூடினால் சஞ்சல மனதுடையவன், இராஜ துவேஷி. புதன் சுபருடன் கூடினால் தர்ம வழியில் தனவிரையமுண்டு, வித்தை இல்லை. (வேறு) பந்து துவேஷி, புத்தியீனன், தரித்திரன்.

5. குரு

1. குரு 1–வது பாவத்தில் இருந்தால் அந்த க்ஷேத்திரம் சுவக்ஷேத்திரமானால் வியாகரணபண்டிதன். மூன்று வேதம் தெரிந்தவன், பகுபுத்திரவான், பூர்ணாயுளுடையவன், சுகி, ஞானவான், அந்த க்ஷேத்திரம் உச்ச க்ஷேத்திரமானால் பூர்ணபலமுடையவன், 16–வது வயதில் மஹாராஜ யோகமுண்டு. அந்த க்ஷேத்திரம் சத்துரு வீடு, நீச வீடு, பாபக்கிரக வீடாய் இருந்து குரு பாபக் கிரகத்துடன் கூடியிருந்தால்

நீசவேலை அதாவது தாழ்ந்த வேலை செய்பவன், சஞ்சல மனதுடைய வன், மத்திம ஆயுளுடையவன், புத்திரர்களில்லாதவன், தன் ஜனத்தை விட்டுவிட்டவன், கர்வி, கிருதக்னன், பகுஜனத் துவேஷி, சஞ்சாரவான், பாபமூலமாய் கஷ்டப்படுபவன், போகானுபவம் செய்பவன், (வேறு) பூர்ணா யுளுடையவன், ஞனவான், ரூபவான், ஞானி.

2. குரு 2–வது பாவத்தில் இருந்தால் தனவான், புத்திமான் இஷ்டமாய்ப் பேசக்கூடியவன், 16–வது வயதில் தன தான்யங்கள் உண்டு, அதிக பிரபல்யம் வாய்ந்தவன், குரு இந்த பாவத்தில் உச்ச, சுவ க்ஷேத்திரங்களிலிருந்தால் திரவியமுண்டு. அவ்விடத்தில் பாபக் கிரகம் கூடினால் வித்தைக்கு விக்கினமுண்டு. திருடனால் வஞ்சிக்கப் படுபவன், கெட்ட வார்த்தை சொல்பவன், பொய் பேசுவதில் பிரியமுள்ள வன். குரு இந்த பாவத்தில் நீச ஸ்தானத்தில் பாபியுடன் கூடி இருந்தால் கள் குடிப்பவன், பிரிஷ்டன், குலநாசகன், வேறு மனைவியுடையவன் புத்திரஹீனன், (வேறு) வாக்குச் சாதுர்யமாயும் வேகமாயும் பேசக்கூடி யவன், போஜன சௌக்கியமுடையவன், கொடையாளி, தனவான்.

3. குரு 3–வது பாவத்தில் இருந்தால் அதிகலோபி, பிராத்துரு விருத் தியுண்டு. தாக்ஷண்யவான், நினைத்தது கைகூடும், பந்துக்களுக்குத் தோஷத்தைச் செய்பவன், 38–வது வயதில் யாத்திரை செல்பவன், இந்த பாவாதிபதி பலிஷ்டனாயிருந்தால் பிராத்துரு தீர்க்காயுளுடையவன், இந்த பாவாதிபதி பாபருடன் கூடினால் ஜாதகன் பிராத்துரு நாசமு டையவன், தைரியமில்லாதவன், புத்தி ஜாட்டியமுடையவன், தரித்திரன், (வேறு) தரித்திரன், மனைவிக்கு அடங்கி நடப்பவன், பாபக் காரியங்கள் செய்பவன்.

4. குரு 4–வது பாவத்தில் இருந்தால் சுகி, க்ஷேத்திரவான், புத்திமான், பால் சமுர்த்தியாக இருக்கும். சத்துருக்களால் கொண்டாடத் தகுந்த வன், மேதாவி, இந்த பாவாதிபதி பலிஷ்டனாயிருந்து சுக்கிரன், சந்திரன், கூடி சுப வர்க்கம் அடைந்திருந்தால் நரவாகன யோகமுடைய வன், அதிக பூமியுடையவன், குதிரை வாகனமுடையவன், விஸ்தாரமா யுள்ள வீடு உடையவன், பாபியுடன் கூடினாலும், பாபியால் பார்க்கப் பட்டாலும் ஜாதகன் பாபி, க்ஷேத்திர ஹீனன்; வாகன ஹீனன், இதராள் வீட்டில் வசிப்பவன், தாயாருக்கு நாசமுண்டு, பந்து துவேஷி. (வேறு) வாக்குச் சாதுர்யமாயும் வேகமாயும் பேசுபவன். தனவான், சுகி, கீர்த்தி மான், பலவான், ரூபவான், தந்திரசாலி.

5. குரு 5–வது பாவத்தில் இருந்து 5–வது பாவாதிபதி பலிஷ்டனாயி ருந்தால் புத்தி சாதுர்யவான், விசாலமான கண்களுடையவன், வாக்கு

சாதுர்யமுள்ளவன், பிரதாபமுடையவன். அன்னதானப் பிரியன், குலப் பிரியன், 18–வயதில் இராஜாங்கத்தில் சேனாதிபத்திய யோகமுள்ளவன். அதிக புத்திரருடையவன், சத்துரு, நீச, பாப க்ஷேத்திரத்தில் இருந்தால் புத்திர நாசமுடையவன், ஏகபுத்திரவான், தர்மவான், இராஜ துவாரத்தில் இராஜ மூலமாய் பணச் செலவு, ராகு, கேதுவுடன் கூடினால் சர்ப சாபத்தால் புத்திர நாசமுண்டு, சுபர் பார்த்தால் இதற்குப் பரிகாரமாகும். (வேறு) மந்திரி, நற்குணவான், தனவான், அற்ப புத்திரவான்.

6. குரு 6–வது பாவத்தில் இருந்தால் சத்துரு க்ஷயம், ஞாதி விருத்தி, ரண சரீரம் உண்டு. குருவுடன் சுபர் கூடினால் ரோகமில்லை, குரு பாப க்ஷேத்திரத்தில் இருந்து பாபருடன் கூடினால் வாத சைத்ய ரோகமுண்டு, குரு, சனி வீட்டில் ராகுவுடன் கூடினால் மகா ரோகமுண்டு (வேறு) காமமுடையவன், சத்துருக்களை ஜெயிப்பவன்.

7. குரு 7–வது பாவத்தில் இருந்தால் வித்தைக்கும் தனத்திற்கும் ஈசன், வெகுலாபமுடையவன், அதிக சிந்தையுடையவன், பதிவிரதையாயும் பக்தியுடையதாயுள்ள பத்தினியுடையவன், இந்தப்பாவாதிபதி பலவீனனாகிய ராகு, கேது, சனி அல்லது செவ்வாயுடன் கூடினாலும் அல்லது பாபரால் பார்க்கப்பட்டாலும் களத்திரம் மரணமடையும். இந்தப் பாவாதிபதி சுபருடன் சேர்ந்து உச்ச சுவக்ஷேத்திரத்திலிருந்தால் ஏக தாரவான், களத்திரத்தின் வீட்டிலிருந்து அதிக பணலாபமுண்டு, சுகி, 34–வது வயதில் பிரதிஷ்டை உண்டு. (வேறு) தீரவான், நேசமுள்ள களத்திரமுடையவன், பித்ரு துவேஷி, குரு துவேஷி.

8. குரு 8–வது பாவத்தில் இருந்தால் அற்பாயுளுடையவன், ஈனத் தொழிலைச் செய்பவன், குரு பாபியுடன் கூடினால் ஜாதிப்பிரஷ்டன், இந்தப் பாவாதிபதி சுபருடன் கூடி எட்டில் இருந்தால் தீர்க்காயுளுடையவன், பாவாதிபதி பலவீனனானால் அற்பாயுளுடையவன், பாவாதிபதியுடன் பாபக் கிரகம் கூடினால் 17–வது வயதுக்கு மேல் விதவை சங்கமமுண்டு. பாவாதிபதி உச்ச சுவக்ஷேத்திரத்தில் இருந்தால் தீர்க்காயுளுடையவன், பலவீனன், ரோகமில்லாதவன், யோகவான், வித்வான், வேத சாஸ்திரங்களில் கெட்டிக்காரன், (வேறு) மேதாவி, நீச கர்மி, தீர்க்காயுளுடையவன்.

9. குரு 9–வது பாவத்தில் இருந்தால் தர்மிஷ்டன், தபசி, சாது, தனவான், 35 யாகம் செய்பவன், தீர்க்காயுளுடைய பித்துருவையுடையவன், நல்ல கர்மங்கள் சித்தியாகும். அனேக பிரிதிஷ்டையுடையவன், அனேக ஜனங்களைக் காப்பாற்றுபவன், (வேறு) ஞானி, தர்மவான், அரசர்களிடத்தில் மந்திரியாயிருப்பான்.

10. குரு 10–வது பாவத்தில் இருந்தால் தர்மவான். நல்ல காரியங் களைச் செய்பவன், கீதா பாடகன். யோக்கியதையுடையவன், வெகு கீர்த்திமான், அநேக ஜனப் பூஜ்யன், இந்தப் பாவாதிபதி வலுத்திருந்தால் அநேக யாகங்களைச் செய்பவன், பாவாதிபதி பாபியுடன் சேர்ந்தாலும் அல்லது பாபக்ஷேத்திரத்திலிருந்தாலும் கர்ம விக்னமுண்டு, கெட்ட காரியம் செய்பவன் யாத்திரையில் லாபமில்லாதவன். (வேறு) காரிய சித்தியுடையவன், சாது, சுயதர்மி தனவான், ஞானவான்.

11. குரு 11–வது பாவத்தில் இருந்தால் வித்வான், தனவான், வெகு லாபவான், 32–வது வயதில் குதிரை வாகனமுடையவன், பிரதிஷ்டை யுண்டு. குரு சுபருடனும் பாபருடனும் கூடினால் யானை லாபமுண்டு. பாக்கிய விருத்தியுண்டு, குரு சந்திரனுடன் கூடினால் புதையல் கிடைக்கும். (வேறு) புத்திமான், கீர்த்திமான், தனவான்.

12. குரு 12–வது பாவத்தில் இருந்தால் தனமில்லாதவன் அற்ப புத்திரனுடையவன், கணித சாஸ்திரம் தெரிந்தவன் சம்போகி, கிரந்தி மேகம் உடையவன், அயோக்கியன், குரு உச்ச சுவக்ஷேத்திரங்களில் சுபக்கிரகத்துடன் கூடினால் சுவர்க்கலோகப் பிராப்தியுண்டு குரு பாப கிரகத்துடன் கூடினால் பாப லோக ப்ராப்தி உண்டு. தர்மம் மூலமாய்ப் பணம் விரைய முண்டு, பிராம்மண ஸ்த்ரீ சம்போகி, கர்பிணி, சங்கமம் செய்பவன் (வேறு) கெட்ட எண்ணமுடையவன், மதத்துவேஷி, சபலன், சஞ்சாரஞ் செய்பவன்.

6. சுக்கிரன்

1. சுக்கிரன் 1–வது பாவத்தில் இருந்தால் கணிதசாஸ்திரம் தெரிந்தவன், தீர்க்காயுளுடையவன், மனைவியிடத்தில் ஆசையுள் ளவன், வஸ்திராலங்காரப் பிரியன், ரூபலாவண்யங்களில் பிரீதி யுடையவன், குணவான், ஸ்த்ரீகளிடத்தில் பிரீதியுடையவன், தனவான், வித்வான், சுக்கிரன் சுபருடன் கூடினால் அநேக பூஷணமுடையவன், சுவர்ண காந்தியுடைய சரீரவான், சுக்கிரனைப் பாபர்கள் கூடினாலும், பார்த்தாலும் அல்லது சுக்கிரன் நீசமாயிருந்தாலும் அஸ்தங்கத மடைந்திருந்தாலும் திருடன், வஞ்சமுள்ளவன், வாதசிலேஷ்ம ரோக முடையவன், இந்தப் பாவாதிபதி இராகுவுடன் கூடினால் பிருஹத் பீஜம் (அதாவது புட்டையுடையவன்) வாகனாதி சுபனாயிருந்து சுக்கிரனுடன் கூடினால் யானை கட்டி வாழக்கூடிய ஐஸ்வரியன், சுக்கிரன் சுவ க்ஷேத் திரத்தில் இருந்தால் மஹாராஜயோகவான். எட்டுக் குடையவனாகிலும் பன்னிரண்டிற் குடையவனாகிலும் எட்டிலிருந்து சுக்கிரன் துர்பலனா னால் இரண்டு மனைவியுடையவன் (வேறு) காமமுடையவன் சரீர காந்தியுடையவன், மனைவி மக்களுடையவன், வித்வான்.

ஜாதக பலாபலன் நிர்ணயம் 63

2. சுக்கிரன் 2-வது பாவத்தில் இருந்தால் தனவான், குடும்பி, நல்ல போஜனமுடையவன், வினயமுடையவன், நேத்திர விலாஸி, சுமுகன், தயாளவான், பரோபகாரி, 32-வயதில் உத்தம ஸ்த்ரீ லாபமுடையவன், இந்தப் பாவாதிபதி துர்பலனாய்க் கெட்ட ஸ்தானத்தில் இருந்தால் கண் கள் கெட்டுவிடும். இந்தப் பாவாதிபன் சந்திரனுடன் கூடினால் இரவில் கண் தெரியாது, பத்தினி ஹீனன், நேத்திர ரோகி, தனநாசமுண்டு. (வேறு) வித்தையுடையவன், காமகலா விலாசன், தனவான்.

3. சுக்கிரன் 3-வது பாவத்தில் இருந்தால் அதிக லோபி தாக்ஷண்ய முடையவன், முதலில் சகோதரவிருத்தியுண்டு. நினைத்தது கூடிவரும். கடைசியில் சகோதரமில்லாதவன், பிராதாவிடத்தில் ஆசத்தியுடையவன், பணத்தையும் சுகத்தையும் அனுபவிக்குந் தன்மையுடையவன், இந்தப் பாவாதிபதி பலிஷ்டனானாலும் அல்லது உச்சமானாலும், அல்லது சுவக்ஷேத்திரத்திலிருந்தாலும் சகோதர விருத்தியுண்டு. இந்தப் பாவாதிபதி கெட்ட ஸ்தானத்தில் இருந்தாலும், பாபியுடன் கூடினாலும் பிராத்ரு நாசமுண்டு (வேறு) சோகமுடையவன், ரோகமுடையவன், பயங்காளி, துன்மார்க்கன், மனைவிக்கு அடங்கி நடப்பவன். இந்தச் சுக்கிரன் சூரியனுக்கு முந்தி செல்லுமானால் (அதாவது சூரியனுடைய ஸ்புடத்தைவிட சுக்கிரனுடைய ஸ்புடம் அதிகமாய் இருந்தால்) நன்மையைத் தரும்.

4. சுக்கிரன் 4-வது பாவத்தில் இருந்தால் மங்களமுடையவன், புத்திமான், பிராத்ரு சௌக்கியமுண்டு, சுகி, பொறுமையுடையவன், 30-வது வயதில் அஸ்வ வாகன பிராப்தியுடையவன் பால் ஸமுர்த்தியாய் உண்டு. இந்த பாவாதிபதி பலிஷ்டனானால் குதிரை, பல்லக்கு, தங்கம் சதுரங்க சைன்யம் இவைகள் கிடைக்கும். இந்தப்பாவாதிபதி பாபியுடன் கூடினாலும் பாபர்வீட்டிலிருந்தாலும் சத்துரு வீட்டிலிருந்தாலும், நீச ஸ்தானத்திலிருந்தாலும் பலவீனனாயிருந்தாலும் வாகனமில்லை, க்ஷேத்திரங்களில்லை. மாத்ரு கிலேசவான், களத்திரம் மரணமடையும், (வேறு) மனைவிக்கு அடங்கி நடப்பவன்; சுகவான், தனவான், புத்திமான், வித்வான், வாச்சாலகன்.

5. சுக்கிரன் 5-வது பாவத்தில் இருந்தால் புத்திமான் மந்திர சேனாதிபதி, மாத்ருவால் அதிக அதிர்ஷ்டமுடையவன், யௌவன காலத்தில் மனைவி குழந்தைகள் உடையவன்; இராஜசன்மான முடையவன், நல்ல ஞானமுடையவன், பிரசன்னமான ஸ்த்ரீயுடையவன். சுக்கிரன் பாபியுடன் கூடினாலும் பாபர் வீட்டிலாகிலும், சத்துரு வீட்டிலாகிலும், நீச க்ஷேத்திரத்திலாகிலும் இருந்தாலும் அல்லது பலவீன மாயிருந்தாலும் புத்தி ஜாட்டியமுடையவன், புத்திரநாசமுடையவன்,

சுக்கிரன் சுபருடன் கூடியிருந்தால் புத்திமான், தனவான் புத்திரருடைய வன், வாகனயோகவான், (வேறு) சத்புத்ரவான், நல்லமித்திரருடைய வன், தனவான், அதிரூபசாலி, சேனாதிபதி, அஸ்வாதிபதி.

6. சுக்கிரன் 6–வது பாவத்தில் இருந்தால் ஞானிகளும், பிரஜைகளுமுடையவன் சத்துரு நாசமுண்டு, புத்திர பௌத்திரவான் அபாத்திர விரையம் செய்பவன், மாயாவாதி, ரோகவான், இந்த பாவாதிபதி பலிஷ்டனாகவிருந்தால் சத்துருவிருத்தி, ஞாதிவிருத்தி. இந்த பாவாதிபதி சத்துரு, பாபர் இவர்களுடன் கூடினாலும், நீச ஸ்தானத்திலிருந்தாலும், கெட்ட விடத்திலிருந்தாலும் சத்துரு நாசம், ஞாதிநாசம் உண்டு. (வேறு) சோகமுடையவன், அபவாதமுடையவன்.

7. சுக்கிரன் 7–வது பாவத்தில் இருந்தால் அதிக காமமுடையவன், முக சும்பனஞ் செய்பவன், பணக்காரன், அயல் மனைவியை விரும்புபவன், வாகனவான், சகலகாரிய நிபுணன், ஸ்த்ரீதுவேஷி, பிரதான ஜனபந்துடையவன், நல்ல களத்திரமுடையவன், சுக்கிரன் பாபியுடன் சேர்ந்தாலும், சத்துரு க்ஷேத்திரத்திலாகிலும் நீச க்ஷேத்திரத்திலாகிலும் இருந்தால் களத்திர நாசமுண்டு. இரண்டு விவாகமுண்டு. அதிக பாபியுடன் சேர்ந்தால் அநேக களத்திரஹீனன், புத்திரஹீனன். சுக்கிரன் சுபருடன் கூடினாலும் உச்ச ஸ்தானத்திலிருந்தாலும், சுப ஸ்தானத்திலிருந்தாலும் களத்திர மூலமாய் வெகுயோகவான், ஸ்த்ரீ கோஷ்டியுடையவன், (வேறு) வேசி கமனன், ஸ்த்ரீ ஜன வல்லபன், அங்கவீனமுடையவன்.

8. சுக்கிரன் 8–வது பாவத்தில் இருந்தால் சுகி, நாலாவது வயதில் தாயாருக்குக் கெண்டமுண்டு, அர்த்தாயுளுடையவன், ரோகி, ஹிதமுடைய தாரத்தையுடையவன், அசந்துஷ்டன். சுக்கிரன் அவ்விடத்தில் சுபனுடன் கூடினாலும் சுபஸ்தானத்திலிருந்தாலும் பூர்ணாயுளுடையவன். சுக்கிரன் அவ்விடத்தில் பாபியுடன் கூடினால் அற்பாயுசுடையவன், (வேறு) தீர்க்காயுளுடையவன். சர்வசௌக்கியமுடையவன், பலவான், தனவான்.

9. சுக்கிரன் 9–வது பாவத்தில் இருந்தால் தர்மிஷ்டன், தபஸி, அனுஷ்டானம் செய்பவன், பாதத்தில் அதிக லக்ஷணமுடையவன், போகி, பிள்ளை, பெண்டாட்டி உடையவன், தீர்க்காயுசான பிதாவை உடையவன். இவ்விடத்தில் சுக்கிரன் பாபியுடன் கூடினால் பிதாவுக்கு அரிஷ்டமுண்டு. இவ்விடத்தில் சுக்கிரன் பாபியுடன் கூடினாலும், பாப க்ஷேத்திரத்திலிருந்தாலும் சத்துரு வீட்டிலிருந்தாலும், நீச வீட்டிலிருந்தாலும் தனஹானியுண்டு. குருதார கமனஞ் செய்பவன், இவ்விடத்தில் சுக்கிரன் சுபனுடன் கூடினால் பாக்கிய விருத்தியுடையவன், மஹாராஜா யோக

முடையவன், நான்கு ஏழுக்குடையவருடன் கூடினால் மஹா பாக்கியவான், குதிரை வாகனம், பல்லக்கு வாகனம் உடையவன், வஸ்திராலங்காரப் பிரியன், (வேறு) வித்வான், தனவான், களத்திர புத்திரவான்.

10. சுக்கிரன் 10–வது பாவத்தில் இருந்தால் வெகு பிரதாபவான், நினைத்த காரியம்கைக்கூடும், சுபகர்மம் செய்பவன், அநேக வாகனமுடையவன். இவ்விடத்தில் சுக்கிரன் பாபருடன் கூடினால் கர்ம விக்னமுடையவன், இவ்விடத்தில் சுக்கிரன், குரு அல்லது புதன் அல்லது சந்திரனுடன் கூடினால் அநேக வாகனம் ஏறுகிறவன், அநேக யாகம் சித்தியாகும், லோகம் பரவின கீர்த்தியுடையவன், அனேக ராஜயோகமுடையவன், வெகு பாக்கியவான், வாச்சாலகன் (வேறு) தன் நிலத்தை பயிரிடும் விவசாயி மூலமாகிலும் அல்லது ஸ்த்ரீ மூலமாகிலும் தனம் வரும், பலசாலி.

11. சுக்கிரன் 11–வது பாவத்தில் இருந்தால் வித்வான் பகு தனவான், பூமி லாபமுடையவன், தயவுடையவன், இவ்விடத்தில் சுக்கிரன் சுபருடன் கூடினால் அனேக வாகன யோகமுண்டு. சுக்கிரன் இவ்விடத்தில் பாபியுடன் கூடினால் பாப மூலமாய் தனம் சேரும். சுபனுடன் கூடினால் சுப மூலமாய்த் தனம் சேரும், நீச ஸ்தானத்திலிருந்தாலும், பாபஸ்தானத்திலிருந்தாலும், எட்டுக்குடையவனுடன் கூடினாலும் யோகஹீனன், லாபஹீனன், (வேறு) சுகி, பரதார கமனன், தனவான், சதா திரிபவன்.

12. சுக்கிரன் 12–வது பாவத்தில் இருந்தால் அதிக தரித்திரன், சுக்கிரன் பாபியுடன் கூடினால் லோபி, சுக்கிரன் சுபருடன் கூடினால் வெகு தனமுண்டு, படுக்கை கட்டில் சௌக்கியமுண்டு, சுபலோகப் பிராப்தியுண்டு. சுக்கிரன் பாபருடன் கூடினால் நரக பிராப்தி உண்டு. (வேறு) பந்து ஹீனன், ஸ்த்ரீலோலன், தரித்திரன்.

7. சனி

1. சனி 1–ம் பாவத்தில் இருந்தால் வாதபித்த தேகி, சனி உச்சனானால் பட்டணத்திற்கும், கிராமத்திற்கும் அதிகாரி, தனதான்ய ஸமுர்த்தியுண்டு. சனி சுயக்ஷேத்திரத்தில் இருந்தால் பித்ரு தனவான், நாலு, ஒன்பது, பத்துக்குடையவன், கூடியிருந்தால் வெகுபாக்கியமுண்டு, மஹாராஜ யோகமுண்டு, சனி சந்திரனால் பார்க்கப்பட்டால் பிச்சைக்காரன், சந்நியாஸி, ஆனால் சுபரால் பார்க்கப்பட்டால் இதற்கு நிவர்த்தியுண்டு. (வேறு) துர்நாசியுடையவன், தீர்க்கமூலரோகி, அங்கவீனன், சனி உச்சனானால், அரசனுக்குச் சமானமானவன், நல்ல குணமுடையவன், பூர்ணாயுசுடையவன்.

2. சனி 2–வது பாவத்தில் இருந்தால் திரவியமில்லாதவன், இரண்டு தாரமுடையவன், சனிபாபியுடன் சேர்ந்தால் பெண் பிச்சைக்காரர்க

ளுக்கு அதிபதி, அற்ப பூமியுடையவன். ரோகி, (வேறு) பொய்யன், ஜன அபராதி, தரித்திரன், கபடன்.

3. சனி 3–ம் பாவத்தில் இருந்தால் பிராத்ருக்கு ஹானி, சந்தோஷ மில்லாதவன், கெட்ட நடத்தையுடையவன். இந்தப் பாவத்தில் சனி உச்ச ஸ்தானத்தில் அல்லது சுவ க்ஷேத்திரத்தில் இருந்தால் பிராத்ரு விருத்தி யுண்டு, சனியுடன் இவ்விடத்தில் பாபி சேர்ந்தால் பிராத்ரு துவேஷி (வேறு)மிதமாகத் தின்பவன், தனவான் சீலவான், நல்ல வம்ச குணவான்.

4. சனி 4–வது பாவத்தில் இருந்தால் மாத்ருஹீனன், இரண்டு தாயுடையவன், சௌக்கியமில்லாதவன், பணமில்லாதவன்; சனி இருக் கும் வீடு உச்ச சுவ க்ஷேத்திரமானால் இந்த தோஷமில்லை, குதிரை பல்லக்கு உண்டு. இச் சனி லக்கினாதிபதியானால் மாத்ருக்குத் தீர்க்கா யுளுண்டு, சௌக்கியமுடையவன். இச் சனி எட்டுக் குடையவனானால் மாத்ரு அரிஷ்டமுண்டு, சுபத்திற்கு ஹானியுண்டு, (வேறு) ஆச்சார ஹீனன். கபடன், மாத்ருக்குத் துன்பம் விளைவிப்பவன்.

5. சனி 5–வது பாவத்தில் இருந்தால் புத்திர ஹீனன், அதிக தரித் திரன், கெட்ட நடத்தையுடையவன், தத்துபிள்ளையுடையவன், சனி சுவ க்ஷேத்திரத்திலிருந்தால் ஸ்தரீ பிரஜையுண்டு சனி குருவால் பார்க்கப் பட்டால் இரண்டு மனைவியுடையவன், முதல் தாரத்திற்கு பிள்ளை யில்லை, இரண்டாந் தாரத்திற்குப் பிள்ளையுண்டு. சனி பலிஷ்டனானால் அநேக ஸ்தரீகளுடையவன். (வேறு) சபலன், தர்மி, சத்துருக்களை ஜெயிப்பவன், தீர்க்காயுளுடையவன், சுகமில்லாதவன்.

6. சனி 6–வது பாவத்தில் இருந்தால் அற்ப–ஞாதியுடையவன், சத்துரு க்ஷயமுண்டு, தனதான்ய ஸமுர்த்தியுண்டு, சனி, செவ்வாயுடன் கூடினால் தேசாந்திர சஞ்சாரி, அல்ப ராஜயோகமுடையவன், பங்க யோகத்தால் சில இடத்தில் சௌக்கியமுண்டு, சில இடத்தில் யோக பங்கமுண்டு; சனி எட்டுக்குடையவனானால் அரிஷ்டமுண்டு, வாத ரோகமுண்டு, சூர, வீரண தேகி (வேறு) அதிகமாய்ச் சாப்பிடுபவன், எதிரிக்குப் பயந்தவன், காமமுடையவன், தனவான்.

7. சனி 7–வது பாவத்தில் இருந்தால் அசுத்த சரீரமுடையவன், மெலிந்த களத்திரமுண்டு. வேசி சம்போகவான், அதிகதுக்கி, சனி இந்த பாவத்தில் உச்ச சுவ க்ஷேத்திரத்திலிருந்தால் அநேக ஸ்தரீ சம்போக முடையவன், கேதுவுடன் கூடினால் ரஜஸ்வலா ஸ்தரீ சம்போகமுடைய வன், செவ்வாயுடன் கூடினால் சிசுனசும்பி, சுக்கிரனுடன் கூடினால் பகசும்பி, ஜாதிப் பிரஷ்டமான பிராம்மண பரஸ்தரீ சம்போகி, (வேறு) தரித்திரன், பாரமான சுமையைத் தூக்குபவன்.

8. சனி 8–வது பாவத்தில் இருந்தால் முக்காலாயுசுடையவன், தரித்திரன், சூத்திர ஸ்த்ரீலோலன், சேவகன், சனி உச்ச சுவ க்ஷேத்திரத்திலிருந்தால் தீர்க்காயுளுடையவன், இந்தப் பாவாதிபதி சத்துரு நீச ஸ்தானத்திலிருந்தால் அற்பாயுசுடையவன், கஷ்டப்பட்டு அன்னத்தைப் புசிப்பவன். (வேறு) சூரன், பராக்கிரமன், கடைசியில் பணவீனனாவன், தரித்திரனாவான்.

9. சனி 9–வது பாவத்தில் இருந்தால் ஜாதிப்பிரதிஷ்டன் ஜீர்ணோத்தரம் பண்ணுகிறவன், 39–வது வயதில் கோயில், குளம் கட்டுகிறவன், சனி உச்ச சுவ க்ஷேத்திரத்திலிருந்தால் தீர்க்காயுளான பிதாவுடையவன். சனியுடன் பாபி கூடி சனி துர்பலனாயிருந்தால் பிதாவுக்கு அரிஷ்டமுண்டு, (வேறு) ரணகளத்தில் கியாதியுடையவன். தாரமில்லாதவன், தனவான்.

10. சனி 10–வது பாவத்தில் இருந்தால் இருபத்தைந்தாவது வயதில் கங்கா ஸ்நானம் செய்பவன், அதிக லோபி, பித்த சரீரன், சனியுடன் பாபி சம்பந்தப்பட்டால் காரிய இடைஞ்சலுண்டு, சுபன் கூடினால் காரிய சித்தியுண்டு. (வேறு) தண்டனை கர்த்தா, மானி, தனவான், குலசிரேஷ்டன், சூரன்.

11. சனி 11–வது பாவத்தில் இருந்தால் அதிக தனவான், பூமி லாபமுடையவன், இராஜ பூஜ்யன், சனி உச்ச சுவக்ஷேத்திரத்திலிருந்தால் வித்வான், மஹாபாக்கிய யோகவான், வெகு தனவான், வாமன யோகவான், (வேறு) போகி, பூபதி, இராஜாங்க உத்தியோகத்தில் அதிக தனம் சம்பாதிப்பவன்.

12. சனி 12–வது பாவத்தில் இருந்தால் ஜாதிப்பிரஷ்டன், உடைந்த அங்கமுடையவன், பாபி சேர்ந்தால் கண்ணுக்கு ஹானி, சுபன் சேர்ந்தால் சுகி, நல்ல கண்ணுடையவன், புண்ணிய லோகம் கிடைக்கும், பாபியுடன் சேர்ந்தால் நரகலோக பிராப்தியுண்டு, கெட்டவழியில் விரையஞ் செய்பவன், தனமில்லாதவன், (வேறு) மந்தபுத்தியுடையவன், தரித்திரன், கபடன்.

8. இராகு

1. இராகு 1–வது பாவத்தில் இருந்தால் கர்பத்தில் இறந்த பிள்ளை பிறக்கும், இந்த இராகு இருக்கும் ராசி மேஷம் ரிஷபம் கடகமானால் வெகு போகி, இராகு பாபர் வீட்டிலிருந்து சுபரால் பார்க்கப்பட்டால் முகத்தில் அடையாளமுள்ளவன், (வேறு) குரூரன், தயாதர்மமில்லாதவன், சீலமில்லாதவன், ரோகமுடையவன், சுபர் பார்த்தால் ராஜசமான போகி, இராகு சிம்மத்திலிருந்தால் இராஜ போகவான், சம்பத்துடையவன்.

2. இராகு 2–வது பாவத்தில் இருந்தால் பணமில்லாதவன், தேகத்தில் வியாதியுடையவன், புத்திர சோகமுடையவன், கறுத்ததேகி, இராகுவுடன் பாபிசேர்ந்தால் இரண்டு களத்திரமுடையவன், சுபருடன் சேர்ந்தால் முகவாய்க் கட்டையில் அடையாளமுடையவன். (வேறு) சண்டை சச்சரவு செய்பவன்.

3. இராகு 3–வது பாவத்தில் இருந்தால் எள்ளு, கொள்ளு முதலான தான்யம் ஸமுர்த்தியாயுண்டு. சுபனுடன் கூடினால் கழுத்தில் மச்ச முண்டு, (வேறு) தைரியமுடையவன், தனவான்.

4. இராகு 4–வது பாவத்தில் அதிக பூஷணமுடையவன், இரண்டு பாரியாளுடையவன், சேவகன், மாதருக்கு கிலேசமுண்டு, சுபர் கூடி னாலும் பார்த்தாலும் மாத்ருக்கு தோஷமில்லை. (வேறு) மனைவி களையும், வேசிகளையும் அந்தப்புரத்தில் வைத்திருப்பவன்.

5. இராகு 5–வது பாவத்தில் இருந்தால் சர்ப சாபத்தால் புத்திர நாசமுண்டு. நாகப்பிரதிஷ்டையால் புத்திரனுண்டு. தெத்துவாயன், துன்மார்க்கன், இராஜாக்களுடைய கோபம் அடையக் கூடியவன். துஷ்ட கிராமத்தில் வசிப்பவன், (வேறு) பயங்காளி, தயவுடையவன், தரித்திரன்.

6. இராகு 6–வது பாவத்தில் இருந்தால் தீரன், அதிக சுகி, இராகு வுடன் சந்திரன் கூடினால் இராஜ ஸ்த்ரீ சம்போகி, தனமில்லாதவன், திருடன். (வேறு) நல்ல குலத்திலுதித்தவன், எதிரியை ஜெயிப்பவன், தீர்க் காயுளுடையவன், சுகி.

7. இராகு 7–வது பாவத்தில் இருந்தால் இரண்டு தாரமுடையவன், முதல் தாரம் நாசமுண்டு, இரண்டாந் தாரத்திற்கு குன்ம வியாதி உண்டு, பாபியுடன் கூடினால் இது நிஜமாகவுண்டு, இராகு சுபருடன் கூடினால் இந்த தோஷம் நிவர்த்தி, ஒரு தாரந்தான். (வேறு) கர்வி. சாமர்த்தியமான சோர புருஷன், நோயாளி.

8. இராகு 8–வது பாவத்தில் இருந்தால் அதி ரோகி முப்பத்திரண்டு வயதுடையவன், சுபர்களுடன் கூடினால் நாற்பத்தைந்து வயது ஜீவித்தி ருப்பவன், இந்த பாவாதிபதி பலிஷ்டனாகவும், அல்லது சுவ க்ஷேத்திரத் திலும், அல்லது உச்ச க்ஷேத்திரத்திலுமிருந்தால் அறுபது வயதுடைய வன். (வேறு) கிலேசமுடையவன், காரியத்தில் தாமசமுடையவன், ரோகி.

9. இராகு 9–வது பாவத்தில் இருந்தால் புத்திர ஹீனன், சூத்திர ஸ்த்ரீ சம்போகி, சேவகன், தர்மஹீனன், (வேறு) பித்ரு துவேஷி, தனவான், கீர்த்திமான்.

10. இராகு 10–வது பாவத்தில் இருந்தால் விதவை சம்போகமுடைய வன், கெட்ட கிராமத்தில் வசிப்பவன். சுபனுடன் சேர்ந்தால் இந்த தோஷ

மில்லை, காவ்ய வாசனையுடையவன், தாசி சம்பிரதாயத்தில் சேர்ந்த வன், (வேறு) திருடன் துன்மார்க்கன்.

11. இராகு 11–வது பாவத்தில் இருந்தால் புத்திரஸமுர்த்தியுண்டு. தனதான்ய ஸமுர்த்தியுண்டு. (வேறு) செவிடன், ரணகளத்தில் கீர்த்தி யுடையவன், தனவான், பண்டிதன்.

12. இராகு 12–வது பாவத்தில் இருந்தால் அற்ப புத்திரனுடையவன், நேத்திர ரோகி, பாபி. (வேறு) சீலமில்லாதவன், சம்பத்துடையவன், அங்கவீனன்.

9. கேது

1. கேது 1–ம் பாவத்தில் இருந்தால் கர்ப்பத்தில் இறந்த பிள்ளை பிறக்கும். இந்த கேது இருக்கும் இராசி, மேஷம், ரிஷபம், கடகமானால் பகு போகி, கேது பாபர் வீட்டிலிருந்து சுபரால் பார்க்கப்பட்டால் முகத்தில் அடையாளமுள்ளவன், (வேறு) நோயாளி, லோபி, லுப்தன், சுபர் பார்த் தால் இராஜ சமான போகி, கேது மகர, கும்பத்திலிருந்தால் நிலையான தனமுடையவன், புத்திரருடையவன்.

2. கேது 2–வது பாவத்தில் இருந்தால் பணமில்லாதவன். தேகத்தில் வியாதியுடையவன், புத்திர சோகமுடையவன், கறுத்த தேகி, கேதுவுடன் பாபி சேர்ந்தால் இரண்டு களத்திரமுடையவன், சுபருடன் சேர்ந்தால் முகவாய்க்கட்டையில் அடையாளமுடையவன் (வேறு) ஜனவிரோதி.

3. கேது 3–வது பாவத்தில் இருந்தால் எள்ளு, கொள்ளு முதலான தான்யம் ஸமுர்த்தியாயுண்டு, சுபனுடன் கூடினால் கழுத்தில் மச்ச முண்டு. (வேறு) நல்ல குணமுடையவன், தனவான்.

4. கேது 4–வது பாவத்தில் இருந்தால் அதிக பூஷணமுடையவன், இரண்டு பாரியாளுடையவன், சேவகன், மாத்ருக்குக் கிலேசமுண்டு. சுபர் கூடினாலும், பார்த்தாலும் மாத்ருக்குத் தோஷமில்லை, (வேறு) ஜனங்களைத் துவேஷிப்பவன்.

5. கேது 5–வது பாவத்தில் இருந்தால் சர்ப்ப சாபத்தால் புத்திர நாச முண்டு, நாகப்பிரஷ்டையால் புத்திரனுண்டு, தெத்துவாயன், துன்மார்க் கன், இராஜாக்களுடைய கோபம் அடையக் கூடியவன், துஷ்ட கிராமத் தில் வசிப்பவன், (வேறு) கபடன், ஜலத்தைக் கண்டால் பயம், ரோகி.

6. கேது 6–வது பாவத்தில் இருந்தால் தீரன், அதிசுகி, கேதுவுடன் சந்திரன் கூடினால் இராஜ ஸ்த்ரீ சம்போகி, தனமில்லாதவன், திருடன் (வேறு) பந்துப்பிரியன், நல்ல குண பிரசித்தியுடையவன், வித்தியா பிரசித்தியுடையவன்.

7. கேது 7–வது பாவத்தில் இருந்தால் இரண்டு தாரமுடையவன், முதல்தாரம் நாசமுண்டு. இரண்டாந்தாரத்திற்குக் குன்ம வியாதியுண்டு, பாபியுடன் கூடினால் இது நிஜமாக உண்டு. கேது சுபருடன் கூடினால் இந்த தோஷம் நிவர்த்தி. ஒரு தாரந்தான். (வேறு) கெட்ட மனைவியுடையவன் அல்லது களத்திர போகமில்லாதவன், நித்திரையுடைவன், சீலமில்லாதவன், தாட்டியாய்ப் பேசமுடியாதவன், சதாதிரிபவன், மூர்க்கன்.

8. கேது 8–வது பாவத்தில் இருந்தால் அதிரோகி, முப்பத்திரண்டு வயதுடையவன், சுபர்களுடன் கூடினால் நாற்பத்தைந்து வருஷம் ஜீவித்திருப்பவன் இந்த பாவாதிபதி பலிஷ்டனாகவும் அல்லது சுவக்ஷேத்திரத்திலும், அல்லது உச்ச க்ஷேத்திரத்திலுமிருந்தால் அறுபது வயதுடையவன். (வேறு) பிறருடைய தனத்தையும், மனைவியையும் அனுபவிக்க இச்சையுடையவன், ஸ்த்ரீ விஷயத்தால் ரோகி, அதிக லோபி, கேதுவை சுபர் பார்த்தால், அதிக தனவான், தீர்க்காயுளுடையவன்.

9. கேது 9–வது பாவத்தில் இருந்தால் புத்திர ஹீனன், சூத்திர ஸ்த்ரீ சம்போகி, சேவகன், தர்மஹீனன், (வேறு) கோபி, வாக்குச் சாதுர்யமுடையவன், நல்ல குணமில்லாதவன். பிறரை நிந்திப்பவன், சூரன், பித்ருதுவேஷி, அதிக டம்பன், கர்வியாயிருக்கப்பட்டவரிடத்தில் அபிமானமுடையவன்.

10. கேது 10–வது பாவத்தில் இருந்தால் விதவை சம்போகமுடையவன், கெட்ட கிராமத்தில் வசிப்பவன்; சுபனுடன் சேர்ந்தால் இந்த தோஷமில்லை, காவ்ய வாசனையுடையவன். தாசி, சம்பிரதாயத்தில் சேர்ந்தவன். (வேறு) புத்திச..லி, பலசாலி, சில்ப வித்தையில் கெட்டிக்காரன், ஜனங்களிடத்தில் ஆசையுள்ளவன். ஆனால் அவர்களிடத்தில் விரோதமாக நடந்துகொள்பவன். பராக்கிரமசாலி, சதா திரிபவன்.

11. கேது 11–வது பாவத்தில் இருந்தால் புத்திர ஸமுர்த்தியுண்டு. தனதான்ய ஸமுர்த்தியுண்டு. (வேறு) வீரன், ஜனங்களிடத்தில் பிரியமுடையவன், ஜனாபிமானி, பிரபு, அற்ப போகி, சுபகர்மங்களில் ஆசையுடையவன், நல்லகுணமுடையவன்.

12. கேது 12–வது பாவத்தில் இருந்தால் அற்ப புத்திரனுடையவன், நேத்திர ரோகி, பாபி (வேறு) சபலன், சீலமில்லாதவன், பிதுரார்ஜித சொத்தும், கௌரவமும் நாசமடையும்.

குறிப்பு: இராகு கேதுக்களின் பலன்கள் (வேறு) என்று கண்டிருப்பதற்கு முன்னேயுள்ளவைகள் ஒன்றாகவே இருப்பதைக் கவனிக்கவும்.

60. மாந்தி என்ற குளிகன் விபரம்

1. குளிகன் 1–வது பாவத்தில் இருந்தால் மந்தபுத்தியுடையவன், ரோகி, பாபியுடன், சம்பந்தப்பட்டால் வஞ்சகன், காமி, துராசார முடையவன்.

2. குளிகன் 2–வது பாவத்தில் இருந்தால் சுகபோகங்களை அனுப விக்க இச்சையுடையவன், சதா சஞ்சாரி, குரோதி, லாபமில்லாதவன், பாபியுடன், சம்பந்தப்பட்டால் தனமில்லாதவன், வித்தையில்லாதவன்.

3. குளிகன் 3–வது பாவத்தில் இருந்தால் கர்வி, மதுபானஞ் செய்பவன், பணந் தேடுவதில் கோபத்தையும் படபடப்பையுமுடையவன், ஆபத்தில்லாதவன், சகோதரர் சகோதரியில்லாதவன்.

4. குளிகன் 4–வது பாவத்தில் இருந்தால் தனம், வித்தை, வீடு, சுகம், பந்து, க்ஷேத்திரம், வாகனம் இவைகளில்லாதவன், சதா திரிபவன்.

5. குளிகன் 5–வது பாவத்தில் இருந்தால் சீலமில்லாதவன், சபலன், கெட்ட எண்ணமுடையவன், சுவல்ப புத்திரருடையவன், அற்பாயுசு உடையவன்.

6. குளிகன் 6–வது பாவத்தில் இருந்தால் அனேக சத்துருக்களை நசிப்பவன், பூதவித்யாவினோதி, சூரன்.

7. குளிகன் 7–வது பாவத்தில் இருந்தால் கலகமுண்டாக்குபவன், கெட்ட மனைவியுடையவன், ஸ்த்ரீ சம்போக சுகமில்லாதவன், சகல ஜனவிரோதி, மந்தபுத்தி யுடையவன், நன்றியில்லாதவன்.

8. குளிகன் 8–வது பாவத்தில் இருந்தால் பலவிதமான கண்களையும் விகாரமான முகத்தையுமுடையவன், சுவல்ப தேகமுடையவன்.

9. குளிகன் 9–வது பாவத்தில் இருந்தால் கெட்ட காரியங்களைச் செய்து கொண்டே வந்து கடைசியில் குருவையும், தாய், தகப்பன் மார்களையுங் கொன்று விடுவான்.

10. குளிகன் 10–வது பாவத்தில் இருந்தால் குல தர்ம காரியங்களை விட்டுவிட்டு அசுப காரியங்களைக் செய்து கொண்டு குலஹீனமான காரியங்களைச் செய்பவன்.

11. குளிகன் 11–வது பாவத்தில் இருந்தால் அதிகவான், தனவான், தேஜஸ் உடையவன், ரூபவான், மூத்த சகோதரர் ஹானியுண்டு.

12. குளிகன் 12–வது பாவத்தில் இருந்தால் சன்னியாசிவேஷ முடையவன். நயமாகப் பேசி பணம் சம்பாதிப்பவன்.

61. குளிகனுடன் சூரியாதிகிரக சேர்க்கைப் பலன்

1. குளிகனும் சூரியனும் சம்பந்தப்பட்டால் பித்ரு துவேஷி
2. குளிகனும் சந்திரனும் சம்பந்தப்பட்டால் மாத்ருக்குக் கிலேசமுண்டு.
3. குளிகனும் செவ்வாயும் சம்பந்தப்பட்டால் இளைய சகோதரமில் லாதவன்.
4. குளிகனும் புதனும் சம்பந்தப்பட்டால் பைத்தியமுண்டு.
5. குளிகனும் குருவும் சம்பந்தப்பட்டால் மததுவேஷி.
6. குளிகனும் சுக்கிரனும் சம்பந்தப்பட்டால் ஸ்த்ரீரோகமுடையவன், நீச ஸ்த்ரீ லோலன்.
7. குளிகனும் சனியும் சம்பந்தப்பட்டால் சுகபோகங்களை அனுப விப்பவன்.
8. குளிகனும் ராகுவும் சம்பந்தப்பட்டால் விஷமிடுபவன்.
9. குளிகனும் கேதுவும் சம்பந்தப்பட்டால் அக்னியால் கொளுத்துபவன்.

62. ஜாதகத்தின் சில முக்கியமான பலாபலன்களை நிர்ணயிக்கும் மார்க்கம்

1. ஏதாவது ஒரு பலன் சொல்லவேணுமானால் அந்த பலனுக்கு உரிய காரக கிரகத்தையும் காரக பாவத்தையும் கிரககாரகதத்துவம். பாவகாரகத்துவம் என்பதில் இருந்து தெரிந்து கொள்ளவேண்டியது. (உதாரணமாக ஆயுள்பலன் பார்க்கவேண்டுமானால் ஆயுளுக்கு உரிய காரக கிரகம் சனி ஆகும், (ஆயுளுக்குரிய பாவம் 1–வது பாவம் 8–வது பாவம், 10–வது பாவம் ஆக இந்த மூன்று பாவங்களாகும்.) இந்த பாவங்கள் சுபருடைய பாவங்களா, பாபருடைய பாவங்களா, இந்த பாவாதிபதிகளும் காரககிரகமாகிய கிரகமும் (இங்கு உதாரணத்தில் சனி) சுபர் இராசியில் இருக்கின்றார்களா, அல்லது பாப ராசியில் இருக் கின்றார்களா, சுபரால் பார்க்கப்பட்டிருக்கின்றார்களா அல்லது பாபரால் பார்க்கப்பட்டிருக்கின்றார்களா சுபருடன் சேர்ந்திருக்கின்றார்களா பாபர்களுடன் சேர்ந்திருக்கின்றார்களா என்று பார்க்க வேண்டும். மேலும் இந்த கிரகங்கள் உச்சராசி மூலத்திரிகோண ராசி, சுவக்ஷேத் திரம், அதிமித்ருராசி, மித்ரு ராசி, சமராசி, சத்ருராசி, அதிசத்ருராசி; நீசராசி இவ்விதமான ராசிகளில் எந்த ராசியிலிருக்கின்றார்களோ அதனால் அக்கிரகத்திற்கு உண்டாகும் பலத்தையும் அறிய வேண்டியது.

பிறகு மேற்சொல்லிய பாவங்களின் சுபர்கள் இருக்கின்றார்களா பாபர்கள் இருக்கின்றார்களாவென்றும் கவனிக்க வேண்டும். மேலும் மேற்சொல்லிய கிரகங்கள் லக்கின பாவத்திற்குக் கேந்திரம், திரி கோணம், ஆபோலீக்யம், பணபரம் என்று சொல்லப்பட்டவைகளில் எதில் இருக்கின்றார்களோ அதனால் அக்கிரகத்திற்கு உண்டாகும் பலத்தை யும் அறிய வேண்டியது, மேலும் "துவாதச பாவபலம் ஆராய்ச்சி" என்ற **56**–வது அயிட்டத்தில் இதற்கு முன்னே சொல்லி இருப்பதையும் வாசித்து அதனாலுண்டாகும் பலத்தையும் அறிய வேண்டும். இவ்விதமாக அநேக அம்சங்களையும் கவனித்து ஒன்றாகச் சேர்த்து யோசித்து, யூகித்துப் பார்க்குமளவில் சுபமாகயிருந்தால் அந்தப் பலன் சுபகரமாக இருக்கும். அசுபமாக இருந்தால் அசுபகரமாக இருக்கும். சுபமும் அசுபமும் கலந்திருந்தால் கலப்புக்குத் தகுந்தவாறு சுபகரமும் அசுபகரமும் தகுந்தபடி கலந்து இருக்கும். இவ்விதமாக அனேக அம்சங்களைக் கவனித்து யுக்தியை உபயோகித்து பலாபலன் சொல்ல வேண்டியிருப் பதால் ஜோதிடப் பலன்கள் அவைகளைச் சொல்லும் ஜோதிடரின் சாமர்த்தியத்திற்குத் தகுந்தாற்போல் பலிக்கும் என்று அறியவேண்டியது. கிரக சட்பலம், பாவபலம் இவைகளைச் சட்பலகணித ரீதியாய்க் கணிக்காமல் தோராயமாய்க் கிரகங்களின் நிலையை மனதிலேயே ஆராய்ச்சி செய்து பலாபலன் சொல்லத் துணிபவர்கள் இங்கு மேலே சொல்லியபடி ஆராய்ச்சி செய்தும் கீழே 3–வது நெம்பரில் சொல்லியபடியும் நிர்ணயித்தும் யோசித்தும், யூகித்தும் பலாபலன் சொல்ல வேண்டும். சட்பல பாவ பல கணிதரீதியாய் பலாபலன் சொல்லுபவர்கள் அடியிற் கண்டபடி சொல்ல வேண்டும்.

1. ஆயுள்:– ஆயுளை நிர்ணயஞ் செய்ய வேண்டுமானால் பாவச்சக்கிர ரீதியாய் 1–வது பாவம், 8–வது பாவம், 10–வது பாவம், சனி இவைகளின் பலத்தை முதலில் அறிய வேண்டும். பிறகு அந்தப் பாவங்களில் ஒவ்வொரு பாவத்தினுடைய அதிபதியாகிய பாவாதிபதியை அறிய வேண்டும். பாவாதிபதியை அறிய வேண்டுமானால் பாவ ஸ்புடம் எந்த ராசியில் இருக்கின்றதோ அந்த ராசியாதிபதியையே அந்த பாவாதி பதியாக எடுத்துக் கொள்ளவேண்டும். (கவனிப்பு)–ஒரு பாவத்தின் ஆரம்பஸ்புடத்தையாவது முடிவு ஸ்புடத்தையாவது பாவஸ்புடமாக எடுத்துக் கொள்ளக்கூடாது. பாவஸ்புடம் என்பது ஜாதக கணிதத்தில் **9**–வது வாக்கியத்தில் கணித்துக்காட்டியதாகும், இங்கு சொல்லிய மூன்று பாவங்களின் பாவபலத்தையும் சனியின் சட்பலத்தையும் ஒன்றாய்ச் சேர்த்துக் கூட்டவேண்டும். இப்படிக் கூட்டவரும் எண்ணிற்கு "**ஆயுள் எண்**" என்று பெயரிடுவோம். மேற்சொல்லிய மூன்று பாவாதி பதிகளின் பாவ பூர்ணபலம் எண்ணை (அதாவது 51–வது அயிட்டத்தில்

இந்த மூன்று பாவாதிபதியாகிய கிரகங்களுக்கு எதிரில் பாவ பூர்ண பலத்திற்குக் கொடுத்துள்ள பூர்ண பல எண்ணை) யும் சனியில் சட்பல பூர்ணபலம் எண்ணை (அதாவது 47வது அயிட்டத்தில் சனிக்குக் கொடுத்துள்ள சட்பல பூர்ண பல எண்ணை) யும் ஒன்றாய்ச் சேர்த்துக் கூட்டுவோம். இப்படிக்கூட்டிவரும் எண்ணிற்கு "**பூர்ணாயுள் எண்**" என்று சொல்லுவோம். இந்த மூன்று பாவாதிபதிகளின் பாவ பரம எண்களையும் சனியின் சட்பல பரம எண்ணையும் ஒன்றாய்ச் சேர்த்துக் கூட்டி வருகின்ற எண்ணிற்கு "**பரமஆயுள் எண்**" என்று சொல்லுவோம். ஒவ்வொரு பாவாதிபதியின் பரம எண் 2250 ஆவதாலும், சனியின் சட்பல பரம எண் 1850 ஆவதாலும் "பரம ஆயுள் எண்" எப்போதும் எந்த ஜாதகத்திற்கும் 8600 ஆகும். ஆயுள் எண் பூர்ணாயுள் எண்ணை விட சிறியதாயிருந்தால் ஆயுள் பூர்ணாயுசாகிய அறுபத்தாறு வயதுக்குக்கு குறைந்திருக்கும். ஆயுள் எண் பூர்ணாயுள் எண்ணைவிட பெரியதா னால் ஆயுள் பூர்ணாயுசாகிய அறுபத்தாறு வயதுக்கு மேற்பட்டிருக்கும்.

1. ஆயுள் எண் பூர்ணாயுள் எண்ணைவிட குறைந்திருந்தால் ஆயுள் எண்ணை 66 ஆல் (அறுபத்தாறு) பெருக்கி பூர்ணாயுள் எண்ணால் வகுக்க வருகின்ற ஈவு வருஷமாகும். மிச்சத்தை 12–ஆல் பெருக்கி பூர்ணாயுள் எண்ணால் வகுக்கவரும் ஈவு மாதமாகும். மிச்சத்தை 30–ஆல் பெருக்கி பூர்ணாயுள் எண்ணால் வகுக்கவரும் ஈவு நாளாகும். மிச்சம் பூர்ணாயுள் எண்ணின் பாதியும் பாதிக்கு மேற்பட்டும் இருந்தால் வந்த நாளுடன் ஒருநாள் சேர்த்துக் கொள்ளவும். இல்லாவிட்டால் மிச்சத்தைத் தள்ளிவிடவும். இப்படி வந்த வருஷம், மாதம், நாள், தான் ஜாதகனுடைய ஆயுளாகும். (2) ஆயுள் எண் பூர்ணாயுள் எண்ணைவிட அதிகமாகயிருந்தால் ஆயுள் எண்ணிலிருந்து பூர்ணாயுள் எண்ணைக் கழிக்கவும். இப்படிக் கழிக்க வரும் எண்ணிற்கு "**ஆயுள் தொகுதி எண்**" என்று சொல்லுவோம். பரம ஆயுள் எண்ணாகிய 8600–ல் இருந்து பூர்ணாயுள் எண்ணைக் கழிக்க வருகின்ற எண்ணிற்கு **ஆயுள் பகுதி எண்** என்று சொல்லுவோம். ஆயுள் தொகுதி எண்ணை 54 (ஜம்பத்து நான்கால்) பெருக்கி ஆயுள் பகுதி எண்ணால் வகுக்க வருகின்ற ஈவு வருஷமாகும். மிச்சத்தை 12–ஆல் பெருக்கி ஆயுள் பகுதி எண்ணால் வகுக்க, வருகின்ற ஈவு மாதமாகும். மிச்சத்தை 30–ஆல் பெருக்கி ஆயுள் பகுதி எண்ணால் வகுக்க வரும் ஈவு நாளாகும். இவ்விதமாக வருகின்ற வருஷம், மாதம், நாளுடன் அறுபத்தாறு வருஷத்தைக் கூட்ட வருகின்ற மொத்த வருஷம் மாதம், நாள், ஜாதகனுடைய ஆயுளாகும்.

குறிப்பு:– இது ஒருவழியாகும், ஜாதக கணிதத்தில் கொடுத்துள்ள ஆயுர்தாய வழியும் ஒரு வழியாகும். இவ்விரண்டு வழிகளில் ஜாதக கணி தத்தில் ஆயுர்தாய வழியில் கொடுத்துள்ளது விசேஷமாகும்.

உதாரணம்:– இந்த வழியை உதாரணத்தால் விளக்கிக் காட்டு கிறேன். வர்த்தமான சாலிவாகன சகாப்தம் 1792–வது வருஷம், கலி யுகாதி 4971–வது வருஷமாகிய சுக்கில வருஷம் அக்டோபர் மாதம் 2–ம் தேதி சனிக்கிழமை போர்பந்தர் என்ற ஊரில் காலை சூரிய உதயாதி நாழிகை 3 விநாடி 12 1/2 க்குக் கெடியாரரீதியாய் காலை மணி 7, நிமிஷம் 13–க்கு ஜெனித்த ஒருவருடைய ஜாதகத்திற்கு கிரக நிலை, பாவச்சக்கிரம், கிரக சட்பலம், பாவபலம் அடியிற் குறித்த பிரகாரம் இருப்பதாகப் பாவித்துக் கொண்டு கணிதம் செய்வோம்.

1. ஜெனன காலத்தில் கிரகநிலை

கிரகத்தின் பெயர்	ஸ்புடம் பாகை–கலை	கிரகத்தின் பெயர்	ஸ்புடம் பாகை–கலை
சூரியன்	167–02	சுக்கிரன்	204–32
சந்திரன்	118–10	சனி	230–27
செவ்வாய்	206–30	இராகு	102–17
புதன்	191–52	கேது	282–17
குரு	28–17	இலக்கினம்	184–48

2.

	குரு		
	இராசிச் சக்கிரம்		ரா சந்
கே			
	சனி	அ,சு,பு,ல	சூ

4.

6	7	8 குரு	9
5	பாவ சக்கிரம்		10 ரா
			11 சந்
3 சனி	2 அ,சு	1 பு, ல	12 சூ

3.

பாவத்தின் பெயர்	பாவஸ்புடம் பாகை–கலை	பாவத்தின் பெயர்	பாவஸ்புடம் பாகை–கலை
1–வது பாவம்	184–48	4–வது பாவம்	275–18
2–வது பாவம்	214–58	5–வது பாவம்	305–8
3–வது பாவம்	245–8	6–வது பாவம்	334–58

பாவத்தின் பெயர்	பாவஸ்புடம் பாகை–கலை	பாவத்தின் பெயர்	பாவஸ்புடம் பாகை–கலை
7–வது பாவம்	4–48	10–வது பாவம்	95–18
8–வது பாவம்	34–58	11–வது பாவம்	125–8
9–வது பாவம்	65–8	12–வது பாவம்	154 – 58

குறிப்பு: இங்கு ஒரு பாவத்தின் ஸ்புடம் எந்த இராசியில் இருக்கிறதோ அந்த ராசியில் அந்த பாவத்தில் நம்பரை போடவும். உதாரணமாக 9–வது பாவத்தின் ஸ்புடமாகிய பாகை 65–8 கலை என்பது மிதுன ராசி யில் இருப்பதால் 9–வது பாவத்தின் நம்பராகிய 9–யை மிதுனத்தில் போடவும். பாவச் சக்கிரத்தில் எந்த நெம்பருள்ள பாவத்தில் கிரகம் இருக் கிறதோ அந்த நம்பருள்ள பாவத்திலேயே அந்த கிரகத்தைப் போடவும்.

5. சட்பலம்

கிரகத்தின் பெயர்	சட்பலத்தின் அளவு	கிரகத்தின் பூர்ண பலம் 47–வது அயிட்டம்
சூரியன்	615	650
சந்திரன்	701	600
செவ்வாய்	620	500
புதன்	933	700
குரு	951	650
சுக்கிரன்	649	550
சனி	787	500

6. துவாதச பாவபலம், பாவாதிபதி

பாவத்தின் பெயர்	பாவத்தின் அளவு	பாவாதிபதி	பாவத்தின் பூர்ண பலம் 51–வது அயிட்டம்
1–வது பாவம்	883	சுக்கிரன்	950
2–வது பாவம்	781	செவ்வாய்	900
3–வது பாவம்	1035	குரு	1050
4–வது பாவம்	999	சனி	900
5–வது பாவம்	902	சனி	900
6–வது பாவம்	959	குரு	1050
7–வது பாவம்	863	செவ்வாய்	900

பாவத்தின் பெயர்	பாவத்தின் அளவு	பாவாதிபதி	பாவத்தின் பூர்ண பலம் 51–வது அயிட்டம்
8–வது பாவம்	786	சுக்கிரன்	950
9–வது பாவம்	919	புதன்	1100
10–வது பாவம்	843	சந்திரன்	1000
11–வது பாவம்	814	சூரியன்	1050
12–வது பாவம்	989	புதன்	1100

குறிப்பு: இங்கு பலத்தின் அளவை ஜாதக கணிதத்தில் கொடுத்தி ருப்பதைப் போலவே ஒரு ரூபத்தை நூறு சமபாகமாகப் பங்கிட்டு வரும் கணக்கில் கொடுக்கப்பட்டிருக்கிறது. இனிமேல் கீழே கணித்துக் காட்டப் போகின்ற ஒவ்வொரு பலனின் பலத்தின் அளவு அந்த பலனின் பூர்ண பலத்தைவிட அதிகமானால் அந்தபலன் பூர்ணமானதென்றும், பூர்ண பலத்தின் பாதிக்கு மேற்பட்டு இருந்தால் சமமானது என்றும், பாதிக்குக் குறைந்திருந்தால் அதமமானது என்றும் அறியவும்.

ஆயுளைக் கவனிக்க: – நாம் எடுத்துக் கொண்ட உதாரண ஜாதகத்தில் 1–வது பாவத்தின் ஸ்புடமாகிய 184 பாகை 48 கலை துலாராசியில் இருப்பதால் துலாராசியாதிபதியாகிய சுக்கிரன் 1–வது பாவாதிபதியாகிறார். 8–வது பாவத்தின் ஸ்புடமாகிய 34 பாகை 58–கலை ரிஷப ராசியிலிருப்பதால் ரிஷபராசியாதிபதியாகிய சுக்கிரன் 8–வது பாவாதிபதியாகின்றார். 10–வது பாவத்தின் ஸ்புடமாகிய 95 – பாகை 18–கலை கடகராசியிலிருப்பதால் கடக ராசியாதிபதியாகிய சந்திரன் 10–வது பாவாதிபதியாகின்றார்.

1–வது வழி				2 வது வழி
பாவத்தின் பெயர்	பாவ பலம்	பாவாதிபதி	பாவாதிபதி யின் பாவ பூர்ணபலம்	பலத்தின் பரிமாணம்
1–வது பாவம்	883	சுக்கிரன்	950 (1)	883/950 = 0.93
8–வது பாவம்	786	சுக்கிரன்	950 (2)	786/950 = 0.83
10–வதுபாவம்	843	சந்திரன்	1000 (3)	843/1000=0.84
சனியின் சட்பலம்	787	சனியின் பூர்ண– சட்பலம்	500 (4)	787/500=1.57
கூட்ட ஆயுள் எண் 3299 பூர்ணாயுள் எண் 3400 (5)				கூட்ட 4.17

இங்கு பூர்ணாயுள் எண்ணாகிய 3400–யை விட ஆயுள் எண்ணாகிய 3299 குறைந்திருப்பதால் இந்த ஜாதகருக்கு ஆயுள் பூர்ணாயுளாகிய 66 வருஷத்திற்குள்பட்ட வயது–ஆயுள் எண்ணாகிய 3299–யை 66–ஆல்பெருக்கி பூர்ணாயுள் எண்ணாகிய 3400–ஆல் வகுக்க வருகின்ற 61–வருடம் 0–மாதம் 14 $\frac{640}{3400}$ நாள் தான் ஆயுளாகும்.

இவ்வழிப்பிரகாரம் இந்த ஜாதகருக்கு ஆயுள் 61–வருஷம் 0–மாதம் 14 – 640/3400 நாள் ஆகிறது, இது தோராயமானது.

இரண்டாவது வழியில் வந்த பரிமாணங்களாகிய 0–93, 0–83, 0–84, 1–57 இவைகளைக்கூட்ட 4.17 வரும் இந்த 4–17 யை 4– ஆல் வகுக்க வருகின்ற ஆவரேஜி (average) ஆகிய 1.04 தான் ஆயுளின் பரிமாணம் இங்கு வந்த பரிமாணம். ஒன்றுக்கு மேற்பட்டிருப்பதால் பூர்ணாயுளாகிய 66 வயதுக்கு மேற்பட்ட வயது என்று சொல்லவேண்டும். இங்கு வந்த 1.04 க்குரிய ஆயுளைக் கணிப்போம், 8600–ல் இருந்து பூர்ணாயுள் எண்ணைக் கழிக்கவும். இப்படிக் கழிக்க அதாவது 8600–ல் இருந்து 3400–யைக் கழிக்க, 5200 வரும், இந்த 5200 ஆயுள் பகுதி எண் ஆகும். 1–04 ல் 1–க்கு மேற்பட்டிருக்கிற 0–04யை பூர்ணாயுள் எண்ணாகிய 3400 ஆல் பெருக்க வருகின்ற 186 இங்கு ஆயுள் தொகுதி எண் ஆகும். ஆயுள் தொகுதி எண்ணாகிய 186 யை 54– ஆல் பெருக்கி ஆயுள் பகுதி எண்ணால் வகுக்க வருகின்ற ஈவு வருஷமாகும், மிச்சத்தை 12–ஆல் பெருக்கி ஆயுள் பகுதி எண்ணால் வகுக்க வருகின்ற ஈவு மாதமாகும், மிச்சத்தை 30–ஆல் பெருக்கி ஆயுள் பகுதி எண்ணால் வகுக்க வருகின்ற ஈவு நாளாகும். இவ்விதமாக செய்ய 1 வருடம் 2–மாதம் 19 1040/5200 நாள் வரும். இதை பூர்ணாயுளாகிய 66 வருஷத்துடன் கூட்ட வருகின்ற மொத்தமாகிய 67 வருடம், 2 மாதம், 19 1140/5200 நாள் தான் ஜாதகருடைய வயதாகும். இங்கு ஒரு வருஷம் என்பது 360–நாள் கொண்டது, இரண்டாவது வழி 1–வது வழியைவிட கொஞ்சம் துல்லியமானது. இந்த இரண்டாவது வழியில் 4–ஆல் வகுக்க வருகின்ற ஆவரேஜ் (average) ஒன்றுக்குக் குறைந்திருந்தால் வயது 66–க்குட்பட்டது ஆகும். ஒன்றுக்கு உள்பட்டு வருகின்ற தொகையை 66 வருஷத்தால் பெருக்க வருகின்ற வருஷம் மாதம் நாள் தான் அப்போது ஆயுளாகும். உதாரணமாக ஒன்றுக்கு உள்பட்டுவரும் தொகை 0.9 ஆனால் இந்த 0–9 யை 66 வருஷத்தால் பெருக்க 59.4 வருடம் வரும். இதில் சொச்ச வருஷமாகிய 4 வருஷத்தை 12–ஆல் பெருக்க 4.8 மாதம் வரும் இதில் சொச்ச மாதமாகிய 8 மாதத்தை 30–ஆல் பெருக்க 24.0 நாள் வரும். ஆகையால் ஆவரேஜ் (average) தொகையாகிய 09 க்கு 59 வருடம், 4 மாதம், 24 நாள் வரும் இவ்விதமாகக் கணிதஞ்செய்யவும்.

இரண்டாவது வழிப்பிரகாரம் கணிதஞ் செய்ய முடியாதவர்கள் 1–வது வழி பிரகாரம் கணிதஞ்செய்துகொள்ளுவது போதுமானது. ஏனென்றால் இவ்விரண்டு வழியாலும் வயதை கொஞ்சம் தோராய மாகவே தெரிந்து கொள்ள முடியுமே தவிர ஆயுர்தாய வழியைப்போல துல்லியமாய்த் தெரிந்துக் கொள்ள முடியாது.

2. தேகம்:– தேகத்தின் நிலைமை அறிய வேண்டுமானால் 1–வது பாவம், 6–வது பாவம், சூரியன் இவைகளின் பலத்தைக் கொண்டு அறியவேண்டும். இவைகள் பூர்ணமாய் இருந்தால் பூர்ணபலமான தேகம். இவைகளின் பலத்திற்குத் தகுந்தாற்போல் தேகபலம் இருக்கும். உதாரண ஜாதகத்தில்.

பாவம்	**பலத்தின் அளவு**	**பூர்ணபலம்**
1–வது பாவம்	883	950
6–வது பாவம்	959	1050
சூரியன்	615	650
கூட்ட	2457	2650

இங்கு கணிதத்தில் வந்த பலமாகிய 2457 என்பது பூர்ண பலமாகிய 2650–க்குக்குறைந்திருப்பதால் தேகம் பூர்ணபலத்திற்கு தாழ்ந்த பலமுடையது என்று அறியவும். அதாவது பூர்ண பலத்தின் பாதிக்கு மேற்பட்டிருப்பதால் தேகம் சமபலமுடையது.

3. நேத்திரங்கள்:– நேத்திரத்தின் நிலைமையை அறிய வேண்டு மானால் 2–வது பாவம், 12–வது பாவம், சூரியன், சந்திரன் இவர்களின் நிலைமையைக் கொண்டு அறிய வேண்டும், 2–வது பாவம், சூரியன் இவைகள் வலுவாய் இருந்தால் வலது கண் வலுவாய் இருக்கும். 12–வது பாவம், சந்திரன் இவர்கள் வலுவாய் இருந்தால் இடது கண் வலுவாயிருக்கும்.

வலது கண்	**பலத்தின் அளவு**	**பூர்ணபலம்**
2–வது பாவம்	781	900
சூரியன்	615	650
கூட்ட	1396	1550

அதாவது பலத்தின் அளவு பூர்ணபலத்தை விட தாழ்ந்திருப்பதால் வலது கண் மத்திம பலமுடையது. பலத்தின் பரிமாணம் 1396/1550 = 0.90.

இடதுகண்	பலத்தின் அளவு	பூர்ண பலம்
12-வது பாவம்	989	1100
சந்திரன்	701	600
	1690	1700

அதாவது பலத்தின் அளவு பூர்ணபலத்தை விட தாழ்ந்திருப்பதால், இடது கண் மத்திம பலமுடையது. பலத்தின் பரிமாணம் 1690/1700= 0.99. ஆனால் இடதுகண் வலது கண்ணைவிட பலமானது.

4. காதுகள்: காதுகளின் நிலைமையை அறிய வேண்டுமானால் 3-வது பாவம், 11-வது பாவம், செவ்வாய், குரு இவைகளில் நிலைமையைக் கொண்டு அறியவேண்டும், 3-வது பாவம், செவ்வாய் இவைகள் வலுவாய் இருந்தால் வலது காது வலுவாய் இருக்கும், 11-வது பாவம், குரு இவைகள் வலுவாய் இருந்தால் இடதுகாது வலுவாய் இருக்கும்.

	வலது காது பலத்தின் அளவு	பூர்ணபலம்
3-வது பாவம்	1035	1050
செவ்வாய்	620	500
கூட்ட	1655	1550

அதாவது பலத்தின் அளவு பூர்ணபலத்தை விட அதிகமாய் இருப்பதால் வலது காது பூர்ண பலமுடையது. பலத்தின் பரிமாணம் 1655 / 1550 = 1.07.

	இடது காது பலத்தின் அளவு	பூர்ணபலம்
11-வது பாவம்	814	1050
குரு	951	650
கூட்ட	1765	1700

அதாவது பலத்தின் அளவு பூர்ண பலத்தைவிட அதிகமாய் இருப்பதால் இடது காது பூர்ண பலமுடையது. பலத்தின் பரிமாணம் 1765/1700 = 1.04, ஆகையால் இடது காதைவிட வலது காது பலமுடையது.

5. வித்தை: வித்தையை அறியவேண்டுமானால் 2-வது, 4-வது, 5-வது, 11-வது பாவங்களின் பலத்தையும், புதன், குரு இவர்களுடைய பலத்தையும் கொண்டு அறியவேண்டும்.

ஜாதக பலாபலன் நிர்ணயம்

	பலத்தின் அளவு	பூர்ண பலம்
2-வது பாவம்	781	900
4-வது பாவம்	999	900
5-வது பாவம்	902	900
11-வது பாவம்	814	1050
புதன்	933	700
குரு	951	650
கூட்ட	5380	5100

அதாவது பலத்தின் அளவு பூர்ணபலத்தை விட அதிகமாய் இருப்பதால் இந்த ஜாதகருக்கு பூர்ண வித்தையுண்டு.

6. வாகனம்:– வாகனம் யோகம் அறியவேண்டுமானால் 4-வது பாவம், 11-வது பாவம், சுக்கிரன் இவைகளைக் கொண்டு அறிய வேண்டும்.

	பலத்தின் அளவு	பூர்ணபலம்
4-வது பாவம்	999	900
11-வது பாவம்	814	1050
சுக்கிரன்	649	550
கூட்ட	2462	2500

அதாவது வாகனயோகம் பூர்ணபலத்தை விட கொஞ்சம் குறைந்திருப்பதால் மத்திம வாகன யோகமுண்டு. அது பூர்ண யோகத்திற்குக் கொஞ்சம் குறைந்தது.

7. பூமி வீடு:– 2-வது, 4-வது, 10-வது, 11-வது பாவங்களையும், செவ்வாயையும் கொண்டு பூமி பலம் அறிய வேண்டும். 4-வது, 10-வது பாவங்களையும், சுக்கிரனையுங்கொண்டு வீடு கட்டடம் முதலியவைகளின் பலம் அறியவேண்டும்.

	பலத்தின் அளவு	பூர்ணபலம்
2-வது பாவம்	781	900
4-வது பாவம்	999	900
10-வது பாவம்	843	1000

	பலத்தின் அளவு	பூர்ணபலம்
11-வது பாவம்	814	1050
செவ்வாய்	620	500
கூட்ட	4057	4350

அதாவது பலத்தின் அளவு பூர்ணபலத்தை விட குறைந்திருப்பதால் பூமி பலம் மத்திமமானது என்றறியவும்.

	வீடு, கட்டடம், பலத்தின் அளவு	பூர்ணபலம்
4-வது பாவம்	999	900
10-வது பாவம்	843	1000
சுக்கிரன்	649	550
கூட்ட	2491	2450

அதாவது பலத்தின் அளவு பூர்ணபலத்தை விட அதிகமாக விருப்பதால் வீடு, கட்டட பலம் பூர்ணமானது என்றறியவும்.

8. மாத்ரு:- 2-வது பாவம், 4-வது பாவம், 7-வது பாவம் இவைகளையும் பகலில் பிறந்தவர்களுக்குச் சுக்கிரனையும், இரவில் பிறந்தவர்களுக்கு சந்திரனையும் கொண்டு மாத்ரு பலம் அறிய வேண்டும். உதாரணமாக எடுத்துக்கொண்ட ஜாதகம் பகலில் பிறந்த ஜாதகம்.

	மாத்ரு பலத்தின் அளவு	பூர்ணபலம்
2-வது பாவம்	781	900
4-வது பாவம்	999	900
7-வது பாவம்	863	900
சுக்கிரன் (பகல்)	649	550
கூட்ட	3292	3250

அதாவது பலத்தின் அளவு பூர்ணபலத்தை விட அதிகமாகயிருப் பதால் மாத்ரு பலன் பூர்ண பலமுடையது.

9. அம்மான் மாதுலன்:- மாதுலன் பலம் அறியவேண்டுமானால் 5-வது, 6-வது பாவம், புதன் இவைகளைக் கொண்டு அறிய வேண்டியது.

ஜாதக பலாபலன் நிர்ணயம்

	பலத்தின் அளவு	பூர்ண பலம்
5-வது பாவம்	902	900
6-வது பாவம்	959	1050
புதன்	933	700
கூட்ட	2794	2650

அதாவது பலத்தின் அளவு பூர்ணபலத்தை விட அதிகமாய் இருப்பதால் அம்மான் பலன் பூர்ணபலமுடையது. அம்மான் பிரபலமாயிருப்பான்.

10. சத்துரு:- சத்துருவின் நிலைமையை அறியவேண்டுமானால் 6-வது பாவம், லக்கினாதிபதி இவைகளின் பலத்தால் அறியவேண்டும். இவைகள் பலமாயிருப்பதால் சத்துருக்கள் நசித்துப் போய் விடுவார்கள், தோல்வி அடைந்து விடுவார்கள். இவர்கள் பலவீனமாய் விட்டால் சத்துரு பீடை உண்டு, சத்துருக்கள் ஜெயித்து விடுவார்கள்.

	பலத்தின் அளவு	பூர்ண பலம்
6-வது பாவம்	959	1050
லக்கினாதிபதி (சுக்கிரன்)	649	550
கூட்ட	1608	1600

அதாவது பலத்தின் அளவு பூர்ணபலத்தை விட கொஞ்சம் அதிகமாய் இருப்பதால் சத்துருக்கள் தோல்வியடைவர்கள், நசிந்து விடுவார்கள், 6-வது பாவபலம் தன் பூர்ண பலத்தை விட தாழ்ந்து இருப்பதால் சத்துருக்கள் ஏற்பட்டு சத்துருக்கள் ஜெயிப்பதுபோல இருந்து லக்கினாதி பலம் தன் பூர்ணபலத்திற்கு மேற்பட்டு இருப்பதாலும், மொத்த பலம் மொத்த பூர்ணபலத்திற்கு அதிகப்படிருப்பதாலும் கடைசியில் சத்துருக்கள் தோல்வியடைந்து விடுவார்கள், நசித்து விடுவார்கள்.

11. ருணம்:- ருணத்தின் நிலைமையை அறியவேண்டுமானால் 3-வது, 6-வது, 8-வது பாவம், செவ்வாய், சனி, இவைகளின் பலத்தினால் அறியவேண்டும். இவைகள் பலமாக இருந்தால் ருணம் கிடையாது, இவைகள் பலவீனமாக இருந்தால் ருணமுண்டு.

	பலத்தின் அளவு	பூர்ண பலம்
3–வது பாவம்	1035	1050
6–வது பாவம்	959	1050
8–வது பாவம்	786	950
செவ்வாய்	620	500
சனி	787	500
கூட்ட	4187	4050

அதாவது பலத்தின் அளவு பூர்ணபலத்தை விட் அதிகமாக விருப்பதால் இந்த ஜாதகருக்கு ருண சல்லியபாதை கிடையாது.

12. களத்திரம்:– களத்திரத்தின் நிலைமையை அறிய வேண்டுமானால் 2–வது , 7–வது, 11–வது பாவங்களையும், சுக்கிரனையும் கொண்டு அறியவேண்டும். இவைகள் பலமாயிருந்தால் ஒரே தாரம். பலவீனமாய் இருந்தால் பலதாரம் என்று அறியவேண்டும்.

	பலத்தின் அளவு	பூர்ண பலம்
2–வது பாவம்	781	900
7–வது பாவம்	863	900
11–வது பாவம்	814	1050
சுக்கிரன்	649	550
கூட்ட	3107	3400

அதாவது பலத்தின் அளவு பூர்ணபலத்தை விட குறைந்திருப்பதால் களத்திர பலன் பூர்ண பலனுடையது அல்ல. பலத்தின் அளவு பூர்ண பலத்தின் அரை பாகத்திற்கு மேற்பட்டிருப்பதால் களத்திர பலன் சமமாய் உள்ளது. தாரம் ஒன்று என்றே சொல்ல வேண்டும். களத்திர பலன் சமபலனாயிருப்பதால் களத்திரம் ஜாதகருக்கு முன்னே இறந்து விடும் என்று அறியவேண்டும்.

13. புத்திரர்:– புத்திரர்களைப் பற்றி அறிய வேண்டுமானால் 5–வது, 7–வது, 9–வது பாவங்களையும், குருவையுங்கொண்டு அறிய வேண்டும். இவைகளின் பலம் பூர்ணபலமாயிருந்தால் புத்திராள் (அதாவது புத்திரர், புத்திரிகள்) உண்டு. இவைகளின் பலத்திற்குத் தகுந்தாற்போல் புத்திர பலன் இருக்கும்.

ஜாதக பலாபலன் நிர்ணயம்

	பலத்தின் அளவு	பூர்ண பலம்
5-வது பாவம்	902	900
7-வது பாவம்	863	900
9-வது பாவம்	919	1100
குரு	951	650
கூட்ட	3635	3550

அதாவது பலத்தின் அளவு பூர்ணபலத்தை விட அதிகமாயிருப்பதால் இந்த ஜாதகருக்கு புத்திராள் பலன் பூர்ணமாய் உண்டு. அதாவது புத்திரர்களும் புத்திரிகளும் உண்டு.

14. பித்ரு:- பித்ருவின் பலத்தை அறிய வேண்டுமானால் 5-வது, 9-வது பாவங்களைக் கொண்டும் பகலில் பிறந்தவர்களுக்கு சூரியனைக் கொண்டும், இரவில் பிறந்தவர்களுக்குச் சனியைக் கொண்டும் அறிய வேண்டும். இவைகளின் பலம் பூர்ணமாய் இருந்தால் பித்ரு பலன் பூர்ணமுடையது. இவைகளின் பலத்திற்குத் தகுந்தபடி பித்ரு பலன் அறியவும். உதாரண ஜாதகம் பகலில் பிறந்தது.

	பலத்தின் அளவு	பூர்ண பலம்
5-வது பாவம்	902	900
9-வது பாவம்	919	1100
சூரியன்(பகல்)	615	650
கூட்ட	2436	2650

அதாவது பலத்தின் அளவு பூர்ணபலத்திற்குக் குறைந்திருப்பதால் பித்ருபலன் பூர்ணபலன் அல்ல, பலத்தின் அளவு பூர்ணபலத்தின் பாதிக்கு மேற்பட்டிருப்பதால் பித்ருபலன் சமபலனுடையது என்று அறியவும்.

15. யாத்திரை:- யாத்திரையின் பலத்தை அறியவேண்டுமானால் 2-வது, 5-வது, 7-வது, 9-வது, 10-வது பாவங்களின் பலத்தைக் கொண்டு அறியவேண்டும். இவைகளின் பலம் பூர்ண பலமாயிருந்தால் யாத்திரையின் பலன் பூர்ண பலனாயிருக்கும். அதிக யாத்திரை உண்டு. இவைகளின் பலத்திற்குத் தகுந்தாற்போல் யாத்திரையில் பலனுண்டு என்று அறியவும்.

	பலத்தின் அளவு	பூர்ண பலம்
2–வது பாவம்	781	900
5–வது பாவம்	902	900
7–வது பாவம்	863	900
9–வது பாவம்	919	1100
10–வது பாவம்	843	1000
கூட்ட	4308	4800

அதாவது பலத்தின் அளவு பூர்ணபலத்தை விட குறைந்து இருப்பதால் யாத்திரைபலன் பூர்ண பலத்திற்குக்குறைந்தது. பலத்தின் அளவு பூர்ண பலன்பாதிக்கு மேற்பட்டிருப்பதால் யாத்திரை பலன் சமமானது என்று அறியவும்.

16. **ஜீவனம்:–** ஜீவனபாவம் சொல்லுவது மிகவும் கஷ்டமானது, பிருஹத் ஜாதகத்திலும், ஜாதக பாரிஜாதகத்திலும், சர்வார்த்த சிந்தாமணியிலும் சொல்லிய பிரகாரம் பார்த்து ஜீவனம் என்ன விதமானது என்று அறியவேண்டும். உலகத்தில் எத்தனையோ கோடி ஜீவனங்கள் இருப்பதால் ஜீவன பாவத்தில் என்னவிதமான ஜீவனம் என்று நிஷ்கரமாகச் சொல்லுவது மிகவும் கஷ்டமானது. 1. இராஜாங்க ஜீவனம், சேவகாவுருத்தி ஜீவனம், 2. வர்த்தக ஜீவனம், சுய ஜீவனம் என்று ஒருவராகப் பொதுவாகச் சொல்லமுடியுமே தவிர விபரமாகச் சொல்வது மிகவும் கஷ்டமானது. ஜீவன விஷயத்தை அறியவேண்டு மானால் 3–வது, 4–வது, 7–வது, 10–வது, 11–வது, 12–வது பாவங்களைக் கொண்டும், சூரியன், சந்திரன், புதன், குரு, சனி இவர்களையும் கொண்டும் அறியவேண்டியது. (1) இவைகளில் 3–வது, 10–வது, 12–வது பாவங்களும், சூரியனும், சந்திரனும், குருவும் வலுத்து இருந்தால் இராஜாங்கத்தில் உத்தியோகமும், சேவகாவிருத்தியும் உண்டு. (2) 4–வது, 7–வது, 10–வது, 11–வது பாவங்களும், புதனும், சனியும் வலுத்திருந்தால் வர்த்தக ஜீவனமும், சுய ஜீவனமும் உண்டு என்று சொல்ல வேண்டும். இரண்டும் வலுத்திருந்தால் இவ்விரண்டு வித ஜீவனம் என்றும் சொல்ல வேண்டும். 4–வது பாவம், 11–வது பாவம், சனி இவைகளைக் கொண்டு கிருஷியின் பலன் அறியவேண்டும்.

	பலத்தின் அளவு	பூர்ண பலம்
3–வது பாவம்	1035	1050
4–வது பாவம்	999	900
7–வது பாவம்	863	900
10–வது பாவம்	843	1000
11–வது பாவம்	814	1050

ஜாதக பலாபலன் நிர்ணயம்

	பலத்தின் அளவு	பூர்ண பலம்
12-வது பாவம்	989	1100
சூரியன்	615	650
சந்திரன்	701	600
புதன்	933	700
குரு	951	650
சனி	787	500
கூட்ட	9530	9100 (1)

	பலத்தின் அளவு	பூர்ண பலம்
3-வது பாவம்	1035	1050
10-வது பாவம்	843	1000
12-வது பாவம்	989	1100
சூரியன்	615	650
சந்திரன்	701	600
குரு	951	650
கூட்ட	5134	5050 (2)

$5134/5050 = 1.02$ (4)

	பலத்தின் அளவு	பூர்ண பலம்
4-வது பாவம்	999	900
7-வது பாவம்	863	900
10-வது பாவம்	843	1000
11-வது பாவம்	814	1050
புதன்	933	700
சனி	787	500
கூட்ட	5239	5050 (3)

$4239/5050 = 1.04$ (5)

	கிருஷி பலத்தின் அளவு	பூர்ண பலம்
4-வது பாவம்	999	900
11-வது பாவம்	814	1050
சனி	787	500
	2600	2450

$2600/2450 = 1.06$ (6)

மேலே கணித்து வந்தவைகளில் 1-வது அயிட்டத்தில் பலத்தின் அளவாகிய 9530 என்பது பூர்ண பலத்தின் அளவாகிய 9100 யை விட அதிகமாக இருப்பதால் ஜீவன பலன் பூர்ணபலம் உடையது என்று அறிய வும். அதாவது இந்த ஜாதகருக்கு ஜீவன விஷயத்தில் கஷ்டம் கிடை யாது. மேலும் இராஜாங்க உத்தியோகம் சேவகாவிருத்தி என்றதற்கு வந்த (4)-வது அயிட்டமாகிய 1.02 என்பது வர்த்தக ஜீவனம், சுயஜீவனம் என்றதற்கு வந்த (5)-வது அயிட்டமாகிய 1.04 யை விட குறைந்திருப் பதால் இந்த ஜாதகருக்கு வர்த்தக ஜீவனம் சுயஜீவனமே வலுத்திருக் கிறது. ஆகையால் இந்த ஜாதகருக்கு வர்த்தக ஜீவனம் சுயஜீவனம் என்றே சொல்லவேண்டும். கிருஷியின் பலத்தின் அளவு பூர்ணபலத்தை விட அதிகமாய் இருப்பதால் கிருஷியாலும் அதிக பலிதம் உண்டு.

17. **சகோதர, சகோதரி:-** சகோதர, சகோதரி இவர்களின் விஷயத்தை அறிய வேண்டுமானால் 3-வது பாவம், 11-வது பாவம், செவ்வாய் இவைகளைக் கொண்டு அறியவேண்டும்.

இளைய சகோதரம், சகோதரி இவைகளை 3-வது பாவம், செவ்வாய் இவைகளைக் கொண்டும், மூத்த சகோதர, சகோதரி இவைகளை 11-வது பாவம், செவ்வாய் இவர்களைக் கொண்டும், அறிய வேண்டியது. இவைகளின் பலம் பூர்ண பலமாயிருந்தால் பூர்ணபலன் என்று அறியவும். இவைகளின் பலத்திற்குத் தகுந்தாற்போல் பலன் வித்தியாசப்படும்.

	மூத்தவர் பலத்தின் அளவு	பூர்ண பலம்
11-வது பாவம்	814	1050
செவ்வாய்	620	500
கூட்ட	1434	1550 (1)

	இளையவர் பலத்தின் அளவு	பூர்ண பலம்
3-வது பாவம்	1035	1050
செவ்வாய்	620	500
கூட்ட	1655	1550 (2)

அதாவது மூத்தவர்களின் பலத்தின் அளவாகிய 1434 மூத்தவர் களின் பூர்ணபலமாகிய 1550-யை விட குறைந்திருப்பதால் மூத்தவர் களின் பலன் சமபலனுடையது. இளையவர்களின் பலத்தின் அளவாகிய 1655-என்பது இளையவர்களின் பூர்ணபலமாகிய 1550 யை விட அதிகமாயிருப்பதால் இளையவர்களின் பலன் பூர்ணபலமுடையது. மேலும் மூத்தவர்களின் பலத்தைவிட இளையவர்களின் பலன்

அதிகமாய் இருப்பதால் மூத்தவர்களைவிட இளையவர்கள் அதிகமாக வும் நல்லநிலைமையிலும் இருப்பார்கள்.

18. யோகபாவம்: 2–வது, 5–வது, 9–வது, 11–வது பாவங்களையும், குரு, சுக்கிரன் இவர்களையுங் கொண்டு பலன் அறிய வேண்டும். இவர்களின் பலன் பூர்ண பலமானால் பூர்ண பலன் என்றும், மத்திம மானால் மத்திம பலன் என்றும், அதமமானால் அதம பலன் என்றும் அறியவும்.

யோகம்	**பலத்தின் அளவு**	**பூர்ணபலம்**
2–வது பாவம்	781	900
5–வது பாவம்	902	900
9–வது பாவம்	919	1100
11–வது பாவம்	814	1050
குரு	951	560
சுக்கிரன்	649	550
கூட்ட	5016	5060

அதாவது பலத்தின் அளவு, பூர்ணபலத்தை விட குறைவாய் இருப்பதால் யோகபலன் பூர்ண பலத்தை விட குறைந்தது, அதாவது சம பலனுடையது. இங்கு குருவின் பலத்தின் அளவும் சுக்கிரனின் பலத்தின் அளவும் 5–வது பாவத்தின் அளவும் தங்கள் தங்கள் பூர்ணபலத்தைவிட அதிகமாய் இருப்பதால், குரு, சுக்கிரன், 5–வது பாவாதிபதியாகிய சனி இவர்களின் தெசை புக்தி காலங்களில் அதிக யோகமுண்டு.

19. சுகம்: 2–வது, 4–வது, 7–வது, 12–வது பாவங்களைக் கொண்டு அறியவேண்டியது, இவைகளின் பலத்தின் அளவு பூர்ண பலமாயிருந் தால் பூர்ண சுகமென்று அறியவும். இவைகளின் பலத்திற்குத் தகுந்தாற் போல் சுகம் உண்டு.

சுகம்	**பலத்தின் அளவு**	**பூர்ணபலம்**
2–வது பாவம்	781	900
4–வது பாவம்	999	900
7–வது பாவம்	863	900
12–வது பாவம்	989	1100
கூட்ட	3632	3800

அதாவது பலத்தின் அளவு பூர்ணபலத்தை விடத் தாழ்ந்து இருப்பதால் சுகம் சமமானது. 2–வது பாவத்தினளவும் குறைந்து இருப்பதால் இந்த பாவாதிபதிகளாகிய செவ்வாய், புதன் இவர்களுடைய தெசா புக்தி காலங்களில் சுகக்குறைவுண்டு. 4–வது பாவத்தின் அளவு பூர்ண பலத்தை விட அதிகமாய் இருப்பதால் 4–வது பாவாதிபதியாகிய சனியின் தெசை, புக்திகாலங்களில் சுகம் அதிகமாகவுண்டு. இந்த ஜாதகருக்கு சனி தெசை வரப்போகிறதில்லை.

20. பங்காளி:– பங்காளியின் வலுவை 6–வது பாவத்தைக் கொண்டு அறியவேண்டும். 6–வது பாவத்தின் பலத்தின் அளவு பூர்ணபலத்தை விட அதிகமாயிருந்தால் பங்காளி நல்ல நிலைமையில் இருப்பான், ஜாதகனைவிட உயர்ந்த நிலையில் இருப்பான்.

பங்காளி	**பலத்தின் அளவு**	**பூர்ணபலம்**
6–வது பாவம்	959	1050

அதாவது பலத்தின் அளவு பூர்ணபலத்தைவிட குறைந்திருப்பதால் பங்காளி சமமான நிலையில் இருப்பான். ஜாதகனுக்குத் தாழ்ந்த நிலையில் இருப்பான்.

21. விரையம்:– 12–வது பாவம் சனி இவர்களைக்கொண்டு விரைய பலனைச் சொல்லவேண்டும். இவைகளின் பலத்தின் அளவு பூர்ண பலத்தைவிட அதிகமானால் விரையம் இல்லை என்றும் அதாவது தனம் சேரும் என்றும் அறியவேண்டும். இவைகளின் பலத்தின் அளவு சமமாயிருந்தால் வரும்படிக்குத் தகுந்த செலவு ஏற்படும். இவைகளின் பலத்தின் அளவு அதமமாய் அதாவது சமபலத்திற்கும் தாழ்ந்ததாய் இருந்தால் விரையம் அதிமாக இருக்கும். இந்த பாவத்தையும், பாவாதி பதியையும், சனியையும் சுபர்கள் பார்த்தாலும், கூடினாலும் சுப விரையம். பாபிகள் பார்த்தாலும் கூடினாலும் அசுப விரையம், சுபரும், பாபரும், கலந்து பார்த்தாலும் கூடினாலும் சுபர் அசுப விரையம் நேரிடும்.

விரையம்	**பலத்தின் அளவு**	**பூர்ணபலம்**
12–வது பாவம்	989	1100
சனி	787	500
கூட்ட	1776	1600

அதாவது பலத்தின் அளவு பூர்ணபலத்தை விட அதிகமாய் இருப்பதால் விரையம் கிடையாது, தனம் சேர்தலுண்டு.

22. மாதுர் பாட்டன்:– மாதுர் மாட்டன் வலிமை 5–வது பாவத்தைக் கொண்டு சொல்ல வேண்டும். இந்த பாவத்தின் பலத்தின் அளவு

பூர்ணபலத்தைவிட அதிகமாயிருந்தால் மாதுர் பாட்டன் நல்ல நிலைமையில் பூர்ணாயுசுடன் இருப்பான்.

மாதுர் பாட்டன்	பலத்தின் அளவு	பூர்ணபலம்
5–வது பாவம்	902	900

அதாவது பலத்தின் அளவு பூர்ணபலத்தைவிட அதிகமாயிருந்தால் மாதுர் பாட்டனுக்குப் பூர்ணாயுளுண்டு. நல்ல நிலைமையுண்டு.

23. பசு மாடுகள்: – இவைகளின் பலத்தை 4–வது பாவம் சுக்கிரன் இவர்களைக்கொண்டு சொல்லவேண்டும். இவைகளின் பலம் பூர்ண பலமாயிருந்தால் பசுமாடுகள் விசேஷமாய் இருக்கும், பால் பாக்கியமுண்டு.

பசுமாடுகள்	பலத்தின் அளவு	பூர்ணபலம்
4–வது பாவம்	999	900
சுக்கிரன்	649	550
கூட்ட	1648	1450

அதாவது பலத்தின் அளவு பூர்ணபலத்தை விட அதிகமாயிருப்பதால் பசுமாடுகள் விசேஷமாயுண்டு, பால் பாக்கியமுண்டு.

24. சுதேச பரதேச வாசம்:– இதனை 7–வது, 12–வது பாவத்தைக் கொண்டு அறியவேண்டும். இவைகளின் பலத்தின் அளவு பூர்ண பலமாய் இருந்தால் பரதேச வாசம், சமபலமாயிருந்தால் சுதேச பரதேச வாசம். அதம பலனாயிருந்தால் சுதேச வாசம்.

வாசம்	பலத்தின் அளவு	பூர்ணபலம்
7–வது பாவம்	863	900
12–வது பாவம்	989	1100
கூட்ட	1852	2000

அதாவது பலத்தின் அளவு பூர்ணபலத்தைவிட குறைந்திருப்பதால் அதாவது சமமாயிருப்பதால் இந்த ஜாதகர் சுதேச பரதேச வாசம் செய்வார்.

25. பற்கள்:– பற்களின் நிலைமையை 2–வது பாவத்தின் வலிவைக் கொண்டு சொல்லவேண்டும். இந்த பாவத்தின் பலத்தின் அளவு பூர்ண பலமாயிருந்தால் பற்கள் பூர்ண பலமுடையனவாய் விருத்தாப்பியம் வரையிலும் இருக்கும்.

பற்கள்	பலத்தின் அளவு	பூர்ணபலம்
2–வது பாவம்	781	900

அதாவது பலத்தின் அளவு சமமாய் இருப்பதால் பற்கள் சமபல முடையன, விருத்தாப்பிய காலத்தில் பற்கள் விழுந்துவிடும்.

இதுவரையிலும் ஒரு ஜாதகத்தின் முக்கியமான அம்சங்களின் பலாபலனைச் சொல்லும் வழியைக் காட்டியிருக்கிறேன். இவ்விதமாகவே எவ்வித அம்சங்களின் பலாபலனை அந்த அம்சத்திற்குரிய பாவத்தின் பலத்தையும் காரககிரகத்தின் பலத்தையும் கொண்டு பலாபலன் சொல்ல வேண்டும். ஒவ்வொரு அம்சத்திற்குரிய பாவம், காரககிரகம் இவை களைப் பார்க்கும் கிரகம் அல்லது இவைகளுடன் இருக்கும் கிரகம் சுபக் கிரகமானால் அந்த கிரகத்தின் தெசா புக்தி காலங்களில் அந்த அம்சம் விருத்தியடைந்து நல்ல ஸ்திதியில் இருக்கும். இப்படியன்றி பார்க்குங் கிரகம் அல்லது இருக்கும் கிரகம் பாபக்கிரகமாகில் அந்த கிரகத்தின் தெசா புக்தி காலங்களில் அந்தப்பாவம் நாசமடையும். நல்ல ஸ்திதியிலிராது. இங்கு சொன்ன பாவ கிரகம் அந்த பாவத்திற்குரிய பாவாதிபதியாகினாலும் அல்லது அந்த அம்சத்திற்குரிய காரகாதி பதியாகினாலும் அந்த அம்சத்தை விருத்தி செய்விக்குமே தவிர நாசப்படுத்தாது என்று அறியவும்.

நெம்பர் 3– சட்பல கணிதரீதி பாவபல கணித ரீதி இவைகள் அல்லா மல் சாதாரண வழியில் ஆயுள் முதலிய முக்கிய அம்சங்களை கணிக்கும் விதம்:– கிரகங்கள் லக்கினத்திலிருந்து துவாதச ராசிகளில் இருக்கும் பலத்தை (அதாவது கேந்திர பலத்தை 22–வது அயிட்டத்திலும் கிரகங்கள் இருக்கும் இராசி உச்சம், ஆட்சி, நீசம் முதலியவைகளால் உண்டாகும் பலத்தை) (அதாவது ஸ்தான பலத்தை) 44–வது அயிட் டத்திலும், கிரகங்களின் சுபா அசுப பரிமாணத்தை 20–வது அயிட் டத்திலும், கிரகங்களின் பார்வையின் அளவை 21–வது அயிட்டத்திலும் கொடுத்திருக்கிறது. ஒரு கிரகத்தின் பலத்தை 22–வது, 44–வது, இவ் விரண்டு அயிட்டங்களில் இருந்து கணிக்க வேண்டும். ஒரு கிரகம் ஒரு ஸ்தானத்தை அல்லது மற்றொரு கிரகத்தைப் பார்க்கும் சுபா அசுபத்தின் பரிமாணத்தை 22–வது 44–வது, 20–வது, 21–வது ஆகிய இந்த நான்கு அயிட்டங்களிலிருந்து கணிக்க வேண்டும். உதாரணமாக முக்கால் சுபக்கிரகமாகிய சுக்கிரன் லக்கினத்திற்கு 6–வது இராசியில் 6–வது பாவத்தில் தன் அதி மித்துருவாயிருக்கின்ற கிரகத்தின் இராசியில் இருந்தால், தான் இருக்கும் பாவத்திலிருந்து ஐந்தாவது பாவத்தை (அதாவது லக்கினத்திலிருந்து பத்தாவது பாவத்தை) எவ்வளவு சுப பார்வையுடன் பார்க்கின்றது என்பதையும் சுக்கிரனுடைய பலத்தையும்

கணிப்போம். சுக்கிரன் லக்கினத்திற்கு 6–வது இராசியில் இருப்பதால் 22–வது அயிட்டம் பிரகாரம் பலத்தின் அளவு 25–ஆகும். சுக்கிரன் தன் அதிமித்துரு ராசியிலிருப்பதால் 44–வது அயிட்டம் பிரகாரம் பலத்தின் அளவு 38. இவ்விரண்டையும் இப்போது ஒன்றாய்ச் சேர்க்க வருகின்ற 63–சுக்கிரனுடைய பலமாகும்.

சுக்கிரன் தான் இருக்கும் பாவத்திலிருந்து 5–வது பாவத்தைப் பார்க்கின்ற அளவு 50, இந்தப் பார்வையின் அளவாகிய 50–யை முந்தி வந்த சுக்கிரனுடைய பலமாகிய 63–உடன் கூட்ட வருகின்ற 113–யை எப்போதும் மூன்றால் வகுக்கவேண்டும். இப்படி வகுக்க 37–2/3 அல்லது முழு தொகையில் 38 ஆகும். இந்த 38 தான் சுக்கிரன் தான் இருக்கும் ஸ்தான நிலை பலத்தை அனுசரித்துப் பார்க்கும் பார்வையின் நிகர அளவாகும், இந்த 38–யை சுக்கிரனுடைய சுபபரிமாணமாகிய 3/4 ஆல் பெருக்க வருகின்ற 28–1/2 தான் சுக்கிரன் தன் பாவத்தில் இருந்து ஐந்தாவது பாவத்தைப் பார்க்கும் சுபத்தின் பரிமாணம் ஆகும். (இங்கு 28–1/2 என்பது 38–ல் முக்கால் பாகம்) ஆகையால் லக்கினத்திற்கு 6–வது பாவத்தில் அதிமித்துரு வீட்டிலிருக்கின்ற சுக்கிரன் சுக்கிரனிலிருந்து 5–வது பாவத்தை அதாவது லக்கினத்திலிருந்து 10–வது பாவத்தைப் பார்க்கும் சுபபலத்தின் அளவு 28–1/2 ஆகும். இவ்விதமாகவே ஒவ்வொரு கிரகத்தினுடைய பலத்தையும், பாவத்தை அல்லது கிரகத்தைப் பார்க்கும் சுபபரிமாணம் அல்லது அசுப பரிமாணம் அறிய வேண்டும். கிரகசேர்க்கை விஷயத்தில் ஒரு கிரகத்துடன் சம்பந்தப் பட்டிருக்கிற கிரகத்தின் பார்வையின் அளவை முழு பார்வை என்று வைத்து கொள்ளவும். ஒரு பாவத்தில் இருக்கின்ற கிரகம் அந்தப் பாவத்தை முழுபார்வையுடன் பார்ப்பதாக வைத்துக்கொள்ளவும். நாம் உதாரணமாக எடுத்துக்கொண்ட ஜாதகத்திற்கு இராசி சக்கிரம், பாவச்சக்கிரம், பாவாதிபதி அடியிற் கண்டபடி ஆகும்.

6	7, குரு	8	9	6	7	8 குரு	9
5	இராசிச் சக்கரம்		10 ரா சந்	5	பாவச் சக்கிரம்		10 ரா
4 கே			11	4 கே			11 சந்
3	2 சனி	1 அ, சு பு, ல,	12 சூ	3 சனி	2 அ, சு,	1 பு, ல	12 சூ

பாவத்தின் பெயர்	**பாவாதிபதி**	**பாவத்தின் பெயர்**	**பாவாதிபதி**
1–வது பாவம்	சுக்கிரன்	7–வது பாவம்	செவ்வாய்
2–வது பாவம்	செவ்வாய்	8–வது பாவம்	சுக்கிரன்
3–வது பாவம்	குரு	9–வது பாவம்	புதன்
4–வது பாவம்	சனி	10–வது பாவம்	சந்திரன்
5–வது பாவம்	சனி	11–வது பாவம்	சூரியன்
6–வது பாவம்	குரு	12–வது பாவம்	புதன்

குறிப்பு:– ஒரு பாவத்தின் ஸ்புடம் எந்த ராசியிலிருக்கின்றதோ அந்த ராசி அதிபதியே அந்த பாவாதிபதியாவார்.

பிறகு ஒவ்வொரு ஜாதகத்திற்கும் சந்திரனும் புதனும் சுபனா அசுபனா என்று தெரிந்து கொள்ள வேண்டியதால் இந்த ஜாதகத்திற்கு சந்திரன், புதன் சுபனா அசுபனா என்று 20–வது அயிட்டத்தில் கொடுத்துள்ள விதிப்பிரகாரம் பார்ப்போம். இந்த ஜாதகம் ஜெனித்த திதி தேய் பிறை ஏகாதசி திதி. 20–வது அயிட்டம் பிரகாரம் சந்திரன் முழு பாபி, புதன் பாவச்சக்கிரத்தில் தனியாய் இருப்பதால் புதன் அரை சுபனாகின்றார். பிறகு எல்லா கிரகங்களினுடைய கிரக பலத்தைச் கணித்துக்கொள்ள வேண்டும்.

துவாதசராசியிலிருக்கும் (கேந்திர பலம்)....

சூரி	சந்	செவ்	புத	குரு	சுக்	சனி	ராகு	கேது	விவரம்
25	100	100	100	100	100	50	100	100	

உச்சம் ஆட்சி. நீசம் (முதலிய..... பலம்) (ஸ்தான பலம்...)

சூரி	சந்	செவ்	புத	குரு	சுக்	சனி	ராகு	கேது	விவரம்
25	50	6	13	13	50	13	3	38	

கூட்டி வருகின்ற கிரக பலம்

சூரி	சந்	செவ்	புத	குரு	சுக்	சனி	ராகு	கேது	விவரம்
50	150	106	113	113	150	63	103	138	

22–வது அயிட்டம் பிரகாரமும், பாவச்சக்கிரமும்

போட (1)

44–வது அயிட்டம் பிரகாரமும் (2)

விவரம்: இராசி சக்கிரத்தில் சூரியன் 12-வது இராசியிலிருப்பதால் 22-வது அயிட்டம் பிரகாரம் பலம் 24 ஆகும். சந்திரன் இராசிச் சக்கிரத்தில் 10-வது இராசியிலிருப்பதால் 22-வது அயிட்டம் பிரகாரம் பலம் 100-ஆகும். இவ்விதமாகவே மற்ற கிரகங்களுக்கும் துவாதச ராசியிலிருக்கும் பலம் (அதாவது) கேந்திர பலத்தை அறியவும்.

சூரியன் இராசி சக்கிரத்தில் புதன் வீட்டில் இருக்கின்றார். ஜாதக கணிதத்தின் (2-வது பதிப்பில்) 15-வது கட்டத்தில் சூரியனுக்குப் புதன் மித்திரன் என்று கண்டிருக்கின்றது. ஆகையால் சூரியனிருக்கின்ற ராசியாதிபதியாகிய புதன் மித்திரன், 44-வது அயிட்டம் பிரகாரம் சூரியன் மித்துரு கிரகத்தின் இராசியில் இருப்பதால் 25 ஆகும். இவ்விதமாகவே சந்திரன் முதல் சனி வரையிலுமுள்ள கிரகங்களுக்கு கணிக்கவும். இராகு ராசிச் சக்கிரத்தில் சந்திரனுடைய இராசியில் இருக்கின்றார். இந்த சந்திரன் ராசிச் சக்கிரத்தில் இராகு இருக்கும் வீட்டிலேயே இருப்பதால் 32-வது அயிட்டத்தில் சொல்லியுள்ள தற்கால மித்துரு, சத்துரு அறியும் விதிபிரகாரம் இராகுக்குச் சந்திரன் தற்கால சத்துரு ஆகும். இராகுக்குச் சந்திரன் 31-வது அயிட்டம் பிரகாரம் நைசர்க்கிக சத்துரு. ஆகையால் 33-வது அயிட்டம் பிரகாரம் இராகுக்கு சந்திரன் அதிசத்துருவாகும். அதிசத்துரு வீட்டிலிருக்கின்ற இராகுக்கு 44-வது அயிட்டம் பிரகாரம் ஸ்தானபலம் 3 ஆகும். இவ்விதமாகவே கேது இருக்கும். இராசியாதிபதியாகிய சனி, கேதுக்கு 32-வது அயிட்டம் பிரகாரம் தற்காலமித்துரு ஆகும். 31-வது அயிட்டம் பிரகாரம் நைசர்க்கிகமித்துரு ஆகும். ஆகையால், கேதுக்குச் சனி 33-வது அயிட்டம் பிரகாரம் அதிமித்துருவாகும். ஆகையால் 44-வது அயிட்டம் பிரகாரம் கேதுக்கு ஸ்தானபலம் 38 ஆகும். இவ்விதமாக ஒவ்வொரு கிரகத்திற்கும் ஸ்தான பலம், கேந்திர பலம் இவைகளைச் சேர்க்க வருகின்ற பலமாகிய "கிரக பலம்" என்பதைக் கணித்துவைத்துக் கொள்ள வேண்டும். சட்பல கணிதத்திலும், பாவபலகணிதத்திலும், இராகு, கேதுக்களை விட்டு விட்டு இருப்பதால் இராகு கேதுக்களைப் பற்றி கவனிக்க வேண்டியதில்லை. இராகு கேதுக்களையும் எடுத்துக் கொண்டு பலாபலன் சொல்ல வேண்டும் என்ற அபிப்பிராயமுள்ளவர்கள் இராகுகேதுக்கள் இருக்கும் பாவத்தை அல்லது தங்களுடன் சேர்ந்திருக்கும் கிரகத்தை மாத்திரம் முழுப்பார்வையாகப் பார்ப்பதுபோல் எடுத்துக் கொள்ளவும். மீதி வீடுகளைப் பார்ப்பதாகப் பாவிக்க வேண்டாம். உதாரணமாக ஆயுளை அறியவேண்டுமானால், 1-வது,

3–வது, 8–வது, 10–வது பாவங்கள், சனி இவைகளின் வலுவைக்கொண்டு, அறிய வேண்டும். இவைகளின் வலிவை அறியவேண்டுமானால் இவைகளைப் பார்க்கும் அல்லது இவைகளுடன் இருக்கும் கிரகத்தாலுண்டாகின்ற சுப, அசுப பலத்தின் பரிமாணத்தை அறிய வேண்டும். இந்த பாவங்களின் பாவாதிபதி களைப் பார்க்கும் அல்லது இந்த பாவாதிபதிகளுடன் இருக்கும் கிரகத்தா லுண்டாகும் சுப அசுப பலத்தின் பரிமாணத்தைக் கணிக்கவேண்டும்.

1–வது பாவம்: 1–வது பாவத்தை 21–வது அயிட்டம் பிரகாரம் பார்க்கும் கிரகங்கள் என்ன என்று பாவ சக்கிரத்தைப் பார்த்து அறியவேண்டும். இவ்விதம் பாவச்சக்கிரத்தை பார்க்க 1–வது பாவத்தைச் சந்திரன் 3–வது பார்வையாக ¼ பார்வையுடன் பார்க்கின்றது, புதன் பாவச்சக்கிரத்தில் லக்கினத்திலேயே இருப்பதால் புதன் 1–வது பாவத்தைப் பூர்ணபலத்துடன் பார்க்கின்றார். மீதி கிரகங்கள் 1–வது பாவத்தைப் பார்க்கவில்லை.

சந்திரனுடைய பார்வையின் சுப அசுப பலம்:– சந்திரனுடைய கிரக பலம் 150 என்று முன்னமே கணித்து வைத்திருக்கின்றோம். சந்திரனுடைய பார்வையின் அளவு ¼ ரூபம் அல்லது நமது கணிதப்படி 25, இந்த 150யும் 25–யும் கூட்ட 175 வரும். இதை 3–ஆல் வகுக்க 58–1/3 அல்லது முழு எண் கணக்கில் 58 வரும். இந்த ஜாதகத்திற்குச் சந்திரன் முழு பாவியானபடியால் இந்த 58–ல் முழுபாகமே சந்திரனுடைய பாப பலம் ஆகும். அதாவது சந்திரன் 1–வது பாவத்தை பார்க்கும் அளவு அசுபபலமாகிய 58.

புதன் பார்வையின் சுப அசுப பலம்:– புதனின் கிரக பலம் 113 என்று முன்னமே கணித்து வைத்திருக்கின்றோம். புதனின் பார்வையின் அளவு 1 ரூபம் அல்லது 100–இந்த 113–யும் 100–யையும் கூட்ட 213 வரும். இதை 3–ஆல் வகுக்க 71 வரும். இந்த ஜாதகத்திற்குப் புதன் அரைசுபன். ஆகையால் 71–ல் அரை பாகமாகிய 35½ அல்லது 36 தான் புதனின் சுபபலம் ஆகும். ஆகையால் புதன் 1–வது பாவத்தைப் பார்க்கும் சுபபலம் 36 ஆகும். பிறகு சந்திரன், புதன் இவர்களுடைய சுப அசுப பலத்தின் நிகரம் அறியவும்.

கிரகம்	சுப பலம்	அசுப பலம்
சந்திரன்	–––	58
புதன்	36	––
	–––	––
கூட்ட	36	58

நிகர அசுபபலம் 58–36 = 22 அசுபம்

சுப பலத்தை எல்லாம் ஒன்றாகவும் அசுப பலத்தை எல்லாம் ஒன்றாக வும் கூட்ட சுபபலம் 36–ம் அசுப பலம் 58 வரும். பெரிய எண்ணிலிருந்து சிறியதை கழிக்க 22 வரும். பெரியது அசுப பலமாகையால் நிகரமாக வருகின்ற 22 அசுப பலமாகும். ஆகையால் 1–வது பாவத்தின் நிகர பலம் 22 அசுப பலமாகும்.

3–வது பாவம்–3–வது பாவத்தை 21–வது அயிட்டம் பிரகாரம் சூரியன் ¾ பார்வையுடனும், சந்திரன் ½ பார்வையுடனும், புதன் ¼ பார்வையு டனும், குரு ¾ பார்வையுடனும், சனிமுழுபார்வையுடனும் பார்க்கின்றார்கள். மற்ற கிரகங்கள் 3–வது பாவத்தை பார்க்கவில்லை.

கிரகம்	பலம்	பார்வை அளவு	(2)ம் (3)ம் கூட்ட வரும் மொத்தம்	(4) யை (3) ஆல் வகுக்க வருவது	சுப அசுப அளவு	(4) யை (6) ஆல் பெருக்க வரும் நிரை	
						சுபம்	அசுபம்
(1)	(2)	(3)	(4)	(5)	(6)	(7)	(8)
சூரியன்	50	75	125	42	½–பாபி	--	21
சந்திரன்	150	50	200	67	1–பாபி	--	67
புதன்	113	25	138	46	½–சுபன்	23	--
சனி	113	75	188	63	1–சுபன்	63	--
குரு	63	100	163	54	1–பாபி	--	54
					கூட்ட	86	142

ஆகையால் 3–வது பாவத்தின் நிகரபலம் 56 அசுப பலமாகும்.

8–வது பாவம்:– 8–வது பாவத்தை 21–வது அயிட்டம் பிரகாரம் சூரியன் ½ பார்வையுடனும், சந்திரன் ¼, பார்வையுடனும், செவ்வாய் முழு பார்வையு டனும், புதன் ¾ பார்வையுடனும், குரு முழு பார்வையுடனும், சுக்கிரன் முழு பார்வையுடனும் பார்க்கின்றார்கள். மற்ற கிரகங்கள் 8–வது பாவத்தைப் பார்க்கவில்லை.

(1)	(2)	(3)	(4)	(5)	(6)	(7)	(8)
சூ	50	50	100	33	½ பாபி	--	17
சந்	150	25	175	58	1 பாபி	--	58
செ	106	100	206	69	¾ பாபி	--	52
புத	113	75	188	63	½ சுபன்	32	--
குரு	113	100	213	71	1 சுபன்	71	--
சுக்	150	100	250	83	¾ சுபன்	62	--
					கூட்ட	165	−127

10-வது பாவம்: 10-வது பாவத்தை 21-வது அயிட்டம் பிரகாரம் செவ்வாய் ½ பார்வையுடனும், புதன் ¼ பார்வையுடனும், குரு ¼ பார்வையுடனும், சுக்கிரன் ½ பார்வையுடனும், சனி ¾ பார்வையுடனும் பார்க்கின்றார்கள் மற்ற கிரகங்கள் 10-வது பாவத்தைப் பார்க்கவில்லை.

(1)	(2)	(3)	(4)	(5)	(6)	(7)	(8)
செ	106	50	156	52	3/4 பாபி	--	39
புத	113	25	138	46	1/2 சுபன்	23	--
குரு	113	25	138	46	1 சுபன்	46	--
சுக்	150	50	200	67	3/4 சுபன்	50	--
சனி	63	75	138	46	1 பாபி	---	46
					கூட்ட	119	−85
					நிகரம்	34 சுபம்	

1-வது பாவாதிபதி சுக்கிரனுடைய சுப அசுபபலமும் நிகர கிரக பலமும்: – பாவாதிபதி, காரகாதிபதி இவர்களின் சுப அசுப பலத்தை எப்போதும் இராசி சக்கிரத்தைக் கொண்டு கணிக்கவும். சுக்கிரனை சந்திரன் 3/4 பார்வையுடனும், செவ்வாய், புதன், குரு முழு பார்வையுடனும் பார்க்கின்றார்கள். மற்றக் கிரகங்கள் சுக்கிரனைப் பார்க்கவில்லை.

ஜாதக பலாபலன் நிர்ணயம்

(1)	(2)	(3)	(4)	(5)	(6)	(7)	(8)
சந்	150	75	225	75	1 பாபி	---	75
செவ்	106	100	206	69	3/4 பாபி	---	52
புத	113	100	213	71	1/2 சுபன்	36	--
குரு	113	100	213	71	1 சுபன்	71	--
					கூட்ட	107	–127
					நிகரம் 20 அசுபம்		

சுக்கிரனுடைய கிரக பலம் 150

ஆகையால் சுக்கிரனுடைய நிகர கிரகபலம் 130 சுப பலம்

குறிப்பு:— ஒரு கிரகத்திற்கு வரும் நிகர சுப அசுப பலம் சுபமானால் அதை அந்த கிரகத்தின் கிரக பலத்துடன் சேர்க்க அந்த கிரகத்தின் நிகர கிரக பலம் வரும். நிகர சுப அசுபபலம் அசுபமானால் அதை அந்த கிரகத்தின் கிரக பலத்திலிருந்து கழிக்க, அந்த கிரகத்தின் நிகர கிரகபலம் வரும். இந்த நிகர கிரக பலத்தைச் சுப பலமாக வைத்துக் கொள்ளவும்.

3—வது பாவாதிபதி குருவினுடைய சுப அசுப பலமும் நிகர கிரக பலமும்:— குருவைச் சூரியன் 3/4 பார்வையுடனும், சந்திரன் 1/4 பார்வையுடனும், செவ்வாய் முழு பார்வையுடனும், புதன், சுக்கிரன் முழுப் பார்வையுடனும் இராகு 1/4 பார்வையுடனும், கேது 3/4 பார்வையுடனும் பார்க்கின்றார்கள். மற்றக்கிரகம் குருவைப் பார்க்கவில்லை.

(1)	(2)	(3)	(4)	(5)	(6)	(7)	(8)
சூரி	50	75	125	42	½ பாபி	--	21
சந்	150	25	175	58	1 பாபி	--	58
செவ்	106	100	206	69	¾ பாபி	--	52
புத	113	100	213	71	½ சுபன்	36	--
சுக்	150	100	250	83	¾ சுபன்	62	--
					கூட்ட	98	–131
					நிகரம் 33 அசுபம்		

குருவினுடைய நிகர பலம்   113
குருவினுடைய நிகர சுபா அசுபபலம்   33 அசுபம்
ஆகையால் குருவினுடைய நிகர கிரகபலம்   80 சுபபலம்

8-வது பாவாதிபதி சுக்கிரனுடைய சுப, அசுப பலமும் நிகர கிரக பலமும்:— 1-வது பாவாதிபதியாகக் கணித்து வந்த சுப பலமாகிய 130-யையே 8-வது பாவாதிபதியாகிய சுக்கிரனுடைய சுபபலமாக கொள்ளவும்.

10-வது பாவாதிபதி சந்திரனுடைய சுப அசுப பலமும் நிகர கிரக பலமும்:— சந்திரனைச் செவ்வாய் ¼ பார்வையுடனும், புதன் ¼ பார்வையுடனும், குரு ¾ பார்வையுடனும், சுக்கிரன் ¼ பார்வையுடனும், சனி ½ பார்வையுடனும் பார்க்கிறார்கள் மற்ற கிரகம் சந்திரனைப் பார்க்கவில்லை.

(1)	(2)	(3)	(4)	(5)	(6)	(7)	(8)
செ	106	25	131	44	3/4 பாபி	—	33
புத	113	25	138	46	1/2 சுபன்	23	—
குரு	113	75	188	63	1 சுபன்	63	—
சுக்	150	25	175	58	3/4 சுபன்	44	—
சனி	63	60	113	38	1 பாபி	—	38
					கூட்ட	130	(—)71
					நிகரம்	59 சுபம்	

சந்திரனுடைய கிரகபலம் 150
ஆகையால் சந்திரனுடைய நிகர கிரகபலம் 209 சுபபலம்.

ஆயுள் காரகனாகிய சனியினுடைய சுப அசுப பலன்:— சனியைச் சூரியன் ¼ பார்வையுடனும், சந்திரன் ½ பார்வையுடனும் குரு ¾ பார்வையுடனும் பார்க்கின்றார்கள். மற்றக் கிரகங்கள் சனியைப் பார்க்கவில்லை.

(1)	(2)	(3)	(4)	(5)	(6)	(7)	(8)
சூரி	50	25	75	25	½ பாபி	—	13
சந்	150	50	200	67	1 பாபி	—	67
குரு	113	75	188	63	1 சுபன்	63	—
					கூட்ட	63	80
					நிகரம்	17 அசுபம்	

ஜாதக பலாபலன் நிர்ணயம் 101

சனியினுடைய கிரகபலம் 63
ஆகையால் சனியினுடைய நிகர கிரகபலம் 46 சுபபலம்

பிறகு பாவங்களினுடைய நிகர சுப அசுப பலத்தையும் பாவாதிபதி, காரகாதிபதி இவர்களின் நிகர கிரக பலத்தையும் கூட்ட வருகின்ற பலமே ஆயுள் பலம் ஆகும்.

அம்சம்	சுபபலம்	அசுபபலம்
1–வது பாவம்	---	22
8–வது பாவம்	38	---
10–வது பாவம்	34	---
8–வது பாவாதிபதி	130	---
1–வது பாவாதிபதி	130	---
10–வது பாவாதிபதி	209	---
காரகாதிபதி–சனி	46	---
கூட்ட	587	22

நிகரம் 587–22 = 565 சுபபலம் அல்லது அம்சபலம்.

ஆகையால் நாம் எடுத்துக் கொண்ட அம்சமாகிய ஆயுளின் அம்ச பலம் 565 ஆகும். இதிலிருந்து ஆயுள் எவ்வளவு என்று கணிக்க வேண்டும். அதற்கு இங்கு வந்த 565 பூர்ண பலமா, மத்திம பலமா, அதம பலமா என்று நிர்ணயஞ் செய்ய வேண்டும். இதை நிர்ணயிப்பதற்காக ஒரு அம்சத்திற்காக எத்தனை பாவங்களை எடுத்துக் கொள்கிறோமோ அத்தனை பாவத்திற்கும் பாவம் ஒன்றுக்கு ஒன்று ரூபம் முழு பலமாக எடுத்துக்கொள்ளவும். எத்தனை கிரகங்களை எடுத்துக் கொள்கிறோமோ அத்தனை கிரகத்திற்கும் கிரகம் ஒன்றுக்கு மூன்று ரூபம் முழு பலமாக எடுத்துக் கொள்ளவும். இப்படி எடுத்துக் கொண்டு மொத்தத்தையும் கூட்ட வருகின்ற ரூபமே அந்த அம்சத்தின் பலத்தின் பூர்ண பரிமாணம் அல்லது அம்ச பூர்ண பரிமாணம் என்று வைத்துக் கொள்ளவும். பிறகு நாம் கணித்து வந்த அம்சபலம் அம்சபூர்ண பரிமாணத்தின் மூன்றில் ஒரு பங்கிற்கு மேற்பட்டால் அந்த அம்சம் பூர்ணபலமுடையது என்று பாவிக்கவும். அம்ச பூர்ண பரிமாணத்தின் மூன்றில் ஒருபங்கிற்குக் குறைந்து, ஆறில் ஒரு பங்கிற்குமேற்பட்ட அம்சபலம் இருந்தால் அந்த அம்சம் மத்திம பலமுடையது என்றும் பாவிக்கவும். அம்சபலம் இந்த 6–ல் 1 பங்கிற்கு குறைந்திருந்தால் அந்த அம்சம் அதமபலமுடையது என்று பாவிக்கவும். மூன்றில் ஒரு பங்கிற்கு திரிபாகம் என்றும் ஆறில் ஒரு பங்கிற்கு சட்பாகம் என்றும் பெயரிடுவோம். இந்த விதி எல்லா அம்சங்களுக்கும் பொதுவான விதி. இவ்விதமாகக் கூடியமட்டும் சரியாய் அம்சங்களின் பலாபலத்தின் பலத்தை அறியலாம்.

நமது உதாரணத்தில் ஆயுளாகிய அம்சத்தை நிர்ணயிக்க 1–வது, 8–வது, 10–வது ஆகிய மூன்று பாவங்களை எடுத்துக்கொண்டதால் பாவம் ஒன்றுக்கு ஒரு ரூபமாக 3 பாவங்களுக்கு 3 ரூபமாகும். இந்த மூன்று பாவாதிபதிகளையும், ஒரு காரகாதிபதியையும் அதாவது மொத்தம் நான்கு கிரகங்களையும் இந்த பாவாதிபதிகளும் ஒரு காரகாதிபதியையும் (அதாவது சுக்கிரன், மறுபடியும் சுக்கிரன், சந்திரன், சனி ஆக நான்கு) எடுத்துக் கொண்டால் கிரகம் ஒன்றுக்கு மூன்று ரூபமாக நான்கு கிரகங்களுக்குக் கணக்கிட பன்னிரண்டு ரூபம் வரும். இந்த பன்னிரண்டு ரூபத்தையும் மேலே வந்த மூன்று ரூபத்தையுங் கூட்ட மொத்தம் பதினைந்து ரூபம் வரும். இந்த பதினைந்து ரூபம் தான் ஆயுளாகிய அம்சத்தின் அம்ச பூர்ண பரிமாணம் ஆகும். இந்த 15 ரூபத்தில் மூன்றில் ஒரு பங்கு 5 ரூபம் ஆகும். (இந்த 5 ரூபம் நமது கணக்கில் 500 ஆகும்.) ஆகையால் அம்சபலம் 500 உம் 500க்கு மேற்பட்டும் இருந்தால் ஆயுள் பூர்ணாயுள். நமக்கு வந்த அம்சபலம் 565 என்பது 500–க்கு மேற்பட்டு இருப்பதால் ஆயுள் பூர்ணாயுள் ஆகும்.

அம்சபலம் திரிபாகத்தை விடக் குறைந்திருக்கும்போது அம்சபலத்தை 66 வருஷத்தால் பெருக்கி திரிபாகத்தால் வகுக்க வரும் ஈவு வருஷமாகும், மிச்சத்தை 12–ல் பெருக்கி திரிபாகத்தால் வகுக்கவரும் ஈவு மாதமாகும். மிச்சத்தை 30–ஆல் பெருக்கி திரிபாகத்தால் வகுக்க வரும் ஈவு நாளாகும். இவ்விதமாக வருகின்ற வருஷம், மாதம், நாள், கணித்து வந்த ஆயுளாகும், நமது உதாரணத்தில் அம்ச பலமாகிய 565 என்பது முப்பாக மாகிய 500–க்கு மேற்பட்டிருப்பதால் ஜாதகருக்கு பூர்ணாயுள். அதாவது 66 வருஷங்களுக்கு–மேற்பட்ட ஆயுள் உண்டு. 66 வருஷத்திற்கு மேற்பட்ட வயதைக் கணிப்போம். அம்ச பலத்திலிருந்து திரிபாகத்தைக் கழிக்கவும். இப்படிக் கழிக்க வரும் தொகையை அம்ச உபரிபலம் என்று பெயரிடுவோம். பிறகு அம்ச பூர்ண பரிமாணத்திலிருந்து திரிபாகத்தைக் கழிக்கவும். இப்படிக் கழிக்க வரும் தொகையைத் துவிபாகம் என்று சொல்லுவோம். பிறகு அம்ச உபரி பலத்தை 54 வருஷத்தால் பெருக்கி துவிபாகத்தால் வகுக்க வரும் ஈவு வருஷமாகும். மிச்சத்தை 12–ஆல் பெருக்கி துவிபாகத்தால் வகுக்க வரும் ஈவு மாதமாகும். மிச்சத்தை 30–ஆல் பெருக்கி துவிபாகத்தால் வகுக்க வரும் ஈவு நாளாகும். இப்படிச் செய்ய வந்த வருஷம், மாதம், நாளுடன் 66 வருஷத்தைக் கூட்ட வருகின்ற வருஷம், மாதம், நாள் தான் ஜாதகருடைய ஆயுளாகும். நமது உதாரணத்தில் அம்ச பலமாகிய 565–ல் இருந்து திரிபாகமாகிய 500–யைக் கழிக்க 65 வரும். இந்த 65–நாள் அம்ச உபரி பலம் ஆகும். பிறகு அம்ச பூர்ண பரிமாணமாகிய 15 ரூபம் அல்லது 1500–ல் இருந்து திரிபாகமாகிய 500–யைக் கழிக்க 1000 வரும். இந்த 1000 தான் துவிபாகமாகும். அம்ச உபரி பலமாகிய

65–யை 54 வருஷத்தால் பெருக்கி துவிபாகமாகிய 1000–த்தால் வகுக்க வருகின்ற ஈவாகிய 3 வருஷ மாகும், மிச்சத்தை 12–ஆல் பெருக்கி 1000–த்தால் வகுக்க வருகின்ற ஈவாகிய 6 மாதமாகும். மிச்சத்தை 30–ஆல் பெருக்கி 1000–த்தால் வகுக்க வருகின்ற ஈவாகிய 3 நாளாகும். ஆகையால் இவ்விதம் வகுக்க 3 வருஷம் 6–மாதம் 3 $^{600}/_{1000}$ நாள் அதாவது 4 நாள் வரும். இதைப் பூர்ணாயுளாகிய 66–வருஷத்துடன் கூட்ட வருகின்ற 69–வருஷம், 6–மாதம், 4–நாள் ஜாதகருடைய ஆயுளாகும். இவ்விதமாக ஆயுளைக் கூடிய மட்டும் சரியாகக் கணித்துக் கொண்டு அவ்வாயுளுக்கு அருகாமையாக வரும்படியாக மாரக தெசா நாதனையும், புத்தி நாதனையும், மாரக தெசை, புத்தி நிர்ணயஞ் செய்யும் மார்க்கத்தில் நிர்ணயஞ் செய்து வயதைத் துல்லியமாக நிர்ணயஞ் செய்யவேண்டும். ஒரு ஜாதகர் பிறந்தது முதல் மரணமடையும் பரியந்தம் மாரக தெசைகள் அநேகம் வந்துகொண்டே இருக்கும். இந்த அநேக மாரக தெசைகளில் எந்த தெசை மாரகஞ் செய்யும் என்று தீர்மானிப்பது மிகவும் கஷ்டமானது. ஆகையால் மேலே கணித ரீதியாய் கணித்து வந்த தோராயமான ஆயுளுக்கு (அதாவது 69 வருஷம் 6 மாதம் 4 நாளுக்கு) அருகாமை யாக வருகிற மாரக தெசையே மாரகஞ் செய்யுஞ் தெசை என்று தீர்மானிக்க வேண்டியது. பிறகு மாரகஞ் செய்யும் புக்திநாதனைச் சுலபமாக நிர்ணயஞ்செய்து கொள்ளலாம்.

குறிப்பு:– ஒவ்வொரு அம்சத்திற்கும் அம்சபலம், அம்சபூர்ண பரிமாணம், திரிபாகம், துவிபாகம், இவைகள் வித்தியாசப்படும்.

அம்ச பூரண பரிமாணத்தைக் கணிப்பதை இன்னொரு உதாரணத்தால் விளக்கிக் காட்டுவோம்:– தேகத்தின் நிலைமை அறிய வேண்டுமானால் 1–வது பாவம், 6–வது பாவம், சூரியன் இவைகளால் அறியவேண்டும். இங்கு இரண்டு பாவங்களும், இரண்டு பாவத்திற்குரிய இரண்டு பாவாதிபதிகளும் ஒரு காரக கிரகமாகிய சூரியனும் இருக்கி றார்கள். அதாவது இரண்டு பாவங்களும், இரண்டு பாவாதிபதியாகிய இரண்டு கிரகங்களும், சூரியனும் ஆக மொத்தம் மூன்று கிரகங்களும் இருக்கின்றன. இரண்டு பாவத்திற்குப் பாவம் 1–க்கு ஒரு ரூபமாக 2 ரூபமும், மூன்று கிரகங்களுக்கு, கிரகம் ஒன்றுக்கு மூன்று ரூபமாக 9 ரூபம் வரும். பாவத்திற்காக வந்த 2 ரூபத்தையும் கிரகங்களுக்காக வந்த 9 ரூபத்தையும் கூட்ட 11 ரூபம் வரும். இந்த 11 ரூபம்தான் தேக நிலையாகிய அம்சத்தின் அம்ச பூர்ணபரிமாணம் ஆகும். இந்த 11 ரூபத்தில் மூன்றில் ஒரு பாகமாகிய 3 $^{2}/_{3}$ ரூபம் அல்லது 367 திரிபாகமாகும். 11 ரூபம் அல்லது 1100–ல் இருந்து 367–யைக்

கழிக்கவருகின்ற 733 துவிபாகமாகும். அம்ச பலத்தை ஆயுளுக்குக் கணித்தது போல கணிக்க வேண்டும்.

நாம் எடுத்துக்கொண்ட 25 அம்சங்களுக்கும் அம்ச பூர்ண பரிமாணம், திரிபாகம், துவிபாகம், சட்பாகம் அடியிற் கண்டபடி ஆகும். இவைகளை அடிக்கடி கணிக்கும் சிரமத்தை நீக்கும் பொருட்டு இவைகள் அடியிற்கண்ட கட்டத்தில் கொடுக்கப்பட்டிருக்கின்றன. இவைகளை உபயோகப்படுத்திக் கொள்ளவும்.

நெ (1)	அம்சங்கள் (2)	அம்ச பூர்ண பரிமாணம் (3)	திரி பாகம் (4)	சட் பாகம் (5)	துவி பாகம் (6)
1	ஆயுள்	1500	500	250	1000
2	தேகம்	1100	367	183	733
3	நேத்திரம் வலது கண்	700	233	117	467
	இடது கண்	700	233	117	467
4	காதுகள் வலது காது	700	233	117	467
	இடது காது	700	233	117	467
5	வித்தை	2200	733	367	1467
6	வாகனம்	1100	367	183	733
7	பூமி	1900	633	367	1267
	வீடு	1100	367	183	733
8	மாத்ரு	1500	500	250	1000
9	அம்மான்	1100	367	183	733
10	சத்துரு	700	233	111	467
11	ருணம்	1800	600	300	1200
12	களத்திரம்	1500	500	250	1000
13	புத்திரர்	1500	500	250	1000
14	பித்ரு	1100	367	183	733
15	யாத்திரை	2000	667	333	333
16	ஜீவனம்	3900	1300	250	2600
	இராஜாங்க உத்தியோகம்	2100	700	350	1400
	சேவகா விருத்தி				
	வர்த்தக ஜீவனமும், சுயஜீவனமும்	2200	733	367	1467
	கிருஷிஜீவனம்	1100	367	183	833
17	சகோதரம் சகோதரி மூத்தவர்	700	233	117	467
	இளையவர்	700	233	117	467
18	யோக பாவம்	2200	733	360	1467
19	சுகம்	1600	533	267	1067
20	பங்காளி	400	133	67	267
21	விரையம்	700	233	117	467
22	மாதுர் பாட்டன்	400	133	67	267
23	பசு மாடுகள்	700	233	117	467
24	சுதேச பரதேச வாசம்	800	267	133	533
25	பற்கள்	400	133	67	267

குறிப்பு: ஒரு அம்ச பலம் 5-வது கலத்தில் கண்ட தொகைக்கு குறைந்திருந்தால் அந்த அம்சம் அதம பலமுடையது, 4-வது 5-வது கலங்களில் கண்ட தொகைக்கு இடையில் இருந்தால் அந்த அம்சம் மத்திம பலமுடையது. 4-வது கலத்தில் கண்ட தொகையும் அதற்கு மேற்பட்ட தொகையாயும் இருந்தால் அந்த அம்சம் பூர்ண பலமுடையதாகும். 3-வது கலத்தில் கண்ட தொகைக்கு சரியாக இருந்தால் அந்த அம்சம் பரம பல முடையதாகும். ஆயுள் ஒன்று மாத்திரம்தான் வருஷம், மாதம், நாள் கணக்கில் கணிக்கப்படும், மீதி அம்சங்களின் பலத்தை மேலே கொடுத்த கட்டத்தால் பரிமாணமாக அறியவேண்டும்.

3-வது அத்தியாயம்

துவாதச பாவஸ்தித நவக்கிரக பலாத்தியாயம்

துவாதச பாவங்களில் நவக்கிரகங்கள் இருக்கும் பலன்கள்

குறிப்பு: இங்கு சொல்லப்படுவது முந்தி அயிட்டம் 59 (1)-வது முதல் 59 (9)-வது அயிட்டம் வரையிலும் சொல்லப்பட்டதை விட மிகவும் விசேஷமானது. வேறு கிரந்தத்தில் இருந்து கொடுக்கப்பட்டி ருக்கின்றது.

1-வது பாவபலன்

(63) 1-வது பாவத்தில் இருக்கப்பட்ட கிரகம்

சூரியனாகில்: ஜாதகன் சிவந்த கண்களுடையவன், அதிக கோப முடையவன், வாத பித்த சம்பந்தமான நோயுடையவன், வெளி தேசத்தில் பொருள் சேகரிப்பான்.

சந்திரனாகில்: அந்த 1-வது பாவம் மேஷம், ரிஷபம், கடகமானால் ஜாதக னுக்கு சுபம் உண்டாகும். மற்ற இராசிகளாகில் ஜாதகனுக்கு செவிடு, குருடு, மந்த புத்தி முதலியன நேரும்.

செவ்வாயாகில்: ஜாதகன் அதிகக் கோபமுடையவன், கண் நோய், தலைநோய் உடையவன். தடியாலும், ஓட்டங்குச்சியாலும், நெருப்பாலும் பயமுண்டு, தெசை புக்திகளில் காயமும் நோயு முண்டாகும்.

புதனாகில்: ஜாதகன் வைத்திய வித்தையில் வல்லவன், எல்லா சபை களிலும் புகழுடையவன், நோயற்றவன்.

குருவாகில்: ஜாதகன் அழகிய தேகமுடையவன், நல்ல அலங்கார முடையவன், வெகு மதிப்புடையவன், புத்திமான், குணமும், பொருளும் நிறைந்தவன்.

சுக்கிரனாகில்: ஜாதகன் அழகிய ரூபமுடையவன், நல்ல தோழர், நல்ல உடுப்பு, நல்ல தொழில், இவைகளுடன் கூடியவன், திவ்யாபரண பூஷணமுடையவன்.

சனியாகில்: ஜாதகன் தனவான், தனத்தில் நிறைந்த ஆசையுடையவன், பருத்த சரீரமுடையவன், விஷப் பார்வையுடையவன், பார்வையாலேயே சத்துருக்களை அழிப்பவன்.

இராகுவாகில்: ஜாதகன் தன் சொல்லைக் காப்பவன், அநேக மனைவிகளிடம் ஆசையுடையவன், மிக காமமுடைய சரீரமுடையவன்.

கேதுவாகில்: ஜாதகன் வாத நோயுடையவன், எப்பொழுதும் ஸ்த்ரீ சிந்தையுடையவன், பந்துக்களுக்குப் பீடையுண்டுபண்ணுவான்.

(64) 1–வது பாவத்தில் இருக்கப்பட்ட கிரகம்

1–வது பாவாதிபதியாகில்: ஜாதகன் நோயற்றவன், வெகு காலம் ஜீவித்திருப்பவன், பிரபு, மிகஅழகிய சரீரமுடையவன், வீடு, பூமி, தனம் இவைகளுடையவன்.

2–வது பாவாதிபதியாகில்: ஜாதகன் லோபியாயிருப்பான், உலகில் தனமுடையோன் என்று வழங்கப்படுபவன், தன் பிரயோஜனத்தையே கருதுபவன்.

3–வது பாவாதிபதியாகில்: ஜாதகன் சபல புத்தியுடையவன், எப்போழுதும் தன் ஜனங்களுக்குப் பேதஞ் செய்வதில் விருப்பமுடையவன், அல்ப விசுவாசமுடையவன், அல்ப விசுவாச முடைய மனைவி, புத்திரர், புத்திரிகளுடையவன்.

4–வது பாவாதிபதியாகில்: ஜாதகன் தாயிடம் அன்புடையவன், பிதாவிடம் உபாய அன்புடையவன், நிலைத்த தனமுடையவன்.

5–வது பாவாதிபதியாகில்: ஜாதகன் சாஸ்திரமறிந்தவன், நற்செய்கையுள்ளவன், நல்ல புத்தியுள்ளவன், சாந்தகுணமுள்ளவன், இனிமையாய்ப் பேசுபவன்.

6–வது பாவாதிபதியாகில்: ஜாதகன் தன் ஜெனங்கள் சத்துருவாவார்கள். அந்தத் தெசையில் வெகு கஷ்டமும் தன விரையமும் நேரிடும்.

7–வது பாவாதிபதியாகில்: ஜாதகனுடைய மனைவி சுகபோகாதிகளும், ரூப யௌவனமும் உடையவள், பர்த்தாவின் எண்ணத்தை அறிந்து நடப்பவள்.

8–வது பாவாதிபதியாகில்: ஜாதகன் பல நோயுடையவன். வாதித்தல், எதிர்வாதம் செய்தல் இவைகளில் சமர்த்தன், அரசாங்கத்தால் தனவரவுண்டு.

9–வது பாவாதிபதியாகில்: ஜாதகன் பெரியோர்களையும் தேவர்களையும் பூஜிப்பவன், லோபி, அதிக தனமுடையவன், எப்பொழுதும் அரசாங்க காரியத்தில் பற்றுடையவன்.

10–வது பாவாதிபதியாகில்: ஜாதகன் தாய் விரோதி, சுபக்கிரகமாகில் பிதாவை உபசரிப்பவன், பாபக் கிரகமாகில் பிதாவுக்கு விரோதி, ஜாதகனுடைய தாய் புருஷ ரூபமுடையவள்.

11–வது பாவாதிபதியாகில்: ஜாதகன் தன தான்யம் நிறைந்தவன், சுபக்கிரகமாகில் வாகனம் முதலிய எல்லா சுகங்களுமுண்டு.

12–வது பாவாதிபதியாகில்: ஜாதகன் உதார சிந்தையுடையவன், விலையுயர்ந்த வஸ்திரங்கள் தரிப்பவன், அழகிய சரீரமுடையவன், நல்ல இருப்பிடமுள்ளவன்.

குறிப்பு:– 1–வது பாவத்தில் பல கிரகங்கள் பல ஆதிபத்தியங்கள் பெற்றிருந்தால் அந்தந்த கிரகத்தின் பலன்களையும் அந்தந்த ஆதிபத்தியத்தால் உண்டாகும் பலன்களையும் கூட்டி யோசித்து ஒழுங்குபடுத்தி மொத்தப் பலன்களைச் சொல்லவும். இவ்விதமாகவே பின் வரப்போகின்ற மீதி பதினொன்று பாவங்களுக்கும் பலன்களைச் சொல்ல வேண்டும்.

2—வது பாவபலன்

(65) 2–வது பாவத்தில் இருக்கப்பட்ட கிரகம்

சூரியனாகில்: ஜாதகன் அதிர்ஷ்டமுடையவன். தனவான், பொருள், சந்ததி, வாகனம், முதலியவை பெருக்குடையவன், குடும்ப விருத்தியுடையவன்.

சந்திரனாகில்: ஜாதகன் ஸ்திரீகளுக்குப் ப்ரீதி செய்பவன், எல்லாப் பொருள்களும் நிறைந்தவன். குடும்பத்தில் அற்பபிரியமுடையவன், குடும்பி.

செவ்வாயாகில்: ஜாதகனிடம் யாரும் நெருங்காததால் அவனுடைய பணம் பலனற்றதாகும்.

புதனாகில்: ஜாதகன் எல்லா சம்பத்தும் நிறைந்தவன், வித்வான், சூரன், வியாசங்கள் எழுதி ஜீவிப்பவன், உலகில் புகழுடையவன்.

குருவாகில்: மிகு வருத்தத்தால் ஜாதகனுக்குப் பொருள் வரவுண்டு, கவி பாடுவதில் புத்தியைச் செலுத்துபவன், வீட்டில் தனம் நிற்காது.

சுக்கிரனாகில்: ஜாதகன் அழகன். பிரியமாய்ப் பேசுபவன், நல்ல அறி வாளி, பசுக்களுடையவன், புண்ணியசாலி, தானம் செய்வதில் புத்தியைச் செலுத்துபவன்.

சனியாகில்: ஜாதகன் குடும்பத்தை விலக்குவான், எல்லா யோகங்க ளுடன் கூடியவன், கடுமையாய்ப் பேசுபவன்.

இராகுவாகில்: ஜாதகன் குடும்பப் பீடையுடையவன், பயமற்றவன், உண்மை பேசுபவன், ஜெயிலில் வசிப்பவன்.

கேதுவாகில்: ஜாதகனுக்கு தன நாசமுண்டு, சுகத்தாழ்வுண்டு, குடும்ப விரோதமுண்டு, தன் தெசையில் மனைவிக்கு கொஞ்சம் சுகமுண்டு.

(66). 2-வது பாவத்தில் இருக்கப்பட்ட கிரகம்

1-வது பாவாதிபதியாகில்: ஜாதகன் தனவான், நல்லதேகமுடையோன். தினந்தோறும் சத்கருமம் செய்பவன், குலத்தில் முக்கியமானவன்.

2-வது பாவாதிபதியாகில்: ஜாதகன் அதிக தனவான், தன் ஜனத் துடன் சுகமாய்ப் புசிப்பவன், நவரத்தின மணிகள் சேர்ப்பவன்.

3-வது பாவாதிபதியாகில்: ஜாதகன் தனமில்லாதவன், உபாய ஜீவனம் செய்பவன், அந்தக் கிரகம் குரூரக் கிரகமாகில் ஜாதகன் பந் துக்கள் விரோதமுடையவன். அந்தக் கிரகம் சுபக்கிரகமானால் ஜாதகனுக்குச் சுப பலனுண்டு.

4-வது பாவாதிபதியாகில்: அந்தக் கிரகம் குரூரக் கிரகமாகில் ஜாதகன் தன் தகப்பனுக்கு விரோதஞ்செய்பவன், சுபக்கிரக மாகில் ஜாதகன் தகப்பனிடம் பக்தியுடையவன். பித்ரு வாக்கிய பரிபாலனஞ்செய்பவன்.

5-வது பாவாதிபதியாகில்: அந்த கிரகம் குரூரக் கிரகமாகில் ஜாதகன் நாட்டிய சங்கீதப் பிரியன், கஷ்டத்தினால் பொருள் சம்பாதிப்பவன்.

6-வது பாவாதிபதியாகில்: ஜாதகனுடைய குடும்பத்திற்கு ரோகம் நேரிடும். சத்துரு விருத்தியுண்டு, வைத்தியத்தில் பொருள் செலவுண்டு.

7-வது பாவாதிபதியாகில்: ஜாதகனுடைய மனைவி தனமுடையவள், தன் தனத்தைத் தன் பர்த்தாவுடன் அனுபவிக்கப்பட்ட மனைவி யையுடையவன்.

8–வது பாவாதிபதியாகில்: ஜாதகன் அல்பமாய் ஜீவிப்பவன், அந்தக் கிரகம் குரூரக்கிரகமாகில் ஜாதகன் கெட்ட செய்கையுடையவன், அந்தக் கிரகம் சுபனாகில் ஜாதகன் நல்ல செய்கையுண்டு.

9–வது பாவாதிபதியாகில்: ஜாதகன் ஆசாரமுடையவன், உண்மை பேசுபவன், புண்ணியமுடையவன், நாற்கால் ஜந்துவால் உண்டாக்கப்பட்ட காயத்தின் வடிவுடைய முகம் உடையவன்.

10–வது பாவாதிபதியாகில்: ஜாதகனுக்கு அரசாங்கத்தால் தனவரவுண்டு. ஜாதகன் பலவித ஆசையுடன் கூடியவன். தன் மகன் கொஞ்சம் சம்பாதிப்பவன்.

11–வது பாவாதிபதியாகில்: ஜாதகன் தனவான், லோபி, குடும்பத்தில் சந்தோஷத்தை உண்டாக்குகிறவன், வாகனம் முதலிய சுகமுடையவன்.

12–வது பாவாதிபதியாகில்: ஜாதகன் புருஷப்பிரயத்தனத்தால் பணம் சம்பாதிப்பவன், கொஞ்ச காலம் வீட்டில் வசிப்பவன், பிறகு தேசாந்திரம் போக நேரும்.

3–வது பாவபலன்

(67). 3–வது பாவத்தில் இருக்கப்பட்ட கிரகம்

சூரியனாகில்: ஜாதகனுடைய மூத்தசகோதரனுக்குப் பீடை, ஜாதகன் தன் பிரயத்தனத்தால் தனமடையான், சத்துரு அழிவர், ஜாதகனுக்கு அரசனிடமிருந்து சுகமுண்டு.

சந்திரனாகில்: ஜாதகன் பலமும் பராக்கிரமமும் உடையவன், தன் பிரயத்தனத்தால் தனப் பிராப்தியுண்டு, பெண்களை மயக்கும் தன்மையுடையவன்.

செவ்வாயாகில்: ஜாதகனுக்குப் பலமும் வீர்யமும் நாசமாகும், தனமும் பந்துவும் நாசமாகும், உலகத்தில் பரிகாசிக்கத்தக்கவன், செவ்வாய் அஸ்தங்கதனாய் இருந்தால் இந்தப் பலன்கள் இல்லை.

புதனாகில்: ஜாதகன் வியாபார விஷயமாக ஆலோசனையில் வல்லவன், வணக்கமுடையவன் பொறுமையுடையவன், எல்லாத் தொழிலிலும் சாதிப்பதில் சமர்த்தன்.

குருவாகில்: ஜாதகனுக்கு ஒரு பொழுதும் பாக்கிய விருத்தியில்லை, தோழர்களும் நன்றி கெட்டவராவர், பந்துக்களுக்கும் அல்ப சுகமுண்டு.

சுக்கிரனாகில்: ஜாதகன் பெண்களுக்குப் பிரியம் செய்பவன், பூர்ண சுகமுடையவன், மகன் வேலையாட்கள் உடையவன், ஜாதகன் சண்டையில் பயந்தவன்.

சனியாகில்: ஜாதகன் தடையில்லாதவன், பொறுமையற்றவன், திருப்தி செய்விக்க முடியாதவன், கொடியவன், யுக்தமாகப் பேசினாலும் கூட யானைப்போல் மதிக்காதவன்.

இராகுவாகில்: ஜாதகன் பலமுடையவன், ஆனால் பராக்கிரமமற்றவன், சகோதரமும், பந்துக்களும் உடையவன், அல்ப பாக்கியம் உடையவன்.

கேதுவாகில்: ஜாதகனுடைய சத்துரு நாசமுண்டு, ஜாதகன் தன முடையவன், அனேக பீடையும், மனோவியாதியுமுடையவன், பந்துவர்க்க நாசமுண்டு.

(68). 3–வது பாவத்தில் இருக்கப்பட்ட கிரகம்

1–வது பாவாதிபதியாகில்: ஜாதகன் பந்து மித்திரருடன் கூடியவன், தாதா, சூரன், தர்மம் செய்பவன், பல வீர்யங்களுடன் கூடியவன்.

2–வது பாவாதிபதியாகில்: ஜாதகன் பந்துக்களுக்கும் பிரியன், பல வித சுகத்துடன் கூடியவன், அதிக பலபராக்கிரமமுடையவன்.

3–வது பாவாதிபதியாகில்: ஜாதகனுடைய பந்துக்களுக்குச் சுக முண்டுபண்ணுபவன், தேவப் பிராமணப் பெரியோர்களிடத்தில் பக்தியுள்ளவன், ஜாதகனுக்குச் சந்தேகமில்லாமல் அரசனிட மிருந்து லாபமுண்டாகும்.

4–வது பாவாதிபதியாகில்: ஜாதகன் எப்போதும் பந்து பரிபாலனம் செய்வான், தாய் தகப்பன் சுகத்தை விரும்புவான், தனமும் சந்ததியும் பெருக்குடையவன்.

5–வது பாவாதிபதியாகில்: ஜாதகன் இனிமையான வாக்குடையவன், பண்டிதன், பந்து புத்திரர்களைக் காப்பவன், பல வீர்யத்துடன் கூடியவன்.

6–வது பாவாதிபதியாகில்: ஜாதகனுடைய பந்துக்களுக்கு உபத்திர வமுண்டு. தகப்பனுக்கு மரண பயமுண்டு. இந்தக் கிரகத்தின் தெசா புக்தியில் பலவிதமான நாசமுண்டு.

7–வது பாவாதிபதியாகில்: ஜாதகனுடைய மனைவி அழகியவளும், பந்துக்களிடத்தில் ப்ரீதியுடையவளுமாவாள். இந்தக்கிரகம் குரூரக்கிரகமாகில் மனைவி பர்த்தாவிடம் ப்ரீதி குறைந்தவள்.

8–வது பாவாதிபதியாகில்: ஜாதகனுக்குத் தன் தோழர் பந்துக்கள் இவர்கள் விரோதியாவர், இல்லாவிடில் ஜாதகன் பந்துக்களற்ற வன், கடுமையாய்ப் பேசுபவன்.

9–வது பாவாதிபதியாகில்: ஜாதகன் பராக்கிரமமுடையவன், பந்துக் களிடம் ப்ரீதியுடையவன். எப்பொழுதும் பந்துக்களை ஆதரிப் பவன், ஸ்த்ரீகளுக்குச் சந்தோஷத்தை விருத்தி செய்பவன்.

10-வது பாவாதிபதியாகில்: ஜாதகன் தாய்வழி, பந்து விரோத முடையவன், அரசு சேவையில் பற்றுடையவன். இந்தக் கிரகம் சுபக்கிரகமானால் ஜாதகன் பந்துக்களைக் காப்பவன்.

11-வது பாவாதிபதியாகில்: ஜாதகன் பந்துக்களுக்குத் தனமளிப்பவன், பலவீர்யமுள்ளவன், ஆண் பெண் வேலையாட்களுடையவன்.

12-வது பாவாதிபதியாகில்: ஜாதகன் சகோதர சுகத்தைக் கெடுப்பவன், இந்தக் கிரகதெசையில் ஜாதகனுடைய தேக துர்பலம் நேரும்.

4-வது பாவபலன்

(69) 4வது பாவத்தில் இருக்கப்பட்ட கிரகம்

சூரியனாகில்: இந்தச் சூரியன் ஸ்தான பலத்தில் வலுத்திருந்தால் ஜாதகன் சண்டை செய்பவன், சுகமற்றவன், மாதா, பிதா, சுகம் குறைவாயுடையவன், பொருள் காரணமாய் எப்போதும் துக்க முடையவன்.

சந்திரனாகில்: ஜாதகனுக்கு அரசாங்கத்தால் தனவரவு உண்டு. மக்கள், மனைவி, சகோதரன் இவர்களுக்குச் சந்தோஷம் உண்டு பண்ணுபவன்.

செவ்வாயாகில்: ஜாதகனுக்கு நூதனமான கொஞ்சம் பூதனமும் சுகமும் உண்டு.

புதனாகில்: ஜாதகன் எல்லா சுகமும் நிரம்பியவன். இந்தக் கிரகத்தின் தெசையில் மாளிகை கூடகோபுர வாகனமுடையோன், இந்தக் கிரகத்தின் தெசா புக்திகளில் பொருள் விருத்தியுண்டு.

குருவாகில்: ஜாதகன் வாகனம் முதலிய சுகமுடையவன், தேவப்பிராமணரிடம் மிக அன்புடையவன், சத்துருக்களும் அடி பணிவார்.

சுக்கிரனாகில்: ஜாதகனுக்கு அதிக மகிமை உண்டாகும், சுகம், சம்பத்து இவைகள் நிறைந்திருக்கும், சத்துருக்களிடத்திலும் பிரியமாய்ப் பேசுபவன்.

சனியாகில்: ஜாதகன் மாதா, பிதாக்களுக்குக் கஷ்டத்தைத் தருபவன், பந்து வர்க்கத்தால் விலக்கப்பட்டவன். தனியாக வீடும், வாகன மும் உடையவன்.

இராகுவாகில்: ஜாதகன் மாதாவுக்குத் துக்கத்தை உண்டு பண்ணு பவன், வெளித் தோற்றத்தில் பொறுமையும் உள்ளில் தாபமும் உடையவன். இந்த ராகு இருக்கும் இடம் மேஷம், ரிஷபம், மிதுனம், கடகம், கன்னியாகில் ஜாதகனுக்கு உத்தம பலனைத் தரும், ஜாதகன் அரசாங்கத்தாரால் மதிக்கத் தக்கவனாவான்.

கேதுவாகில்: ஜாதகனுடைய மாத்ருவுக்குப் பீடையுண்டு பித்ரு நாச முண்டு. இந்தக் கிரகம் இருக்கும் வீடு கேதுவுக்கு சுவக்ஷேத் திரம், அல்லது, உச்ச க்ஷேத்திரமானால் பலன் மாறுபட்டிருக்கும். அதாவது, மாதா, பிதாவுக்குச் சுகமுண்டு.

(70). 4-வது பாவத்தில் இருக்கப்பட்ட கிரகம்

1-வது பாவாதிபதியாகில்: ஜாதகன் அரசனிடத்தில் வேலை செய்பவன், தீர்க்காயுளுடையவன், அதிக பசியுடையவன், மாதா பிதாக்களை உபசரிப்பவன்.

2-வது பாவாதிபதியாகில்: ஜாதகனுடைய பிதாவுக்கு எப்போதும் லாபமுண்டு, ஜாதகன் தீர்க்காயுளுடையவன், இந்தக் கிரகம் குரூரக்கிரகமாகில் ஜாதகன் நிச்சயமாய் தேசாந்திரத்தில் மறிப்பான்.

3-வது பாவாதிபதியாகில்: இந்தக்கிரகம் சுபனாகில் ஜாதகன் பிதுர்தனமுடையவன், இந்தக் கிரகம் குரூரனாகில் ஜாதகன் பிதுர்தனத்தை அழிப்பவன், தரித்திரன், தனமில்லாதவனாக ஆவான்.

4-வது பாவாதிபதியாகில்: ஜாதகன் எப்பொதும் பிதாவுக்கு லாபத்தை உண்டு பண்ணுபவன், ஜாதகன் அரசாங்கத்தில் அதிக மதிப்பு டையவன்.

5-வது பாவாதிபதியாகில்: ஜாதகன் தகப்பனுடைய தர்மத்தைக் காப்பவன், தாயிடம் பக்தியுடையவன், எப்போதும் ஆசாரமுடை யவன், அளவாய்ப் பேசுபவன், தயையுடையவன்.

6-வது பாவாதிபதியாகில்: ஜாதகனுக்குப் பிதாவும் புத்திரனும் விரோதி யாயிருப்பார்கள். ஜாதகனுக்கு ஒரு சமயம் கஷ்டமில்லாமல் பிதுர்தனப் பிராப்தியுண்டு.

7-வது பாவாதிபதியாகில்: ஜாதகனுடைய மனைவி ஜாதகனுடைய பிதாவுக்கு விரோதமாயிருப்பவள், நிஷ்டூரமாய்ப் பேசுபவள்.

8-வது பாவாதிபதியாகில்: ஜாதகன் தன் மாதா, பிதாவுக்கு வருத்தம் உண்டு பண்ணுபவன். தன் தகப்பன் தனத்தை அடைபவன்.

9-வது பாவாதிபதியாகில்: ஜாதகன் தகப்பனுக்கு அனுகூலமானவன், உலகில் நல்ல புகழும், பெயரும் அடைந்தவன். எப்போதும் தகப் பனாருடைய காரியத்தைச் செய்வதில் ஆசையும் பற்றும் உடையவன்.

10-வது பாவாதிபதியாகில்: ஜாதகன் தன் தாய் தகப்பனை சந்தோஷிப்பவன், உலகில் புகழும் பெருமையும் கூடியவன், அரசாங்கத்தாரால் லாபமடைவான்.

11-வது பாவாதிபதியாகில்: ஜாதகன் பிதா, மாதாக்களுக்குக் கீழ்ப் படிந்து நடப்பவன், பிதா தனம் அனுபவிப்பவன்.

12-வது பாவாதிபதியாகில்: ஜாதகன் கஷ்டத்தினால் சுகமடைவான், இந்தக் கிரகத்தின் தெசையில் சகோதரனுக்குக் கஷ்டம் நேரும்.

5-வது பாவபலன்

(71). 5-வது பாவத்தில் இருக்கப்பட்ட கிரகம்

சூரியனாகில்: ஜாதகன் அற்ப சந்ததியுடையவன், மந்திரம் மூலிகை மருந்து இவைகளுடன்கூடியவன், சாஸ்திரங்கள் அறிந்தவன்.

சந்திரனாகில்: ஜாதகன் புத்தியிலுயர்ந்தவன். அதிகச் சுகியாயிருப் பவன், பொன், பொருள், பூமி இவைகள் நிறைந்தவன், உதாரத் தன்மையுடையவன்.

செவ்வாயாகில்: ஜாதகனுக்குச் சந்ததிக் கஷ்டம் உண்டு. மந்திரம், யந்திரம் அறியத்தக்க அநேக சாஸ்திரம் அறிந்தவன், தர்ம ஆசாரத்தில் தேர்ந்தவன்.

புதனாகில்: ஜாதகனுக்கு முதல் கர்ப்பம் நாசமடையும், மாரணம், உச்சாடனம், மந்திரம், யந்திரங்கள் இவைகளில் சமர்த்தன்.

குருவாகில்: ஜாதகன் கூர்மையான புத்தியுடையவன். கொஞ்சமாகப் பேசுபவன், நன்றாய் எழுதுபவன், தனம், சந்ததி இவைகளுடன் கூடியவன்.

சுக்கிரனாகில்: ஜாதகன் மந்திர சாஸ்திரத்தில் வல்லவன், கவி செய்வதில் கெட்டிக்காரன், பாபத்தன்மையடைந்தவன், இஷ்ட மான போஜனங்களில் பிரியமும், சுகமும் உடையவன்.

சனியாகில்: ஜாதகன் சந்ததியற்றவன். மந்தபுத்தியுடையவன், நல்லசெய் கைகளிலும் சாஸ்திர வாக்கியங்களிலும் நம்பிக்கையில்லாதவன்.

இராகுவாகில்: ஜாதகனுக்கு மனைவியைப் பற்றியும் புத்திரர்களைப் பற்றியும் சிந்தையுண்டு. ஜாதகன் வயிற்றுவலியுள்ளவன், ஜாதகனுடைய மனைவி நோயுடையவள்.

கேதுவாகில்: ஜாதகனுக்கு அற்ப சந்ததியுண்டு, ஜாதகன் நோயுடைய வன், ஜாதகன் புத்தி குறைந்தவன்.

(72) 5-வது பாவத்தில் இருக்கப்பட்ட கிரகம்

1-வது பாவாதிபதியாகில்: ஜாதகனுக்குச் சத்கர்மமுள்ள சந்ததி யுண்டாகும், நல்ல புத்தியுடையவன், நாட்டியம், கானாதிப்பிரியம் உள்ளவன்.

2-வது பாவாதிபதியாகில்: ஜாதகன் லோபி, துக்கமுடையவன். அதிகக் கஷ்டத்துடன் செய்யும் செய்கையால் உலகில் அல்பன் என்று பெயரெடுப்பவன்.

3-வது பாவாதிபதியாகில்: ஜாதகன் புத்திரன், சகோதரர் இவர் களைக் காப்பாற்றாதவன், ஜாதகன் தீர்க்காயுளுடையவன். தன தான்யங்கள் நிரம்பியவன்.

4-வது பாவாதிபதியாகில்: ஜாதகன் யானை குதிரைகளுடன் கூடிய வனாய்ப் பிள்ளைகளைக்காப்பவன், தீர்க்காயுள் உடையவன், தன தான்யங்கள் நிரம்பியவன்,

5-வது பாவாதிபதியாகில்: ஜாதகன் நல்ல புத்தியுடையவன், உண்மை பேசுபவன். எல்லாவற்றிலும் சமர்த்தன், புத்திரர்களின் மானத்தை வளர்க்கின்றவன்.

6-வது பாவாதிபதியாகில்: குரூரக்கிரகமாகில் ஜாதகனுக்குத் தகப் பனும், புத்திரர்களும் விரோதியாவர், சுபக்கிரகமாகில் ஜாதக னுடைய தகப்பனும் புத்திரரும் மரணமடைவர்.

7-வது பாவாதிபதியாகில்: ஜாதகனுடைய மனைவி எப்போதும் அதிர்ஷ்டமுள்ளவள், புத்திரனைக் காப்பவள், தன் பர்த்தாவுக்குப் ப்ரீதி செய்யாதவள்.

8-வது பாவாதிபதியாகில்: குரூரக் கிரகமாகில் ஜாதகனுக்குப் புத்திர நாசமுண்டு. ஒரு சமயம் புத்திரனுண்டாகில் அந்தப் புத்திரன் எப்போதும் நோயும், துக்கமுடையவன்.

9-வது பாவாதிபதியாகில்: ஜாதகன் எப்போழுதும் பெரியோரிடத்தில் பக்தியுள்ளவன், அழகிய சரீரமுடையவன், உயர்ந்த ரத்தின பூஷணங்களுடன் கூடியவன்.

10-வது பாவாதிபதியாகில்: ஜாதகன் எப்போதும் நல்ல கர்மங்களில் ஆசையுள்ளவன். சங்கீதம், நாட்டியம் இவைகளில் பிரியன், அரசாங்க மூலம் தனம் வரவு உண்டு.

11-வது பாவாதிபதியாகில்: ஜாதகன் புத்திரலாபமுடையவன், வித்தை யுடையவன், நன்றியுடையவன், மந்திரயந்திரங்களில் சமர்த்தன்.

12-வது பாவாதிபதியாகில்: ஜாதகனுக்குச் சந்ததி கஷ்டமுண்டாகும், ஏதாவதொரு சுபக்கிரகம் நோக்கில் சந்ததி உண்டாகும்.

6-வது பாவபலன்

(73). 6-வது பாவத்தில் இருக்கப்பட்ட கிரகம்

சூரியனாகில்: ஜாதகன் சத்துருக்கள், நோய்கள் இல்லாதவன் இராஜாங்கத்தில் வெகு மதிப்புள்ளவன், ஜாதகனுடைய அம்மா னுக்கு கஷ்டமுண்டு.

சந்திரனாகில்: ஜாதகனுக்கு அரசரிடமிருந்து பயமுண்டு, சத்துருக்கள் அதிகமாக உண்டு, சிந்தை அதிகரிக்கும்.

செவ்வாயாகில்: ஜாதகன் சத்துருக்களை வெல்லுவான், அரசருக்கு வேண்டியவன், அம்மானுக்குத் துக்கந்தருவான், தனதான்யம் நிறைந்தவன், எல்லாச் சுகமுமுடையவன்.

புதனாகில்: ஜாதகன் விரோதமுடையவன், தோழனும் விரோதியாவான், ஜாதகன் கோபமுடையவன், சாதுக்களையும் சண்டைக்கு இழுப்பவன்.

குருவாகில்: ஜாதகன் மெலிந்த சரீரமுடையவன், நோயுடையவன், தாயும், தாய்மாமனும் நோயுடையவர்கள், ஜாதகனுடைய சத்துருக்கள் எப்போதும் தவிப்பார்கள்.

சுக்கிரனாகில்: ஜாதகனுக்கு வழியில் திருடு பயமுண்டாகும், கெட்ட மந்திரங்களில் ஜபம் செய்வதால் பின்னால் தாபமுடையவன்.

சனியாகில்: ஜாதகனுடைய அம்மான் சுகமற்றவன், ஜாதகன் சத்து ருக்கள் உடையவன், நோய்கள் அற்றவன் அரசாங்கத்தால் தன வரவு உடையவன்.

இராகுவாகில்: ஜாதகன் பலம், புத்தி, தனம், இவைகளுடையவன், சத்து ருக்கள் அழிவர், அம்மான் ஸ்திர புத்தி உடையவன்.

கேதுவாகில்: ஜாதகனுக்கு நோயும், சத்துருவும் நாசமாகும், ஜாதகன் அரசாங்கத்தில் அதிக வெகுமதிப்புடையவன், வீட்டில் எருமைக் கறவையுடையவன்.

(74) 6-வது பாவத்தில் இருக்கப்பட்ட கிரகம்

1-வது பாவாதிபதியாகில்: ஜாதகன் எப்போதும் பூமி லாபமுடையவன், லோபி, தனப்பெருக்குடையவன், தன் பக்கத்தைச் சேர்ந்தவர் களைப்பாழ் செய்பவன்.

2-வது பாவாதிபதியாகில்: ஜாதகன் பொருள் சேர்ப்பதில் ஆசையுடையவன், பூலாபமுண்டு, சத்துரு நாசமுண்டு, அம்மானுக்குச் சுகமுண்டு.

3-வது பாவாதிபதியாகில்: ஜாதகன் பந்துக்கள் விரோதமுடையவன், கண்நோயுடையவன், சத்துரு பயமுண்டு ஒரு சமயம் சித்தப் பிரமை கொள்பவன்.

4-வது பாவாதிபதியாகில்: குரூரக் கிரகமாகில் ஜாதகன் தகப்பன் பொருளை அழிப்பவன், சுபக்கிரகமாகில் ஜாதகன் தனம் சேர்ப்பவன்.

5-வது பாவாதிபதியாகில்: ஜாதகன் தினந்தோறும் கலகஞ்செய்பவன், நோயுடன் கூடியவன், தனத்தை அழிப்பவன், துஷ்டனென்று பெயரெடுப்பவன்.

6-வது பாவாதிபதியாகில்: ஜாதகனுடைய சத்துருக்கள் சுகமடைவர், துக்கமில்லாதவன், அம்மானுக்குச் சுகமுண்டு.

7-வது பாவாதிபதியாகில்: ஜாதகனுடைய மனைவி நோயுடையவள், கொஞ்சம் பிரியமற்றவள், கிரகம் குரூரக் கிரகமாகில் மனைவி மரணம்.

8-வது பாவாதிபதியாகில்: சூரியனாகில் ஜாதகனுக்கு அரச விரோத முண்டு, உச்ச குருவாகில் ஜாதகன் நல்ல பார்வை உடையவன், சுக்கிரனாகில் ஜாதகன் அழகிய தேகம் உடையவன், நல்ல சேர்க்கையுடையவன்.

9-வது பாவாதிபதியாகில்: ஜாதகனுக்கு லாபத்தை உண்டு பண்ணக் கூடிய சத்துருக்களுண்டு. ஜாதகன் நல்ல பார்வையுடையவன், சத்ருவை தூஷிப்பவன், எப்போதாகிலும் தேகத்திற்குக் கஷ்டம் நேரிடும்.

10-வது பாவாதிபதியாகில்: ஜாதகன் எப்போதும் சத்துருக்களுடையவன், லோபி, கஷ்டத்தை உண்டு பண்ணுகிறவன், தொழிலற்றவன், சுகமில்லாதவன்.

11-வது பாவாதிபதியாகில்: ஜாதகனுக்குத் திருடர், நெருப்பு இவைகளால் பயம், அம்மானுக்குச் சுகத்தைத் தருபவன், எருமை பாக்கியமுடையவன்.

12-வது பாவாதிபதியாகில்: ஜாதகனுடைய அம்மான் சத்துரு, இவர்கள் நாசமடைவார்கள், ஜாதகன் அரசாங்கத்தில் பணம் சம்பாதித்துத் தனவானாவான், சமர்த்தன்.

7–வது பாவபலன்

(75) 7–வது பாவத்தில் இருக்கப்பட்ட கிரகம்

சூரியனாகில்: ஜாதகன் அற்ப லாபமுடையவன், தேக பீடையும், சிந்தை பீடையும் உடையவன், மனைவியால் துக்கமுடையவன்.

சந்திரனாகில்: ஜாதகன் தர்மம், ஆசாரம் இவைகளுடையவன், ஜாதகனுடைய மனைவி அதிக ரூபவதியாயும், சாமர்த்தியமுள்ளவளாயும், பர்த்தாவுக்குத் தகுந்தபடி நடந்து கொள்ளுபவளாயும் இருப்பாள்.

செவ்வாயாகில்: ஜாதகன் மனைவி சுகமற்றவன், ஜாதகனுடைய மனைவி மரிப்பாள். இது ஸ்திரீ ஜாதகமாகில் ஜாதகி விதவையாவள்.

புதனாகில்: ஜாதகன் அழகுடையவன், சபலன், நோயற்றவன், ஸ்த்ரீகளுக்கு விருப்பமற்றவன், அற்பயோகமுடையவன்.

குருவாகில்: ஜாதகன் இஷ்டப்படி நடக்கும் அழகிய மனைவியுடையவன், புத்தியையும் மானத்தையும் பொருளையும் உடையவன், புருஷனும் விரும்பத்தக்க ரூபமுடையவன்.

சுக்கிரனாகில்: ஜாதகன் வெளிதேசம் செல்வான், ஜாதகனுடைய மனைவி வெகு அழகும் குணமும் உள்ளவள், ஒரு புத்திரனை இந்தக் கிரக தசையில் பெறுவாள்.

சனியாகில்: ஜாதகன் ஸ்த்ரீரோகமுடையவன், வெகுகாலம் தனம், மித்திரர், மனைவி இவர்கள் சுகம் குறைந்தவன்.

இராகுவாகில்: ஜாதகன் எப்போதும் ஸ்த்ரீரோகமுடையவன், மனோ சிந்தையுடையவன், உலக நிந்தையடைபவன்.

கேதுவாகில்: ஜாதகன் மனைவி முதலிய சுகமற்றவன், பிரயாண காலத்தில் வழியில் சிந்தையுடையவன், ஜலத்தில் பயம் உடையவன், தன் தெசா காலத்தில் லாபமுண்டு.

(76) 7–வது பாவத்தில் இருக்கப்பட்ட கிரகம்

1–வது பாவாதிபதியாகில்: ஜாதகன் தேக காந்தி (தேஜஸ்) உடையவன். நல்ல குணமுள்ளவன், அவன் மனைவி நற்குணமுடையவள், நல்ல அழகுடையவள், இஷ்டப்படிப்பேசுகிறவள்.

2–வது பாவாதிபதியாகில்: ஜாதகன் நன்றாய் அனுபவிப்பவன், நல்லதை நினைப்பவன், சுபக்கிரகமாகில் மனைவி பொருள்

உடையவள். பாபக்கிரகமாகில் மனைவி மலடாவாள், வழுவிய வளாவாள்.

3-வது பாவாதிபதியாகில்: ஜாதகன் அதிக ரூபவதியான மனைவி யுடையவன், அழகிய வஸ்திரம், ஆபரணம், தேவாலயாதிகளில் விருப்பமுடையவன்.

4-வது பாவாதிபதியாகில்: ஜாதகன் சகோதரியைக் சுகமாய்க் காப்பவன், சுபக்கிரகமாகில் ஜாதகன் மனைவிக்கு ப்ரீதி செய்பவன், செவ்வாயுடன் கூடினால் ஜாதகன் நபுஞ்சகன்.

5-வது பாவாதிபதியாகில்: ஜாதகனுடைய மனைவி நல்ல நடத்தை யுடையவள், அழகியவள், அளவாய்ப் பேசுபவள், எப்போதும் பர்த்தாவுக்கு விருப்பமாயுள்ளதைச் செய்பவள்.

6-வது பாவாதிபதியாகில்: ஜாதகனுடைய மனைவி அழகு அற்றவள், கோபமுடையவள், கஷ்டத்தைத் தருபவள் விரோதமுடையவள், மலடியாயிருப்பாள்.

7-வது பாவாதிபதியாகில்: ஜாதகனுடைய மனைவி அழகுள்ளவள், நல்ல நடவடிக்கையுள்ளவள், மாசற்ற குணமுள்ளவள், பூர்ண சுகமுடையவள், புத்திரனைப் பெறுபவள்.

8-வது பாவாதிபதியாகில்: சந்திரனாகில் ஜாதகன் சர்ப்ப (விஷ) பயத்துடன் கூடியவன், புதனாகில் பாம்பு பயமுடையவன், ராகு வாகில் எப்போதும் கஷ்டமுடையவன், சனியாகில் சத்துரு நாச முண்டு. மீதிக் கிரகங்களுக்கு கிரந்தத்தில் சொல்லி இருக்கவில்லை.

9-வது பாவாதிபதியாகில்: ஜாதகனுடைய மனைவி நல்ல அழகுள்ள வள், உண்மைபேசுபவள், இஷ்டமானவள். தனமுடையவள், எப்போதும் பர்த்தாவைத் துதிப்பதிலேயே கருத்துடையவள்.

10-வது பாவாதிபதியாகில்: ஜாதகனுடைய மனைவி அழகுடையவள். பதிவிரதையானவள், நல்ல குணம், நல்ல ஆசாரம் உடையவள்.

11-வது பாவாதிபதியாகில்: ஜாதகன் ஸ்த்ரீதனத்துடன் கூடியவன், நல்ல ஆசாரமுடையவன், ஜாதகனுடைய மனைவி அழகாயும் பர்த்தாவுடன் எப்போதும் பற்றுள்ளவளாயும் இருப்பாள்.

12-வது பாவாதிபதியாகில்: ஜாதகன் பலவீனமான சரீரமுடையவன், மனைவி கஷ்டம் நேரும்.

8–வது பாவபலன்

(77) 8–வது பாவத்தில் இருக்கப்பட்ட கிரகம்

சூரியனாகில்: ஜாதகன் வியாபாரத்தில் பற்றுள்ளவன், அயலார் மனைவி, திருடர், தாசிகள் இவர்கள் விஷயமாய் எப்போதும் பொருள் அழிவு உண்டு.

சந்திரனாகில்: ஜாதகன் வைத்தியம், ஔஷதம் இவைகளில் பற்றுள்ளவன், சோதிடத்தில் விருப்பமுள்ளவன். பல ரசவாதத்தில் சிரமப்பட்டவன்.

செவ்வாயாகில்: ஜாதகனுடைய தோழனும் விரோதியாவான், நல்ல செய்கையும் கெட்ட செய்கையாகும், நல்ல பலனில்லை.

புதனாகில்: ஜாதகன் நூறு வயதுடையவன், வேறு தேசத்தில் தனப்பிராப்தியுண்டு, எப்போதும் அரசனிடமிருந்து செல்வாக்கும், புகழுமுடையவன்.

குருவாகில்: ஜாதகன் நோயற்றவன், வெகுகாலம் பிழைத்திருப்பவன், ஓரிடத்திலும் நிலைத்திரான், முடிவில் சுவர்க்க லோகம் செல்வான்.

சுக்கிரனாகில்: ஜாதகன் வெகு காலம் ஜீவித்திருப்பவன், கட்டையால் அதிகப் பொருள் அடைந்து பசு முதலியவைகளுடன் அதிகச் சுகமாய் வாழ்பவன்.

சனியாகில்: ஜாதகன் எல்லா ரோகங்களுடன் கூடியவன், பந்துக்களிடமிருந்து பிரிபவன், துஷ்டர் பிரியன், கெட்ட வழியில் பொருள் அழிவுண்டு.

இராகுவாகில்: ஜாதகன் அரசர் மதிக்கத்தக்க பண்டிதன், பராக்கிரமத்தால் தனப் பிராப்தியுண்டு, சத்துருக்கள் அழிவர்.

கேதுவாகில்: ஜாதகன் ஆசன ரோகமுடையவன், கேது இருக்கும் இராசி, ரிஷபம், மிதுனம், கன்னி விருச்சிகமாகில் லாபமுண்டு.

(78) 8–வது பாவத்தில் இருக்கப்பட்ட கிரகம்

1–வது பாவாதிபதியாகில்: ஜாதகன் லோபி, தனம், சேகரிப்பவன், சுபக்கிரகமாகில் தீர்க்காயுள், பாபக் கிரகமாகில் அற்பாயுள்.

2–வது பாவாதிபதியாகில் : ஜாதகன் கபாலம் ஏந்துபவன், தன்னையே பாழாக்குபவன்.

3–வது பாவாதிபதியாகில்: ஜாதகன் நோயுடைய சகோதரனுடையவன், இந்தக்கிரகம் குரூரக் கிரகமாகில் சகோதரனுக்கு ஆயுள் எட்டு வருஷம், சுபக்கிரகமாகில் சகோதரனுக்கு ரோக நாசமுண்டு.

4–வது பாவாதிபதியாகில்: குரூரக் கிரகமாகில் ஜாதகன் எப்போதும் நோயாளி. தினந்தோறும் நீசத்தொழில் செய்பவன்.

5–வது பாவாதிபதியாகில்: ஜாதகனுடைய மனைவி இவன் பேச்சைக் கேளாதவள். ஜாதகனுக்கு நோயுள்ள பெண் பிறக்கும்.

6–வது பாவாதிபதியாகில் : சனியாகில் ஜாதகனுடைய மனைவிக்கு நோயுண்டு. குஜனாகில் சண்டையுண்டு, சூரியனாகில் சிங்கத்தால் சாவு. மீதி கிரகங்களுக்கு கிரந்தத்தில் சொல்லி இருக்கவில்லை.

7–வது பாவாதிபதியாகில்: ஜாதகன் தாசிகளிடத்தில் பற்றுள்ளவன், கிரகம் குரூர கிரகமாகில் ஜாதகன் ஹீன களத்திரமுள்ளவன், சுபக்கிரகமாகில் தன்னிடத்தில் பிரியமுள்ள களத்திரமுடையவன்.

8–வது பாவாதிபதியாகில்: ஜாதகன் நோயற்றவன், எப்போதாவது கெட்ட வியாதி தோன்றி மறையும்.

9–வது பாவாதிபதியாகில்: ஜாதகன் பந்துக்கள், வித்தை இவைகள் இல்லாதவன், உலகில் நல்ல செய்கையற்றவன், பூமியில் துஷ்டனாய் சஞ்சரிப்பவன்.

10–வது பாவாதிபதியாகில்: ஜாதகன் எப்போதும் நோயுடையவன், வாத பித்த ரோகமுடையவன், வலது பக்கத்தில் பீடையுடையவன்.

11–வது பாவாதிபதியாகில்: ஜாதகன் அற்ப லாபமுடையவன், கஷ்டத்தால் தனப் பிராப்தியுண்டு, இந்த கிரக தெசையில் நோயுண்டாகும்.

12–வது பாவாதிபதியாகில்: ஜாதகனுக்குச் சுகமும் அதிர்ஷ்டமும் உண்டு, கொஞ்சம் சரீர கஷ்டம் நேரும், பிறகு நிவர்த்தியாகும்.

9–வது பாவபலன்

(79) 9–வது பாவத்தில் இருக்கப்பட்ட கிரகம்

சூரியனாகில்: ஜாதகன் தர்மம் குலாச்சாரம் இவைகளில் பற்றுள்ளவன், விவகாரத்தில் சமர்த்தன், கொண்டாடத் தக்கவன், எப்போதும் சகோதரனுக்குக் கஷ்டத்தை உண்டு பண்ணுபவன்.

சந்திரனாகில்: ஜாதகன் அழகிய முகமுடையவன், பாக்கிய விருத்தியும் சரீர சுகமுமுடையவன், தேவப் பிராம்மணரி டம் ஆதரவுடையவன்.

செவ்வாயாகில்: ஜாதகன் துஷ்ட புத்தியுடையவன், துர் விஷயத்தில் பொருள்லாபமுண்டு, தன்பராக்கிரமத்தால் அற்ப தனலாப முண்டு. சகோதரரும் ஜாதகனிடம் நெருங்க மாட்டார்கள்.

புதனாகில்: ஜாதகன் தர்ம குணமுடையவன், அரசரிடம் பராக்கிரமத் தால் தன் வம்சத்திற்குச் சூரியன் போல் விளங்குபவன், நல்ல சங்கற்பமுடையவன்.

குருவாகில்: ஜாதகன் தன் வம்ச தர்மத்தைக் காப்பவன், வணக்கமு டையவன், சமர்த்தன், சகோதரன் ஆலஷ்யத்தால் மதம் பிடித்த சரீரமுடையவன். தாய் அன்புடையவன்.

சுக்கிரனாகில்: ஜாதகனுக்குச் சரீர சுக விருத்தியுண்டு, ஜாதகன் சகோதரர், புத்திரர், நல்ல தோழர் இவர்களுடன் வீடு, மாளிகை, கட்டி வாழ்பவன்.

சனியாகில்: ஜாதகன் யோகசாதனம் செய்வதில் பற்றுடையவன், ரஜஸ் குணமுடையவன், சகோதரர்களுக்கு அற்பதிருப்தி செய்கிறவன்.

இராகுவாகில்: ஜாதகன் பந்து வர்க்கப் பிரயோஜனமுடையவன், அரசாங்கத்தால் பொருள் வரவுண்டு. தீர்த்த தேவாலயத்தில் பற்றுடையவன்.

கேதுவாகில்: ஜாதகனுக்கு துக்க நாசமுண்டு, புத்திரன் தனம் உடை யவன், மிலேச்சரிடத்திலிருந்து பாக்கிய விருத்தியுண்டு. கை நோய் விருத்தியுண்டு.

(80) 9–வது பாவத்தில் இருக்கப்பட்ட கிரகம்

1–வது பாவாதிபதியாகில்: ஜாதகன் புண்ணியவான், பந்துக்களுடன் கூடியவன், சமர்த்தன், நல்ல நடவடிக்கையுள்ளவன்.

2–வது பாவாதிபதியாகில்: குரூர கிரகமாகிலும் ஜாதகன் பாக்கிய விருத்தியுடையவன், குரூர கிரகம் இவன் சகோதரனைப் பிச்சை எடுக்கச் செய்யும்.

3–வது பாவாதிபதியாகில்: குரூர கிரகமாகில் ஜாதகன் பந்துக்க ளுக்குப் பயத்தை உண்டு பண்ணுபவன், சுபக்கிரகமாகில் பந்துக்களுக்குச் சுகமுண்டு, சகோதர பக்தியுடையவன்.

4–வது பாவாதிபதியாகில்: ஜாதகன் தர்மமான செய்கையுடையவன். பிதாதர்மத்தைக் கொள்ளுபவன், ஆசையற்றவன்.

5–வது பாவாதிபதியாகில்: ஜாதகன் நல்ல வித்தை வினயம் இவைகளு டையவன், கவி, சங்கீதம் முதலியவைகளில் வல்லவன், அரசனால் வெகுமதிக்கத் தக்கவன்.

6–வது பாவாதிபதியாகில் : குரூர கிரகமாகில் ஜாதகனுக்கு மனைவியும், பந்துக்களும் விரோதியாவர். வேத சாஸ்திரங்களில் பற்றில்லாதவன்.

7–வது பாவாதிபதியாகில் : சுபக் கிரகமாகில் ஜாதகனுடைய மனைவி அழகுள்ளவள். நல்ல சீலமுடையவள், புருஷனுக்கு இஷ்டமானவள், பாபக் கிரகமாகில் ஜாதகனுடைய மனைவி விகார ரூபமுடையவள், தினம் சண்டையிடுபவள்.

8–வது பாவாதிபதியாகில்: ஜாதகன் துஷ்ட சகவாசமுடையவன், பிராணிகளை வதைப்பவன், பந்துக்கள் இல்லாதவன், உலகப்பற்றை விலக்குபவன்.

9–வது பாவாதிபதியாகில்: ஜாதகன் தர்மமூர்த்தி, அகன்ற கண்களுடையவன், பந்துக்களிடம் வெகு ப்ரீதியுடையவன், தானம் செய்பவன், தேவர்களைத் தொழுபவன்.

10–வது பாவாதிபதியாகில்: ஜாதகன் சத்தியவான், மாத்ரு பித்ரு பக்தியுடையவன், தன தான்யங்களுடன் கூடியவன்.

11–வது பாவாதிபதியாகில்: ஜாதகன் பலவித லாபத்துடன் கூடியவன், தர்ம சீலன், புகழுடையவன், சகோதரருக்கு சுகமளிப்பவன்.

12–வது பாவாதிபதியாகில்: ஜாதகன் கஷ்டத்தால் தர்ம காரியம் செய்பவன். இந்தக் கிரக தெசையில் பாக்கியம் அழியும்.

10–வது பாவபலன்

(81) 10–வது பாவத்தில் இருக்கப்பட்ட கிரகம்

சூரியனாகில்: ஜாதகன் அரசனுக்கு நிகரான மதிப்புடையவன். ஒரு சமயம் தாய்க்குக் கஷ்டம் கொடுப்பவன், எல்லா சித்தியுமுடையவன்.

சந்திரனாகில்: ஜாதகன் நூதன ஸ்த்ரீ அனுபோகமுடையவன், யானை முதலிய வாகனங்களும். சுகம் சம்பத்து ஆக்ஞை முதலியவைகளும் உடையவன்.

செவ்வாயாகில்: ஜாதகன் அநேக பணியாளுடையவன். ஹீன கிருகத்தில் பிறந்தாலும் ஜாதகன் சிம்மம் போன்ற பராக்கிரமமுடையவன்.

புதனாகில்: ஜாதகன் அரசன் போல் விளங்குவான், தாய் தகப்பன் பெரியோரிடம் பக்தியுடையவன். பிதுர் தனத்தால் தீர்த்த யாத்திரை செய்பவன்.

குருவாகில்: ஜாதகன் ஒரு கௌரவப் பட்டம் உடையவன். தனம் முதலியன சேகரிப்பவன், வீடும் சித்திரங்களும் உடையவன்.

சுக்கிரனாகில்: ஜாதகன் ஆசான்போல் ஜீவிப்பதில் சமர்த்தன், மனக் கலக்கமுடையவன், பணத்திற்கு ஆசைப்படுபவன்.

சனியாகில்: ஜாதகன் தாய் சுகமற்றவள், தன் கையால் தனமடைவான், தகப்பனுக்குக் கஷ்டமுண்டு.

இராகுவாகில்: ஜாதகன் மிலேச்சர்களுக்குப் ப்ரீதி செய்பவன், உயர்ந்த ஜாதிப் பெண்ணைச் சேர்ந்து கெட்ட வழியில் பொருளை அழிப்பவன்.

கேதுவாகில்: ஜாதகனுடைய பிதாவுக்குச் சுகமில்லை. கேது மேஷம், கன்னி, விருச்சிகம் இவைகளில் இருந்தால் சத்துரு நாச முண்டு, தன விருத்தியுண்டு.

(82) 10–வது பாவத்தில் இருக்கப்பட்ட கிரகம்

1–வது பாவாதிபதியாகில்: ஜாதகன் நல்ல சீலமுடையவன், பண்டிதன், அரசனிடம் வெகுமதிப்பு, தனம் பெற்று எங்கும் புகழ் பெறுவான். பெரியோர்களைப் பூஜிப்பவன்.

2–வது பாவாதிபதியாகில்: ஜாதகனுக்கு அரசாங்கத்தால் தனம் பிராப்தியுண்டு, இந்தக்கிரகம் சுபக்கிரகமாகில் தன் (வர்க்கத் தாரையும்) தாய், தகப்பனையும் காப்பவன்.

3–வது பாவாதிபதியாகில்: ஜாதகன் அரசனாகிலும் சகோதரன் போலிருப்பான், தினந்தோறும் அழகிய வஸ்திரந் தரிப்பவன், தன் ஜாதி மானத்தைப் பெருக்கச் செய்பவன்.

4–வது பாவாதிபதியாகில்: இந்தக் கிரகம் குரூரக்கிரகமானால் ஜாதகன் மாதா, பிதாவைக் கைவிடுபவன், இந்தக் கிரகம் சுபக்கிரகமாகில் ஜாதகன் மாதா, பிதாவுக்குப் பணி செய்பவன், அரசரிடமிருந்து ஜாதகனுக்குத் தனவரவு உண்டு.

5–வது பாவாதிபதியாகில்: ஜாதகன் அரசனிடமிருந்து லாபமடைவான். தாயாருக்கு நிறைந்த சுகமுண்டு. ஒரு சமயம் அரச மந்திரியாவான்.

6–வது பாவாதிபதியாகில்: ஜாதகன் மாதா தோஷமுடையவன், கெட்ட புத்தியுடையவன், எப்போதும் துஷ்டகார்யங்களைச் செய்பவன்.

7-வது பாவாதிபதியாகில்: ஜாதகன் அரசனால் வெறுக்கப்பட்டவன், இந்தக் கிரகம் குரூரக் கிரகமாகில் ஜாதகன் சகோதரிக்குக் கெடுதல் செய்பவன், கடுமையாய் பேசுபவன், சண்டையிடுபவன்.

8-வது பாவாதிபதியாகில்: ஜாதகன் நீச செய்கை செய்பவன், இந்தக் கிரகம் குரூரக்கிரகமாகில் ஜாதகன் மந்தனாவான், தாயார் கஷ்டமுடையவள்.

9-வது பாவாதிபதியாகில்: ஜாதகன் மாதா பிதாக்களை நன்றாய் உப சரிப்பவன். வெகு மதிப்புடையவன். அரசாங்கத்தால் தன வர வுண்டு.

10-வது பாவாதிபதியாகில்: சுபக்கிரகமாகில் ஜாதகன் நல்ல பார்வை யுடையவன், அரசாங்கத்தில் வெகுமதிப்புண்டு, அரசனிடமி ருந்து தனவரவு உண்டு.

11-வது பாவாதிபதியாகில்: ஜாதகனுடைய தகப்பனுக்கு லாபமுண்டு, ஜாதகன் அரசாங்கத்தில் வெகுமதிப்புடையவன், பலவித பொருள் நிறைந்தவன்.

12-வது பாவாதிபதியாகில்: ஜாதகன் தகப்பன் பொருளை அழிப்பான், ராஜமூலமாய் பொருள் அழியும்.

11-வது பாவபலன்

(83) 11-வது பாவத்தில் இருக்கப்பட்ட கிரகம்

சூரியனாகில்: ஜாதகன் வாகனம் முதலியவை உடையவன், அரசாங் கத்தில் தனவரவு உண்டு, சத்துருக்கள் அழிவர்.

சந்திரனாகில்: ஜாதகனுக்கு அரசன் மூலமாய்ப் பணம் வரும். புது வஸ்திர பூஷணங்கள் வெளி தேசத்தில் உண்டு. ஸ்த்ரீலோலன்.

செவ்வாயாகில்: ஜாதகன் வாகனமுடையவன், பசுக்களுடையவன், எப்போதும் சத்துருக்கள் எதிர் நிற்கில் தோல்வியடைவர்.

புதனாகில்: ஜாதகனுக்கு எப்போதும் லாபம் இருந்து கொண்டே இருக்கும். தேவப் பிராம்மணர்களைச் சந்தோஷிக்கச் செய்பவன். நல்ல வழியில் பொருள் செலவு செய்பவன்.

குருவாகில்: ஜாதகன் பிதா, சகோதரன், பணியாள்கள் இவர்களுடன் கூடியவனாய், யானை சேனைகளுடையவனாய் உலகில் தன வந்தனாய் இருப்பான்.

சுக்கிரனாகில்: ஜாதகன் நற்குணமுடையவன், சமர்த்தன், பூமி, தனமுடையவன், கீர்த்தியுள்ளவன்.

சனியாகில்: ஜாதகனுக்கு தனம், பெருமை, அந்தஸ்து இவை வெகு காலம் நீடித்திருக்கும், நோய் முதலியன இல்லாதவன், தீர்க்காயுளுடையவன்.

இராகுவாகில்: ஜாதகன் நீசர்களுடைய பொருளை அடைவான், நீச சேர்க்கையுள்ளவன், நீசர்களுக்குப்பணி செய்தல், நீசர்களிடம் தன் பந்துக்களைச் சேர்த்தல், தானும் அவர்களிடம் பந்துவாதல்.

கேதுவாகில்: ஜாதகன் நல்ல அதிர்ஷ்டமுடையவன், நல்ல வித்தையுடையவன், அழகிய சரீரமுடையவன், விலை உயர்ந்த வஸ்திரம் தரிப்பவன், சந்ததி கஷ்டமுடையவன்.

(84) 11–வது பாவத்தில் இருக்கப்பட்ட கிரகம்

1–வது பாவாதிபதியாகில்: ஜாதகன் சுகம், சந்ததி இவைகளுடையவன், இந்தக்கிரகதெசையில் லாபமுடையவன், தேஜஸ் உடையவன், தீர்க்காயுளுடையவன்.

2–வது பாவாதிபதியாகில்: ஜாதகன் விவகாரத்தில் புத்தியைச் செலுத்துவதில் பிரியமுள்ளவன், சூரன், ஏழையாய் இருப்பவன், இந்தக் கிரகம் சுபக்கிரகமாகில் தன வரவு உண்டு.

3–வது பாவாதிபதியாகில்: ஜாதகன் வித்தையை விரும்புகிறவன், இஷ்டபோஜனம் புசிப்பவன், இஷ்ட வஸ்திரம் தரிப்பவன். இவன் சகோதரன் புத்திமான்.

4–வது பாவாதிபதியாகில்: சுபக்கிரகமாகில் தன் ஊரில் ஜனனம். பாபராகில் அயலூரில் ஜெனித்தவன்.

5–வது பாவாதிபதியாகில்: ஜாதகன் சங்கீதம், நாட்டியம் முதலியவைகளில் பிரியமுடையவன், உலகில் அரசனைப் போல் விளங்குபவன்.

6–வது பாவாதிபதியாகில்: குரூரக்கிரகமாகில் ஜாதகன் விரோதிகளை அழிப்பவன். திருடர் நாற்கால் ஜந்து முதலியவைத் திருடி தனநாசம் உண்டு பண்ணுபவன்.

7–வது பாவாதிபதியாகில்: ஜாதகனுடைய மனைவி பக்தியும் நல்ல குணங்களுமுடையவள். நல்ல ஆச்சாரமுடையவள், அழகிய சிரிப்புடையவள், எப்போதும் பர்த்தாவிடம் பிரியமுடையவள்.

8–வது பாவாதிபதியாகில்: ஜாதகன் பால்யத்தில் துக்கமனுபவிப்பவன். பின்னால் சுகமடைபவன்.

9–வது பாவாதிபதியாகில்: ஜாதகன் யானை முதலிய வாகன சுக முடையவன். அரசனுக்குச் சமானமானவன், இல்லாவிட்டால் அரசனுக்கு மந்திரியாகவாவது இருப்பான்.

10–வது பாவாதிபதியாகில்: ஜாதகன் பலவிதமான தனமுடையவன், அரசாங்கத்தால் தனம் அடைவான், சௌக்கியமுடையவன்.

11–வது பாவாதிபதியாகில் : ஜாதகன் அதிக திரவியமுடையவன், பல விதமான வாகனமுடையவன், ஆண், பெண் ஆள்கள் உடையவன்.

12–வது பாவாதிபதியாகில்: ஜாதகனுக்கு சந்ததி கஷ்டமுண்டாகும். எவ்வளவு லாபமோ அவ்வளவு செலவுண்டு. தனம் வீட்டில் தங்காது.

12–வது பாவபலன்

(85) 12–வது பாவத்தில் இருக்கப்பட்ட கிரகம்

சூரியனாகில்: ஜாதகனுக்கு கண்பீடையுண்டு, இல்லாவிடில் அற்ப பார்வையுண்டு. தேசாந்தர வாசம், தனநாசத்தால் தவிப்பான். பந்துக்கள் விரோதமுடையவன்.

சந்திரனாகில்: ஜாதகனுக்கு நேத்திர ரோகமுண்டு. சத்துரு சிந்தை யுண்டு, பித்ரு தேக பீடை, ஸ்த்ரீகளிடம் அற்ப ப்ரீதியுண்டு.

செவ்வாயாகில்: ஜாதகனுடைய பொன், பொருள், தனம் நாசமாகும், சாஸ்திரம் அறியாதவன், கர்மசிந்தையால் பூமியில் மானமழி வான்.

புதனாகில்: ஜாதகன் தேவ பூஜை முதலிய சுபவிஷயத்தில் பொருள் செலவழிப்பான். சண்டையில் சத்துருக்கள் அழிவர். பொக்கி ஷத்தில் விசேஷ பொருள் சேரும்.

குருவாகில்: ஜாதகன் அபிமானத்துடன் கூடியவன், உலகில் தன தான் யத்தைச் செலவழித்தும் பேரற்றவன்.

சுக்கிரனாகில்: ஜாதகனுடைய தர்மம், புகழ், குணம் இவைகள் பாழ டையும். எல்லாத் தோழர்களும் சத்துரு ஆவார்கள்.

சனியாகில்: ஜாதகன் மங்கலான கண்களுடையவன், தன்வீடுடைய வன். சத்துருக்களை அழிப்பவன், வெளிதேசம் செல்லுவதில் விருப்பமுள்ளவன். லஜ்ஜையற்றவன். பெண்களை அழிப்பவன்.

இராகுவாகில்: ஜாதகன் வாதரோகமுடையவன். சாதுக்கள் விரோத முடையவன். துஷ்டர்களுக்குப் ப்ரீதி செய்பவன்.

கேதுவாகில்: ஜாதகன் அம்பு எய்பவன், அரசனுக்கு நிகரானவன், ஆஸனம், குஹ்யம், கால்கள், கண்கள் இவைகளில் பீடையுடைய வன், அம்மானுக்குச் சுகமுண்டு.

(86) 12-வது பாவத்தில் இருக்கப்பட்ட கிரகம்

1-வது பாவாதிபதியாகில்: ஜாதகன் நிஷ்டூரமுடையவன், கடுமையாய்ப் பேசுபவன். பாபம் செய்பவன், வேறு தேசம் சென்று திரிபவன்.

2-வது பாவாதிபதியாகில்: ஜாதகன் தினந்தோறும் கெட்ட காரியங் கள் செய்பவன், குரூர கிரகமாகில் ஜாதகன் ஏழையாயிருப்பான், சுபக்கிரகமாகில் கொஞ்சம் தனமுண்டு.

3-வது பாவாதிபதியாகில்: ஜாதகனுடைய பந்துக்கள் வெகு தூரத்தில் வசிப்பவர். இல்லாவிடில் அற்ப விசுவாசமுடையவராவர்.

4-வது பாவாதிபதியாகில்: ஜாதகன் எப்போதும் நோயுடன் கூடியவன், கொஞ்சங்கூட சுகமடையமாட்டான்.

5-வது பாவாதிபதியாகில்: குரூரனாகில் ஜாதகன் சந்ததியற்றவன், சுபராகில் புத்திரனுண்டு, தேசாந்திர கமனம் நேரும்.

6-வது பாவாதிபதியாகில்: ஜாதகனுக்கு நாற்கால் பிராணிகளால் பொருள் அழிவுண்டு, வழிநடைப்போய் வருகையில் மரணம்.

7-வது பாவாதிபதியாகில்: ஜாதகனுடைய மனைவி வீடு தங்க மாட் டாள். துர்நடத்தை உடையவள். தினந்தோறும் கலகஞ் செய்வதில் பிரியமுள்ளவள்.

8-வது பாவாதிபதியாகில்: குரூர கிரகமாகில் ஜாதகன் வெட்கமற் றவன், துஷ்டன், தளர்ந்த சரீரமுடையவன், மனைவி சுகம் குறைந் தவன், புசிக்கத்தக்கது புசிக்கத் தகாதது என்று கருதாமல் எல்லாவற்றையும் புசிப்பவன்.

9-வது பாவாதிபதியாகில்: சுபக்கிரகமாகில் ஜாதகன் வித்தையுடைய வன். குரூரக் கிரகமாகில் ஜாதகன் மூடன், அல்பன்.

10-வது பாவாதிபதியாகில்: பிதுர் காரியத்தால் ஜாதகனுக்குத் தனம் அழிவுண்டு. ஒரு சமயத்தில் பரஸ்திரீ ப்ரீதியை விருத்தி செய்பவன்.

11-வது பாவாதிபதியாகில்: ஜாதகன் மந்தமான லாபமுடையவன், கஷ் டத்தால் பொருள் சேர்ப்பவன், பொருள் வெகு காலம் நீடித்திராது.

12-வது பாவாதிபதியாகில்: ஜாதகனுடைய சத்துரு நாசமுண்டு, அரசாங்கத்தில் ஜாதகன் ஜெயமடைவான், தன, தான்யங்களுடன் வாழ்வான்.

குறிப்பு: எந்த எந்த அம்சங்கள் பூராவாகச் சொல்லாமல் விட்டு விடப்பட்டிருக்கிறதோ அந்தந்த அம்சங்கள் நமக்குக் கிடைத்த கிரந்தத்தில் கொடுக்கவில்லை என்று பாவித்துக் கொள்ளவும்.

4-வது அத்தியாயம்

சட்வர்க்க சட்பல பலாத்தியாயம்

(87) சப்தவர்க்கங்களால் அறியப்படும் விபரங்கள்

1. லக்கினத்திலிருந்து தேகத்தைப்பற்றி அறியலாம்.
2. ஹோரையிலிருந்து பொருள், பிரயோஜனம், சம்பத்து இவைகளைப் பற்றி அறியலாம்.
3. திரேக்காணத்திலிருந்து கர்ம பலனை அறியலாம்
4. சப்தமாம்சத்திலிருந்து சகோதரப் பலனை அறியலாம்.
5. நவாம்சத்திலிருந்து சந்ததி பலனை அறியலாம்.
6. துவாதசாம்சத்திலிருந்து களத்திரப்பலனை அறியலாம்.
7. திரிம்சாம்சத்திலிருந்து மரணத்தைப்பற்றி அறியலாம்.

88. லக்கினத்தின் சட்வர்க்கப் பலன்கள்

1. லக்கின பலன்: இது விஷயமாய் லக்கின பாவத்தில் விசேஷமாய்ச் சொல்லி இருப்பதை வாசிக்கவும்.

2. லக்கின ஹோரையின் பலன்: ஹோராதிபன் பூர்ண பலமுடையவனாயிருந்தால் ஹோராதிபனுக்குள்ள குணத்தை ஜாதகன் அடைவான், அந்த ஹோரா லக்கினத்தில் அந்த ஹோரா லக்கினாதிபதி இருந்தாலும், அல்லது பார்த்தாலும் அந்த ஹோரைக்குப் பலம் அதிகமுண்டு. ஜாதகன் சிரேஷ்டமான மனமுடையவன், ஹோராதிபதி வேறு விதமாயிருந்தால் பலன் வேறு விதமாய் இருக்கும்.

லக்கினம் சூரிய ஹோரையாகில்: ஜாதகன் கெட்ட மார்க்கத்தில் பிரவேசிப்பவன், துஷ்டன், அழகில்லாதவன், பாபம் செய்பவன், சுகம், பொருளற்றவன், குணமில்லாதவன், வேலை செய்பவன், துரிதமாய் நடப்பவன், பயந்த சுபாவமுடையவன், ஆழ்ந்த சிந்தையுடையவன், காமீ, பரஸ்த்ரீகளிடம் ஆசையுடையவன், தேவப்பிராம்மணர்களை நிந்திப்பவன்.

லக்கினம் சந்திரஹோரையாகில்: ஜாதகன் பொறுமையுடையவன், எல்லா குணமும் நிரம்பியவன், எப்போதும் தோழர்களிடம் பிரியன், நிலைத்த செல்வமுடையவன், பலவித ரத்தினங்கள். உயர்ந்த குண முடைய ஸ்திரீ, புத்திரர், தனங்களுடன் கூடியவன் நல்ல ரூபமுடைய வன், சுசியானவன், தியாகஞ்செய்பவன், பெருந்தன்மையில் ஆசை யுடையவன், தன் காரியத்தில் கருத்துடையவன், அரசனுக்குப் பாத்திர மானவன், வேலையாளரிடம் பிரியமுள்ளவன்.

சூரியன் சுபரால் பார்க்கப்பட்டால்: தன் தேசத்திலிருப்பான். சந்தி ரனும் இவ்விதமே வேறு தேசத்தில் லாபம். வேறு விதமாகில் விரோத பலன். ஹோராதிபன் கேந்திரத்திலிருந்து சுபரால் பார்க்கப்பட்டாலும் சுபருடன் கூடினாலும் ஜாதகன் பொன், முத்து முதலியதும் பெறுவான். பாபருடன் கூடியாவது பாபரால் பார்க்கப்பட்டாவதிருந்தால் ஜாதகன் இரும்பு முதலியது அல்லது கழுதை எருமை முதலியது அடைவான்.

[3] லக்கினத்தின் திரேக்காணம் பலன்

லக்கினத்தின் திரேக்காணாதிபதி

சூரியனாகில்: ஜாதகன் தோஷமுடையவன், சூரன், ஸ்த்ரீகளுக் குத் தலைவன், துஷ்டன், தைரியமுடையவன், கெட்ட காரியத்தில் சமர்த் தன், மூர்க்கன், அருவருக்கத்தக்க பக்ஷத்தைச் சார்ந்தவன், அதிகம் புசிப்பவன், ஆசாரியின் மனைவியைப் பெண்டாளுபவன். அற்பசந்தான முடையவன், சூதாட்டத்தில் தயாரானவன், பாவம் செய்கையுடையவன், லோபி, அயோக்கியன், அதிக துர்செய்கையுடையவன்.

வளர்பிறை சந்திரனாகில்: ஜாதகன் அழகிய தேகமும், சந்திரன் போன்ற முகமும் உடையவன், சிற்ப சாஸ்திரமறிந்தவன், அதிகம் பேசுபவன்.

தேய்பிறை சந்திரனாகில்: ஜாதகன் ஒரு சமயம் க்ஷயரோகமுடைய வன், சாஸ்திரத்தில் மந்த புத்தியும் நல்ல நடவடிக்கையில் புத்தியுடை யோன், பந்துக்களால் வெகு மதிக்கப்பட்டவன், சஞ்சல புத்தியுடையவன், தர்மாதர்மங்களில் பற்றுடையவன், வெளி தேசத்தில் சமர்த்தன்.

குஜனாகில்: ஜாதகன் தோஷமுடையவன், துஷ்டன், தனமில்லாதவன், பாப புத்தியுடையவன், லோபி, தனமும், புத்திரரும் இல்லாதவன், தயையில்லாதவன், கல்மனதுடையவன், துஷ்ட சுபாவமுடையவன், அதிகம் பேசுபவன், காய வடுவுள்ள தேகமுடையவன், தன்னைப் போஷிப்பதிலேயே பற்றுடையவன், கோபமுடையவன், நோய் பீடையுடையவன், அயலாரை அண்டி ஜீவிப்பவன், நற்குண நற்செய்கையில்லாதவன்.

புதனாகில்: ஜாதகன் புத்தியில் வல்லவன், அரசனால் வெகு மதிக்கப்பட்டவன், தீர்க்காயுளுடையவன், பலமுடையவன், அதிக சந்தான முடையவன், சாந்த குணமுடையவன், புகழுடையவன், சுசியானவன், தர்ம ஞானத்தில் பற்றுடையவன், கெட்ட வழியில் பிரவேசியாதவன், எப்போதும் சாதுக்களுக்குத் தலைவன், சாஸ்திரங்களறிந்தவன், குலத்திற்கு அலங்காரமானவன். அதிக தனம் தியாகம் செய்பவன், சந்தோஷமுடையவன்.

குருவாகில்: ஜாதகன் தீர்க்காயுளுடையவன், நோயற்றவன் புத்தியிலுயர்ந்தவன், இனிமையான பார்வையுடையவன். நற்குணங்களுக்கு இருப்பிடமானவன், கபடமற்றவன், தர்மவான், மோக்ஷ ஞானத்தில் கருத்துடையவன், தயைக்கு இருப்பிடமானவன், பொறுமையுடையவன், நல்ல நடவடிக்கையுள்ளவன். ஆசாரமுள்ளவன், நல்ல ஸ்திரீகள் சினேகத்தில் பிரியன், அயல் பெண்டுகளை விரும்புகிறவன், அழகன், செல்வவான்.

சுக்கிரனாகில்: ஜாதகன் அழகிய தேகமுடையவன், அரசனுக்குப் பாத்திரமானவன், எல்லாமறிந்தவனாயினும் ஜனங்களை ஆசைப்படச் செய்வதில் சமர்த்தன், தானஞ் செய்பவன், நல்லோரைக் காப்பவன். முத்துக்கள், ரத்தினங்கள் உயர்ந்த ஜாதிப் பெண்கள், புத்திரர், பந்துக்கள், நிறைந்தவன், தயையுடையவன், ஆசாரமுடையவன், பொறுமையுடையவன், உண்மையில் ஆசையுடையவன், கபடமற்றவன். தர்மசிந்தையுடையவன்.

சனியாகில்: ஜாதகன் தோஷமுடையவன், துஷ்டன், மந்தமானவன், திருடன், கெட்டசெய்கையுடையவன், லோபி, புத்திரரும் தனமுமற்றவன், ஏவத்தக்க குணமில்லாதவன், பாபி, ஆசான் மனைவியைப் பெண்டாளுபவன், கோபமுடையவன், தயையற்றவன், துக்கத்தால் வருந்தி அழுபவன், குணமற்றவன், கர்ம பீடையுடையவன்.

லக்கினத் திரேக்காணாதிபதி: சுபனாகி லக்கினத்திலிருந்து சுபக் கிரகங்களுடன் கூடியாவது, சுபர்களால் பார்க்கப்பட்டாவதிருந்தால் ஜாதகன் நற்செய்கை செய்பவன், வெகு புகழுடையவன், இதற்கு மாறுபட்டிருந்தால் அசுப பலன் உண்டாகும்.

லக்கினத் திரேக்காணாதிபதி: மித்திர, உச்ச க்ஷேத்திரத்திலிருந் தால் ஜாதகனுக்குச் சுப பலன் உண்டு. வித்தியாசமாகில் எல்லா வியா பாரத்திலும் துக்கம் சந்தேகமில்லை.

4. லக்கினத்தில் சப்தமாம்சத்தின் பலன்

லக்கினம் சுபக்கிரக சப்தமாம்சத்தில்: இருக்கப் பிறந்தவன், நல்ல சுபாவமுடையவன், லக்கினம் பாபக்கிரக சப்தமாம்சத்தில் இருக்கப் பிறந்தவன், மூர்க்க சுபாவமுடையவன், லக்கினத்தின் சப்தமாம்ச ஸ்தானத்தைச் சூரியன், குஜன் அல்லது குரு இவர்கள் அடைந்தாலும், பார்த்தாலும், ஜாதகன் தன் தகப்பனுக்குப்பிந்திய காலத்தில் பிறந்தவன். சுக்கிரன் புதன் இவர்கள் லக்கினத்தின் தசாம்ச ஸ்தானத்தை அடைந்தாலும், பார்த்தாலும் பிறவி பெண்ணாகும். இந்தப் பெண் தன் தகப்பனுக்குப் பிந்திய காலத்தில் பிறந்தவள்.

5.[a] லக்கினத்தின் நவாம்சத்தின் பலன்

லக்கினத்தின் நவாம்சாதிபதி

சூரியனாகில்: ஜாதகன் நீண்டும் சுருண்டுமிருக்கும் மயிருடைய வன், சமமான தேகமுடையவன், வெறுத்தவன், கம்பீர மனமுடையவன், காந்தியுடையவன், போகிப்பதில் சமர்த்தன். எப்போதும் துஷ்ட சகவாசமுடையவன், பேசாமலிருப்பவன், தைரியமுடையவன், அதிக சபலன், தன ஆசையுடையவன், அதர்மம் செய்பவன், சுகமுடையவன், துஷ்டன், சத்ருக்களை அழிப்பவன், அல்ப புத்திரருடையவன்.

சந்திரனாகில்: ஜாதகன் தங்க நிறமுடையவன், உயரமும் குள்ளமு மில்லாதவன், விலத்தியான சரீர மயிருடையவன், வஸ்திராலங்கார முடையவன். நல்லபார்வையுடையவன், அதிக செல்வம் நிரம்பியவன், தர்ம சுபாவமுடையவன், குணமறித்தவன், நல்ல ரூபமுடையவன்.

குஜனாகில்: ஜாதகன் மயிர் நுனியில் கபில நிறமுடையவன், விசால மான கண்களுடையவன், பின் சரீரம் கொஞ்சம் வெளுத்தவன், விகார மான நகமுடையவன், காய வடுவுள்ள தலையுடையவன், காமமுடை யவன், துஷ்டன், துவேஷமுடையவன், காமாதுலன், பொன் பொருள் சேர்ப்பதில் சமர்த்தன், அனேகமாக அல்ப தர்மமுடையவன், சுக முடையவன், குரூரன், சத்ருக்களை அழிப்பவன், அதிக லோபி.

புதனாகில்: ஜாதகன் கருத்தநிறம், மிரண்ட கண்கள் சமதேகம் விசாலமான மார்பு, நீண்டு சுருண்ட தலை மயிர் அழகிய பல்வரிசை இவைகள் உடையவன், அற்பாயுளுடையவன், கிரய விக்கிரயங்களில்

சமர்த்தன், தைரியவான், செல்வவான், சுகவான், திவ்விய வஸ்திர புஷ்ப அலங்காரப்பிரியன்.

குருவாகில்: ஜாதகன் கருத்த நிறம், தாமரை போன்ற முகம், கருநீசல் புஷ்பம் போன்ற கண்கள், உயர்ந்த தேகம், அழகிய தலைமயிர், அதிக சுத்தமான நல்ல ரேகைகளை உடைய கைகள் இவைகள் உடையவன், புத்தியிலுயர்ந்தவன், அதிதிகளிடம் பிரியமானவன், அதிக குண முடையவன், சூரன், ஸ்திரீகளுக்கு நாதன், தனவான், இனிமையான குரலுடையவன்.

சுக்கிரனாகில்: ஜாதகன் சிவந்த கடைக்கண் பார்வையுடையவன். அழகிய தலைமயிர், அழகியதேகம் , சங்குக்கு நிகரான கழுத்து, அழகிய நாபி, தளர்ந்த தேகம் இவைகளை உடையவன். சூரன், சீமான், நல்ல நடவடிக்கை யுடையவன். கவி, அதிக தனவான், தான குணமுடையவன். குணமறிந்தவன், வஸ்திராலங்காரங்களால் சந்தோஷமடைந்தவன், புஷ்பங்களில் பிரியன்.

சனியாகில்: ஜாதகன் விலத்தியான தலைமயிர், பொன்னிறமயிர், மெலிந்ததேகம், அழகிய கண்கள், கருத்த மேனி இவைகளை உடைய வன், சுதந்திரமுடையவன், அதிக குணங்கள் நிரம்பியவன், பாப சுபாவமு டையவன், தர்மமில்லாதவன், அளவுடைய தனபாக்கியமுடையன்.

நவாம்ச லக்கினத்திலிருந்து ஐந்தாவது பாவாதிபனும், புதனும் சுபர்களுடன் கூடியாவது, அல்லது சுபரால் பார்க்கப்பட்டாவதிருந்தால் ஜாதகனுக்கு அதிக புத்திரர்கள் பிறப்பார்கள். பாபர்களுடன் கூடியாவது பாபரால் பார்க்கப்பட்டாவதிருந்தால் ஜாதகனுக்கு புத்திர சுகமில்லை.

5[b]. லக்கினத்தின் நவாம்சம்

1–வது நவாம்சமாகில்: ஜாதகன் லோபி, சபலன், தைரியவான், பாவச்செய்கையுடையவன், மற்றவருக்குத்துன்பம் தருபவன், திருடும் தன்மை வாய்ந்தவன்.

2–வது நவாம்சமாகில்: ஜாதகன் தர்மவான், சத்தியவாதி, பலசாஸ்திரத்தில் சமர்த்தன், நிலையான விரதமுடையவன், அதிக சந்தோஷமுடையவன்.

3–வது நவாம்சமாகில்: ஜாதகன் தானே சம்பாதித்த மகிமையுடைய வன், போகி, சண்டையில் ஆசையற்ற மனமுடையவன், கந்தர்வ ஸ்திரீ சங்கமமுடையவன்.

4–வது நவாம்சமாகில்: ஜாதகன் எல்லா லக்ஷணங்களும் நிரம்பிய வன், எவ்விதத்திலும் தனவான்.

5–வது நவாம்சமாகில்: ஜாதகன் தீர்க்காயுளுடையவன், அதிக புத்திரருடையவன்.

6–வது நவாம்சமாகில்: ஜாதகன் பெண்டுகளால் ஜெயிக்கப்பட்டவன், சந்தானமற்றவன், அதிக மாயையுடையவன், அலித்தனமுடையவன், ஆழ்ந்த விரோதமுடையவன், அதிக சந்தோஷமுடையவன்.

7–வது நவாம்சமாகில்: ஜாதகன் பராக்கிரமமுடையவன், புத்திமான். சூரன், சண்டையில் தோல்வியடையான், ஆழ்ந்த புத்தியுடையவன், அதிக சந்தோஷமுடையவன்.

8–வது நவாம்சமாகில்: ஜாதகன் தன் தர்மத்தில் சமர்த்தன், சாமர்த்தியமுடையவன், மனதை ஜெயித்தவன், இந்திரியங்களை வென்றவன், பணியாளரைக் காப்பவன், சமர்த்தன்.

9–வது நவாம்சமாகில்: ஜாதகன் 8–வது நவாம்சத்திற்குச் சொல்லியபடியே இருப்பான்.

6. லக்கினத்தின் துவாதசாம்சப் பலன்

லக்கினம் இருக்கும் துவாதசாம்சாதிபதி

1. சூரியனாகில்: ஜாதகன் தோஷமுடையவன், சபலன், குரூரன், அல்பாயுளுடையவன், தனமில்லாதவன், சோம்பேறி, காமமுடையவன், அல்ப தர்மமுடையவன்.

2. சந்திரனாகில்: ஜாதகன் பந்துக்களுக்கு இருப்பிடமானவன், பண்டிதன், தனவான், விரும்பத்தக்கவன், சில்ப சாஸ்திரமறிந்தவன், அதிக தர்மம் செய்பவன்.

3. குஜனாகில்: ஜாதகன் லோபி, தோஷமுடையவன், மூர்க்கன், பாவாத்மா, யோசிப்பதில் பிரியன், அல்ப தர்மம் செய்பவன்.

4. புதனாகில்: ஜாதகன் அழகன், நல்ல நடவடிக்கையுடையவன், வித்தையில் ஆசையுடையவன், பெரியோர், தேவரிடம், பக்தியுடையவன், மற்றவரால் தூஷிக்கப்படாதவன், ரஸங்களறிந்தவன்.

5. குருவாகில்: ஜாதகன் ஆசாரமுடையவன், சாஸ்திரார்த்தமறிந்தவன் நன்றாய்ப் பேசுபவன், சுகமுடையவன், தீர்க்காயுளுடையவன், பிரபு, தோழர்களால் அடையத்தக்கவன்.

6. சுக்கிரனாகில்: ஜாதகன் சூரன், அதிக தனமுடையவன், போகமனுபவிப்பன், எப்போதும் நாட்டியம், சங்கீதம் இவைகளில் பிரியன்,

சுசியானவன், தானம் செய்பவன், பொறுமையுடையவன், நன்றாய்ப் பேசுபவன்.

7. சனியாகில்: ஜாதகன் லோபி, சபலன், துஷ்டன், காமமுடையவன், அயலான் பொருளுக்கு ஆசைப்படுபவன், தோஷமுடையவன், குறைந்த தர்மமுடையவன்.

லக்கின துவாதசாம்சம்: பலத்துடன் கூடி இருக்கில் ஜாதகனுக்கு அனேக தாரங்கள் உண்டு. லக்கின துவாதசாம்சாதிபதி பல மற்றிருக்கில் வித்தியாசமான பலன். லக்கின துவாதசாம்சாதிபன் சுபனாகில் மனைவி நல்லவள், பாபராகில் விகார ரூபமுடையவள்.

துவாதசாம்ச பலன் முற்றிற்று.

7. லக்கினத்தின் திரிம்சாம்ச பலன்

லக்கினத்தின் திரிம்சாம்சாதிபதி

1. குஜனாகில்: ஜாதகன் மூர்க்கன், அருவருக்கத்தக்க தேகன், கெட்டிக்காரன், அழகற்றவன், குரூரன், துஷ்டன், பொருளில்லாதவன், அயல் பெண்டுகளை அனுபவிப்பவன், பாபி, சத்துரு தனங்களை விரும்புவன், அல்ப புத்தியுடையவன்.

2. சனியாகில்: ஜாதகன் வித்தை, சுகம், பொருள் இவைகள் இல்லாதவன், லோபி, அழகில்லாதவன், பெண்களுக்கு அடங்கியவன், எல்லாவற்றையும் அழிப்பவன், லோபிகள் நிரம்பப்பெற்றவன், ஏவல் செய்பவன். கெட்ட வழியைக் கொண்டவன், தோஷமுடையவன். நன்றியறிவில்லாதவன்.

3. குருவாகில்: ஜாதகன் ஆசாரம், நயம், பராக்கிரமம் இவை களுடைய செய்கையுடையவன், ஒளியுடையவன், நன்றியுள்ளவன், சுதந்திரமுடையவன், தனவான், தீர்க்காயுளுடையவன், அதிக சந்ததி யுடையவன், நிறைந்த பொருளுடையவன்.

4. புதனாகில்: ஜாதகன் தர்மம், காமம், புத்திரர், புகழ்கள் இவை களுடன் கூடியவன், பண்டிதன், அறிவதில் சமர்த்தன், நல்ல குண முடையவன், மதம் பிடித்தவன், அழகிய ஸ்த்ரீ, ஆபரணம், புஷ்பம், வாசனை இவைகளில் பற்றுடையவன்.

5. சுக்கிரனாகில்: ஜாதகன் அதிக குணங்கள் நிறைந்தவன், அழகன், அழகிய பார்வையுடையவன், யௌவன ஸ்த்ரீ விஸ்வாச

முடையவன், எல்லா சாஸ்திரங்களுமறிந்தவன், தேவப்பிராம்மண பக்தன், தானம் செய்யும் குணமுடையவன், தயையுடையவன்.

லக்கினம் நிற்கும் திரிம்சாம்சத்திலிருந்து: 8—ம் பாவாதிபன் சுப னாகி சுபரால் பார்க்கப்பட்டால் சுப திரிம்சாம்சத்தில் மரணம், சுபரில்லா விடில் கெட்ட திரிம்சாம்சத்தில் மரணம்.

[89]. சூரியனுடைய சட்வர்க்கம் முதலிய பலன்கள்:

I. சூரியன் ஜெனன காலத்தில் மேஷம் முதலிய ராசிகளில் இருக்கும் பலன்:

1. மேஷமாகில்:— ஜாதகன் சண்டையில் பராக்கிரமமுடையவன், தனம், பலம் இவைகளுடன் கூடியவன், சாஸ்திரங்களின் பொருளறிந் தவன், சொல், செய்கை இவைகளால் பிரசித்தியடைந்தவன், ஜெயத்தில் விருப்பமுடையவன், சத்துருக்களை அடக்குபவன், சிரேஷ்டமான காரியங்களைச் சாதிப்பவன்.

2. ரிஷபமாகில்: ஜாதகன் விரும்பியவாறு புஷ்பம், வாசனை முதலியன அடைபவன், வேண்டியவாறு அன்ன, வஸ்திரங்களால் அடையப்பட்ட சுகமுடையவன், சங்கீத வித்தையில் விருப்பமுள்ளவன், காம சாஸ்திர மறிந்தவன், நல்ல தோழர், வாகனங்களுடையவன், பந்துக்களிடம் பிரியமுடையவன், தைரியமான செய்கை செய்யுங்குணமுடையவன் தோஷமுடையவன், நோயால் அடிபட்ட சுகமுடையவன்.

3. மிதுனமாகில்: ஜாதகன் நல்ல ஆசாரம், குணங்களில்லாதவன், புத்திமான், இனிமையாய்ப் பேசுபவன், சாமர்த்தியமுள்ள சொல்லுடை யவன், வணக்கமுடையவன்.

4. கடகமாகில்: ஜாதகன் பலவித சுகங்களனுபவிப்பவன், நற் குணங்களமைந்தவன்.

5. சிம்மமாகில்: ஜாதகன் சத்துருக்களை அழிப்பவன், அதிக கோப முடையவன், பெருந்தன்மையான செய்கையுடையவன், சத்தியவான் களுள் உயர்ந்தவன், தன் சௌரியத்தால் புகழடைந்தவன், சந்தோஷ முடையவன், எப்போதும் பலவான்.

6. கன்னியாகில்: ஜாதகன் பலமற்றவன், அல்ப மனமுடையவன், மெதுவானதும், கெஞ்சத்தக்கதுமான சொல்லுடையவன், பெண்க ளுக்குச் சமமான பலமுடையவன், உலோப குணமுடையவன், எப் போதும் பெரியோரை நிந்திப்பவன்.

7. துலாமாகில்: ஜாதகன் நாசம், அழிவு, பீடை, செலவு இவைகளால்

உண்டான துக்கத்தால் வருந்துபவன், விருப்பமற்ற நீசர்களால் கட்டளை யிடப்படுபவன். அல்பன் விசனங்களால் வருந்துபவன்.

8. விருச்சிகமாகில்: ஜாதகன் விதிப்படியுள்ள தர்மகுணமுடைய வன், வணங்கியவர்களைத்திருப்தி செய்விப்பவன், பலவித பொருள்க ளுடையவன். நற்குணமுடையவன், அரசன் தயவால் சுகமுடையவன், சத்ருக்களை ஜெயிப்பவன்.

9. தனுசாகில்: அரசனுக்கு விருப்பமானவன், மகான், சாஸ் திரங்களின் பொருள் விளக்குபவன், எல்லா கலைகளிலும் வல்லவன், உயர்ந்தவன், எல்லா விவகாரங்களிலும் சமர்த்தன்.

10. மகரமாகில்: ஜாதகன் ஆசாரமழிந்தவன், எப்போதும் விரும் பத்தகாத செய்கைகளில் பற்றுடையவன், நல்லோர்களை வெறுப்பவன், அல்ப மனதுடையவன்.

11. கும்பமாகில்: ஜாதகன் ஆழ்ந்த துவேஷத்தாலுண்டான தோஷமுடையவன், நிலையற்ற தொழிலுடையவன், தீர்மானிக்கப்படாத செய்கையுடையவன், கெட்ட வார்த்தை பேசுபவன், செலவுடன் கூடிய வன், பாவச் செய்கையுடையவன், நன்றி கெட்டவன்.

12. மீனமாகில்: புண்யவான், சத்ருக்களை அழிப்பவன், தோழர், பெரி யோர்களுக்குப் ப்ரீதி செய்பவன், நல்ல சொல்லுடையவன், தெளிந்த மனமுடையவன், அதிகதர்ம குணமுடையவன்.

2. சூரியனுடைய ஹோரா பலன்

1. சூரியன்: தன் ஹோரையிலிருந்தால் ஜாதகன் கடுமையான சுபாவமும், பித்த நோயையும், தன்பந்து ஜன அவமானமும் உடையவன், பார்வைக்குக் கெடுதலையும், கலகத்தையும், துக்கத்தையும், சத்துரு பலத்தால் தன நாசத்தையும் உண்டு பண்ணுவான்.

2. சூரியன்: சந்திர ஹோரையிலிருந்தால் ஜாதகன் எப்போதும் நல்ல நடவடிக்கையையும், நோய்ற்ற தன்மையையும், சத்துரு இல்லா மையையும், விரும்பத்தக்க அதிதிகளைப் பெற்றிருக்கும் தன்மையை யும் உடையவன். பந்து ஜனங்களுக்குப் பிரதானமானவன்.

3. சூரியனுடைய திரேக்காண பலன்

சூரியன் இருக்கும் திரேக்காணாதிபதி

சூரியனாகில்: ஜாதகன் அதிக நோயுடையவனாயும் நொந்த மனமுடையவனாயும், அயல் தேசத்தை அடைந்தவனாயும், ஜெயப் பிரதாபம் குறைந்தவனாயும் இருப்பான்.

சந்திரனாகில்: ஜாதகன் தர்மவானுக்குப் பிறந்தவனாகவும், பந்து ஜனங்களுடையவனாயும், பாவமற்றவனாயும், சங்கீதப் பிரியனாயும், அளவுடன் பேசுபவனாயும், தாரவிருத்தியுடையவனாயும், அதிக கோசமுடையவனாயும், மனிதர்களுக்குப் பிரியனாயும் இருப்பான்.

குஜனாகில்: ஜாதகன் விரோதிகளுடையவன், ஜாதகனுக்கு ரத்த காஷ உபத்திரவமுண்டாகும், நீசர் சேர்க்கையுண்டாகும், சர்வ காலமும் புத்திரர், பொருள் நாசம் உண்டாகும்.

புதனாகில்: ஜாதகன் தன் தர்ம ஆசாரமுடையவன், போகமாதரிடம் விருப்பமுற்றிருப்பவன், விசித்திர சொல்லுடையவன், தேவப்பிராம்மண பக்தியுடையவன்.

குருவாகில்: ஜாதகன் வணக்கமுடையவன், திருப்தியுடையவன், விரும்பத்தக்க அதிதிகளுடையவன், எல்லா நற்குணங்களும் நிரம்பியவன், புத்திமான், வாக்கு சாதுரியமுடையவன்.

சுக்கிரனாகில்: ஜாதகன் சுகமுடையவன், ஸ்த்ரீகளுக்கு நாயகன், தேவர், பெரியோர்களிடம் அன்புடையவன், நோயற்ற தேகமுடையவன், உண்மையுடையவன்.

சனியாகில்: ஜாதகன் பாவமுடையவன், ரோகமுடையவன், நன்றி கெட்டவன், புத்திரர், நேசர் இவர்கள் விசனத்தால் தவிப்பவன், நல்ல சுபாவமுடையவன், பந்துக்களால் கைவிடப்பட்டவன்.

4. சூரியனுடைய நவாம்சப் பலன்

சூரியன் இருக்கும் நவாம்சாதிபதி

1. சூரியனாகில்: ஜாதகன் அவமானமடைந்தவன், அதிக சுகமுடையவன், பாவத்தில் பிரியன், வக்கிர புத்தியுடையவன். அல்ப சுபாவ முடையவன், பெருந்தன்மையற்றவன், அதிக நோயுடையவன்.

2. சந்திரனாகில்: ஜாதகன் இருக்குமிடத்திலேயே சமர்த்தன், புத்திரருடையவன், ஞானம், புகழ், தனம், பொருள் இவைகளுடையவன், அரசனுக்குப் பிரியன், தன் பக்கத்தைச் சார்ந்தவர்களுக்குத் தலைவன்.

3. குஜனாகில்: ஜாதகன் தரித்திரமுடையவன், நோயால் வருந்துபவன், எல்லோராலும் நிராகரிக்கப்பட்டவன், தீனன், வாயு பீடையுடையவன், பாபிகளுடன் கூடுபவன், தன்னால் செய்யப்பட்ட பீடையுடையவன்.

4. புதனாகில்: ஜாதகன் காற்று பயமுடையவன், சத்துருக்களை ஜெயித்தவன், பெண்களிடம் அன்புள்ளவன், எப்போதும் யோகாதி சுகங்க ளுடன் கூடியவன்.

5. குருவாகில்: ஜாதகன் சத்தியவான், தனவான், தவத்தில் பிரியன், நல்லோர்களால் விரும்பத்தக்கவன், இந்திரியங்களை ஜெயித்தவன், எல்லா சுகங்களுக்கும் இருப்பிடமானவன், பூஜை முதலிய அனுஷ்டான முடையவன். பந்து ஜனங்களுக்குத் தலைவன், அறிவாளி, தர்மத் திலேயே இருப்பவன், சத்துருக்களை ஜெயித்தவன்.

6. சுக்கிரனாகில்: ஜாதகன் பெருமையுடையவன், தோல்வியுடைய வன், தனமற்றவன், அல்ப வீர்யமுடையவன், காமமுடையவன், பந்து ஜனங்களால் ஒதுக்கப்பட்டவன்.

7. சனியாகில்: ஜாதகன் துஷ்டன், துர்கதி, நோயை யடைந்தவன்.

5. சூரியனுடைய துவாதசாம்ச பலன்

சூரியன் இருக்கும் துவாதசாம்சாதிபதி

1. சூரியனாகில்: ஜாதகன் கடுமையானவன், சத்துருக்களிடம் பயந்த மனதுடையவன், அதிக கோபமுடையவன், பொருள், பலம், இவை இல்லா தவன், தன் காரியத்தில் சமர்த்தன், ஞானம், அறிவு குறைந்தவன்.

2. சந்திரனாகில்: ஜாதகன் நல்லவன், நற்செய்கையுடையவன், வித்தை, வணக்கம் உடையவன், எப்போதும் சுகம் நிறைந்தவன், தெளிந்த மனம், பெருந்தன்மையுடையவன்.

3. குஜனாகில்: ஜாதகன் இஷ்டர்களால் விடப்பட்டவன், கட்டுப் படுதல் உடையவன், பாவச்செய்கையில் ஊக்கமுடையவன், பூமி குறை தலை உடையவன், அயலாருடன் வாதம் செய்பவன்.

4. புதனாகில்: ஜாதகன் அதிக சத்தியவானாயும் எல்லா சுகத்துடன் கூடியவனாயும், பிரியர்களாகிய அதிதிகளை உடையவனாயும், பிராம்மணர்களுக்குச் சம்மதனாயும் இருப்பான்.

5. குருவாகில்: ஜாதகன் ஸ்திரீகளுக்கு நாயகன், சங்கீத சாஸ்தி ரத்தில் சமர்த்தன், யோகாதிகளுடன் கூடியவன், வஸ்திரம் புஷ்பங் களுடன் கூடியவன், வினயத்தை முக்கியமாயுடையவன்.

6. சுக்கிரனாகில்: ஜாதகன் நல்ல சில்ப சாஸ்திரமறிந்தவனாயும், தர்மத்தில் ஊக்கமுடையவனாயும், நல்ல தானம் செய்பவனாயும், பொறுமையுடையவனாயும், பிரியர்களான அதிதிகளுடையவனாயும்,

எல்லாம் பொறுப்பவனாயும், சூரனாகவும், அரசரால் கௌரவிக்கப் பட்டவனாயும் இருப்பான்.

7. சனியாகில்: ஜாதகன் ஆண்மையற்றவனாயும், மெலிந்தவனாயும், பாவத்துடன் கூடியவனாயும், நன்றிகெட்டவனாயும், சம்பத்தில்லாத வனாயும், எப்போதும் அருவருக்கத்தக்க செய்கையுடையவனாயும், வெகுதுக்கத்துடன் கூடியவனாயும் இருப்பான்.

6. சூரியனுடைய திரிம்சாம்ச பலன்

சூரியன் இருக்கும் திரிம்சாம்சாதிபதி

1. குஜனாகில்: ஜாதகன் தனத்தையும், அல்ப புண்ணியத்தையும், தனத்தில் நாசமும், போஷிப்பவனாயும், நல்ல ஆசாரமுடையவனாயும், அதிக நோயுடையவனாயும், பொறுக்கத் தக்க ஜனங்களுடன் கூடிய வனாயும் இருப்பான்.

2. சனியாகில்: ஜாதகன் பரதேசிகளுடன் பற்றுடையவனாயும், தனமற்றவனாயும், நன்றி கெட்டவனாயும், துவேஷ சுபாவமுடைய வனாயும், தோழரற்றவனாயும் இருப்பான்.

3. குருவாகில்: ஜாதகன் ப்ரீதியை முக்கியமாயுடையவனாயும் புகழ் உடையவனாயும், சௌரிய குணத்துடன் கூடியவனாயும், வெகு தனமுடையவனாயும், சாஸ்திரக்கூட்டங்களுடன் கூடியவனாயும் இருப்பான்.

4. புதனாகில்: ஜாதகன் பொன், முத்து, ரத்தினம், வஸ்திரங்கள டைந்தவனாயும், பெண் கூட்டம் உடையவனாயும், இஷ்டம் பூர்த்தியானவ னாயும் தேவபக்தியுடையவனாயும், சத்துருக்களில்லாதவனாயும் இருப்பான்.

5. சுக்கிரனாகில்: ஜாதகன் அழகனாயும், பல பொருள்கள் நிறைந்தவனாயும், உயர்ந்த குதிரை உடையவனாயும், நோயற்ற தேக முடையவனாயும், விரதமுடையவர்களுக்கு விரும்பத்தக்கவனாயும் இருப்பான்.

6. சூரியன் சுவக்ஷேத்திர பலம் உள்ளவராகில்: ஜாதகன் தன் பலத்தால் நல்ல மனதுடையவனாயும், அதிக தோழருடையவனாயும் ஜெயிக்கப்பட்ட சத்துருக் கூட்டங்களை உடையவனாயும், தன் பந்துக் களால் பூஜிக்கப்பட்டவனாயும், தன தான்யங்களுடன் கூடியவனாயும்,

புத்திருடையவனாயும், பிராம்மணர்களுக்குச் சம்மதனாயும், தைரிய முடையவனாயும், பெரியோனாயும், சாதுக்களால் அடையப்பட்டவனாயும், அதிக ரோஷமுடையவனாயும், யானை, குதிரை, நிறைந்தவனாயும் சத்ய குணங்களுடன் கூடியவனாயும் இருப்பான்.

7. சூரியன் உச்ச பலமுள்ளவராகில்: ஜாதகன் பிரசித்தனாயும், சத்துருக்களை ஜெயித்தவனாயும், பிரியமான அதிதிகளை உடையவனாயும், அரசர் வெகுமதிப்பையுடையவனாயும், அதிக தனமுடையவனாயும், நியாயத்தை முக்கியமாய் உடையவனாயும், பிரதானமானவனாயும் இருப்பான்.

8. சூரியன் நவாம்ச பலமுள்ளவராகில்: ஜாதகன் எப்போதும் இனிமையானவனாயும், விசித்திர மாலை, ஆபரணங்களுடையவனாயும், சுகம் நிரம்பியவனாயும், வெகு பொறுமையுள்ள மனமுடையவனாயும், நோயற்றவனாயும், நல்ல ஆசாரமுடையவனாயும் இருப்பான்.

9. சூரியன் சுபக்கிரகபார்வை பலம் பெற்றால்: ஜாதகன் நோயற்றவனாயும், அழகு க்ஷேமத்துடன் கூடியவனாயும், புத்திர லாபமடைந்தவனாயும், அரசரால் பூஜிக்க (கௌரவிக்க) தக்கவனாயும், தேவப்பிராம்மண பக்தியுடையவனாயும் இருப்பான்.

10. சூரியன் புருஷ ராசி பலத்தால் பிரபலனாகில்: ஜாதகன் பெரியோர், ஆசான், சாதுக்கள், பிராம்மணர் இவர்களிடம் பக்தியுடையவனாயும், வணக்கமுடையவனாயும், நல்ல ஆசார சுபாவமுடையவனாயும், அழகனாயும், தர்மத்துடன் கூடியவனாயும், மனிதருக்கு ப்ரீதி செய்பவனாயும் இருப்பான்.

11. சூரியன் திக்கு பலமுடையவராகில்: ஜாதகன் பலவிதப் பொருள்களுடன் கூடியவனாயும், யானை, குதிரை, ரத்தினம், வஸ்திரம், மாலை இவைகளுடன் கூடியவனாயும், உல்லாசமுடையவனாயும், அரசர் சன்மானத்துடன் கூடியவனாயும் இருப்பான்.

12. சூரியன் ஜேஷ்டாபலமுள்ளவராகில்: ஜாதகன் பின் செல்லப்பட்ட சத்துருக் கூட்டத்தையுடையவனாயும், அதிக தோழருடையவனாயும், எல்லா துக்கங்களும் அற்றவனாயும், சுகத்துடன் கூடியவனாயும், பந்துக்களால் கௌரவிக்கப்பட்டவனாயும் இருப்பான்.

13. சூரியன் இராத்திரி பலமுள்ளவராகில்: ஜாதகன் பிரசித்தனாயும், வினயத்துடன் கூடியவனாயும், தர்மத்தில் ஆசையுடையவனாயும், பிரியமாயும், அழகிய சொல்லுடையவனாயும், எப்போதும் அனுகூலனாயும், ஜனங்களுக்கு வேண்டியவனாயும் இருப்பான்.

14. சூரியன் தினபலத்துடன் இருக்கில்: ஜாதகன் பிரசித்தனாயும், அழகனாயும், விரும்பத் தக்கவனாயும், அதிக ஆச்சரியம் செய்பவனாயும் கலக்க முடியாதவனாயும், சத்துருக்களுடைய புகழை அழிப்பவனாயும் இருப்பான்.

15. சூரியன் ஹோரை பலமுடையவராகில்:– ஜாதகன் பிரசித்தனாயும், அதிக ஆச்சரியப்படத்தக்க வீர்யமுடையவனாயும், மனிதருக்கு மிகவும் வேண்டியவனாயும், நற்சொல்லுடையவனாயும், வந்தி ஜெனங்களால் துதிக்கப்பட்டவனாயும் இருப்பான்.

16. சூரியன் பக்ஷ பலமுடையவராகில்:– ஜாதகன் புஷ்டியுடையவனாயும், அதிக பக்ஷமுடையவனாயும், அழகும் இனிமையுமான சொல்லுடையவனாயும், வெகு சோகமுடையவனாயும், வித்தை, வினயமுடையவனாயும், அழகனாயும் இருப்பான்.

17. சூரியன் மாத பலமுடையவராகில்:– ஜாதகன் சமர்த்தனாயும் தனதான்யமுடையவனாயும், குதிரையுடையவனாயும், அதிக தோழருடையவனாயும், சண்டையில் அடையப்பட்ட சபதத்தையுடையவனாயும், அதிக வினயமுடையவனாயும், ரதி கேளியில் ஆசையுடையவனாயும் இருப்பான்.

18. சூரியன் வருஷ பலமுடையவராகில்:– ஜாதகன் சுப செய்கையுடையவனாயும், மனிதர், ஸ்திரீ, சத்துரு இவர்களால் அடையப்பட்ட சோகமுடையவனாயும், அதிக புஷ்டியுடையவனாயும், தேவ பிராம்மண பக்தியுடையவனாயும், வெட்கமற்றவனாயும், லோப சுபாவமுடையவனாயும், அயலார் அன்னத்தில் ஆசையுடையவனாயும், கடினமானவனாயும், தரித்திரனாயும் இருப்பான்.

19. சூரியனக்கு மித்ர பலமில்லாவிடில்: ஜாதகன் தான் விரும்புவதை அடையமாட்டார்.

20. சூரியனக்கு சுவக்ஷேத்திர பலமில்லாவிடில்:– ஜாதகன் தன் வாஸஸ்தலமில்லாதவனாயும், பந்து ஜனம் குறைந்தவனாயும், அயல் தேசத்தில் ஆசையுடையவனாயும், விசனமுடையவனாயும் இருப்பான்.

21. சூரியன் அதி நீசத்திலிருந்தால்: ஜாதகன் எப்போதும் சரீர பலமில்லாதவனாயும், முகம் (வாய்), கண்நோயுடையவனாயும், துஷ்டனாகவும், சந்தான ஈனனாயும், அதிக ஏவல் செய்பவனாயும் இருப்பான்.

22. சூரியன் நவாம்ச பலமற்றிருந்தால்:– இஷ்டத்திற்கு தடங்களையும், விஷம், நெருப்பு, ஆயுதம், ஜுரம், பித்தம் முதலிய உபாதையுடையவனாயும், தாய் தகப்பனுக்கு உபகாரம் செய்யாத

வனாயும் இருப்பான். சுபக்கிரக பார்வை பலமற்றிருந்தால் ஜாதகன் ரூபமற்றவனாயும், மார் நோயுடையவனாயும், அதிகமாய் திரிபவனாயும், மூடனாயும், தப்புகள் செய்பவனாயும், எப்போதும் பயமுடையவனாயும் இருப்பான்.

23. **சூரியன் நரவீர்ய (மனிதபல) மற்றவராகில்:** சௌகரிய மற்றவனாயும், அனேகருடன் கூடியவனாயும், தோல்வியுடையவனாயும், புத்திரர், பொருள், வாகனம், தனதான்ய, வஸ்திரமற்றவனாயும் இருப்பான்.

24. **சூரியனுக்கு திக்கு பலமில்லாவிடில்:** ஜாதகன் எல்லா தசை களிலும் ஹானியையும், பொய்பிதற்றலையும் உடையவன், புத்தியற்ற வனாயும், தேவர், பிராம்மணருக்கு விரோதியாயும் இருப்பான்.

25. **சூரியனுக்கு ஜேஷ்டா பலமில்லாவிடில்:** ஜாதகன் நிந்திக் கத்தக்க செய்கையுடையவனாயும், புத்தி வித்யாசமுடையவனாயும், சாது ஜனவிரோதியாயும் இருப்பான்.

26. **சூரியன் பகல் பலமற்றவராகில்:** ஜாதகன் கடனாளியாயும், பிரதாபமற்றவனாயும், பந்து ஜனமற்றவனாயும், அயல் பெண்டுக ளுக்குப் பணிவிடை செய்பவனாயும் இருப்பான்.

27. **சூரியன் வார பலமற்றவராகில்:** அருவருக்கத்தக்க செய்கை யுடையவனாயும், அதர்மம் செய்பவனாயும், அனேக துஷ்டத்தன முடையவனாயும், பெரியோர் தோழர்களுக்கு ஆபத்து விளைவிப்ப வனாயும் இருப்பான்.

28. **சூரியனுக்கு ஹோரை பலமில்லாவிடில்:** ஜாதகன் மூர்க்க னாயும், அன்பில்லாதவனாயும், துவேஷத்துடன் கூடியவனாயும் அயலா ருடன் வாதிப்பவனாயும், சந்தானமில்லாதவனாயும் இருப்பான்.

29. **சூரியனுக்குப் பக்ஷ பலமில்லாவிடில்:** ஜாதகன் எப்போதும் துக்கமடைந்தவனாயும், தன் பக்க பலமில்லாதவனாயும், மாயாவியா யும், கடுஞ்சொல்லுடையவனாயும், இருப்பான்.

30. **சூரியனுக்கு வருஷ பலமில்லாவிடில்:** ஜாதகன் தரித்திரனா யும், சூதாட்டத்தில் அழிக்கப்பட்ட அநேக பொருளுடையவனாயும், தாசிகளிடம் பற்றுள்ளவனாயும், தன் பந்துக்களை பிரிந்தவனாயும் இருப்பான்.

31. **சூரியன் மாச பலமற்றிருந்தால்:** ஜாதகன் பலமற்றவனாயும். விகாரமுடையவனாயும், அதிகம் புசிப்பவனாயும், நோயால் வருந்து பவனாயும், திருடர், அரசரால் அவமானமடைந்தவனாயும் இருப்பான்.

90. சந்திரனுடைய சட்வர்க்கம் முதலிய பலன்கள்: சந்திரன் ஜெனன காலத்தில் மேஷம் முதலிய ராசிகளில் இருக்கும் பலன்

சந்திரன் இருக்கின்ற ராசி

மேஷமாகில்: ஜாதகன் சூரன், சந்தோஷம், தைரியம், பலம் இவைகளுடன் கூடியவனாயும், பிரசித்தியடைந்தவனாயும், வெகு மங்கையர், புத்திரர் இவர்களையுடையவனாயும், பணியாளர் நிரம்பியவனாயும், உயர்ந்த வஸ்து புசிப்பவனாயும், தியாகம் செய்பவனாயும், நிலை பெற்றவனாயும், இருப்பான்.

ரிஷபமாகில்: ஜாதகன் கர்வமுடையவனாயும், இஷ்டமான மனைவி யுடையவனாயும், அளவுள்ள அல்ப பாக்யமுடையவனாயும், அழகனாயும், தேஜஸ்ஸுடையவனாயும், அதிகம் புசிப்பவனாயும், நல்ல வேஷப் பிரியனாயும், அதிக ஜனமுடையவனாயும், பொருள் சேர்ப்பவனாயும் இருப்பான்.

மிதுனமாகில்: இனிமையான பெயருடையவனாயும், காரியம் செய்வதில் நிபுணனும் ஆவான்.

கடகமாகில்: ஜாதகன் காரியங்களில் தைரியவானாயும், நல்ல அறிவாளியாயும், வாக்கு சாமர்த்தியமுடையவனாயும், பிரியமானதைப் புசிப்பவனாயும், விரும்பத்தக்க பார்வையுடையவனாயும், பண்டிதனாயும், அதிக ஞானத்தால் சிதறிய புத்தியுடையவனாயும் இருப்பான்.

சிம்மமாகில்: ஜாதகன் தைரியம், பலம் இவைகளுடன் கூடியவனாயும், மனிதரால் வெகுமதிக்கப்பட்டவனாயும், சிங்க முகம்போல் பரந்த முகமும், அதிக பருத்த தேகமும் உடையவனாயும், மாம்சத்தில் பிரியனாயும், பொறுக்க முடியாதவனாயும், பசியுடையவனாயும் இருப்பான்.

கன்னியாகில்: ஜாதகன் நல்ல சொல்லுடையவனாயும், இனிமை யானவனாயும், வணக்கமுள்ளவனாயும், பெண்கள் விருப்பமுடைய வனாயும், அழகிய தேகமுடையவனாயும், நல்ல அறிவுடையவனாயும், சாதுக்கள் விரும்பத்தக்கவனாயும் இருப்பான்.

துலாமாகில்: ஜாதகன் உதார குணமுடையவனாயும், வாக்கு, புத்திரபலம் இவைகளுடையவனாயும், நல்ல மனமுடையவனாயும், சாத்வீக ஆலோசனையை குணமாயுடையவனாயும், ஆசாரம், வணக்கம், அழகு, நல்ல ரூபம் இவைகள் உடையவனாகவும் இருப்பான்.

விருச்சிகமாகில்: ஜாதகன் தனவானாயும், சூரனாயும், தைரிய வானாயும், பிரசித்தியுடையவனாயும், நல்லோருக்குத் தலைவனாகவும்,

கௌரவமுடையவனாயும், குரூரனாயும், அயலாரை அழிப்பதில் விருப்பமுடையவனாயும், கோபமுடையவனாயும் இருப்பான்.

தனுசாகில்: ஜாதகன் அரசனிடமிருந்து அடையப்பட்ட வெகு மதிப்புடையவனாயும், புதியதும், உயர்ந்ததுமான செய்கையுடைய வனாயும், சூரனாயும், ஆசாரமுடையவனாயும், உண்மையைக் கடைப் பிடிப்பவனாயும், தனவான்களில் முக்கியமானவனாயும், பெரியோர், தேவர் இவர்களிடம் பக்தியுடையவனாயும் இருப்பான்.

மகரமாகில்: ஜாதகன் தோட்டம் காடு, ஜலம், இவைகளில் ஆசையு டையவனாயும், சங்கீதம், ஹாஸ்யம் இவைகளில் பிரியமுடையவனாயும், நல்ல வேஷமுடையவனாயும், பிரசித்தியுடையவனாயும், அயல் பெண்டிர் களிடம் சுற்றுபவனாயும் இருப்பான்.

கும்பமாகில்: ஜாதகன் ரோஷமுடையவனாயும், அல்ப சௌக்கிய முடையவனாயும், மெலிந்தவனாயும், பொறுக்க முடியாத அல்ப மனதை யுடையவனாயும், அதிக செய்கைகளை ஆரம்பிப்பவனாயும், இஷ்டம் பூர்த்தியாகாதவனாயும், குறிக்கப் (காட்ட) பட்ட பந்துக்களை உடையவ னாயும், குருவை (ஆசான், தகப்பன், பெரியோர்) வஞ்சிப்பவனாயும் இருப்பவன்.

மீனமாகில்: ஜாதகன் நம்பகமுடையவனாயும், சாமார்த்தியவானா யும், பண்டித தன்மை வாய்ந்தவனாயும், அதிக செல்வத்துடன் கூடியவ னாயும், வெட்கம், தானம், தாக்ஷண்யம் இவைகளை பிரதானமாக உடையவனாயும், வணக்கமுடையவனாயும் இருப்பான்.

2. சந்திரனுடைய ஹோரா பலன்

சந்திரன் தன் ஹோரையில் இருந்தால்: ஜாதகன் எப்போதும் அதிக ஆசாரமுடையவனாயும், தன் தர்மத்தைக் கடைப்பிடித்தொழுகு கிறவனாயும், அரசர் வெகு மதிப்புடையவனாயும், நன்றியுடையவனாயும், சந்தோஷமுடையவனாயும், மதமில்லாதவனாயும் இருப்பான்.

சந்திரன் சூரியனுடைய ஹோரையில் இருந்தால்: நமக்குக் கிடைத்த சாஸ்திரத்தில் பலன் கொடுத்திருக்கவில்லை.

3. சந்திரனுடைய திரேக்காண பலன்

சந்திரன் இருக்கும் திரேக்காணாதிபதி

சூரியனாகில்: ஜாதகன் எப்போதும் பாபியாகவும், அதிக சத்துருக்க ளுடையவனாயும், அல்பபொருள் பலமுள்ளவனாயும், குணமற்றவனாயும், போக்கப்பட்ட பொருளுடையவனாயும், துரதிர்ஷ்டமுள்ள தேகமுடைய

வனாயும், சத்துருக்களால் ஏமாற்றப்பட்ட மனமுடையவனாகவும் இருப்பான்.

சந்திரனாகில்: ஜாதகன் பண்டிதனாயும், வெகுதனம், தோழர், புத்திரருடன் கூடியவனாயும், பந்து ஜனங்களுடன் கூடியவனாயும், சுகமுடையவனாயும், அழகுடையவனாயும், கட்டளையைக் கடவாதவ னாயும் இருப்பான்.

செவ்வாயாகில்: ஜாதகன் சஞ்சாரஞ் செய்பவனாயும், பிரதாபமில் லாதவனாயும், குறைந்த செய்கையுடையவனாயும், அநேக துக்கங்க ளுடன் கூடியவனாயும், அயலார் பொருளுக்கு ஆசையுடையவனாயும், நேசமில்லாதவனாயும் இருப்பான்.

புதனாகில்: ஜாதகன் அழகியவனும், விரும்பத்தக்கவனும், புத்தி மானும், எல்லா குணங்களும் நிறைந்தவனும், வித்தையுடையவனும், எல்லா வித்தையிலும் தேர்ந்தவனுமாக இருப்பான்.

குருவாகில்: ஜாதகன் சாஸ்திரங்களில் விருப்பமுடையவனும், நல்ல ஆசாரமுடையவனும், நீசர்களுடன் சேராதவனும், திருந்தியவனும், அல்ப கோபமுடையவனும், பிரியமான அதிதிகளுடையவனும், தேவர் பெரியோரிடம் பக்தியுடையவனுமாக இருப்பான்.

சுக்கிரனாகில்: ஜாதகன் உயர்ந்த வாகனமுடையவனும், பெண்கள் தலைவனும், உண்மையுடையவனும், கம்பீர செய்கையுடையவனும், கலைகளுக்கு அதிகாரியும், அரசர்களுக்கு விரும்பத்தக்கவனுமாக இருப்பான்.

சனியாகில்: ஜாதகன் நோயாளியாயும், தீனனாயும், தரித்திரனாயும், விகாரமானவனாயும், பாவமுடையவனாயும், அதிக ஆபத்துடைய வனாயும், பொல்லாங்குடையவனாயும் இருப்பான்.

4. சந்திரனுடைய நவாம்சப்பலன்

சந்திரன் இருக்கும் நவாம்சாதிபதி

சூரியனாகில்: ஜாதகன் துஷ்டன், ஸ்த்ரீகளிடம் சபலபுத்தியுடைய வன். பாபத்தில் மனமுடையவன், புத்தியில்லாதவனும், சத்துருக்களால் சபிக்கப்பட்டவனும் ஆவான்.

சந்திரனாகில்: ஜாதகன் நல்ல அழகுடையவனும், ரூபமுடையவனும், ஆசாரமுடையவனும், பெண்களுக்கு இஷ்டமானவனும், எல்லா குணங் கள் நிறைந்தவனும், வித்தையால் திருந்தியவனும், ஜனநாயகனுமாக விருப்பான்.

செவ்வாயாகில்: ஜாதகன் ரத்த காயபீடையுடையவனும், ஆண்மை யற்றவனும், மெலிந்தவனும், அல்ப பலமுடையவனும், பெண்களால் வெறுக்கத்தக்கவனும் காமத்திலேயே விருப்பமுள்ளவனுமாக இருப்பான்.

புதனாகில்: ஜாதகன் அழகியவனும், எப்போதும் சுகமுடையவனும், எப்போதும் பெரியோர், தோழர் தேவர்களிடம் பற்றுடையவனும், வெகு தனவானும், பண்டிதனும், நிகரில்லாதவனுமாக இருப்பான்.

குருவாகில்: ஜாதகன் நீதி, உண்மை இவைகளின் சாரமறிந்தவனும், வித்தையால் திருந்தியவனும், தோழர்களுள் உயர்ந்தவனும், பிராம் மணர்களுக்குப் பிரியனும், நோய் பயமில்லாதவனுமாக இருப்பான்.

சுக்கிரனாகில்: ஜாதகன் அதிக தனமுள்ளவனும், புத்திரருடன் கூடியவனும், புண்யமாகிய தனமுடையவனும், விரும்பத்தக்க அதி திகளுடையவனும், எல்லா ஜனங்களும் விரும்பத்தக்கவனுமாக இருப்பான்.

சனியாகில்: ஜாதகன் சஞ்சரித்தலுடையவன், துஷ்டனும், வெகு கெட்ட சொற்களைப் பேசுபவனும், விகார சுபாவமுடையவனும், அயலார் பொருளில் ஆசையுடையவனும், விசனத்துடன் கூடியவனுமாக இருப்பான்.

5. சந்திரனுடைய துவாதசாம்சப் பலன்

சந்திரன் இருக்கும் துவாதசாம்சாதிபதி

சூரியனாகில்: ஜாதகன் அதிக பயம், துக்கம் உடையவன், பரிதாபப் படத்தக்கவன், தோழர், பந்து இல்லதவன், நீண்ட ரோகம் உடையவன், நன்றி கெட்ட தன்மை உடையவன்.

சந்திரனாகில்: ஜாதகன் தனமுடையவனாயும், வாசாலகனாயும், அல்பமான சத்துருவுடையவனாயும், அழகிய புத்திரருடையவன், தனவான், சத்துரு கூட்டமில்லாதவனாக இருப்பான்.

செவ்வாயாகில்: ஜாதகன் எப்போதும் அதிக சௌக்யமுடையவன், சமர்த்தன், போகங்களுடன் கூடியவன், நற்செய்கை, நல்ல தர்ம சுபாவம், ஆசாரம் இவைகள் உடையவனாக இருப்பான்.

புதனாகில்: ஜாதகன் அழகானவன், சுகமுடையவன், சில்ப சாஸ்திர மறிந்தவன், அதிக ஆச்சரிய செய்கை செய்பவன், பிரியமான அதிதி, எப்பொதும் பிரசித்தி இவைகளுடையவனாக இருப்பான்.

குருவாகில்: ஜாதகன் நல்ல அலங்காரம், அரசன் தயவு, விசித்திர வாகனம், அதிக தோழர் உடையவனாக இருப்பான்.

சுக்கிரனாகில்: ஜாதகன் அதிக அரசன் தயவு, தனம், யானை, குதிரை பெறல். அதிக அன்னபானாதிகள் உடையவனாக இருப்பான்.

சனியாகில்: ஜாதகன் உண்மையுடையவன், அல்பன், மிகவும் ஆலஸ்யமுடையவன், தன் பந்துவர்க்கங்களால் விடப்பட்டவன்.

6. சந்திரனுடைய திரிம்சாம்ச பலன்

சந்திரன் இருக்கும் திரிம்சாம்சாதிபதி

செவ்வாயாகில்: ஜாதகன் அக்கரையில்லாதவனும், குலாச்சார மற்றவனும், தோஷமுடையவனும், நீச ஜனங்கள் சேர்க்கையுடையவனும், ரத்த பீடையுடையவனும், கோபமுடையவனும், அருவருக்கத்தக்க வனுமாக இருப்பான்.

சனியாகில்: ஜாதகன் அழகற்ற தேகம், பிதற்றல், சாந்தியற்ற தன்மை, பருத்த தலைமயிர், அருவருக்கத்தக்க தன்மை, அயலார் அபவாதமே எண்ணம், இவைகளுடையவனாக இருப்பான்.

குருவாகில்: ஜாதகன் புத்திமான், பூமியில் புகழுடையவன், அதிக செல்வமுடையவன், அரசனை நாயகமாக உடையவன்.

புதனாகில்: ஜாதகன் ஆசாரமுடையவன், தெளிவற்றவன், பெண்க ளுக்குத் தலைவன், சங்கீத சாஸ்திரத்தில் சமர்த்தன், விரும்பத்தக்க அதிதிகள், எப்போதும் உதார செய்கை இவைகள் உடையவனாக இருப்பான்.

சுக்கிரனாகில்: ஜாதகன் அதிக வீர்யமுடையவன், நல்ல புண்ய சீலன், குதிரை வாகனம் உடையவன், தயையுடையவன், எப்போதும் சாதுக்களிடம் ஆசையுடையவனாக இருப்பான்.

7. சந்திரனுக்கு மித்திர பலமிருந்தால்: ஜாதகன் அதிக தோழரு டையவனாகவும், தோழர்களிடம் பிரியமாயிருக்குந் தன்மையுடைய வனாகவும், அரசர் வெகுமதியால் போஷிக்கப்படுபவனாகவும், அதிக வித்தையுடையவனாகவும், சாதுக்களிடம் பற்றுடையவனாகவும், வெட்கமுடையவனாயும் இருப்பான்.

8. சந்திரன் ஸ்தான பலத்துடனிருந்தால்: ஜாதகன் ஸ்த்ரீகள் நிறைந்தவன் (ஸ்த்ரீகள் தனமுடையவன்), தன்னிடத்தில் பூஜிக்கத் (கௌரவிக்க) தக்கவனாயும், யதிகளின் சேர்க்கையில் ஆசையு டையவனாயும், எப்போதும் பொறுமையுடையவனாயும், அரசனைப்போல் மதிக்கத்தக்கவனாகவும் இருப்பான்.

9. சந்திரன் உச்ச பலத்துடனிருந்தால்: ஜாதகன் உயர்ந்த செய்கை யுடையவனாயும், நிறைந்த பலமுள்ளவனாயும், தேவப் பிராம்மண பக்தியுடையவனாயும், வெகு குதிரைகளுடையவனும், செல்வவானு மாகவும் இருப்பான்.

10. சந்திரன் நவாம்ச பலத்திலிருக்கில்: ஜாதகன் புத்திரர், வாகனங்களுடையவனாகவும், நோயற்றவனாகவும், அழகிய தேக முடையவனாகவும், போகங்களுடன் கூடியவனாகவும், எல்லா சாஸ்திரங் களிலும் வல்லவனாகவும் இருப்பான்.

11. சந்திரன் சுபக்கிரக பார்வை பலத்துடனிருக்கில்: ஜாதகன் பயமற்றவனாகவும், உயர்ந்தவனாகவும், யானை, குதிரைகளுடைய வனாகவும், அதிக சந்தோஷமும், விருத்தியும் உடையவனாகவும், இருப்பான்.

12. சந்திரன் ஸ்வக்ஷேத்திர பலத்திலிருந்தால்: ஜாதகன் ஜெயிக் கப்பட்ட சத்துருக்களை உடையவனாகவும், குணங்கள் நிரம்பியவ னாகவும், அதிக தனம், போஜனம் உடையவனாகவும் பெண்களிடம் விருப்பமுள்ளவனாகவும், கம்பீரமான பார்வை உடையவனாகவும் இருப்பான்.

13. சந்திரன் திக்குப்பலத்துடன் இருந்தால்: ஜாதகன் சத்துருக் களை ஜெயிப்பவனும், தன் புத்திரர் பந்துக்களால் போஷிக்கப்பட்டவனும், வெட்கமுடையவனும், அதிக தனமுடையவனும், எல்லா குணங்களும் நிரம்பியவனும், பெண்களுக்கு நாயகனும், கௌரவத்தை தனமாக உடையவனாகவும் இருப்பான்.

14. சந்திரன் சேஷ்டாபலத்துடன் இருந்தால்: ஜாதகன் அதிக தோழர், கோசம் உடையவனாகவும், நோயற்றவனாகவும், அதிக பெண் களுடையவனாகவும், சத்தியத்தைக் கைக்கொண்டவனாகவும், விநய முடையவனாகவும், எப்போதும் தேவர்களைப் பூஜிப்பதில் பற்றுடைய வனாகவும் இருப்பான்.

15. சந்திரன் இராத்திரி பலத்துடன் இருக்கில்: ஜாதகன் பிரபல னாயும், காந்தியும், பலமுமுடையவனாயும், பலவித வஸ்திரங்கள், அன்ன பானங்களுடன் கூடியவனாயும், சௌபாக்கியமுடையவனாயும், அதிக தானம் செய்யும் சுபாவமுடையவனாகவும் இருப்பான்.

16. சந்திரன் தினபலத்துடன் இருக்கில்: ஜாதகன் நற்குணமுடைய வனாயும், அதிக தோழருடையவனாயும், அழகிய தேகமுடையவனாயும், பிரசித்தியுடையவனாயும், பலவித பொருள், வித்தை, தனம் இவை புஷ்டியாயுடையவனாயும், இருப்பான்.

17. சந்திரன் ஹோரை பலத்துடன் இருக்கில்: ஜாதகன் மன்மத லீலையில் சமர்த்தனாகவும், பெரியோரிடம் பிரியமுடையவனாகவும், சங்கீதத்தில் ஆசையுடையவனாகவும், அழகியவனாகவும், வெகு பொறுமையுடையவனாகவும், பயிர்த்தொழிலுடையவனாகவும், புத்திரர் பெண்களுடன் கூடியவனாகவும் இருப்பான்.

18. சந்திரன் மாசபலத்துடன் இருந்தால்: ஜாதகன் நற்செய்கை யுடையவனும், கற்பகத் தரு போன்றவனும், செல்வமுடையவனும், சில்ப சாஸ்திரமறிந்தவனும், புகழுடையவனும், நல்ல தாரமுடையவனும், பிரிய மான அதிதிகளுடையவனும், சந்தோஷமுடையவனும், நீதியறிந்தவனு மாக இருப்பான்.

19. சந்திரன் வருஷ பலத்துடன் இருந்தால்: ஜாதகன் வந்திகளால் துதிக்கப்பட்டவனும், சுபகாரியங்களில் ஆசையுடையவனும், அழகிய பெண்களின் போகரசத்தில் ஆசையுடையவனும், ஸத்யத்தால் அதிகமா னவனும், துஷ்ட ஜனத்தால் விடப்பட்டவனுமாக இருப்பான்.

20. சந்திரனுக்கு மித்ர பலமில்லாவிடில்: ஜாதகன் தீனனாகவும், அயலாருடன் வாதிப்பவனாகவும், விசனத்துடன் கூடியவனாகவும், தனம் பொருளற்றவனாகவும் இருப்பான்.

21. சந்திரனுக்கு ஸ்தான பலமில்லாவிடில்: ஜாதகன் அதிகம் பச்சாத்தாப படத்தக்கவனாயும், அவமானமடைபவனாகவும், அரசர் கௌரவமில்லாதவனாகவும், மெலிந்து அழகற்றவனாகவும், கெட்ட தோழருடையவனாகவும் இருப்பான்.

22. சந்திரனுக்கு உச்ச பலமில்லாவிடில்: ஜாதகன் லோபியாயும், நீசர்களுடன் பற்றுடையவனாயும், பலமற்றவனாயும், காமமற்றவனாயும், அதிக துக்கமடைந்தவனாயும் இருப்பான்.

23. சந்திரனுக்கு நவாம்ச பலமில்லாவிடில்: ஜாதகன் புத்திரனற் றவனாகவும், துஷ்டனாகவும், நன்றி கெட்டவனாகவும், பயந்தவனாக வும், நோய், பீடை உடையவனாகவும், அரசர் பீடை, உடையவனாகவும் இருப்பான்.

24. சந்திரனுக்குச் சுப கிரக பார்வையில்லாவிடில்: ஜாதகன் எப்போதும் விகாரரூபமுடையவனாகவும், விகார வஸ்திரந்தரிப்பவனா கவும், லோபியாகவும், பாவச்செய்கையில் ஆசையுடையவனாகவும் இருப்பான்.

25. சந்திரனுக்குச் சுவக்ஷேத்ர பலமில்லாவிடில்: ஜாதகன் பாவமுடையவனும், துரதிஷ்டமுடையவனும், பிராம்மண பக்தியில்லா தவனும், பலமற்றவனும், சத்துரு பீடை உடையவனாகவும் இருப்பான்.

26. சந்திரனுக்குத் திக்கு பலமில்லாவிடில்: ஜாதகன் வெளிதேசத்தில் ஆசையுடையவனும், வீணாகத் திரிபவனும், துஷ்டனும், அற்பசுக முடையவனும், தயையற்றவனும், புத்திரர், பெண்களில்லாதவனுமாக இருப்பான்.

27. சந்திரனுக்குச் சேஷ்டா பலமில்லாவிடில்: ஜாதகன் அருவருக்கத்தக்க செய்கை உடையவனும், சத்துருக்களுடையவனும், அயல் மனைவிகளின் மேல் ஆசைப்படுபவனும், எப்போதும் துஷ்டனும், அரசன் வெகுமதியற்றவனுமாக இருப்பான்.

28. சந்திரனுக்கு, ராத்திரி பலமில்லாவிடில்: ஜாதகன் கண்களில் நோயுடையவனும், திருடர்களால் போக்கப்பட்ட பொன், பொருள், பசு முதலியன உடையவனும், பெண்களால் நிந்திக்கத் தக்கவனும், சூன்யமானவனும், துஷ்டனுமாக இருப்பான்.

29. சந்திரனுக்கு வார பலமில்லாவிடில்: ஜாதகன் அதிக கெடுதல்களுடன் கூடியவனும், பணி செய்பவனும், தர்மம், சுகம் இல்லாதவனும், அயலார் அன்னம் புசிப்பவனும், அதிக தோஷமுடையவனுமாக இருப்பான்.

30. சந்திரனுக்கு ஹோரை பலமில்லாவிடில்: ஜாதகன் வெகு மூர்க்கனாகவும், அதிக கஷ்டமனுபவிப்பவனும், ரோசமில்லாதவனும், நேசரால் விடப்பட்டவனும், சத்துருக்களைப் பிரதானமாக உடையவனுமாக இருப்பான்.

31. சந்திரனுக்கு மாச பலமில்லாவிடில்: ஜாதகன் தன தான்ய மற்றவனும், பயந்தவனும், தோல்வியுடையவனும், பொருளற்றவனும், எப்போதும் அவமானத்திற்கு இருப்பிடமானவனுமாக இருப்பான்.

91. செவ்வாயினுடைய சட்வர்க்கம் முதலிய பலன்கள்

1. செவ்வாய் ஜனன காலத்தில் மேஷம் முதலிய ராசிகளில் இருக்கும் பலன்.

செவ்வாய் இருக்கும் ராசி:

மேஷமாகில்: ஜாதகன் வெகுகடுமையான கோபமுடையவன், சூரன், தைரியமான செய்கைகள் செய்யும் சுபாவமுடையவன், பராக்கிரம

முடையவன், சத்வ குணமுள்ளவன், கலக்க முடியாதவன், புசிக்கத் தகாததைப் புசிப்பவன், தானம் செய்யும் கருத்துடையவன்.

ரிஷபமாகில்: ஜாதகன் தன் பந்துக்களிடம் விரோதமுடையவன், குலத்திற்குச் சந்தோஷமளிப்பவன், வெகு கெட்ட சொற்கள் உபயோகிப் பவன், அல்பமான தனம், புத்திரருடையவன்.

மிதுனமாகில்: ஜாதகன் சந்தோஷமடைந்தவன், அதிக வெளிவாச முடையவன், பலவித சில்ப சாஸ்திரங்களில் தேர்ச்சி பெற்றவன், வெகு நல்ல கேள்வியுடையவன், வாக்குச் சாதுர்யமுள்ளவன்.

கடகமாகில்: அற்ப பொருளுடையவன், வெட்டுக் காயம் அடைந்த தேகமுடையவன், அடிக்கடி இழக்கப்பட்ட பொருளுடையவன், அயலார் அன்னம் புசிப்பதில் பிரசித்தன்.

சிம்மமாகில்: ஜாதகன் அதிக பலமுள்ள தேகமுடையவன், பொறுமை யற்றவன், சூரன், வெகு கோபமுடையவன், சந்தேகமில்லாதவன்.

கன்னியாகில்: ஜாதகன் செல்வமற்றவன், நல்லோர்கள் புகழத் தக்கவன், நேர்மை வாய்ந்தவன், அல்ப பலமுள்ளவன், இன்பமாய்ப் பேசுபவன், அயலாரால் புகழப்படுகிறவன், சாமர்த்தியவான், பலவித செலவுகளுடையவன்.

துலாமாகில்: ஜாதகன் வழி நடக்கும் சுபாவமுடையவன். ஆபத்து டையவன், பிதற்றுகிறவன், அதிக பொய் உடையவன், கத்தி வெட்டுக் காயமுள்ள தேகமுடையவன், முன்னால் புகழப்பட்டதோழருடையவன்.

விருச்சிகமாகில்: ஜாதகன் உண்மையற்ற செய்கைகளில் பிரவேசிப் பவன், வெகுதோஷமும், விரோதமுமுடையவன், வதம், துரோகம் முதலிய வைகளைச் செய்யும் பந்துக்களுடையவன். ஆசாரம், ஸத்தியம், வேதம், தர்மம் இவைகளைச் சுபாவமாயுடையவன்.

தனுசாகில்: ஜாதகன் சிவந்த தேகமுடையவன், அனேக காயத்தால் (அடிகளால்) க்ஷீணதேகமுடையவன், மூர்க்கன், கடுமையான சொல்லு டையவன், ஆபத்தடைந்த தாரம், மக்கள் இவர்களை உடையவன்.

மகரமாகில்: ஜாதகன் சுகமுடையவன், அழகியவன், மிகவும் உயர்ந்த குணமுடையவன், தனம் சம்பாதிப்பதில் ஆசையுடையவன், பாபர்களிடம் பற்றுடையவன், நல்ல சுபாவமுடையவன், சேனாதிபதி அல்லது மனிதர்களுக்குத்தலைவன் ஆவான்.

கும்பமாகில்: ஜாதகன் விகாரமானவன், பார்க்க அருவருப்பானவன், லோப வார்த்தை அல்லது பொய், ஏமாற்றல் முதலிய தோஷங்கள் உடையவன்.

மீனமாகில்: ஜாதகன் நோய், பீடையுடையவன், வெளிவாசம் செய்பவன், மந்த புத்தி, வெகு பிராம்மணர்களை திருப்தி செய்வித்தல், வஞ்சனை (ஏமாற்றம்), முதலியவையால் அழிக்கப்பட்ட எல்லா பொருள்களையுமுடையவன், கடுமையான சோகமுடையவன்.

2. செவ்வாயினுடைய ஹோரா பலன்

செவ்வாய் சூரிய ஹோரையில் இருந்தால்: ஜாதகன் வதைப்பதிலும், நாசம் செய்வதிலும் பிரியன், தைரிய செய்கையை சுபாவமாக உடையவன், அநேக ரோகங்களுடன் கூடியவன், தகப்பனை அடைந்தவன், மிகவும் தாபமடைந்த தேகமுடையவன்.

செவ்வாய் சந்திர ஹோரையில் இருந்தால்: ஜாதகன் வினய முடையவன், மூலப் பொருளை அனுபவிப்பவன், விவகாரங்களில் சமர்த்தன், மரித்த சந்ததி உடையவன், சத்துருக்களில்லாதவன், வாய், கண்களில் நோயுடையவன், நல்ல, ஆசாரமுடையவன், அல்ப புத்திர ருடையவன், கிலேசமனுபவிப்பவன், துஷ்டன்.

3. செவ்வாயினுடைய திரேக்காணப் பலன்

செவ்வாய் இருக்கும் திரேக்காணாதிபதி

சூரியனாகில்: ஜாதகன் பிரதாபமற்றவன், குரூரமானவன், துஷ்டன், துவேஷிப்பவன், இஷ்டமான தர்மமுடையவன். அரசர்களுள் தன் குணத்தாலும், கெட்ட தாரத்தாலும் பிரசித்தன்.

சந்திரனாகில்: ஜாதகன் சத்துருக்களை ஒழிப்பவன்.

செவ்வாயாகில்: ஜாதகன் வெகு ரோகமுடையவன், அயலார் அன்னத்தை விரும்புகிறவன், அதிக கோபமுடையவன், பிரதாபமில்லா தவன், எப்போதும் கெட்ட சுபாவமுடையவன்.

புதனாகில்: ஜாதகன் கம்பீரமனதை உடையவன், நிலையுள்ள செல்வ முடையவன், வெகுதனமுடையவன், அரசன் வெகுமானத்துடன் கூடியவன்.

குருவாகில்: ஜாதகன் சமர்த்தன், பிரசித்தன், அருவருக்கத்தக்க வேஷமுடையவன், தேவர், பிராம்மணர், பெரியோர் இவர்களை உபசரிப்பவன், இளகிய மனமுடையவன், புத்திமான்.

சுக்கிரனாகில்: ஜாதகன் பெண்களுக்குப் பிரியமானவன், பொன் உலோகத்தால் கிடைத்த தனத்தில் பிரசித்தி அடைந்தவன், தன் செய்கையால் பிரசித்தன்.

சனியாகில்: ஜாதகன் மூர்க்கன், நல்ல ஆசாரம், குணமில்லாதவன், சுபாவமழிந்தவன், எப்போதும் கெட்ட நடவடிக்கை உடையவன், அழகிய தேகமுடையவன்.

4. செவ்வாயினுடைய நவாம்சப் பலன்

செவ்வாய் இருக்கும் நவாம்சாதிபதி:

சூரியனாகில்: ஜாதகன் லோபி, நித்திரையில் மனமுடையவன், அல்ப சுகமுடையவன், மார்பு நோய், இருதய நோயுடையவன், அதிகம் புசிப்பவன், மூடன்.

சந்திரனாகில்: ஜாதகன் அழகன், சுகம், பெருந்தன்மையுடையவன், தோழர், பிராம்மணர்களை அடைந்தவன், பொறுமையுடையவன், சாதுக் களுக்கு பூஜிக்க தக்கவன், பந்துக்கள் ஹிதத்தில் கருத்துடையவன்.

செவ்வாயாகில்: ஜாதகன் இம்சை செய்பவன், விகாரமுடையவன், கத்தி முதலிய சண்டையில் நிபுணன், சீலமழிந்தவன், சாதுக்கள் விரோதமுடையவன்.

புதனாகில்: ஜாதகன் பிராம்மணர்களை வணங்குபவன், பொருளு டையவன், தைரியவான், உதார மனமுடையவன், பரந்த மார்புடையவன், அழகன், சுகமுடையவன்.

குருவாகில்: ஜாதகன் பலவித அன்ன பானமுடையவன், சூரன், கோபமுடையவன், யுத்த (மேடை) பூமியில் ஆசையுடையவன், சத்துருக் களை அழிப்பவன், உயர்ந்த வாகனமுடையவன்.

சுக்கிரனாகில்: ஜாதகன் காமகேளிக்கையில் சுகமடைந்தவன், தோழர், ஆசான், பெரியோர், தகப்பன் இவர்களுக்குப் ப்ரீதி செய்பவன், நல்ல சொல்லுடையவன், நல்லோரிடம் அன்புடையவன். வெகு பணியாள ருடையவன்.

சனியாகில்: ஜாதகன் வெகு பாபரிடம் பிரியமுள்ளவன். குஹ்யம், கண்களில் நோயுடையவன். துஷ்டர் சேர்க்கையுடையவன், மனைவியில் லாதவன், மனைவியைப் பிரிந்தவன், அயலாருடன் தர்க்கம் செய்பவன், ரதியில் பிரியன், காயம், மந்தமுடையவன்.

5. செவ்வாயினுடைய துவாதசாம்ச பலன்

செவ்வாய் இருக்கும் துவாதசாம்சாதிபதி:

சூரியனாகில்: ஜாதகன் விகிடன் அற்பர்கள் செய்கையுடையவன்.

சந்திரனாகில்: ஜாதகன் நல்ல தேகமுடையவன், அழகியவன், உதாரகுணன், அதிக சௌக்கியமுடையவன், பண்டிதன், அதிக சகோதரருடையவன், செல்வவான்.

செவ்வாயாகில்: ஜாதகன் பெண்கள் வெறுக்கத்தக்கவன், ஏவல், பணி செய்பவன், சுதந்திரமில்லாதவன், தன் சுபாவத்திற்குத் தக்க தேகச் செய்கையுடையவன். ரத்த காய பீடையுடையவன், விசனத்துடன் கூடியவன்.

புதனாகில்: ஜாதகன் ஒய்விடம், ஸ்த்ரீ, வஸ்திரம், அலங்காரம் இவைகள் உடையவன், பிரசித்தன், பருத்து சிரேஷ்டமான தேகமுடையவன், அரசரால் பீடையடைந்த பொருளுடையவன், பெயர்பெற்ற புத்தியுடையவன், சுகம், சுதந்திரமுடையவன். கவி, வாதம் செய்வதில் தடுக்கப்படாதவன்.

குருவாகில்: ஜாதகன் அதிக தனவான், அழகுடையவன், பெண்களுக்கு இஷ்டமானவன், இனிமையானவன், வினயமுள்ளவன், தானம், உபசாரம், ஆதரவு, கௌரவம் இவைகளுடன் கூடியவன்.

சுக்கிரனாகில்: ஜாதகன் எப்போதும் சத்துருக்களால் வணங்கப் பட்டவன், தன் பந்துக்களிடம் விரோதம், விவாதம் (சண்டை) இவைகளைச் சுபாவமாக உடையவன், அதிகம் பிதற்றுபவன், சபலன், கெட்ட சுபாவமுடையவன்.

சனியாகில்: ஜாதகன் களத்திர பிரியமுடையவன், அனேக திரவியங்கள் சம்பாதிப்பதில் இஷ்டமுள்ள செய்கையுடையவன், எப்போதும் அதிக செலவால் அனர்த்தம் (உபத்திரவம்) உண்டு பண்ணுகிறவன்.

6. செவ்வாயினுடைய திரிம்சாம்ச பலன்

செவ்வாய் இருக்கும் திரிம்சாம்சாதிபதி:

செவ்வாயாகில்: ஜாதகன் விகார ரூபமுடையவன், விசனத்தால் தவிப்பவன், லோபி, அயல் பெண்டிரிடம் ஆசையுடையவன், துவேஷமுடையவன். கெட்ட செய்கையுடைய மனைவியுடையவன்.

புதனாகில்: ஜாதகன் நன்கறிந்தவனாயும் சித்திர வித்தையில் தேர்ச்சி பெற்றவனாயும், நல்ல ஆசாரமுள்ளவனாயும், பந்துக்களிடம் பிரியமுடையவனாயும், சங்கீத வித்தையில் சமர்த்தனாயுமிருப்பான்.

குருவாகில்: ஜாதகன் வெகு தர்மத்துடன் கூடியவனாயும், தாதாவாயும், இஷ்டமான வாசனை, மாலை, வஸ்திரம் தரிப்பவனாயும் அதிக சந்ததியுடையவனாயும், எப்போதும் பந்துக்களுக்கு நன்மை செய்பவனாயுமிருப்பான்.

சுக்கிரனாகில்: ஜாதகன் வெகு தனமுடையவனாக இருப்பான்.

சனியாகில்: ஜாதக விகாரமுடையவன், யாகம், விரதம், ஓதுவித்தல் இவைகளைச் சுபாவமாக உடையவன், புரோகிதன், அரசனுக்கு மந்திரியுமாவான்.

7. செவ்வாய் மித்திர பலமுடையவராகில்: ஜாதகன் தோழர்க ளுடன் கூடியவனாயும், அதிக சௌக்கியமுள்ளவனாயும், அழகனாயும், வேதியர், ஆசான் இவர்களிடம் பக்தியுடையவனாயுமிருப்பான்.

8. செவ்வாய் சுவக்ஷேத்திர பலமுள்ளவராகில்: ஜாதகன் புத்திரர் பெருந்தன்மை இவைகளுடன் கூடியவனாயும், பெண்டுகள், அணி அறிந்தவனாயும், ரதிகேளியில் சமர்த்தனாயும், சாஸ்திரங்கள் எழுத்தறிந் தவனாயும், இனிமையானவனாயும், சத்துருக்கள் ஒழிந்தவனாயும், வித்தை, ஆகமம் நிறம்பியவனாயும், புத்திர தனமுடையவனாயும், நல்ல புண்ணியசாலியாயும் பிரயோகமறிந்தவனாயுமிருப்பான்.

9. செவ்வாய் உச்ச பலம் பெற்றிடில்: ஜாதகன் பிராம்மணர்களை வணங்குபவனும், தேவர், பிராம்மணத் திருப்தி செய்விப்பதால் அடையப் பட்ட புகழுடையவனும், சூரனும், பெரியோர்களை அடைந்தவனும், வித்தைகளுடையவனுமாயிருப்பான்.

10. செவ்வாய் நவாம்ச பலத்துடனிருக்கில்: ஜாதகன் அரச வெகு மானமுடையவனும், நல்ல நடவடிக்கையுள்ள தாரமுடையவனும், அழிந்த சத்துருக்கூட்டமுடையவனும், கவி அல்லது அரசன் மந்திரிகளால் மதிக்கப்பட்டவனுமாக இருப்பான்.

11. செவ்வாய் சுபக்கிரக பார்வை பெற்றிடில்: ஜாதகன் அழகனும், நல்ல நடவடிக்கையுடையவனுமாக இருப்பான்.

12. செவ்வாய் புருஷ க்ஷேத்திர பலம் பெற்றிருக்கில்: ஜாதகன் பிராம்மணர் தேவரிடம் பக்தியுடையவனும், அதிக பசு, பொன், தான்யம் இவையுடையவனும், வெகு பெண்களுக்கு ஆனந்தமளிப்பவனும், ஆச்சரியப்படத்தக்க பொருளுடையவனாயுமிருப்பான்.

13. செவ்வாய் திக்குப் பலம் பெற்றிருந்தால்: ஜாதகன் எப்போதும், கெட்ட சுபாவமுடையவனும், அழகியவனும், கஷ்டம், துக்கங்களைப் பொறுப்பவனும், வினயமுள்ளவனும், தனவானும், தர்ம புத்தியுடையவ னுமாயிருப்பான்.

14. செவ்வாய் சேஷ்டா பலம் அடைந்திடில்: ஜாதகன் எப்போதும் கெட்ட சேஷ்டை செய்பவனும், ஹிதமும் அனுகூலமுள்ள தோழரு டையவனும், சாமர்த்தியவானும், காரியங்களில் சமர்த்தனுமாக இருப்பான்.

15. **செவ்வாய் ராத்திரி பலமுடையவராகில்:** ஜாதகன் நற்குண முடையவனும், தோட்டம், கிணறு, வாவி இவை செய்வதில் பிரியனும், ஸ்த்ரீ லாபமுடையவனும், அதிக அன்ன வஸ்திரமுடைய வனாகவும் இருப்பான்.

16. **செவ்வாய் வார பலமுள்ளவராகில்:** ஜாதகன் சுருதிஸ்மிருதி, ஆசாரம் இவைகளில் மன முடையவனாகவும், நல்ல ஆசாரமுடையவனாயும், வெகு போக பாக்யங்களனுபவிப்பவனாயும், அழகனாயும், இஷ்டமான இடம் உடையவனாயுமிருப்பான்.

17. **செவ்வாய் ஓரை பலமுடையவராகில்:** ஜாதகன் வேதம், சாஸ்திரம் மிகவும் அறிந்தவனாயும், அதிக பசுக்கள், பூமி புத்திரர், பெண்டுகள், தனம் இவையுடையவனாயும், பிரியமாய்ப் பேசுபவனும், எல்லாம் பொறுப்பவனும், பிரசித்தியுடையவனும். அதிக சுகபோகமனுபவிப்பவனும், சத்துருக்களை ஜெயித்தவனும், காப்பவனும், சாதுவான தாரமுடையவனுமாயிருப்பான்.

18. **செவ்வாய் இருக்குமிடத்ததிபன் பலம் பெற்றிடில்:** ஜாதகன் அரசர்களுக்குப் பிரியனாக இருப்பான்.

19. **செவ்வாய் வருஷ பலம் அடைந்திடில்:** ஜாதகன் தன தான்யங்க ளுடன் கூடியவனாயும், சத்துருக்களை அழிப்பவனும் சந்தோஷமுடைய வனும், பொறுமையுடையவனும், பிரியமாய்ப் பேசுபவனும், எல்லா ஜனங் களிடமும் பிரியமுடையவனுமாயிருப்பான்.

20. **செவ்வாய் பக்ஷ பலமுடையவராகில்:** ஜாதகன் போக்கப்பட்ட சத்துருக்களை உடையவனும், பிரபுவும், பிரசித்தனும், காந்தியும், கௌர வமும், மானமுடையவனும், சூரனும், தனவானும், தன் வம்சத்திற்கு முக்கிய மானவனுமாய் இருப்பான்.

21. **செவ்வாய் மித்திர பலமில்லாவிடில்:** ஜாதகன் கெட்ட தோழனு டையவனும், துஷ்டனாயும், விகார ரூபமுடையவனாயும், தன தான்ய மில்லாதவனும், தேவ பிராம்மணர்களிடம் பிரியமற்றவனாயுமிருப்பான்.

22. **செவ்வாய் ஸ்தான பலமற்றிருந்தால்:** ஜாதகன், இழிந்தவனும், பெண்களுக்குத் தொண்டு செய்பவனும், பந்துஜனமில்லாதவனும், பொருள், பலம் இவை இழந்தவனும் சத்துருக்களிடம் தோற்றவனுமாவான்.

23. **செவ்வாய்க்கு உச்ச பலமில்லாவிடில்:** பெண்டுகள், வாகனம் இவை முதலிய தோஷங்களாலுண்டானதும், செலவு முதலிய அனர்த்தங்களாலும், விசித்திர கலகங்களாலும், எல்லா ஜனங்களாலும் பீடையடைவான்.

24. செவ்வாய் நவாம்ச பலமில்லாதிருக்கில்: ஜாதகன் நோயுடைய வனும், சத்துருக்களின் செய்கையால் பீடையடைந்தவனும், அவ்விதமே மித்திரர்களால் செய்யப்பட்ட அவமானத்தாலும், பீடையடைவான்.

25. செவ்வாய் சுபக் கிரக பார்வை பலமற்றிருந்தால்: ஜாதகன் விகார தேகமுடையவனும், தர்மத்தை விட்டவனும் சகோதரனிடம் ஆசையற்ற வனும், நிந்திக்கப்பட்டவனும், ஆசாரத்தை விட்டவனுமாயிருப்பான்.

26. செவ்வாய் சுவக்ஷேத்திர பலமற்றிருக்கில்: ஜாதகன் அதிக பயமு டையவனும், உபத்திரவம் செய்பவனும், கோசமில்லாதவனும், செல்வமற்ற வனும், போக சுகமில்லாதவனுமாவான்.

27. செவ்வாய் திக்கு பலமில்லாதிருந்தால்: ஜாதகன் தனமற்றவனும், வயது முதிர்ந்த ஸ்திரீயை சேவிப்பதில் ஆசையுடைய சுபாவமுடையவனும், அயலார் பொருளை சேஷ்டை செய்வதால் அதிக கஷ்டமடைந்தவனும் மார்நோய் உடையவனும், துர்பல தேகமுடையவனும், யந்திரத்திலும், மந்திரத்திலும் நினைவுடையவனாயும் இருப்பான்.

28. செவ்வாய் சேஷ்டா பலமில்லாதிருந்தால்: ஜாதகன் அவமான மடைந்தவனும், தர்மத்தை இழந்தவனும், பிரபாவமற்றவனும், சூதை விரும்புபவனும், பாவத்தில் கருத்துடையவனும், துராசாரமுடையவனும், எப்போதும் சத்துரு பீடையுடையவனுமாயிருப்பான்.

29. செவ்வாய் வார பலமில்லாதிருந்தால்: ஜாதகன் விகாரமான வனும், ஸ்நானம் அனுபவித்தல், ஆபரணம் முதலிய நிறைந்தவனும், பழைய தேவதையை உபாசிக்கும் செய்கையை சுபாவமாக உடையவனும், அயல் பெண்டிரிடம் பற்றுள்ள மனமுடையவனும், நல்ல பெண்டுகளின் விரதத்தைக் கெடுப்பவனும், பயங்கரமானவனுமாயிருப்பான்.

30. செவ்வாய் ஹோரா பலமில்லாமலிருந்தால்: ஜாதகன் விசன முடையவனும், துவேஷமுடையவனும், உண்மையற்றவனும், துஷ்டனும், நன்றி கெட்டவனுமாயிருப்பான்.

31. செவ்வாய் மாசபலமில்லாதிருந்தால்: ஜாதகன் நோயாளியும், புத்திரனில்லாதவனும், செய்கைக்கு விரோதமான தாரமுடையவனும், பாவத்தில் தயாரானவனும், தர்ம பலனில்லாதவனுமாவான்.

32. செவ்வாய் வருஷ பலமில்லாதிருந்தால்: ஜாதகன் தனக்கிஷ்டமான தைரிய செய்கையுடையவனும், மூடனும் தோழர் மனைவிகளைப் பெண்டாளு பவனுமாவான்.

33. செவ்வாய் பக்ஷ பலமில்லாதிருந்தால்: ஜாதகன் தன் தர்மத்தை இழக்கும் சுபாவமுடையவனாவான்.

92. புதனுடைய சட்வர்க்கம் முதலிய பலன்கள்

புதன் ஜெனன காலத்தில் மேஷம் முதலிய ராசிகளில் இருக்கும் பலன்

புதன் இருக்கின்ற ராசி:

1. மேஷமாகில்: ஜாதகன் மெலிந்தவன், மூர்க்கன், அதிகம் திரிபவன், பொய்யுரைப்பவன், பிரியமான தேசம், அதிக சிரமமுடையவன், பொருளழிந்தவன்.

2. ரிஷபமாகில்: ஜாதகன் பருத்த அழகிய தேகம், இஷ்டமான தாரம், சங்கீத கேளிக்கை, காமகேளிக்கை, ஹாஸ்யம் இவைகளையுடையவன், சாமார்த்தியம் வாய்ந்தவன், பிரசித்தி வாய்ந்தவன், இனிமையும் அழகியதுமான சொல்லுடையவன்.

3. மிதுனமாகில்: ஜாதகன் அழகிய சொல்லுடையவன், இஷ்டமான அலங்காரமுடையவன், இனிமையாய்ப் பேசுபவன், சில்பம், சுருதி, சாஸ்திரங்கள் அறிந்தவன், பிதற்றுபவன், போகமுடையவன், தனவான்.

4. கடகமாகில்: ஜாதகன் வெளிதேசத்தில் விருப்பமுடையவன், பண்டிதன், கவி, மாதர்போகம், சங்கீதம் இவையறிந்தவன், வெகு வியாபாரங்களில் பற்றுள்ள மனமுடையவன்.

5. சிம்மமாகில்: ஜாதகன் அல்ப நினைவுடையவன், ஞான மில்லாதவன், சாஸ்திரமறியாதவன், சந்தோஷம், பலம், நிலையான செல்வம், இவைகளில்லாதவன், உலகில் அதிக ஞானவான் போல் பொய் சொல்லுகிறவன்.

6. கன்னியாகில்: ஜாதகன் பிரசித்தன், தர்மத்தில் பிரியன், வாசா லகன், சித்திரம் வரைதல், சுருதி காவியங்கள் இவைகளில் மன முடையவன், சில்பம் முதலியவை அறிந்தவன்.

7. துலாமாகில்: ஜாதகன் சில்பம், வாதித்தல் இவைகளில் வாதத்தால் சபலன், மூர்க்கசெய்கையுடையவன், கோபமுடையவன், சாமான்கள் விற்கும் உபாயத்தில் சமார்த்தன்.

8. விருச்சிகமாகில்: ஜாதகன் பெருமையில்லாமை, துக்கம், கஷ்டம், இவைகளாலுண்டான சோகமுடையவன், விரோதமான செய்கை செய்பவன், கெட்ட சுபாவமுடையவன், கடுமையாய்ப் பேசுபவன், துஷ்ட தீர்மானமுடையவன்.

9. தனுசாகில்: ஜாதகன் பிரசித்தியான பெயருடையவன், உதார குணமுடையவன், சாஸ்திரங்களின் பொருள் சில்பம் இவையறிந்தவன், சூரன், புத்திமான், பேசுவதில் சமர்த்தன்.

10. மகரமாகில்: ஜாதகன் அனர்த்தங்களுடையவன், அல்பன், அயலாருக்கு தொண்டுசெய்பவன், பொய் சேஷ்டையுடையவன், மூர்க்கன், சாஸ்திரம், சில்பம் முதலியவை அறியாதவன், குணமற்றவன், லோபகுணமுடையவன்.

11. கும்பமாகில்: ஜாதகன் ஆசாரம், குணம் இவையில்லாதவன், மற்றவரால் அவமானமடைந்தவன், சொல்புத்தி, செய்கை இவையில் கெட்டவன், வெட்கமற்றவன், காமமுடையவன்.

12. மீனமாகில்: ஜாதகன் நல்ல ஆசாரமுடையவன், தேசங்கள் செய்பவன், வாசாலகன், செய்கையில் சமர்த்தன், தரித்திரன், அல்ப சந்தானமுடையவன், விரும்பத்தக்க மனைவியுடையவன்.

2. புதனுடைய ஹோரா பலன்

புதன் சூரிய ஹோரையில் இருந்தால்: ஜாதகன் கடுமையானவன், மூர்க்கன், காமத்திலேயே கருத்துடையவன், ஆசாரமற்றவன், பிரதாபமற்றவன், வெகு பாபம் செய்பவன், தேவப் பிராம்மணர்களை நிந்திப்பவன்.

புதன் சந்திர ஹோரையில் இருந்தால்:– ஜாதகன் அழகன், நல்ல ஆசாரம் குணமுடையவன், உயர்ந்த சொல், புத்தி, குணங்களுடையவன், நீதி அறிந்தவன், விரும்பியவாறு அதிதிகளையுடையவன். எப்போதும் உதாரணமான செய்கைகள் செய்பவன்.

3. புதனுடைய திரேக்கான பலன்

புதன் இருக்கும் திரேக்காணாதிபதி:

சூரியனாகில்: ஜாதகன் அயலாருடன் வாதிப்பவன், குரூரன், விருப்பம் நிறைவேறாதவன், கடனுடையவன், அழகற்றவன், கலகத்தில் ஆசையுடையவன். எப்போதும் காமத்துடன் கூடியவன்.

சந்திரனாகில்: ஜாதகன் சத்துருக் கூட்டத்தை அழிப்பவன், தேவர் பிராம்மணர்களை உபசரிப்பவன். எழுதுவதில் சமர்த்தன், கலகத்தில் பிரியன்.

செவ்வாயாகில்: ஜாதகன் தர்மம், சுபசெய்கை, சுருதி இவைகளில்லாதவன், தன் பந்துக்களால் அல்ப இருப்பை அடைந்தவன்.

புதனாகில்: ஜாதகன் அழகன், நற்செய்கை உடையவன், ஆசாரமுடையவன், யாகம், விரதம் முதலியதில் பற்றுள்ள செய்கையுடையவன், தானஞ் செய்பவன், பூசிக்கத்தக்கவன், அதிக தோழருடையவன்.

குருவாகில்: ஜாதகன் பிரசித்தன், பெண்களுக்கு அடங்கியவன், மாசற்றவன், பிடிபடாத பலமுடையவன், அதிகமாயும் பலவிதமான கோசமுடையவன்.

சுக்கிரனாகில்: ஜாதகன் வெகு சமர்த்தன், அதிக மகிமைவாய்ந்தவன், சத்துருக்களில்லாதவன், தெளிந்த மனமுடையவன், அரசனைத் தலைவனாக உடையவன்.

சனியாகில்: ஜாதகன் எப்போதும் கடனுடன் கூடியவன், சண்டையிடுபவன், துர்பல தேகமுடையவன், வெளிவாசம் செய்பவன், சண்டையில் பராக்கிரமமுடையவன்.

4. புதனுடைய நவாம்ச பலன்

புதனிருக்கும் நவாம்சாதிபதி:

சூரியனாகில்: ஜாதகன் பாபமுடையவன், விகாரமானவன், பெண்டு சுகமில்லாதவன், கலகத்தில் பிரியன், சூதை விரும்புகிறவன், திருட்டுத்தன்மை வாய்ந்தவன், ஆசாரமில்லாதவன், பெண்டுகளால் வெறுக்கப்பட்டவன், பந்து ஜனமில்லாதவன், பலமற்றவன்.

சந்திரனாகில்: ஜாதகன் தெளிந்த முகமுடையவன், பிரசித்தன், பலமுடையவன், உதார செய்கையுடையவன், ஜயமுள்ளவன், தோழராலும், பெரியோராலும் புகழப்பட்டவன்.

செவ்வாயாகில்: ஜாதகன் ரத்தப் பெருக்குள்ள தேகமுடையவன், உபயோகமற்ற செய்கை செய்பவன், நேசருக்கு அரிஷ்டம் விளைவிப்பவன், துவேஷிப்பவன், துஷ்டன், அரசரால் பீடையுடையவன்.

புதனாகில்: ஜாதகன் நற்செய்கையுடையவன், அழகன், தேவப் பிராம்மணர்களிடம் அன்பு பூண்டவன், விரும்பத்தக்க அதிதிகளுடையவன், எல்லா ஜனங்களும் விரும்பத்தக்கவன்.

குருவாகில்: ஜாதகன் சுகமுடையவன், பலவித பொருள் லாபமுடையவன், பிரசித்தமான புகழுடையவன், நல்ல தோழருடன் கூடியவன், ஆசாரமுடையவன்.

சுக்கிரனாகில்: ஜாதகன் பலவித பொருளுடன் கூடியவன், அதிக தோழர்களையும் வேதியர்களையும் பூசிப்பதில் விருப்பமுடையவன், புத்திரருடன் கூடியவன், உதார செய்கையுடையவன்.

சனியாகில்: ஜாதகன் அதிக நோயுடையவன், நற்குணமற்றவன், அயோக்கியன், அயல் பெண்டுகளிடம் பற்றுள்ள மனமுடையவன், துஷ்டர் சேர்க்கையுடையவன்.

5. புதனுடைய துவாதசாம்சப் பலன்

புதன் இருக்கும் துவாதசாம்சாதிபதி:

சூரியனாகில்: ஜாதகன் காயமுடையவன், பாபபுத்தியுடையவன், சுகமில்லாதவன், கெட்ட தோழருடையவன், சத்துரு விருத்தியுடையவன், புகழ் புத்திரர் அற்றவன்.

சந்திரனாகில்: ஜாதகன் பலவித பிரதாபமுடையவன், புத்திரர், பொருளுடையவன், ரதி சுகமடைந்தவன், உயர்ந்த சுபாவமுடையவன், வணக்கமுடையவன்.

செவ்வாயாகில்: ஜாதகன் அதிக மூர்க்கன், ஆசாரமற்றவன், செல்வமற்றவன், எப்போதும் பந்து ஜனத்தால் பாபி என்று கருதப்படுகின்றவன், நோயுடன் கூடியவன்.

புதனாகில்: ஜாதகன் பிரபு சாஸ்திரங்களில் விருப்பமுடையவன், சாஸ்திரங்களில் சமர்த்தன். வணங்கத்தக்க விரோதிகளை உடையவன், இந்திரியங்களை வென்றவன், எப்போதும் அதிகம் புகழத்தக்கவன்.

குருவாகில்: ஜாதகன் நல்ல நடவடிக்கையுடையவன், அதிக வியாபாரத்தால் பெருகின செல்வமுடையவன், விரும்பத்தக்க அதிதிகளையுடைவன்.

சுக்கிரனாகில்: ஜாதகன் அதிகமான போஜனம், சுகம், சோகமுடையவன், அரசனுக்குப் பிரியன், சாது ஜனங்களிடம் அன்புள்ளவன், நல்ல தர்மத்தைக் கடைப்பிடித்தொழுகுபவன், வெகு புண்ய சுகமுடையவன்.

சனியாகில்: ஜாதகன் தயைப்படத்தக்கவன், லோபி, ஆசாரம், நல்ல குணமில்லாதவன், வெகு நோயுடையவன், ஏமாற்றுவதில் சமர்த்தன், தயையற்றவன், கொடியன்.

6. புதனுடைய திரிம்சாம்ச பலன்

புதன் இருக்கப்பட்ட திரிம்சாம்சாதிபதி:

செவ்வாயாகில்: ஜாதகன் அயலாருடன் தர்க்கம் செய்பவன், பயங்கரமானவன், அதிக துக்கத்துடன் கூடியவன், தேவர் பிராம்மணரை மனதிலுங் கருதாதவன்.

சனியாகில்: ஜாதகன் அயலாருடன் வாதிப்பவன், கடுமையானவன், கெட்ட செய்கையில் புத்தி செலுத்துபவன், கோபமுடையவன், சூதில் பிரியன், நோய்பீடையுடையவன்.

குருவாகில்: ஜாதகன் தைரியவான், எப்போதும் வணக்கமுள்ளவன், குணமுள்ளவரால் விரும்பத்தக்கவன், தன் பந்துக்களால் பூசிக்கத் தக்கவன், குலத்திற்குத் தீபம் போன்றவன்.

புதனாகில்: ஜாதகன் நற்கேள்வி, பொருள் இவைகளுடன் கூடியவன், உலகில் பிரசித்தியுடையவன், தடைபடாத பலமுடையவன்,தெளிந்த மனமுடையவன். எப்போதும் நல்ல ஆசாரமுடையவன்.

சுக்கிரனாகில்: ஜாதகன் அதிக பிரதாபமுடையவன், பிரபு, அயலாருடைய தனத்தையும், பூமியையும், தானஞ்செய்யும் சுபாவமுடையவன், நல்ல நடவடிக்கையுள்ள தாரம் உடையவன்.

7. புதன் மித்திரப் பலத்துடனிருக்கில்: ஜாதகன் அதிக தோழர், தானஞ் செய்யும் சுபாவம், பெரியோர், தேவரிடம் பக்தி இவைகளுடையவன், எப்போதும் நல்ல ஜனங்களை சந்தோஷம் செய்விப்பவன்.

8. புதன் க்ஷேத்திர பலத்துடனிருந்தால்: ஜாதகன் ஜனங்களுக்குப் பிரியன், நிலையான செய்கைகளைச் செய்பவன், பிரசித்தி பெற்ற பெயருடையவன், தோழரிடம் ஆழ்ந்த அன்புடையவன்.

9. புதன் உச்ச பலத்துடனிருந்தால்: ஜாதகன் பெண்டுகளுக்கு இனியனும், தானகுணமுடையவனும், பெரியோர், தேவர்களிடம் பக்தியுடையவனும், எப்போதும் சாது ஜனங்களிடம் பிரியமுடையவனுமாவான்.

10. புதன் நவாம்ச பலத்துடனிருந்தால்: ஜாதகன் ஆசாரம், பொறுமை, உண்மை இவைகளுடையவன். நன்றியுள்ளவன், நல்ல மனமுடையவன், எல்லா சுகங்களும் பெற்றவன்.

11. புதன் சுபக்கிரகப் பார்வை பலம் பெற்றால்:– ஜாதகன் வணக்கமுடையவன், சூரன், வெகு கிலேசங்களைப் பொறுப்பவன், ரதிகேளி அறிந்தவன், அரசனுக்குப்பிரியன், எப்போதும் புண்யத்தில் புத்தி செலுத்துபவன், வேதாந்த சாஸ்திரம், சுருதி, சில்ப வித்தை, சங்கீத வித்தை முதலியன அறிந்தவன்.

12. புதன் புருஷ பலத்துடனிருந்தால்: ஜாதகன் புகழுடையவன், தாக்ஷண்யம், தாழ்மை, ஹாஸ்யம், இனிமை, சாமர்த்தியம், முதலிய குணங்கள் நிறைந்தவன்.

13. புதன் திக்குப்பலம் பெற்றிருந்தால்: ஜாதகன் தயையுடைய தேகம், புவியில் பிரசித்தியுடையவன்.

14. புதன் சேஷ்டாபலமடைந்திருந்தால்: ஜாதகன் பெண்களுக்குத் தலைவன், அரசனுடனிருப்பவன், தன் ஆசாரம், தர்மம் இவைகளில் ஊக்கமுடையவன். பெயரெடுத்தவன், சத்தியவான், எப்போதும் நியாயத் திலிருப்பவன்.

15-16. புதன் பகல் இரவு தின ராத்திரி பலம் பெற்றிருந்தால்: ஜாதகன் எப்போதும் தனவான், விருப்பமான அன்ன பானமுடையவன், வாசனை புஷ்பம், மாலை, முதலியவற்றில் பிரியன், உபசரிப்பதின் வழியறிந்தவன், புண்ணியவான்.

17. புதன் வாரபலமுடையவராகில்: ஜாதகன் வெகு தர்மகுணம் வாய்ந்தவன், அன்புடையவன், விரும்பத்தக்கவன், பண்டிதன், அதிக ஞானமார்க்கத்தில் புத்தி செலுத்துபவன்.

18. புதன் ஹோராபலமுடையவராகில்: ஜாதகன் மனிதருக்கு எப்போதும் இதஞ்செய்பவன், அதிக கஷ்டம், துக்கங்களைப் பொறுப்ப வன், வினயமுடையவன், மற்றவரால் கலக்கப்படாதவன், சத்துருக்களால் வணங்கத்தக்கவன்.

19. புதன் பக்ஷபலத்துடனிருக்கில்: ஜாதகன் அதிக பக்ஷமுள்ள வன், ஜனங்களுக்குப் பிரியன், தர்மத்தைக்கைக்கொண்டவன், சத்துருக்களை அழிப்பவன்.

20. புதன் மாச பலமுடையவராகில்: ஜாதகன் அதிக செல்வமடைந் தவன், தேவர் பிராம்மணரைப் பூசிப்பவன், வணக்கமுடையவன், நல்ல மனமுடையவன், பெண்கள் விரும்பத்தக்க வேஷமுடையவன்.

21. புதன் வருஷ பலத்துடனிருக்கில்: ஜாதகன் சாஸ்திரங்களில் தேர்ச்சி பெற்றவன், தனவான், சினேகம், பெருந்தன்மை, அன்பு, ஆதரவு, இவைகளை அறிந்தவன், சங்கீதம், ஹாஸ்யம், இந்த ரஸங்களறிந்தவன்.

22. புதனுக்கு மித்ர பலமில்லாவிடில்: ஜாதகன் பெண்டுகள் காரணத்தாலுண்டான தனம், புகழ் இவைகளின் அழிவையுடையவன், தேவர், தோழர், பெரியோர்களிடம் கெட்ட புத்தியுடையவன், காமாதி விஷயங்களில் பற்றுடையவன்.

23. புதனுக்கு ஸ்வக்ஷேத்திர பலமில்லாவிடில்: ஜாதகன் அபிமான மில்லாதவன், குடி, கூத்தி, இவைகளாலுண்டான அனர்த்தங்களாலும், நோய் முதலிய பீடைகளாலும், வருந்துகிறவன், துவேஷபுத்தியுடையவன்.

24. புதனுக்கு உச்ச பலமில்லாவிடில்: ஜாதகன் அதிக இழிவான செய்கையுடையவன், தன் வம்சத்திலுண்டானவர்களால் பீடிக்கப் பட்டவன், தரித்திரன், கெட்டவன்.

25. புதனுக்கு நவாம்ச பலமில்லாவிடில்: ஜாதகன் கடுமையான சொல்லுடையவன், தளர்ந்த தேகமுடையவன், சகோதரர்களிடம் அன்பில்லாதவன், ஆசாரம், குணம் இவைகளில்லாதவன், நிந்திக்கப் பட்டவன்.

26. புதன் சுபக்கிரகப் பார்வை பெற்றிராவிடில்: ஜாதகன் பயந்தவன், ஆசை நிறைவேறாதவன், மூர்க்கன், இம்சிப்பவன், அல்ப கோசமுடையவன், தோழரை வெறுப்பவன், கெட்ட புகழுடையவன்.

27. புதனுக்குப் பகலிரவு தினராத்திரி பலமில்லாவிடில்: ஜாதகன் எப்போதும் பயந்தவன், எப்போதும், விருப்பம், நிறைவேறாதவன், மூர்க்கன், அதிக துரோகம் செய்வதே தொழிலாக உடையவன், ஆசாரம், சத்தியம், வேத தர்மம் இவைகளில்லாதவன்.

28. புதன் திக்குப்பலமில்லாதிருந்தால்: ஜாதகன் ஆசை நிறைவேறாதவன், விசனங்களால் தவிப்பவன், சண்டையில் சந்தோஷ முள்ளவன், திருடர் கூட்டத்திற்குத் தலைவன், தொழிலில்லாதவன், வெளிதேசத்தில் ஆசையுடையவன்.

29. புதனுக்குச் சேஷ்டாபலமில்லாதிருந்தால்: ஜாதகன் அதிக துஷ்ட செய்கையுடையவன், மூர்க்கன், கடுமையாய்ப் பேசுந்தன்மை வாய்ந்தவன், தாரம், புத்திரர், பந்துக்கள் இவர்களை இழந்தவன்.

30. புதனுக்கு வார பலமில்லாதிருந்தால்: ஜாதகன் வெகு கஷ்ட மடைந்தவன், பெரியோர்களிடம் உண்மையில்லாதவன், வீண் கஷ்ட முடையவன், பொருளில்லாதவன், அயலாரைவிரோதிப்பவன்.

31. புதனுக்கு ஹோரா பலமில்லாதிருந்தால்: ஜாதகன் அதிக சத்துருக்கூட்டமுடையவன், நோயுடையவன், துக்கத்தால் சூழப்பட்டவன், சூதரடுவதில் பிரியன், வணக்கம், பலம் இவைகளற்றவன்.

32. புதனுக்கு பக்ஷ பலமில்லாவிடில்: ஜாதகன் தோஷமுடையவன், கெஞ்சுபவன், யாசிப்பவன், அதிக பாபம் செய்பவன், நோயால் வருந்துபவன், அன்பற்றவன், அதிக தர்க்கம் செய்பவன்.

33. புதனுக்கு மாத பலமில்லாவிடில்: ஜாதகன் கோண புத்தி யுடையவன், தகப்பன், பெரியோர், ஆசான் இவர்களுக்கு ஆபத்தை உண்டு பண்ணுகிறவன், அயலார் அன்னத்தைப் புசிப்பவன், லோபத் தன்மை வாய்ந்தவன்.

34. புதனுக்கு வருஷ பலமில்லாவிடில்: ஜாதகன் நாசமடைந்தவன், பலவித பொருள் நாசத்தால் பீடையடைந்த தேகமுடையவன், துஷ்டர் சகவாசம், செய்பவன் குரு பக்தியில்லாதவன்.

93. குருவினுடைய சட்வர்க்கம் முதலிய பலன்கள்

குரு ஜெனன காலத்தில் மேஷம் முதலிய ராசிகளில் நிற்கும் பலன்

குரு இருக்கும் ராசி:

மேஷமாகில்: ஜாதகன் கலங்காதவன், பலமுடையவன் சாத்வீக சுபாவமுடையயவன், பிரசித்தி பெற்ற செய்கையுடையவன், அதிக பெருந்தன்மை வாய்ந்தவன், பராக்கிரமமுடையவன், முதிர்ந்த ஞானமுள்ள குணமுடையவன்.

ரிஷபமாகில்: ஜாதகன் சஞ்சார பீடையுடையவன், நற்குணம், நல்ல ரூபமுடையவன், இனிமையானவன், தன் தாரத்திடம் அன்புடையவன், வணக்கமுடையவன், தேவர், வேதியர், ஆசான், இவர்களை உபசரிப்பவன்.

மிதுனமாகில்: ஜாதகன் சாமர்த்தியவான், தாக்ஷண்யமுடையவன், நல்ல அறிவாளி, வாக்காலும், மனதாலும் இதஞ் செய்பவன், தயையுடையவன், புத்தி, நற்குணம் இவைகளுடன் கூடியவன்.

கடகமாகில்: ஜாதகன் நல்ல ரூபவான், பண்டிதன் தேஜஸ், பலம், பராக்கிரமம் இவைகளுடன் கூடியவன், அறிவாளி, இஷ்டப்படி தர்மம் செய்பவன், புகழுடையவன், ஜனங்களால் வெகுமதிக்கப்பட்டவன்.

சிம்மமாகில்: ஜாதகன் வீரர்களில் உயர்ந்தவன், நிலை பெற்ற தைரியம், பலம் இவையுடையவன், வித்வான், அலக்ஷயம் செய்பவன், சட்டை செய்யாதவன், கம்பீரமானவன், சூரன், அதிக இழைந்த நண்பர்களுடையவன், கடுமையானவன்.

கன்னியாகில்: ஜாதகன் செய்கையை அறிந்து செய்பவன், சுத்தமான மனதுடையவன், புத்திமான், செய்கையை ஒட்டின கதைகளில் அபிமானமுள்ளவன், சாஸ்திரார்த்தங்கள், சில்பம், சுருதி, காவியங்கள் இவைகளில் சிந்தையுடையவன், விரும்பத் தக்கவன்.

துலாமாகில்: ஜாதகன் விசித்திரமான பொருளுள்ள வெகு சொற்கள் பேசுபவன், பெரியோன், ஆசான், பெயரெடுத்த புத்தியுடையோன், அழகியவன், நல்ல ஆசாரமுடையவன், வணக்கமுடையவன், பண்டிதன், வர்த்தகன், வியாபாரஞ் செய்பவர்களில் உயர்ந்தவன்.

விருச்சிகமாகில்: ஜாதகன் அல்பன், அதிக விரோதிகளுடையவன், நேசர் பலமுடையவன், துரோகம் செய்பவன், கெட்ட சுபாவமுடையவன்.

ஜனங்களை இம்சை செய்பவன், தார நாசமுடையவன், அல்லது பிரியமில்லாத மனைவியுடையவன்.

தனுசாகில்: ஜாதகன் பிரியமான வெகுமதி உடையவன், வேத தர்மத்தைக் கைக்கொள்பவன், யாகம், விரதம், முதலியன செய்விக்கும் ஆசான், நிலையில்லாத தனமுடையவன், தானம் செய்பவன், பூசிக்கத் தக்கவன், அதிக தோழருடையவன், பக்ஷமாய் நடப்பவன்.

மகரமாகில்: ஜாதகன் மிருதுத்தன்மை வாய்ந்தவன், அல்ப பலமுள்ளவன், நீச ஆசாரத்தில் ஆசையுடையவன், மூர்க்கன், இதரர் களுக்குக் கட்டளையிடுபவன், பொருள் குறைந்தவன், அதிக கஷ்டங் களைப் பொறுப்பவன்.

கும்பமாகில்: ஜாதகன் ஆசையுடையவன். லோபி, மனிதரை உபத்தி ரவிப்பவன், துவேஷிக்கும் குணமுடையவன், அசத்திய வழியில் நடப் பவன், பூமி, சில்ப சாஸ்திரமுடையவர்களை அடைவதால் தொழிலு டையவன், குணமுடையவன், அதிக நீச செய்கையுடையவன்.

மீனமாகில்: ஜாதகன் கௌரவமறிந்தவன். அதிகம் புகழத்தக்கவன், தைரியவான், நிலையான செய்கையுடையவன், அதிக கொழுப்பு டையவன், வேதார்த்தம், சாஸ்திரம், சுருதி, காவியங்கள் இவைகளில் மனமுடையவன்.

2. குருவினுடைய ஹோரா பலன்

குரு சூரிய ஹோரையில் இருந்தால்: ஜாதகன் அதிக தோஷமுடை யவன், பேராசையுடையவன் தோஷமுள்ள வாக்குடையவன், அதிகக் கொடூரமானவன், ரகஸியத்தில் பாவச் செய்கை செய்பவன், அயலா ருடன் தர்க்கம் (வாதம்) செய்பவன்.

குரு சந்திர ஹோரையில் இருந்தால்: ஜாதகன் நற்குணமுடைய வன், அழகியவன், நிலையுள்ள செய்கையால் தனமுடையவன், அண்டின வர்களைக் காப்பவன், தர்ம சுபாவமுடையவன், ஆழ்ந்த நேசமுடையவன்.

3. குருவினுடைய திரேக்காண பலன்.

குரு இருக்கும் திரேக்காணாதிபதி:

சூரியனாகில்: ஜாதகன் லோபி, குரூரமானவன், தொழிலற்ற தன்மையால் மனக்கலக்கமுடையவன், நிந்திக்கத்தக்க கெட்ட வழியில் சம்பாதித்த பொருளுடையவன்.

சந்திரனாகில்: ஜாதகன் வெகு அழகிய ரூபமுடையவன், பிரசித்தன்,

வெகுமானத்தால் கிடைத்த பொருளுடையவன், பெருந்தன்மையுள்ள மனமுடையவன், பிராம்மணரிடம், தேவரிடம் பற்றுடையவன்.

செவ்வாயாகில்: ஜாதகன் பந்து ஜனங்களால் பயம், பித்தநோய், கண்ணோய், தன, தான்ய நாசம் உடையவன். எப்போதும் திருடரால் செய்யப்பட்ட உபத்திரவமுடையவன்.

புதனாகில்: ஜாதகன் உயர்ந்தவன், பிரசித்தன், வித்தையால் திருந்தியவன், வெகு தர்மங்களில் பற்றுடையவன், அழகிய ரூபமுடையவன், நற்குணங்களுடன் கூடியவன்.

குருவாகில்: ஜாதகன் நல்ல குணமுடையவன், சத்துருக்களை ஜெயிப்பவன், பொறுமையுடையவன், அரசரால் கௌரவிக்கப்பட்டவன், நாற்கால் ஜீவன் நிறையப்பெற்றவன், பெரியோர்களிடம் வணக்கமுடையவன்.

சுக்கிரனாகில்: ஜாதகன் வெகு பொன் நிறைந்தவன், பலவித குண முடையவன், உயர்ந்த ரத்தினங்களுடையவன், சுகமுடையவன், அரசனைத் தலைவனாக உடையவன், பயங்கரமானவன், அயலார் பொருளை அபகரிப்பவன், கெட்ட புத்தியுடையவன், சத்துரு உடையவன், இஷ்டமில்லாத செய்கை செய்பவன்.

சனியாகில்: ஜாதகன் அதிக சோகமடைந்தவன், ஏவல் பணி செய்பவன், கெட்ட செய்கையுடையவன். வெகு துஷ்ட சுபாவமுடையவன், தனமில்லாதவன், அல்ப பலமுடையவன்.

4. குருவினுடைய நவாம்சப் பலன்

ஜென்ம காலத்தில் குரு இருக்கும் நவாம்சாதிபதி:

சூரியனாகில்: ஜாதகன் எவ்விதமிருப்பினும் கோபமுடையவன்.

சந்திரனாகில்: ஜாதகன் நற்குணமுடையவன், விரும்பத்தக்க அதிதிகளையுடையவன், மனிதர் பயப்படத்தக்கவன், தெளிந்த மனமுடையவன், ஸ்திரீகளிடம் பிரியமானவன்.

செவ்வாயாகில்: வாய் முதலிய இடங்களில் நோயாலுண்டான விசனத்தால் வருந்துபவன், செலவுடன் கூடியவன், பாவஞ் செய்பவன், அதிக மூர்க்கன், கொடியவன்.

புதனாகில்: ஜாதகன் தயையுடையவன், செல்வத்துடன் கூடியவன், தர்மம் செய்பவன், நல்ல ரூபமுடையவன், சாஸ்திரங்களின் பொருளில் ஆசையுடையவன், குரு பக்தியுடன் கூடியவன்.

வியாழனாகில்: ஜாதகன் அரசனுக்கு நிகரான வேஷமுடையவனும், புத்திரர்களுடையவனும், சுத்தமாய் ஒரு சாஸ்திரமறிந்தவனும், சாஸ்திரங்களின் பொருளறிந்தவனும் ஆவான்.

சுக்கிரனாகில்: ஜாதகன் சுகமுடையவன், தேஜஸ் உடையவன், புகழுடையவன், நன்றியுடையவன், புண்யத்தில் மனமுடையவன், எப்போதும் தர்மத்தில் ஆசையுடையவன்.

சனியாகில்: ஜாதகன் கண்ணோய் முதலிய விசனத்தால் பீடிக்கப் பட்டவன், செல்வமற்றவன், பெருமையற்றவன், அரசரால் பீடையும், உபத்திரவமும் அடைந்தவன், புகழில்லாதவன்.

5. குருவினுடைய துவாதசாம்ச பலன்

ஜென்ம காலத்தில் குரு நிற்கும் துவாதசாம்சாதிபதி:

சூரியனாகில்: ஜாதகன் தனம், ரூபம், இவையற்றவன், அதிக சத்து ருக்களுடையவன், நேசர்களைப் பிரிந்தவன், சுகம் ஆசாரமில்லாதவன்.

சந்திரனாகில்: ஜாதகன் தனவான், பிரியமான அதிதிகளுடை யவன், புத்திர சுகம், பொருளுடன் கூடியவன், அரசரால் பூசிக்கத்தக் கவன், ஜனங்களுக்குப் பிரியமானவன்.

செவ்வாயாகில்: ஜாதகன் துஷ்டன், தர்மமற்றவன், விசனமுடைய வன், கடனுபத்திரமுடையவன், கட்டுப்பட்டவன்.

புதனாகில்: ஜாதகன் மூவுலகிலும் பிரசித்தி பெற்றவன், சத்தியவான், எல்லா குணங்களும் நிறைந்தவன், பிரபு பந்து ஜனங்களுக்குப் பிரியன்.

குருவாகில்: ஜாதகன் எல்லா செல்வமும் நிரம்பியவன், புஷ்டியுடை யவன், சத்துருக்களை ஜெயித்தவன், பயம், நோய், இவைகளுடன் கூடிய வன், ஸ்த்ரீகளிடம் பிரியமுடையவன், நல்ல நடவடிக்கை யுடையவன்.

சுக்கிரனாகில்: ஜாதகன் குதிரைகள், பொன், இவை நிறைந்தவன், பிரியமான அதிதியுடையவன், போகமுடையவன், பெரியோரால் புகழப் படும் சுபாவமுடையவன், எப்போதும் சத்துரு ஜனங்களை அழிப்பவன்.

சனியாகில்: ஜாதகன் கெட்ட குணமுடையவன், தீனன், ரூபமற்ற வன், அதிக துக்கமனுபவிப்பவன், திருடராலும், அரசராலும் பீடைய டைந்தவன்.

6. குருவினுடைய திரிம்சாம்ச பலன்

ஜென்ம காலத்தில் குரு இருக்கும் திரிம்சாம்சாதிபதி:

செவ்வாயாகில்: ஜாதகன் கோணபுத்தியுடையவன், பொறாமையுடை யவன், பண்டிதர்களால், வெறுக்கப்பட்டவன், ஆசாரமில்லாதவன், எதிர்வாதம் செய்பவன்.

சனியாகில்: ஜாதகன் தனமில்லாதவனும், துஷ்டர்களுடன் கூடியவனும், அயலான் மனைவியை பெண்டாளுங்குணமுடையவனும், பந்துக்கள் குறைந்தவனும், கோண புத்தியுடையவனுமாக இருப்பான்.

புதனாகில்: ஜாதகன் புத்திமான், வாசாலகன், வைராக்கியமுடைய வனும், பிராம்மணர், தேவர்களிடம் பக்தியுடையவன், சந்தோஷமடைந்த மனமுடையவன், எப்போதும் ஆசாரமுடையவன்.

குருவாகில்: ஜாதகன் எப்போதும் தலைமுறையாய் வந்த பொருளு டையவன், அத்யாத்ம சாஸ்திரம், ஆகமங்கள் இவைகளில் மனமுடை யவன், பொறுமையுடையவன், பிரம்மஞானி.

சுக்கிரனாகில்: ஜாதகன் தனவான், வணக்கமுடையவன், புத்திர பாக்கியமுடையவன், பெண்டுகள் விரும்பத்தக்கவன். ஜனங்களால் மதிக்கப்பட்டவன்.

7. குரு மித்திர பலமுடையவராகில்: ஜாதகன் வணக்கமுடை யவன், எப்போதும் ஆசாரமுடையவன், பிரசித்தன், நிலையானவன், நல்ல தோழருடையவன், நல்ல நடவடிக்கையுடையவன், சத்துருக்களை ஜெயித்தவன்.

8. குரு ஸ்வக்ஷேத்திர பலமுடையவராகில்: ஜாதகன் நற்குணம், நல்ல ஆசாரமுடையவன், புத்திமான், தேவப்பிராம்மணரிடம் பற்றுடைய வன், புகழ் பெறும் செய்கையுடையவன், அதிக பலமுடையவன்.

9. குரு உச்சபலத்திலிருக்கில்: ஜாதகன் பலவித பொருளுடன் கூடியவன், சங்கீதம், சில்பம், காவியம் முதலியவைகளில் தேர்ச்சி பெற்றவன், இனிமையானவன், தாக்ஷண்ய சுபாவமுடையவன், தயையுடையவன்.

10. குரு சுபக்கிரக பார்வை பலம் பெற்றிடில்: ஜாதகன் நோயற் றவன், பாபிகள், அல்பர்கள் இவர்களுடன் விரோதமுடையவன், ஞானி களாலும், அரசர்களாலும் வெகுமதிக்கப்பட்டவன்.

11. குரு புருஷ க்ஷேத்திர பலமுடையவராகில்: ஜாதகன் பெருந் தன்மை வாய்ந்தவன், தைரியமுடையவன், நாற்கால் ஜீவன நிரம்பியவன், குலத்திற்குப் பிரதானமானவன், தர்மவான், ஆசாரமுடையவன், பிரபலமானவன், அரசனை நாயகனாக உடையவன்.

12. குரு திக்குப் பலமுடையவராகில்: ஜாதகன் நல்ல பண்டிதன், அனேக நற்குணமுடையவன், அன்னபான வஸ்திரம் முதலியன குறைவில்லாதவன், சத்துருக்களில்லாதவன், பொறுமையுடையவன்.

13. குரு சேஷ்டா பலமுடையவராகில்: ஜாதகன் நற்செய்கையுடையவன், தந்திரமுடையவன், குறைவற்ற சுகமுடையவன், சூரன், தனவான், பொறுமையால் எல்லாவற்றையும் பொறுப்பவன்.

14. குரு பகல் பலமுடையவராகில்: ஜாதகன் பிரசித்தன், அதிக தனமுடையவன், தயையுடையவன், சத்துருக்களாலும் வணங்கப்பட்டவன், சுகமுடையவன், தந்திரமறிந்தவர்களில் சிறந்தவன்.

15. குரு வார பலமுடையவராகில்: ஜாதகன் அதிக வித்தையுடையவன், பெண்கள் லாபமுடையவன், தன் ஜனங்களுக்கு நன்மை செய்பவன், பிரியமாய்ப் பேசுபவன், எல்லா சாஸ்திரங்களிலும் சமர்த்தன்.

16. குரு வருஷ பலமுடையவராகில்: ஜாதகன் அழகியவன், துஷ்ட சுபாவமுடையவன், அதிக பலமுடையவன், அரசர்களுக்கு வேண்டியவன், அதிக அன்னபானாதிகளுடையவன்.

17. குரு மாஸ பலமுடையவராகில்: ஜாதகன் அழகியவன், நன்றியுடையவன், வணக்கமுடையவன், இனியன், அதிக பெண்களுடன் கூடியவன், தன் பந்துக்களால் கௌரவிக்கப்பட்டவன், எப்போதும் தனவான்.

18. குரு ஹோரை பலமுடையவராகில்: ஜாதகன் அதிக ஞானமுடையவன், பொறுமையுடையவன், ஞான சாஸ்திரம், சுருதி இவைகளில் கருத்துடனிருப்பவன், பிரியமான விருந்தாளிகளையுடையவன், மானமுடையவன்.

19. குரு பக்ஷ பலமுடையவராகில்: ஜாதகன் சஞ்சல புத்தியுடையவன், முக்கியமானவன், வித்தையுடையவன், எல்லா சுகங்களும் நிறைந்தவன், ரத்தினங்களுடன் கூடியவன், குதிரை யானைகளுடையவன்.

20. குருவுக்கு மித்ர பலமில்லாவிடில்: ஜாதகன் லோபி, சத்துருக்களால் அடி, சுரம், குடியால் ஏற்படும் தோஷம், பெண்களால் நோய், கட்டுப்படல் முதலிய பீடையுடையவன்.

21. குருவுக்கு ஸ்தான பலமில்லாவிடில்: ஜாதகன் கடுமையான சுபாவமுடையவன், மனைவியை இழந்தவன், தோழர்களில்லாதவன், பயந்தவன், வயிற்றுவலியுள்ளவன்.

22. குருவுக்கு உச்ச பலமில்லாவிடில்: ஜாதகன் நீச சுபாவமுடையவன், புத்திரர், பொருள் இல்லாதவன், அல்பன், நன்றிகெட்டவன், அரசர், திருடர் இவர்களால் பீடையுடையவன்.

23. குருவுக்கு நவாம்ச பலமில்லாவிடில்: ஜாதகன் பயத்தால் பீடிக்கப்பட்டவன், துஷ்டர், நோய் முதலிய பீடையுடையவன், புத்தியற்றவன், சுகமற்றவன், வருந்துபவன்.

24. குருவுக்கு சுபக்கிரக நோக்கு பலமில்லாவிடில்: ஜாதகன் அதிக விகாரமான தேகமுடையவன், பந்துக்கள் குறைந்தவன், மூட சுபாவமுடையவன், கலகத்தில் விருப்பமுடையவன், கோபமுடையவன், கெட்ட சுபாவமுடையவன்.

25. குருவுக்கு புருஷ பலமில்லாவிடில்: ஜாதகன் ஆண்மை அற்றவன், பயந்தவன், மூடன், அபகாரம் செய்பவன், சிலேஷ்ம நோயுடைய தேகமுடையவன்.

26. குருவுக்கு திக்குப்பலமில்லாவிடில்: ஜாதகன் தன தான்ய மில்லாதவன், வெளி தேசத்தில் பிரியமுடையவன், சபலத்தன்மை வாய்ந்தவன், அவமானப்படுகிறவன்.

27. குருவுக்கு சேஷ்டா பலமில்லாவிடில்: ஜாதகன் பாபி, உக்கிர சுபாவமுடையவன், பெண்டுகள் முதலிய தோஷத்தாலும், மனிதரா லுண்டான தோஷத்தாலும், அரசராலுண்டான தோஷத்தாலும், உபத்திர வமடைபவன்.

28. குருவுக்குப் பகல் பலமில்லாவிடில்: ஜாதகன் பிறவியிலிருந்தே லோப குணம் வாய்ந்தவன், பெண் சந்தானமுடையவன், வாத நோயுடை யவன், தடுக்க முடியாத விரோதத்தாலுண்டான பாவமுடையவன்.

29. குருவுக்கு வார பலமில்லாவிடில்: ஜாதகன் அவமான மடைந்தவன், பலமற்றவன், பித்தம், அக்னி, மந்தம், சுரம் முதலிய நோய், ஆயுதம், திருடர் இவர்களால் பீடையடைந்தவன், தர்மமில்லாதவன்.

30. குரு வருஷ பலமற்றவராகில்: ஜாதகன் செல்வம், பொருளற்ற வன், மெலிந்தவன், நன்றி கெட்டவன், சபலகுணமுடையவன், கபவாத நோயால் எப்போதும் தவிப்பவன்.

31. குருவுக்கு மாத பலமில்லாவிடில்: ஜாதகன் பொய்பேசும் தன்மை வாய்ந்தவன், பார்க்கப் பயங்கரமானவன், அயலாருக்கு அபவாதம் சொல்லுவதில் பிரியன், நன்றி கெட்டவன், அயலாரன்னம் புசிப்பவன், அயல் பெண்டுகளை விரும்புகிறவன்.

32. குருவுக்கு ஹோரை பலமில்லாவிடில்: ஜாதகன் வெகு நோயுடையவன், அக்கிரம வழியில் நடப்பவன், பலமற்றவன், விகார மானவன், கட்டுப்படுகிறவன்.

33. குருவுக்கு பக்ஷ பலமில்லாவிடில்: ஜாதகன் பந்து ஜனங்கள் குறைந்தவன், பேராசையுடையவன், பலமில்லாதவன், அதிக விரோதிக ளுடையவன், அயல் பெண்டிரிடம் பற்றுடையவன்.

94. சுக்கிரனுடைய சட்வர்க்கம் முதலிய பலன்கள்

I. சுக்கிரன் ஜெனன காலத்தில் மேஷம் முதலிய ராசிகளில் நிற்கும் பலன்

சுக்கிரன் இருக்கும் ராசி:

மேஷமாகில்: ஜாதகன் பொறுமையற்றவன், கெட்ட சுபாவமுடையவன், அல்பன், அயல் பெண்டிரை அபகரிப்பதில் ஊக்கமுடையவன், பொறாமையுடையவன், காடு, தோட்டம் முதலிய இடங்களில் திரிபவன்.

ரிஷபமாகில்: ஜாதகன் வெகு பெண்டுகள், புத்திரர், இரத்தினங்கள், இவையுடையவன், பிரசித்தன், அழகிய தேகமுடையவன், தன் பந்துக்களைப் போஷிப்பவன், அதிக பராக்கிரமமுடையவன், பயிர்த் தொழிலுடையவன், மாடுக் கூட்டங்களால் ஜீவனமுடையவன்.

மிதுனமாகில்: ஜாதகன் வாசாலகன், செல்வவான், தோழர், விருந்தாளிகள் இவர்களைத் திருப்தி செய்விப்பவன், நன்றியுள்ளவன், ஞானசாஸ்திர சம்பந்தமானகதைகளில் பிரியமுடையவன்.

கடகமாகில்: ஜாதகன் போகத்தில் விருப்பமுடையவன், குணமுள்ளவன், படித்தவன், வேதசாஸ்திரமறிந்தவர்களுள் உயர்ந்தவன், தயையுடைய சுபாவமுடையவன், விரும்பத்தக்க பார்வையுடையவன்.

சிம்மமாகில்: ஜாதகன் பிரியமான பந்துவர்க்கமுடையவன், அல்ப பலமுள்ளவன், பலவித சுக துக்கமுடையவன், நல்ல ரூபமுடையவன், பெரியோர், ஆசான் இவர்களிடம் அதிக பக்தியுடையவன்.

கன்னியாகில்: ஜாதகன் மிருதுத்தன்மை வாய்ந்தவன், அல்ப தனமுடையவன், அயலாரை அண்டி ஜீவிப்பவன், ஸ்த்ரீகளின் அலங்காரமறிந்தவன், போகம், சங்கீதம் இவைகளில் பிரியன், இனிமையானவன்.

துலாமாகில்: ஜாதகன் தனவான், இனிமையான சாமான், பொருளுடையவன், பலவித புஷ்பம், வஸ்திரம் இவைகளில் பிரியன், சுவாதீனமுடையவன், வெகுகஷ்டப்பட்டு வெளிதேசம் சென்று சம்பாதித்த தனமுடையவன்.

விருச்சிகமாகில்: ஜாதகன் நன்றியில்லாதவன், அதிக குணமுடையவன், ஆசாரமற்றவன், துஷ்டகுணமுள்ள தாரமுடையவன், மூர்க்கன், அயல் பெண்டிரை வெட்கமில்லாமல் அனுபவிப்பவன்.

தனுசாகில்: ஜாதகன் வித்தை பொருளில்லாதவன், விகாரமான வாக்குடையவன், நல்ல தர்மம், காமம், தனம் இவைகளுடன் கூடியவன், உலகிற்குப் பிரியன், இனியன், அதிக வியாபாரமுடையவன்.

மகரமாகில்: ஜாதகன் அதிக கிலேசம், பயத்தால் கஷ்டமான பொருள் இவையுடையவன், லோபத்தன்மை, சூது, ஆண்மையற்ற தன்மை இவையுடையவர்களின் குணமுடையவன்.

கும்பமாகில்: ஜாதகன் உத்தியோக ஆசையால் விசனமுடையவன், தன் தொழில்களில் நல்ல பலனில்லாதவன், பெரியோர், புத்திரர் குறைந்தவன்.

மீனமாகில்: ஜாதகன் பெருந்தன்மை வாய்ந்தவன், வாக்குறுதியை நிறைவேற்றுபவன், அதிக புத்திமான், நல்ல ரூபமுடையவன், அரசனுக்குப் பிரியன், சாதுக்களால் கௌரவிக்கப்பட்டவன்.

2. சுக்கிரனுடைய ஹோரையின் பலன்.

1. சுக்கிரன் சூரிய ஹோரையிலிருந்தால்: ஜாதகன் மூர்க்கன், தனமற்றவன், ஆசாரமில்லாதவன், இம்சை, திருடு இவை செய்பவன், பொய் பேசுபவன், லோபத்தன்மை வாய்ந்தவன், ஈயாத குணமுள்ளவன்.

2. சுக்கிரன் சந்திர ஹோரையில் இருந்தால்: ஜாதகன் நல்லோர்களுக்குப் பிரியன், நிறைந்த செல்வமுடையவன், சங்கீதவித்தை, புத்திரர், வேதியர் இவர்களிடம் பிரியன், அரச நேசமுடையவன்.

3. சுக்கிரனுடைய திரேக்காணத்தின் பலன்

சுக்கிரன் இருக்கும் திரேக்காணாதிபதி:

சூரியனாகில்: ஜாதகன் கடுமையானவன், பொருளிழந்தவன், கெட்ட பெண்டுகளிடம் சுகமனுபவிப்பவன், அல்பன், நன்றி கெட்டவன், அதிக கோபமுடையவன்.

சந்திரனாகில்: ஜாதகன் சுகமுடையவன், வித்தையால் திருந்தியவன், தாய் தகப்பனிடம் பக்தியுடையவன், காந்தியுடையவன், தர்மத்தில் பற்றுடையவன், நன்றியில்லாதவன்.

செவ்வாயாகில்: ஜாதகன் பாவச் செய்கையுடையவன், பசி ரோகமுடையவன், விசனமுடையவன், மாயை, சூது இவைகளைச் செய்வதில் விருப்பமுடையவன்.

புதனாகில்: ஜாதகன் அழகியவன், இனிமையானவன், போகப் பிரியன், துர் நடவடிக்கையுள்ள மனைவியிடம் பிரியமுடையவன், பொன், ரத்தினம், மக்கள் உடையவன்.

குருவாகில்: ஜாதகன் உயர்ந்த குணமுள்ளவன், நல்ல ரூபமுடையவன், சத்திய நெறியிலிருப்பவன், எல்லா சாஸ்திரங்களிலும் வல்லவன், பொறுமையுடையவன், ஜனங்களுக்கு நன்மை செய்பவன்.

சுக்கிரனாகில்: ஜாதகன் பெருந்தன்மை வாய்ந்தவன், செல்வவான், நல்ல சீலமுடையவன், அத்யாத்ம சாஸ்திரத்தில் ஊக்கமுடையவன், குலத்திற்கு முக்கியமானவன், விசனமற்றவன்.

சனியாகில்: ஜாதகன் வதையும் பந்தங்களுமுடையவன், தன் பந்துக்கள் குறைந்தவன், அயல் பெண்டிரிடம் சம்பந்தமுடையவன், விரோதத்தை சுபாவமாக உடையவன், எப்போதும் துஷ்ட சகவாச முள்ளவன்.

4. சுக்கிரனுடைய நவாம்ச பலன்

சுக்கிரன் இருக்கும் நவாம்சாதிபதி

சூரியனாகில்: ஜாதகன் தளர்ச்சியுடையவன், மிகவும் பயந்தவன், அதிக விரோதிகளுடையவன், தொழிலற்றவன், அல்ப வீர்யமுடையவன், பலம், சுகமில்லாதவன், ஜனக்கூட்டமுடையவன்.

சந்திரனாகில்: ஜாதகன் புத்திரனுடையவன், நல்ல ஸ்த்ரீகளின் தன தான்ய லாபமுடையவன், சத்துரு நாசமுடையவன், பந்துக்களுடன் சேர்ந்திருப்பவன்.

செவ்வாயாகில்: ஜாதகன் ரத்த பாதையுடைய தேகமுடையவன், எப்போதும், திருடராலும் அரசராலும் பீடிக்கப்படுபவன், விரோதஞ் செய்யுங் குணமுடையவன், கெடுதி செய்வதில் பிரியன்.

புதனாகில்: ஜாதகன் பண்டிதன், நல்ல தர்மமுடையவன், புண்ணியத் தீர்த்தங்களை அடைந்தவன், தேவப் பிராம்மண பக்தியுடையவன், விரும்பத்தக்க அதிதிகளை உடையவன், நன்னெறியைக் கடைப்பிடித் தொழுகுபவன்.

குருவாகில்: ஜாதகன் பிராம்மணரிடம் வணக்கமுள்ளவன், அறிவு தரும் வித்தை, ஆகமம், சாஸ்திரங்கள் இவைகளில் ஆசையுடையவன், அரசருக்குப் பிரியன், சீடர்களுடையவன்.

சுக்கிரனாகில்: ஜாதகன் அத்யாத்ம சாஸ்திரத்தில் ஊக்கமுடை யவன், நல்ல தர்மத்தால் பூசிக்கத்தக்கவன், வித்வான்களுடன் கூடிய வன், சத்துருக்களை அழிப்பவன், விரதஞ் செய்யும் சுபாவமுடையவன்.

சனியாகில்: ஜாதகன் நோயுடனும், துக்கத்துடனும் கூடியவன், மனைவி, மக்கள் பொருள் இவைகளை இழந்தவன், முக்கியமாக நீச ஜனங்களால் பீடிக்கப்பட்டவன்.

5. சுக்கிரனுடைய துவாதசாம்ச பலன்

சுக்கிரன் இருக்கும் துவாதசாம்சாதிபதி:

சூரியனாகில்: ஜாதகன் தீனன், தீர்க்கயோசனையில்லாதவன், புத்தியற்றவன், தன் பந்துக்களால் விடப்பட்டவன், துரோகம் செய்யும் சுபாவமுடையவன், வாதஞ்செய்பவன், நன்றி கெட்டவன்.

சந்திரனாகில்: ஜாதகன் உயர்ந்த வாகனமுடையவன், அரசனுக்குப்பிரியன், போகமுடையவன், பொருளுடையவன், கிரீடிக்கும் நடவாவி முதலிய நீர்தங்குமிடம் செய்வதில் பிரியன்.

செவ்வாயாகில்: ஜாதகன் வெளி தேசத்தில் விருப்பமுள்ளவன், சூதில் பிரியன், சண்டை செய்பவன், நன்றியில்லாதவன், அறிவற்றவன், அயல் பெண்டிரை அடைபவன்.

புதனாகில்: ஜாதகன் அழகன், இனிமையானவன், இடம், பொருள், பானம் இவையுடையவன், பிரசித்தன், வித்தை சம்பாதிப்பதில் ஊக்கமுடையவன், அல்ப தோஷமுடையவன்.

குருவாகில்: ஜாதகன் உயர்ந்த அறிவுடையவன், தீனன், சன்மானம், நேசம், புத்திரர், பொருள் இவை நிறைந்தவன், பல போகங்களனுபவிப்பவன், செல்வவான்.

சுக்கிரனாகில்: ஜாதகன் விசித்திரமான பேச்சுடையவன், ரதிகேளியில் பற்றுடையவன், தர்மார்த்த காமங்களுடன் கூடியவன், நல்ல பண்டிதன், அரசனைத் தலைவனாக உடையவன், தன் பந்துக்களால் கௌரவிக்கப்பட்டவன்.

சனியாகில்: ஜாதகன் சுகம், பாக்கியம் இவைகள் இல்லாதவன், பாவம் செய்யும் மனமுடையவன், சத்துருக்களால் விடப்பட்டவன், வெளிவாசம் செய்யும் சுபாவமுடையவன், நோய் பீடையுடையவன்.

6. சுக்கிரனுடைய திரிம்சாம்சத்தின் பலன்

சுக்கிரன் இருக்கும் திரிம்சாம்சாதிபதி:

செவ்வாயாகில்: ஜாதகன் நோயாளி, அதிக பித்தமுடையவன், அல்ப பலமுடையவன், அதிக துஷ்டர் சேர்க்கையுடையவன், நல்ல பெயரைக் கெடுப்பவன், துஷ்டன்.

சனியாகில்: ஜாதகன் வெகு துக்கங்களுடன் வருந்துபவன், தனக்கே அழிவைத்தேடுபவன், பந்து ஜனங்களால் ஒதுக்கப்பட்டவன், கெட்ட சுபாவமுடையவன், ஆசாரம், சுத்தி இழந்தவன்.

குருவாகில்: ஜாதகன் தேவர்களிடம் விசுவாசமுடையவன், நல்லதர்ம சுபாவமுடையவன். நல்ல ஜனங்களால் அடையப்பட்ட தேசமுடையவன், அரசரால் பூசிக்கப்பட்டவன், விரதாதிகள் செய்பவன்.

புதனாகில்: ஜாதகன் அழகிய தேகமுடையவன், சாது, செல்வவான், உயர்ந்த மனைவியிடம் அன்புடையவன், யானை, குதிரைகளுடையவன், அரசனைத் தலைவனாக உடையவன்.

சுக்கிரனாகில்: ஜாதகன் திருந்தியவன், தனதான்யங்களுடையவன், நிகரற்றவன், புகழுடையவன், நல்ல பண்டிதன், நாடகம் முதலிய கேளிக்கைகளில் பிரியன்.

7. சுக்கிரன் மித்திர பலமுடையவராகில்: ஜாதகன் அதிக தோழருடையவன், விரும்பியவாறு அதிதிகளையுடையவன், ஞானம், தயை இவைகளதிகமுடையவன், தேவதாபக்தியுடையவன், தனம் ஐச்வரியம், குணம் இவைகளுடன் கூடியவன்.

8. சுக்கிரன் ஸ்தான பலத்துடனிருக்கில்: ஜாதகன் மனிதர்களுக்கு முக்கியமானவன், தன்னிடத்திலேயே கௌரவிக்கப்பட்டவன், பெண்கள் விரும்பத்தக்கவன், தெளிந்த மனமுடையவன், தைரியமுடையவன்.

9. சுக்கிரன் உச்ச பலத்துடனிருக்கில்: ஜாதகன் அதிக புகழடைந்தவன், புண்ணியவான், சத்தியவான், நாற்கால் ஜீவன்கள் நிறைந்தவன், விரும்பத்தக்க பார்வையுடையவன்.

10. சுக்கிரன் ஜன்ம காலத்தில் ஜாதகத்தில் நவாம்சபலத்துடனிருக்கில்: ஜாதகன் ஜெயிக்கப்பட்ட சத்துருக் கூட்டங்களை உடையவன், யாகப் பிரியன், தானஞ்செய்பவன், பிரசித்தன், தோஷமற்றவன், தன் குலத்திற்குப் பிரதானமானவன்.

11. சுக்கிரன் சுபக்கிரகப் பார்வை பெற்றிடில்: ஜாதகன் சுபகாரியமுடையவன், கடுமையானவன், நோயற்றவன், வணங்கப்பட்ட சத்துருக்களையுடையவன், பிரியமான அதிதிகளையுடையவன், எல்லாவித சுகங்களுடன் கூடியவன்.

12. ஸ்த்ரீ க்ஷேத்திர பலமுடையவராகில்: ஜாதகன் அனேக ஸ்திரீகள் நிறைந்தவன், அதிர்ஷ்டம், அழகுகளுடன் கூடியவன், வெகு இனிமையானவன், எப்போதும் பலவித பொருள் லாபத்துடன் கூடியவன்.

13. சுக்கிரன் திக்குப் பலமுடையவராகில்: ஜாதகன் தெளிவுற்றவன், அழிந்த சத்துருக்களை உடையவன், எல்லா தேசங்களிலும் புகழுடையவன், புத்திரருடையவன், அதிக தனமுடையவன், எப்போதும் பிரியமானவன்.

14. சுக்கிரன் சேஷ்டாபலமுடையவராகில்: ஜாதகன் தெளிந்த சுபாவமுடையவன், கொஞ்சம் பாவமுடையவன், யானை குதிரைகளுடையவன், ஆசான், பெரியோர், பிராம்மணரிடம் பக்தியுடையவன், பயமற்றவன், புத்திர லாபமுடையவன்.

15. சுக்கிரன் வார பலமுடையவராகில்: ஜாதகன் சகோதரர்களால் பிரசித்தியுடையவன், அறிவாளி, வெகு சாஸ்திரங்களில் பற்றுடையவன், தர்ம சுபாவமுடையவன், சத்துருக்களில்லாதவன்.

16. சுக்கிரன் வருஷ பலத்துடனிருக்கில்: ஜாதகன் நல்லவன், சத்துருக்களை ஜெயித்தவன், நாற்கால் ஜீவன், வஸ்திரம், போஜனம் முதலியவைகளுடையவன், எல்லாவித சம்பத்தும் நிறைந்தவன்.

17. சுக்கிரன் ஹோரா பலமுடையவராகில்: ஜாதகன் நல்ல ஆசாரமுடையவன், பிரியமாய் பேசுவதில் சமர்த்தன், எப்போதும் மகா ஜனங்களால் வெகுமதிக்கப்பட்டவன், தெளியுற்றவன், பிரியமான பார்வையுடையவன்.

18. சுக்கிரன் பக்ஷ பலத்துடனிருக்கில்: ஜாதகன் சத்துருக்களை ஜெயித்தவன், தன் ஜனங்களால் மதிக்கப்பட்டவன், வெகு தர்மங்களுடையவன், பிரியமான பெண்களிடம் சுகமனுபவிப்பவன்.

19. சுக்கிரனுக்கு மித்ரபலமில்லாதிருக்கில்: ஜாதகன் தனமற்றவன், தோழரற்றவன், அதிக துக்கம் சோகமுடையவன் அரச பீடையுடையவன்.

20. சுக்கிரனுக்கு ஸ்வக்ஷேத்திர பலமில்லாவிடில்: ஜாதகன் அதிக துஷ்டன், ஆசாரமில்லாதவன், கெட்ட பெண்டுகளிடம் ஆசையுடையவன், அழகற்றவன், தர்மமற்றவன், பாபி, நன்றியில்லாதவன்.

21. சுக்கிரனுக்கு உச்சபலமில்லாவிடில்: ஜாதகன் தோஷமுடையவன், பாபி, துஷ்டர் சேர்க்கையுடையவன், நீசர்களிடம் சேர்க்கையுடையவன், அயல் பெண்டிரை காமுறுபவன், வெட்கமற்றவன், நோயுடைய தேகமுடையவன்.

22. சுக்கிரனுக்கு நவாம்ச பலமில்லாதிருந்தால்: ஜாதகன் அதிக கடினமான மனமுடையவன், பய பீடையுடையவன், சத்தியம், தர்மம், தனமில்லாதவன், துவேஷ புத்தியுடையவன், சினேகமற்றவன்.

23. சுக்கிரனுக்குச் சுபக்கிரகபார்வை பலமில்லாவிடில்: ஜாதகன் அவமானமடைந்த தேகமுடையவன், கெட்ட செய்கையில் ஆசையுடையவன், எப்போதும் துக்கமுடையவன், அரசராலும், திருடராலும் பீடிக்கப்பட்டவன்.

24. சுக்கிரனுக்கு குரு க்ஷேத்திர பலமில்லாவிடில்: ஜாதகன் அதிக துஷ்டன், அயலாருக்கு அபவாதம் சொல்லுவதையே குண மாயுடையவன், அல்ப பலமுடையவன், பெண்டிழந்தவன், அதிக கெடுதியடைந்தவன்.

25. சுக்கிரனுக்குத் திக்குப்பலமில்லாவிடில்: ஜாதகன் அயல் தேசத்தில் விருப்பமுடையவன், பாக்கியமற்றவன், மூடன், நன்றியில்லாதவன், சூதன், நல்ல சகவாசமில்லாதவன்.

26. சுக்கிரனுக்குச் சேஷ்டாபலம் இல்லாவிட்டால்: ஜாதகன் வத, பந்தங்களுடையவன், துஷ்டன், கெட்டதொழில் செய்பவர்களை அடைந்தவன், அல்ப பலமுடையவன், அதிக விரோதிகளுடையவன், தன, தாரமிழந்தவன்.

27. சுக்கிரனுக்கு வார பலமில்லாவிடில்: ஜாதகன் சத்துருக்களும், தாரமுமில்லாதவன், சத்யமில்லாதவன், அயலாரால் அவமானமடைந்தவன். எப்போதும் துக்கமுடையவன், பந்துக்கள் குறைந்தவன்.

28. சுக்கிரனுக்குத் தின பலமில்லாவிடில்: ஜாதகன் எப்போதும் துர்நடத்தையுடையவன், திருடுந் தன்மையுடையவன், வெகு துஷ்டர் சேர்க்கையுடையவன், பயத்தால் தளர்ச்சியுடையவன்.

29. சுக்கிரனுக்கு வருஷ பலமில்லாவிடில்: ஜாதகன் தாழ்ந்த குண முடையவன், கோணலான சுபாவமுடையவன், தனம், பந்துக்கள் இல்லாதவன், வெளி வாசஞ் செய்யும் குணமுடையவன், கலகப்பிரியன்.

30. சுக்கிரனுக்கு மாச பலமில்லாவிடில்: ஜாதகன் பரதேசிகளுடன் கூடியவன், வாதம் செய்யும் குணமுடையவன், விசனங்களால் தவிப்பவன், சூதில் பிரியன், சாதுக்களால் நிந்திக்கப்பட்டவன்.

31. சுக்கிரனுக்கு ஹோரா பலமில்லாவிடில்: ஜாதகன் புத்தியற்றவன், உண்மையில்லாதவன், வெட்கமற்றவன், தனமற்றவன், கெட்ட காரியம் செய்பவன், தேவர், ஆசான், பிராம்மணர் இவர்களுக்கு விரோதம் செய்பவன்.

32. சுக்கிரனுக்கு பக்ஷ பலமில்லாவிடில்: ஜாதகன் பொருளில்லாதவன், வெறுக்கத்தக்க சுபாவமுடையவன், வெட்கம், மானமில்லாதவன், பய பீடையுடையவன், அல்பன், நிந்திக்கத்தக்கவன்.

95. சனியினுடைய சட்வர்க்கம் முதலிய பலன்கள்

சனி ஜெனன காலத்தில் மேஷம் முதலிய ராசிகளில் இருக்கும் பலன்

சனி இருக்கும் ராசி:

மேஷமாகில்: ஜாதகன் ஆசாரமற்றவன், விகார வேஷமுடையவன், நோய், விசனம் முதலிய பீடையுடையவன், செல்வமழிந்தவன், கடுமையான கெட்ட சொல்லுடையவன், நிந்திக்கப்பட்டவன், தரித்திரன், வேண்டிய சத்துருக்களை உடையவன்.

ரிஷபமாகில் : ஜாதகன் அதிக வியாபாரம் செய்பவன், பொருளற்ற வன், சம்பந்தமற்ற தொழில் செய்பவன், யுக்தமில்லாத சொல் பேசுபவன், வயது முதிர்ந்த ஸ்த்ரீகளின் மனப்படி நடப்பவன்.

மிதுனமாகில்: ஜாதகன் கர்ம பீடையுடையவன், வதம், கட்டுப்படல் இவையுடையவன், மூர்க்கமான செய்கை செய்பவன், அல்ப சகவாச முடையவன், துர்வியாபாரமுடையவன், டம்பமான ஆலோசனை செய்பவன்.

கடகமாகில்: ஜாதகன் தரித்திரன், நல்லோரிடம் அபிமான முடையவன், எப்போதும் கஷ்டப்படுகிறவன், தாய் பிரிவு உடையவன், இனிமையானவன், நற்செய்கையுடையவன், உபத்திரவமுடையவன்.

சிம்மமாகில்: ஜாதகன் ஆசாரங் குறைந்தவன், நிந்திக்கப்பட்ட ஆசாரங் குறைந்தவன், அதிதோஷமுடையவன், பந்துக்களைக் காப்பவன், நீச வியாபாரங்களில் ஆசையுடையவன்.

கன்னியாகில்: ஜாதகன் ஆண்மையற்ற தேகம், அயலார் அன்னம் புசித்து அயலார் வீட்டிலிருப்பதில் பிரியன், பொருளழிந்தவன், மூடன், குழந்தைபோல் பெண்டுகளால் தூஷிக்கப்பட்டவன்.

துலாமாகில்: ஜாதகன் தனவான்களுடன் உயர்ந்தவன், ஸௌராஷ்ட்ர தேசம் திரிவதால் அடையப்பட்ட பெருமையுடையவன், நல்ல உபகார குணமுடையவன்.

விருச்சிகமாகில்: ஜாதகன் துவேஷம், குறும்புத்தனமுடையவன், தர்ம குணமற்றவன், விஷம், ஆயுதம் இவை பீடையுடையவன், அதிக கோபமுடையவன், வெட்கமற்றவன்.

தனுசாகில்: ஜாதகன் இனிமையானவன், அல்பமான சொல்லு டையவன், தன் தர்மத்தை அறிந்தவன், வேதப்பொருளுணர்ந்தவன்,

விவகாரம், சிக்ஷை, தேவதை, ஏவல் இவை அறிந்தவன். அதிக சௌக்கியமுடையவன்.

மகரமாகில்: ஜாதகன் தன் வம்சத்தில் பிறந்தவர்களுள் முதன்மை யானவன், அனேக சில்பமறிந்தவர்களின் கீழ் ஜீவிப்பவன், வெளிவாசம் செய்பவன், கூட்டங்களால் வெகுமதிக்கப்பட்டவன்.

கும்பமாகில்: ஜாதகன் சத்தியத்தை தனமாக உடையவன், நல்ல சொல்லுடையவன், நோயற்ற தேகமுடையவன், உயர்ந்த வாகனமுடை யவன், சூரன், அரசரால் பூசிக்கப்பட்டவன், அல்ப தோஷமுடையவன்.

மீனமாகில்: ஜாதகன் நல்ல பந்துக்கள் சம்பந்தமுடையவன், நல்ல தோழர்களுள் உயர்ந்தவன், பொறுமையுடையவன், அதிக கௌரவமுடை யவன், இஷ்டப்படி பூசிப்பவன், வித்தை, நன்நடவடிக்கைகளால் கௌர விக்கப்பட்டவன்.

2. சனியினுடைய ஹோரா பலன்

1. சனி சூரிய ஹோரையில் இருந்தால்: ஜாதகன் அதிக விரோதி களுடையவன். தர்மம், அபிமானமில்லாதவன், தயையற்றவன், அயல் பெண்டிரிடம் ஆசையுடையவன்.

2. சனி சந்திர ஹோரையில் இருந்தால்: ஜாதகன் அதிக புகழு டையவன், அழகு, சௌக்கியம், பொருள் விருத்தி இவைகளுடன் கூடியவன், விரும்பத்தக்கவன், தேவர்களிடம் விசுவாசமுடையவன்.

3. சனியினுடைய திரேக்காண பலன்

சனி இருக்கும் திரேக்காணாதிபதி:

1. சூரியனாகில்: ஜாதகன் பெண் சந்தானமுடையவன், வியாபாரம் செய்பவன், பராக்கிரமமில்லாதவன், தெளிவடைந்த குணமுடையவன், எப்போதும் நற்செய்கையில் சிந்தையுடையவன்.

2. சந்திரனாகில்: ஜாதகன் அதிக பொருளுடையவன், அறிவாளி, எல்லா கலைகளிலும் வல்லவன், சத்துருக்கள் குறைந்தவன், புத்திர விருப்பமுடையவன்.

3. செவ்வாயாகில்: ஜாதகன் திருட்டுத்தொழிலுடையவன், மூடன், ஏவல் பணி செய்பவன், அதிக கடுமையானவன், பாபத்தில் விருப்பமுடை யவன், நன்றி கெட்டவன், வெட்கமில்லாதவன், நேசிக்கத்தகாதவன்.

4. புதனாகில்: ஜாதகன் வெகு சாஸ்திரங்களுடன் கூடியவன், ஞானமுடையவன், தர்மம் செய்பவன், புகழத்தக்கவன், தன் தாரத்திடம் சந்தோஷமுடையவன், அவசரப்படாதவன்.

5. குருவாகில்: ஜாதகன் தேவப்பிராம்மண பக்தன், பிரியமாய்ப் பேசுகிறவன், எல்லாம் பொறுப்பவன், உயர்ந்தவன், மகா ஜனங்களால் மதிக்கப்படுகிறவன், நல்ல நடவடிக்கையுடைய மனைவி யுடையவன்.

6. சுக்கிரனாகில்: ஜாதகன் அதிக அன்னபானமுடையவன், லாபமு டையவன், தர்மவான், நல்ல தோழருடையவன், சத்துருக்களை அழிப்ப வன், விசனமில்லாதவன்.

7. சனியாகில்: ஜாதகன் நல்ல ஆசாரமுடையவன், அதிக சௌக்கிய முடையவன், அரசகுமாரர்களுடன் சினேகம் செய்பவன், உதார குணமுடையவன், நோயற்றவன், அதிக தோழருடையவன்.

4. சனியினுடைய நவாம்ச பலன்

சனி இருக்கும் நவாம்சாதிபதி:

1. சூரியனாகில்: ஜாதகன் அதிக கடுமையான கோபமுடையவன், உபத்திரவிப்பவன், நாசமடைந்த பந்துக்களால் விடப்பட்டவன், துவேஷமுண்டுபண்ணும் குணமுடையவன், மற்றவரால் அவமான மடைந்தவன்.

2. சந்திரனாகில்: ஜாதகன் மனைவியுடன் கூடியவன், சாஸ்திரங் களில் ஆசையுடையவன், யாகம், தானம் முதலியன செய்யும் குண முடையவன், இந்திரியங்களை ஜெயித்தவன். மந்திரங்களறிந்தவருள் உயர்ந்தவன்.

3. செவ்வாயாகில்: ஜாதகன் பேசத்தக்க சுபாவமுடையவன், அயல் பெண்டிர் சேர்க்கையில் பிரியமுடையவன் தர்ம செய்கையில்லாதவன், எப்போதும் துஷ்டகாரியஞ் செய்பவன்.

4. புதனாகில்: ஜாதகன் சுக போகங்களால் சந்தோஷமடைந்தவன், இனியன், அழகியவன், லாபத்தையே முக்கியமாய் கருதுபவன், தர்ம முணர்ந்தவன், பிரியமான அதிதிகளுடையவன், யாகத்தில் ஆசை யுடையவன், முக்கியமாய் விரும்பத்தக்கவன்.

5. குருவாகில்: ஜாதகன் தேவப்பிராம்மண பக்தன், அறிவு, வித்தை, ஆகமம் சத்தியம் இவைகளுடன் கூடியவன். தெளிவுள்ள முகமுடைய வன், அதிக அன்னபானமுடையவன்,

6. சுக்கிரனாகில்: ஜாதகன் புண்ணிய தீர்த்த ஸ்நானம் செய்தவன், விரும்பியவாறு தர்மம் செய்பவன், பண்டிதன், நன்றியுள்ளவன், படித்த ஜனங்களால் அடையத்தக்கவன், இந்திரியங்களை ஜெயித்தவன், மாசற்ற புத்தியுடையவன், இனியன்.

7. **சனியாகில்:** ஜாதகன் நல்ல தாதா, பிரிவுடையவன் நல்ல பெண்டிர் போகத்தால் பெருகிய சுகமுடையவன் ஜெயிக்கப்பட்ட சத்துருக் கூட்டங் களை உடையவன், நிலையுள்ளவன், கடுமையான பலமுடையவன்.

5. சனியினுடைய துவாதசாம்ச பலன்

சனி இருக்கும் துவாதசாம்சாதிபதி:

1. **சூரியனாகில்:** ஜாதகன் நல்லபுத்திமான், அதிக கடுமையாய்ப் பேசுபவன், துஷ்டன், நீச சகவாசமுடையவன், புகழ் இல்லாதவன்.

2. **சந்திரனாகில்:** ஜாதகன் நல்ல புத்திமான், லாபத்துடன் கூடியவன், அரச வெகுமானத்தால் போஷிக்கப்படுபவன், சங்கீதம், சில்பம் முதலிய வித்தைகளில் பற்றுள்ள மனமுடையவன்.

3. **செவ்வாயாகில்:** ஜாதகன் நிகரற்றவன், தனத்துடன் கூடியவன், தர்மத்தில் கருத்துள்ளவன், மானமுடையவன், அரசனுக்கு வேண்டியவன்.

4. **புதனாகில்:** ஜாதகன் பொருள் தோஷத்தால் பீடையடைந்தவன், பயந்தவன், எப்போதும் மனிதரால் நிந்திக்கப்பட்டவன்.

5. **குருவாகில்:** ஜாதகன் புகழுடையவன், சாஸ்திரங்களில்லாதவன், பொருளை பிரதானமாக உடையவன், புத்திரருடன், கூடியவன், பந்து வென்னும் பெயருடன் கூடியவன், மானமுடையவன், பிராம்மணர் களுக்கு விருப்பமானவன்.

6. **சுக்கிரனாகில்:** ஜாதகன் அதிக அன்னபானமுடையவன், உயர்ந்த குணமுள்ள மனைவியுடையவன், இரத்தினங்களுடையவன், பாக்கிய வான், மனிதர்களுள் உயர்ந்தவன்.

7. **சனியாகில்:** ஜாதகன் நிலையான புத்தியுடையவன், விரதம், உப வாசம் முதலியன செய்பவன், இஷ்டமான தோழருடையவன், குலத்திற்கு முக்கியமானவன், எப்போதும் கெட்ட ஆசாரமுள்ளவன்.

6. சனியினுடைய திரிம்சாம்ச பலன்

சனி இருக்கும் திரிம்சாம்சாதிபதி:

1. **செவ்வாயாகில்:** ஜாதகன் பாவஞ்செய்யுஞ் சுபாவமுடையவன், பயங்கரமான செய்கையுடையவன், அரசரால் அவமானமடைந்த தேகமுடையவன், நோயால் தவிப்பவன், துஷ்ட சுபாவமுடையவன்.

2. **சனியாகில்:** ஜாதகன் வணக்கமுடையவன், ஜெயிக்கப்பட்ட சத்துருக்களை உடையவன், பொருள் சம்பாதிப்பதில் ஊக்கமுடையவன்,

வேண்டிய நேசருடையவன், அதிக பலம் வாய்ந்தவன், சத்தியத்தில் நிற்பவன், நீதியறிந்தவன்.

3. குருவாகில்: ஜாதகன் நல்லவன், விரதம், உபவாசம் இவைகளால் சம்பாதிக்கப்பட்ட தர்மமுடையவன், பிரியமாய்ப்பேசுபவன், சத்தியத்துடன் கூடியவன், பிரசித்தன்.

4. புதனாகில்: ஜாதகன் குலத்திற்கு முக்கியன், அழகிய உருவம், பண்டிதன், இஷ்டமான தர்மம் செய்பவன், பொறாமையில்லாதவன், எப்போதும் சாஸ்திரங்களிலேயே கருத்துடையவன்.

5. சுக்கிரனாகில்: ஜாதகன் புத்திர சுகமுடையவன். பிரியமான அதிதியுடையவன், புத்திமான், நன்றியுள்ளவன், பெண்களுக்குப் பிரியன், மனிதரால் பூசிக்கத்தக்கவன்.

6. சனி மித்திர பலத்துடனிருக்கில்: ஜாதகன் அதிக தோழர், பந்துக்களுடையவன், நிலையுள்ள குணமுடையவன். வெகு புகழுடையவன், வித்தையால் திருந்தியவன், எப்போதும் இனியன்.

7. சனி ஸ்தான பலத்துடனிருக்கில்: ஜாதகன் ஆசாரமுடையவன், கர்வமில்லாதவன், அதிக போக மாதரும், தனமும் உடையவன், நல்ல தாரமுடையவன், நாற்கால் ஜீவன்கள் நிறைந்தவன், அரசரால் வெகுமதிக்கப்பட்டவன்.

8. சனி உச்ச பலத்துடனிருக்கில்: ஜாதகன் ஸ்தான பலத்திற்குச் சொன்ன பலனை அனுபவிப்பான். மேலும் தனவான், அதிக இரத்தினம் முதலியன நிறைந்த தனமுடையவன், சத்துருக்களை அழிப்பவன்.

9. சனி நவாம்ச பலத்துடனிருந்தால்: ஜாதகன் அதிகயாகஞ் செய்யும் சுபாவமுடையவன், புத்தியிலுயர்ந்தவன், புண்ணிய காரியம் செய்பவன், சத்துருக்களில்லாதவன், சபைத்தலைவன், பிராம்மணர்களால் விரும்பத்தக்கவன்.

10. சனி சுபக்கிரக பார்வை பெற்றிருக்கில்: ஜாதகன் பார்க்கப் பயங்கரமானவன், பயிர்த் தொழிலால் அடையப்பட்ட பொன் முதலிய பொருளுடையவன், உயர்ந்த குதிரையுடையவன், சுகமுடையவன், ஆசாரமுடையவன்.

11. சனி புருஷ க்ஷேத்திர பலத்துடனிருந்தால்: ஜாதகன் சரீர பலமுடையவன், மற்றவரால் கலைக்க முடியாதவன், ஸ்திரீகளுக்குப் பிரியம் செய்பவன், பிரியமாய் பேசுபவன், எல்லாக்கலைகளிலும் வல்லவன்.

12. சனி திக்குப்பலத்துடனிருந்தால்: ஜாதகன் அதிக அன்னபானமுடையவன், தாக்ஷண்ய சுபாவமுள்ளவன், வெகு போகங்களுடையவன், பாடுங்குணமுடையவன், தேவப்பிராம்மண பக்தியுடைவன்.

13. **சனி சேஷ்டா பலமுள்ளவராகில்:** ஜாதகன் எப்போதும் நற்செய்கை செய்பவன், சத்தியத்துடனிருப்பவன், தேவர் பெரியோர்கள் போன்ற பிரபாவமுடையவன், நல்ல தீர்த்த ஸ்நானம் செய்பவன். பிதா, மாதா பக்தியில்லாதவன்.

14. **சனி ராத்திரி பலத்துடனிருந்தால்:–** ஜாதகன் சௌக்கிய முடையவன், அதிக போகமுடையவன், அழகிய தேகமுடையவன், நல்ல அலங்காரமுடையவன், தயையுடையவன், தானம் செய்பவன், மானி.

15. **சனி வருஷ பலத்துடனிருந்தால்:** ஜாதகன் அதிக புகழ் வாய்ந் தவன். எப்போதும் பொறுமையுடையவன், விசனமற்றவன், இந்திரி யங்களை ஜெயித்தவன், தேவர், பெரியோரிடம் பக்தியுடையவன்.

16. **சனி மாச பலத்துடனிருக்கில்:** ஜாதகன் கண்களுக்குப் பார்க் கத்தக்க அழகுடையவன், புகழுடையவன். தர்மம் செய்பவன், பொறுமை யுடையவன், எப்போதும் எல்லா ஜனங்களுக்கும் நன்மை செய்பவன்.

17. **சனி வார பலத்துடனிருந்தால்:** ஜாதகன் வெகு சாஸ்திரங் களறிந்தவன், உபத்திரவம் செய்யாதவன், மானம், நற்குணமுடையவன், அதிக பொக்கிஷமுடையவன், ஜனங்களுக்குத் தலைவன்.

18. **சனி ஹோரா பலமுடையவராகில்:** ஜாதகன் வெகுமதி அடை பவன், தாயைப் பிரிந்தவன், தர்மத்தில் ஆசையுடையவன், அரசரால் வெகுமதிக்கப்பட்டவன், எப்போதும் உயர்ந்த குணமுள்ள ஜனங்களை பின்பற்றுபவன்.

19. **சனி பக்ஷ பலத்துடனிருக்கில்:** ஜாதகன் சத்துருக்களில்லா தவன், தன் பக்கத்தவரால் கௌரவிக்கப்பட்டவன், தன் குலத்திற்கு முக்கியமானவன், நோய், பாபம், முதலியன இல்லாதவன்.

20. **சனிக்கு மித்திர பலமில்லாதிருந்தால்:** ஜாதகன், அதிக துஷ்டன், நேசரில்லாதவன், அழிந்த புத்திரருடையவன், செல்வ மில்லாதவன், ரூபமற்றவன், எப்போதும் அரசரால் பீடையடைந்தவன்.

21. **சனிக்கு ஸ்தான பலம் இல்லாவிடில்:** ஜாதகன் தனமும் ஆசார முமில்லாதவன், சத்ரு பீடையுடையவன், பாவத்தில் ஆசையுடையவன், நன்றி கெட்டவன், நோய் உபாதையுடையவன், பந்துக்களால் விடப் பட்டவன்.

22. **சனிக்கு உச்ச பலம் இல்லாவிடில்:** ஜாதகன் ஆசாரம், தனமில் லாதவன், சத்துருக்களால் ஜெயிக்கப்பட்டவன், குறைந்த தனமுடைய வன், பணி செய்பவன், எப்போதும் சூது முதலிய பாவத்தொழில் செய்பவன்.

23. சனிக்கு நவாம்ச பலம் இல்லாவிடில்: ஜாதகன் எப்போதும் அனேக சாஸ்திரங்களுடன் கூடியவன், முன்னால் அதிக உபத்திரவம் செய்தவன், தன தான்யமற்றவன், தப்பு வழியில் சென்றவன், அரசனால் பீடையடைந்தவன்.

24. சனிக்குப் புருஷ க்ஷேத்ர பலமில்லாவிடில்: ஜாதகன் சத்து ருக்கள், நோய்கள் இவையுடன் கூடியவன், துரதிர்ஷ்டமுடையவன், விகாரமானவன், கடுமையானவன், தர்மமற்றவன், தன் தர்மத்தை விட்டவன்.

25. சனிக்குத் திக்கு பலம் இல்லாவிடில்: ஜாதகன் அயல் பெண்டிரிடம் ஆசையுடையவன், ஆசையற்றவன், பயங்கரன், குருத் துரோகம் செய்பவன், வெட்கமற்றவன், எப்போதும் துன்மார்க்கன்.

26. சனிக்குச் சேஷ்டா பலம் இல்லாவிடில்: ஜாதகன் துஷ்ட காரியங்களை நன்கறிந்தவன், துவேஷ குணமுடையவன், கெட்ட வழியில் நடப்பவன், துர்நடவடிக்கையுடைய தாரமுடையவன், மதியில்லாதவன், தனமற்றவன்.

27. சனிக்கு ராத்திரி பலமில்லாவிடில்: ஜாதகன் போகசுகமில் லாதவன், வஞ்சனையுடையவன், நோய் பீடையுடைய தேகமுடையவன், கெட்ட மனதுடையவன், எல்லா ஜனங்களாலும் வெறுக்கப்பட்டவன்.

28. சனிக்கு வார பலம் இல்லாவிடில்: ஜாதகன் தனமில்லாதவன், அனேக விதத்தால் நோய் பீடையடைந்தவன், துக்கமுடையவன், நிந்திக் கப்பட்டவன், கெட்ட வேஷமுடையவன், அதிக சாகஸம் செய்பவன்.

29. சனிக்கு வருஷ பலம் இல்லாவிடில்: ஜாதகன் பித்தசுரமுடை யவன், தலை நோய், இடக்கண் நோய் முதலிய பீடைகளுடையவன், சத்தியமில்லாதவன்.

30. சனிக்கு மாச பலம் இல்லாவிடில்: ஜாதகன் அயலாருடன வாதாடுபவன், அழிந்த பொருளுடையவன், கெடுதி செய்பவன், கடுமையானவன், பராக்கிரமமுடையவன், மனைவியைப் பிரிந்தவன்.

31. சனிக்கு ஹோரா பலம் இல்லாவிடில்: ஜாதகன் மனைவி மக்களில்லாதவன், தர்மத்தில் ஆசையில்லாதவன், எப்போதும் நல்ல அலங்காரமுடையவன், பந்துக்களால் பீடையுடையவன்.

32. சனிக்குப் பக்ஷபலம் இல்லாவிடில்: ஜாதகன் தன் பக்கபல மற்றவன், பாவ குணமுடையவன், பந்துக்களால் பீடையடைந்தவன், வெளிவாசம் செய்யும் குணமுடையவன், அயலாருடன் வாதிப்பவன்.

5-வது அத்தியாயம்

துவாதச சமுதாய பாவ பலாத்தியாயம்

96. துவாதச பாவங்களின் கிரக யோகப் பலன்

கிரகங்கள் பாவச் சக்கிரத்தில் இருக்கும் அமைப்புக்குக் கிரகயோகம் என்று சொல்லுவதுண்டு. இந்த கிரக யோகத்தைக் கொண்டு துவாதச பாவங்களின் ஒவ்வொரு பாவத்தினுடைய பலன் இனிமேல் சொல்லப் படும். கிரகயோகங்களினாலுண்டாகும் பலன்கள் அநேக ஜோதிட சாஸ்திர புத்தகங்களில் சொல்லப்பட்டிருக்கின்றன. அவைகளில் முக்கியமானவைகள் இங்கு கொடுக்கப்படும். அவைகள் எல்லாவற்றை யும் இங்கு சொல்லுவோமானால் ஒவ்வொரு பாவத்திற்கும் ஒரு புத்தகமாகப் பன்னிரண்டு பாவங்களுக்கும் பன்னிரண்டு புத்தகம் எழுத நேரிடும். இனிச் சொல்லப்போகும் கிரகயோகங்கள் பிரகாரம் கிரகங்கள் ஒரு ஜாதகத்தில் பாவச்சக்கிரத்தில் இருந்தால்தான் அந்த கிரகயோகத்திற்குரிய பலன் சரியாய் வரும். அப்படியில்லாமல் கொஞ் சங்கூட வித்தியாசமிருந்தால் பலன் வித்தியாசமாகிவிடும். இதை நன்றாய் கவனிக்க வேண்டியது: ஒரு பாவத்தின் பலனைச் சொல்ல வேண்டுமானால் அந்த பாவத்தின் வலிவு, அந்த பாவாதிபதியின் வலிவு, அந்தப் பாவத்தைப் பார்க்குங் கிரகங்களின் சுபாவமும் வலிவும், அந்தப் பாவத்திலிருக்கும் கிரகங்களின் சுபாவமும், வலிவும், அந்தப் பாவாதிபதியின் வலிவும் அந்த பாவாதிபதியுடன் சம்பந்தப்பட்ட கிரகங்களின் சுபாவமும் வலிவும், அந்தப் பாவாதிபதியைப் பார்க்குங் கிரகங்களின் சுபாவமும் வலிவும், இக்கிரகங்களின் காரகத்துவமும் ஆதிபத்திய பலமும் பாவகாரகத்துவம் ஆகிய இந்த பல அம்சங்களை நன்றாய் ஆராய்ச்சி செய்து யோசனை செய்து யூகித்து சாமர்த்திய மாய்ப் பலன் சொல்ல வேண்டும். உச்சம் மூலத்திரிகோணம், ஆட்சி, மித்துரு, சத்துரு, சமராசி, நீசம் இவைகளை ராசிச்சக்கிர ரீதியாய்ப் பார்க்க வேண்டும். 1–ல், 2–ல், 3–ல், 4–ல், 5–ல், 6–ல், 7–ல், 8–ல், 9–ல், 10–ல், 11–ல், 12–ல் இருந்தால் என்று சொல்லும்போது பாவச் சக்கிரத் தில் லக்கின பாவத்திலிருந்து கணக்கிடவேண்டும். 2–வது, 3–வது, 4–வது, 5–வது, 6–வது, 7–வது, 8–வது, 9–வது, 10–வது, 11–வது, 12–வது பாவங்கள் என்றும், கேந்திர திரிகோண பாவங்கள் என்றும் சொல்லும் போது அவைகளைக் கணக்கிடுவதற்கு ஆரம்ப இடம் விவரமாய்ச் சொல்லாமலிருந்தால், எண்ணுவதற்கு அந்த ஆரம்ப இடம்

லக்கினம் பாவம் என்று பாவித்துக் கொள்ளவேண்டியது. ஒரு கிரகத்தை அல்லது பாவத்தைச் சுபர் அல்லது பாபர் பார்த்தால் என்று சொல்லி இருந்தால் என் ஜாதக கணிதத்தில் 8–வது, 38–வது கட்டத்தில் கணித்து வந்தப் பிரகாரம் கிரக திருக்பலமும் பாவ திருக்பலமும் கணிக்க சாத்தியமுள்ளவர்கள் அந்தக் கட்டங்களில் வந்ததுபோல கணித்து வரும் திருக் பலங்களை உபயோகிக்கவும். அவ்விதம் திருக்பலம் கணிக்கச் சாத்தியப்படாதவர்கள் சாதாரணமாய் செவ்வாய் 4, 8–யையும், குரு 5, 9–யையும், சனி 8, 10–யையும், எல்லாக் கிரகங்களும் 7–யையும் பார்க்கும் என்ற பார்வை விதிப்பிரகாரம் வரும் முழு பார்வை, முக்கால் பார்வை, அரை பார்வை, கால் பார்வை என்ற கணிதத்தால் வரும் பார்வையின் அளவை உபயோகிக்கவும்.

97. லக்கின பாவம்

1. லக்கின பாவம் எவ்வளவு சுபகரமாக இருக்கின்றதோ அவ்வளவு நீண்டகாலம் ஆயுளும், சுகமும் உண்டு. இராஜாக்களிடத்தில் பிரிய மாயிருப்பான். இப்படியிருக்கும்போது லக்கினத்தை லக்கினாதிபதி பார்த் தால், ஜாதகன் தனபதியாவன், வெகு புத்திமான், குலக்கீர்த்திமான்.

2. ஒரு ஜாதகனுடைய சொரூபம், சுபாவம், லக்ஷணம் இவைகளை லக்கினம் எந்த நவாம்சையில் இருக்கின்றதோ அந்த நவாம்சை ராசி யாதிபதியைச் கொண்டும், அல்லது லக்கினத்திலிருக்கும் கிரகங்களில் எந்த கிரகம் மிகவும் வலிவாய் இருக்கின்றதோ அந்தக் கிரகத்தைக் கொண்டும் அறியவேண்டும். ஜாதகனுடைய தேகத்தின் நிறத்தைச் சந்திரன் எந்த நவாம்சையிலிருக்கின்றானோ அந்த நவாம்சாதிபதியைக் கொண்டு அறியவேண்டும்.

3. ஜெனன காலத்தில் லக்கினாதிபதி வலிவுடன் சுபருடைய ராசியிலிருந்து, லக்கினத்திற்குக் கேந்திரகோணங்களிலிருந்து சுபருடன் சம்பந்தப்பட்டாலும் அல்லது சுபரால் பார்க்கப்பட்டாலும் ஜாதக னுடைய கீர்த்தியும் புகழும் நான்கு சமுத்திரங்கள் வரையிலும் பரவும்.

4. ஜெனன காலத்தில் லக்கினாதிபதி பாபருடைய ராசியிலிருந்து லக்கினத்திற்கு 6, 8, 12–ம் பாவங்களில் பாபருடன் சம்பந்தப்பட்டாலும் அல்லது பாபரால் பார்க்கப்பட்டாலும், ஜாதகன் புகழும் கீர்த்தியுமின்றி யாருக்குந் தெரியாதவனாகயிருப்பான்.

5. லக்கினாதிபதி லக்கின பாவத்திலும், ஒன்பதாவது பாவாதிபதி ஒன்பதாவது பாவத்திலும் இருந்தாலும் அல்லது இவர்கள் பரிவர்த்த னையாக (அதாவது லக்கினாதிபதி 9–லும், 9–ம் பாவாதிபதி லக்கின பாவத்திலும்) இருந்தாலும் அப்போது இப்பாவாதிபதிகளுடன் குரு சம்பந்

தப்பட்டாலும் அல்லது அப்போது இப் பாவாதிபதிகளைக் குரு பார்த்தாலும் ஜாதகன் நெடுங்காலம் சுகவானாகவும், பாக்கியவானாகவும், அதிர்ஷடவானாகவுமிருப்பான்.

6. லக்கினாதிபதி இருக்கும் பாவத்திற்குப் பன்னிரண்டாவது பாவாதிபதி லக்கினாதிபதிக்கு சத்துருவானாலும் அல்லது நீசமானாலும் அல்லது பலவீனமானாலும். ஜாதகன் அந்நிய தேசத்திற்குப் போய்விடுவான். இங்கு சொல்லப்பட்ட பன்னிரண்டாவது பாவாதிபதி சுக்கிரனுக்கு மித்துருவாகில் சுக்கிரனால் பார்க்கப்பட்டால் ஜாதகன் அந்த அந்நிய தேசத்திலேயே நிலையாகத் தங்கி விடுவான். இந்த பன்னிரண்டாவது பாவாதிபதி அஸ்தங்கதமடைந்திருந்தால், ஜாதகன் அந்த அந்நிய தேசத்தில் ஒரு குக்கிராமத்தில் இருப்பான். இந்த பன்னிரண்டாவது பாவாதிபதி பலமுடையவனாகவிருந்தால் ஜாதகன் அந்த அந்நிய தேசத்தில் பெரிய பட்டணத்திலிருப்பான். இந்த பன்னிரண்டாவது பாவாதிபதி லக்கின பாவத்திற்குக் கேந்திர திரிகோணத்தில் தன்னுடைய சுவ, உச்ச, மித்துரு க்ஷேத்திரத்திலிருந்து தனக்கு இரண்டு பக்கங்களிலும் சுபக்கிரகங்களிலிருந்தால் ஜாதகன் மனதிற்கிஷ்டமான தேசங்களுக்குப் போய்க்கொண்டேயிருப்பான். இந்த பன்னிரண்டாவது பாவாதிபதியைக் குரு அல்லது சந்திரன் அல்லது சுக்கிரன் பார்த்தால் திவ்விய க்ஷேத்திரங்களுக்கு ஜாதகன் போவான். இந்த பன்னிரண்டாவது பாவாதிபதி லக்கின பாவாதிபதியிருக்கும் பாவத்திற்கு இரண்டாவது பாவத்திலிருந்து லக்கின பாவாதிபதிக்குச் சத்துருவானால் ஜாதகன் தான் பிறந்த ஊரிலேயே வசிப்பான்.

7. லக்கினம் ஜலராசியாகி லக்கின பாவத்தில் சுபர்களிருந்தால் ஜாதகன் தாட்டியாயிருப்பான். லக்கினாதிபதி ஜலராசியில் சுபக்கிரகங்களுடன் சம்பந்தப்பட்டிருந்தால் ஜாதகன் வலிவான தேகமுடையவன்.

8. லக்கினாதிபதி எட்டாவது பாவத்தில் ஜல ராசியாயில்லாத ராசியிருந்தால் ஜாதகனுக்கு அதிக தேக உபாதையுண்டு. லக்கினாதிபதியிருக்கின்ற நவாம்சாதிபதி எந்த ராசியிலிருக்கின்றாரோ அந்த ராசியாதிபதி ஜலமில்லாத ராசிக்கு அதிபதியானால் ஜாதகனுடைய தேகம் இளைத்து மெலிந்திருக்கும்.

9. லக்கினாதிபதி இரண்டு பாபக்கிரகங்களுக்கு மத்தியிலிருந்தால் ஜாதகன் எதிரிகளுக்கு பயந்திருப்பான். கேது அல்லது இராகு லக்கின பாவத்திலிருந்து லக்கினாதிபதி துஸ்தானங்களாகிய 5, 8 அல்லது 12–வது பாவத்திலிருந்தால் லக்கினாதிபதியின் தெசையில் லக்கினாதிபதியிருக்கும் பாவத்திற்கு ஆறாவது பாவாதிபதியின் புக்தியில்,

ஜாதகன் அங்கவீனனாவான், லக்கின பாவத்திற்கு 6–வது பாவாதிபதி லக்கின பாவத்திலிருந்து அதனுடன் ராகு அல்லது கேது இருந்தால் தேகத்தில் ரணமுண்டாகும்.

10. லக்கினாதிபதி கேந்திர திரிகோண பாவத்தில் பலவீனனாயிருந்தால் ஜாதகன் ரோகியாயிருப்பான். லக்கினாதிபதி இருக்கும் இராசியாதிபதி துஸ்தானங்களாகிய 6, 8 அல்லது 12–வது பாவங்களிலிருந்தால் ஜாதகன் மெலிந்த தேகமுடையவன், துர்பல தேகமுடையவன்.

11. லக்கினாதிபதி லக்கின பாவத்திலிருந்து 6, 8 அல்லது 12–வது பாவத்தில் பாபக்கிரகத்துடனிருந்தால் ஜாதகன் ரோகியாவன், லக்கினாதிபதி லக்கின பாவத்திலிருந்து 6–வது பாவாதிபதியுடன் சம்பந்தப்பட்டு 6, 8 அல்லது 12–வது பாவத்திலிருந்தாலும் அல்லது லக்கின பாவத்திலிருந்தாலும் ஜாதகன் ரோகியாவன்.

12. லக்கினாதிபதி பலவீனனாகி லக்கின பாவத்தில் பாபக்கிரகமிருந்தால் ஜாதகன் ரோகியாவான், லக்கினாதிபதி பலவீனனாகவிருந்தால் ஜாதகன் கோபியாயிருப்பான். லக்கினாதிபதி லக்கின பாவத்திற்குக் கேந்திரகோண பாவத்திலிருந்தால் ஜாதகன் ரோகமில்லாமலிருப்பான்.

13. லக்கினாதிபதி இருக்கும் ராசியாதிபதி லக்கின பாவத்திற்கு எட்டாவது பாவத்திலிருந்தால் ஜாதகனுடைய தேகம் துர்பலமாயிருக்கும். எந்த பாவாதிபதியும் இருக்கும் ராசியாதிபதி லக்கின பாவத்திலிருந்து 6, 8 அல்லது 12–வது பாவத்திலிருந்தால் அந்தப் பாவம் பலவீனமடையும்.

14. இராகுவும், செவ்வாயும் அல்லது இராகுவும், சனியும் கூடி ஒரு பாவத்திலிருந்தால் ஜாதகனுக்கு பீஜம் பெரியதாயிருக்கும். லக்கின பாவத்தில் செவ்வாயிருந்தால் ஜாதகனுடைய தொப்புள், கணுக்கால்கள், விரைகள் இவைகளில் வீக்கமுண்டாகும்.

15. லக்கின பாவம் சுபகிரகமாயிருந்து, சுபக்கிரகங்களால் பார்க்கப்பட்டு, அதில் பாபக்கிரகங்களில்லாமலிருந்தால், ஜாதகன் பால்யத்திலிருந்து சுகவானாயிருப்பான். லக்கின பாவத்தில் பல பாபக்கிரகங்களிலிருந்தால் ஜாதகன் பிறந்தது முதல் மரணமடையும் வரையில் துக்கமுடையவனாயிருப்பான்.

16. லக்கினாதிபதி சுபராசியிலிருந்து சுபரால் பார்க்கப்பட்டால் அல்லது கோபுராம்சம் அடைந்திருந்தால் ஜாதகன் பதினாறு வயதுக்கு மேற்பட்டு சுகவானாயிருப்பான்.

17. லக்கினாதிபதி இருக்கின்ற நவாம்ச ராசியாதிபதி லக்கின பாவத்திற்குக் கேந்திர திரிகோண பாவத்திலிருந்தாலும், உச்சத்திலிருந் தாலும், அல்லது பலத்துடன் லக்கின பாவத்திற்குப் பதினோராவது பாவத்திலிருந்தாலும் ஜாதகன் முப்பது வயதுக்கு மேற்பட்டு சுகவானா யிருப்பான்.

18. லக்கின பாவத்தைச் சூரியன் பார்த்தால் ஜாதகன் இராஜாங் கத்தில் வேலை செய்பவன். பிதுர் தனமுடையவன், சந்திரன் பார்த்தால் ஜலவஸ்துக்களில் வியாபாரம் செய்பவன், மஹா தனவான், செவ்வாய் பார்த்தால் தர்ம குணமுடையவன், ஸ்தூல சிசுனமுடையவன், புதன் பார்த்தால் வித்வான், சிற்ப சாஸ்திரத்தில் வல்லவன், கீர்த்திமான், குரு பார்த்தால் இராஜ பூஜ்யன், விரதமனுசரிப்பவன், சுக்கிரன் பார்த்தால் வேசிகள் பிரியன், தனவான், சுகவான், சனி பார்த்தால் விருத்தாப்பிய மனைவிகளையுடையவன், அசுத்தமுள்ளவன், கலகப்பிரியன்.

19. லக்கின பாவத்தை லக்கினாதிபதி பார்த்தால் ஜாதகன் அரச னாவான் அல்லது அரசனுடைய விஸ்வாசமுடையவன், தனவான், சுக வான், லக்கின பாவத்தைச் சுபக்கிரகம் பார்த்தால் எல்லாம் சுபமா யிருக்கும், லக்கின பாவத்தைப் பாபக்கிரகம் பார்த்தால் எல்லாம் அசுப மாயிருக்கும்.

20. லக்கின பாவத்தை இரண்டு அல்லது இரண்டிற்கு மேற்பட்ட சுபக்கிரகங்கள் பார்த்தால் ஜாதகன் சுகவான், எல்லா சுபக்கிரகங்களும் லக்கின பாவத்தைப் பார்த்தால் ஜாதகன் அரசனாவான், லக்கின பாவத்தில் மூன்று சுபக்கிரகங்கள் இருந்தால் ஜாதகன் நல்ல அரசனாவான். லக்கினத்தில் மூன்று பாபக்கிரகங்களிருந்தால் ஜாதகன் துக்கமுடையவனாவான்.

21. லக்கினாதிபதி அதி பலவந்தனாகி சுபர்களால் பார்க்கப்பட்டு, பாபிகளால் பார்க்கப்படாமலிருந்து லக்கின பாவத்திற்குக் கேந்திர பாவத்திலிருந்தால் அவர் அகால மரணத்தைப் போக்கடித்து ஜாதக னுக்கு நீண்ட ஆயுளைக் கொடுத்து நல்ல குணங்களையும் இராஜ லக்ஷணத்தையும் உண்டுபண்ணுகின்றார்.

98. இரண்டாவது பாவம்

தனம்:

(1) 1-வது, 2-வது, 11-வது பாவாதிபதிகள் தங்கள் தங்கள் சொந்த பாவங்களிலேயே இருந்தால் ஜாதகன் வெகு தனவான், 2-வது, 11-வது பாவாதிபதிகள் 11-வது பாவத்தில் சுவக்ஷேத்திரம் அல்லது மித்துரு க்ஷேத்திரம், அல்லது உச்சக்ஷேத்திரம், இவைகளிலிருந்தால் ஜாதகன் வெகு தனவான், 2-வது, 11-வது பாவாதிபதிகள் ஒருவருக்கொருவர் மித்துருவாயிருந்து லக்கின பாவத்திலிருந்தால் ஜாதகன் வெகுதன வான், லக்கின பாவாதிபதி 2-வது, 11-வது பாவாதிபதிகளுடன் சம்பந் தப்பட்டு, லக்கின பாவத்திலிருந்தால் ஜாதகன் வெகு தனவானாவான்.

(2) முதலில் 2-வது பாவத்திலிருக்கின்ற கிரகமும், அதன் பிறகு 2-வது பாவத்தைப் பார்க்கின்ற கிரகமும், அதன் பிறகு 2-வது பாவாதிபதியாகிய கிரகமும், தன காரகன் எந்த வர்க்கத்திலிருக்கின் றானோ அந்த வர்க்க மூலமாகத் தங்கள் தங்கள் தெசைகளில் திரவியத்தைக் கொடுப்பார்கள். இங்கு தனகாரகன் என்றது குரு.

(3) லக்கின பாவாதிபதி பலவந்தனாகி 2-வது பாவத்திலிருந்தால் ஜாதகன் நிதியுள்ளவன், லக்கின பாவாதிபதி பலவீனனாகி, பாபியுடன் சம்பந்தப்பட்டால் வஞ்சனையினால் ஜாதகன் தன்னுடைய திரவியத்தை இழந்துவிடுவான்.

(4) 2-வது பாவத்திலிருக்கின்ற கிரகம் பாபக் கிரகத்தால் பார்வை யிடப்பட்டு, 2-வது பாவாதிபதிக்குச் சத்துருவாயிருந்தாலும் அல்லது நீசத்திலிருந்தாலும், அல்லது அஸ்தங்கதமாயிருந்தாலும் அந்த கிரக தெசையில் ஜாதகனுக்குத் தன நாசமுண்டாகும், இந்த கிரகம் கோட்சார காலத்தில் தனக்குக் கெடுதியைச் செய்ய அதிகாரம் வரும் போது தனநாசமுண்டாகும்.

(5) 2-வது பாவத்தில் அநேக சுபக்கிரகங்களிருந்து தன காரகன் வலிவாயிருந்தாலும் அல்லது தன் உச்ச க்ஷேத்திரம், மித்துரு க்ஷேத்தி ரம், சுவ க்ஷேத்திரம் இவைகளிலிருந்தால் ஜாதகன் தன் மரணக் காலம் வரையிலும் தனத்தைச் சம்பாதித்துக் கொண்டிருப்பான்.

(6) 2-வது பாவாதிபதி லக்கின பாவத்திலிருந்து 3-வது பாவாதிபதி யுடனிருந்தால் சகோதரரால் தேடப்பட்ட தனத்தை ஜாதகன் அடை வான், 2-வது பாவாதிபதி லக்கின பாவத்தில் 4-வது பாவாதிபதி யுடனிருந்தால் ஜாதகன் மாதாவின் சொத்தை அடைவான், 2-வது

பாவாதிபதியுடன் எந்த பாவாதிபதி சேர்ந்து லக்கினத்திலிருக்கின் றானோ அந்த பாவம் மூலமாய் ஜாதகனுக்குத் தனஞ் சேரும்.

(7) 2–வது பாவாதிபதி லக்கினபாவத்திலிருந்து லக்கின பாவாதிபதி 2–வது பாவத்திலிருந்தால் அதிகப் பிரயாசையில்லாமல் ஜாதகனுக்குத் தனம் வந்து சேரும். லக்கின பாவாதிபதியும் 2–வது பாவாதிபதியும் கூடி எந்த பாவத்திலிருக்கின்றார்களோ அந்த பாவ மூலமாய் ஜாதகனுக்குப் பெரும்பாலும் தனம் வந்து சேரும்.

(8) 2–வது பாவத்தில் சந்திரனிருந்து சுக்கிரனால் பார்க்கப்பட்டால் ஜாதகன் தாதாவாயிருப்பான், 2–வது பாவத்தில் புதன் இருந்து சுபரால் பார்க்கப்பட்டால் ஜாதகன் சதாகாலம் தன்னிடத்தில் தனம் வைத்துக் கொண்டேயிருப்பான். தாதா என்றால் கொடையாளி.

(9) 2–வது பாவாதிபதி எந்த திக்கில் இருக்கின்றாரோ அந்த திக்கில் 2–வது பாவாதிபதியின் தெசைகாலத்தில் ஜாதகன் விசேஷ விருத்தி யடைவான். இந்த கிரகம் சாதாரணமாய்ப் போவதுபோல் நேர்கதியில் போனால் மேற்சொல்லிய திக்கில் தனஞ் சம்பாதிப்பான். இந்த கிரகம் ஜெனன காலத்தில் வக்கிர கதியிலிருந்தால் எல்லாத் திக்குகளிலும் ஜாதகனுக்குச் சர்வ சித்தியுண்டு.

(10) 2–வது பாவாதிபதி 11–வது பாவத்திலும் 11–வது பாவாதிபதி 2–வது பாவத்திலும் அல்லது 11–வது பாவத்திலும் இருந்தாலும் அல்லது 2–வது, 11–வது பாவாதிபதிகள் லக்கின பாவத்திற்குக் கேந்திர பாவத்திலிருந்தாலும் ஜாதகன் தனவான், கியாதிமான்.

(11) 2–வது பாவாதிபதி லக்கின பாவத்திற்கு 6–வது அல்லது 12–வது பாவத்திலிருந்தாலும் அல்லது 12–வது பாவாதிபதி 2–வது பாவத்தி லிருந்து, 11–வது பாவாதிபதி 6–வது, 8–வது அல்லது 12–வது பாவத்திலிருந்தாலும், ஜாதகனுக்குத் தனம் நாசமாகும்.

(12) குரு 12–வது பாவத்திலிருந்து, 2–வது பாவாதிபதி பலவீனனாக விருந்து, லக்கின பாவத்தைச் சுபர் பாராமலிருக்க ஜாதகனுடைய தனம் நாசமாகும்.

(13) லக்கின பாவாதிபதி 2–வது பாவத்திலிருக்கும்போது, 2–வது பாவாதிபதி 11–வது பாவத்திலும் அல்லது 11–வது பாவாதிபதி லக்கின பாவத்திலும் இருந்தால் ஜாதகனுக்குத் தனமாவது அல்லது விலை யுயர்ந்த சொத்தாவது வந்து சேரும்.

குறிப்பு : நமது கோசார தீபிகை என்ற புத்தகத்தை பார்க்கவும்.

(14) 1-வது, 2-வது, 9-வது, 11-வது பாவாதிபதிகள் தங்களுடைய பரம உச்சத்திலும் அல்லது வைஸேஷிகாம்சங்களிலும் இருந்தால் ஜாதகன் கோடீச்வரனாவான். வைஸேஷிகாம்சம் என்பதைப் பற்றி அயிட்டம் 14(a) பார்க்கவும்.

15. 2-வது பாவாதிபதி அஸ்தங்கதமடைந்து நீசத்திலிருந்து கெட்ட சஷ்டியாம்சத்திலிருந்தால் ஜாதகன் கடன்காரனாக இருப்பான்.

16. சூரியனும், சனியும் 2-வது பாவத்திலிருந்தால் ஜாதகன் தரித்திரனாவான்.

நேத்திரம்:

(1) 2-வது பாவாதிபதியும் சந்திரனும் சுக்கிரனும் கூடி லக்கின பாவத்திலிருந்தால் இரவில் கண் தெரியாது. சூரியன் சுக்கிரன் லக்கின பாவாதிபதி இவர்கள் ஜெனனகாலத்தில் ஆகாயத்தில், பூமிக்குக் கீழ்பாகத்தில் இருந்தால் ஜாதகன் மத்திய திருஷ்டியுள்ளவன், அதாவது கண்கள் மத்திமப்பார்வை உடையவனவாயிருக்கும், ஆகாயத்தில் பூமிக்குக் கீழ்பாகம் என்பது லக்கின பாவத்தில் உதயமாக வேண்டிய பாகமும், 2-வது, 3-வது, 4-வது, 5-வது, 6-வது பாவமும் 7-வது பாவத்தில் உதயமாக வேண்டிய பாகமும் ஆகும்.

(2) 1-வது, 2-வது, 5-வது 7-வது, 9-வது பாவாதிபதிகள் லக்கின பாவத்திலிருந்து, 6-வது, 8-வது, 12-வது, பாவங்களிலிருந்தால் அப்போது சுக்கிரன் லக்கின பாவத்திலிருந்தால் ஜாதகன் குருடனாவான்.

(3) 2-வது பாவத்தில் சனியும் செவ்வாயும் மாந்தியும் 2-வது பாவாதிபதியுமிருந்தால் நேத்திர ரோகமுண்டு. 2-வது பாவத்தில் அநேக பாபக்கிரகங்களிருந்து சனி 2-வது பாவத்தைப் பார்த்தால் கண் விக்கினமடைந்ததாயிருக்கும். பார்வை மங்கலாய் இருக்கும்.

(4) 2-வது பாவாதிபதியைச் சுபர் பார்த்தாலுங் கூடினாலும், அல்லது 2-வது பாவாதிபதி சுபருடைய நவாம்சையிலிருந்தாலும் ஜாதகனுக்குக் கண்கள் நன்றாயிருக்கும்.

பற்கள்:

(1) 2-வது பாவாதிபதி இராகுவுடன் கூடி 6, 8, 12-வது பாவத்திலிருந்தால் இவர்களுடன் இவர்கள் இருக்கும் பாவாதிபதியும் கூடினால் 2-வது பாவாதிபதியின் தெசாபுக்தியில் பல் நோயுண்டாகும், 2-வது பாவாதிபதியின் தெசையில் புதன் புக்தியில் நாக்கைப் பற்றிய நோயுண்டாகும்.

(2) 2–வது பாவாதிபதியும் இராகுவும் 3–வது பாவாதிபதியும் கூடினால் கழுத்து ரோகமுண்டாகும், செவ்வாயும் சனியும் 2–வது பாவத்திலி ருந்தால் ஜாதகனுக்கு சகல ரோகமுண்டாகும்.

வாக்கு வித்தை:

(1) 2–வது பாவாதிபதியும் குருவும் 8–வது பாவத்திலிருந்தால் ஜாதகன் ஊமையாவன்: ஆனால், 2–வது பாவாதிபதி உச்ச ஸ்தானத்திலிருந்தால் இந்த தோஷங்கிடையாது.

(2) 2–வது பாவாதிபதியும் புதனும், குருவும் 8–வது பாவத்திலிருந் தால் வித்தையில்லை. ஆனால் இவர்கள் கேந்திரம், திரிகோணம் சுவ க்ஷேத்திரம் இவைகளிலிருந்தால் வித்தையுண்டு.

(3) 2–வது பாவாதிபதி சுபனாகி கேந்திர பாவத்திலாகினும், திரி கோண பாவத்திலாகிலும் சுபருடன் இருந்தால் ஜாதகன் வாக்மியா யிருப்பான், அதாவது வாக்கு சாதுர்யமாயும் வேகமாயும் பேசுவான்.

(4) 2–வது பாவாதிபதி இருக்கும் நவாம்சை ராசியாதிபதி சுபனாகி தன் உச்சராசியிலிருந்தாலும் அல்லது சுபரால் பார்க்கப்பட்டாலும், அல்லது பாராவதாம்சத்திலிருந்தாலும், ஜாதகன் வாக்குச் சாதுர்யமாயும் வேகமாயும், பேசுவான், புத்திசாலியாயுமிருப்பான்.

(5) குரு கேந்திர பாவத்திலாகிலும் அல்லது திரிகோண பாவத்திலா கிலும் இருந்து, புதன் 2–வது பாவாதிபதியாகி உச்ச ஸ்தானத்திலி ருந்தாலும் அல்லது சுக்கிரன் உச்சஸ்தானத்திலிருந்தாலும் ஜாதகன் கணித வித்தை தெரிந்தவன்.

(6) 2–வது பாவத்தில் செவ்வாய் சுபருடன் கூடியிருந்து புதன் இவர் களைப் பார்த்தாலும் அல்லது கேந்திர பாவத்திலிருந்தாலும் ஜாதகன் கணித வித்தை தெரிந்தவன்.

(7) 2–வது பாவாதிபதி சூரியன் அல்லது செவ்வாயாகி, குரு, சுக்கி ரன் இவர்களால் பார்க்கப்பட்டாலும் அல்லது பாராவதாம்சத்திலிருந் தாலும் ஜாதகன் தர்க்க சாஸ்திரமறிந்தவன்.

(8) 2–வது பாவாதிபதி பூர்ண பலமுள்ள குருவாகி சூரியன் சுக்கிரன் இவர்களால் பார்க்கப்பட்டால் ஜாதகன் இலக்கண வித்வானாவான்.

(9) குரு கேந்திரகோண பாவத்திலிருந்து புதன், சுக்கிரன் இவர் களால் பார்க்கப்பட்டு சனி பாராவதாம்சத்திலிருந்தால் ஜாதகன் வேதாந்த பரிசீலகன்.

(10) குரு கேந்திர பாவத்திலிருந்து, சுக்கிரன் சிம்மாசனாம்சத்தி லிருந்து, புதன் 2–வது பாவத்திலிருக்கின்ற கிரகமிருக்கின்ற நவாம்

சாதிபதியாகி கோபுராம்சத்திலிருந்தால் ஜாதகன் சஷ்ட சாஸ்திர வல்லபனாவான்.

(11) 2–வது பாவாதிபதி கோபுராம்சத்திலிருந்து, சுக்கிரன் பாராவதாம் சத்திலிருந்தால் ஜாதகன் தன் ஜனங்களை எல்லாம் தன் சவரக்ஷணை யில் வைத்து ரக்ஷித்துக்கொண்டு சுகவானாக விருப்பான்.

(1) 2–வது பாவாதிபதி சந்திரன் சுக்கிரன் இவர்களுடன் சம்பந்தப் பட்டு லக்கின பாவத்திலாகிலும் கேந்திர பாவத்திலாகிலுமிருந்தால் ஜாதகன் வெள்ளி பாத்திரத்திலுண்பான், 2–வது பாவாதிபதி சந்திரன், குரு, சுக்கிரன் இவர்களுடன் சம்பந்தப்பட்டு லக்கின பாவத்திலாகிலும் கேந்திர பாவத்திலாகிலும் இருந்தால் ஜாதகன் பொன் பாத்தி ரத்திலுண்பான். 2–வது பாவாதிபதியும் லக்கினாதிபதியும் சனியுடன் சம்பந்தப்பட்டிருந்தால் இரும்பு முதலிய தாழ்ந்த உலோகங்களால் செய்யப்பட்ட பாத்திரத்திலுண்பான். 2–வது பாவத்தில் செவ்வாயிருந்து பாபரால் பார்க்கப்பட்டால் ஜாதகன் கெட்ட உணவை உண்பவன்.

(2) 2–வது பாவத்தில் சுபர் இருந்து, 2–வது பாவாதிபதி சுபருடன் கூடியிருந்து, 2–வது பாவம் அல்லது 2–வது பாவாதிபதி அல்லது இவைகள் இரண்டும், சுபரால் பார்க்கப்பட்டால் ஜாதகன் நல்ல உணவை உண்பான்.

(3) 2–வது பாவாதிபதி நீசத்திருந்தாலும் அல்லது பாபருடனி ருந்தாலும், அப்போது நீச கிரகத்தால் 2–வது பாவாதிபதி பார்க்கப் பட்டால் ஜாதகன் பிறரால் இடப்பட்ட அன்னத்தைத் தூஷணஞ் செய்து கொண்டே உண்பான்.

(4) 2–வது பாவாதிபதி லக்கின பாவாதிபதியால் பார்க்கப்பட்டால் ஜாதகன் காலம் தவறாமல் போஜனம் செய்வான், ஆனால் 2–வது பாவாதிபதி நீச அம்சையிலிருந்து பாபியால் பார்க்கப்பட்டால் அகால போஜனம் செய்வான்.

(5) குரு சிம்மாசனாம்சத்திலும், சுக்கிரன் கோபுராம்சத்திலும், 2–வது பாவாதிபதி பலவானாகி ஐராவதாம்சத்திலும் இருந்தால் ஜாதகன் கணக்கிடக் கூடாத அநேக பேரை ரக்ஷிப்பவனாவான்.

99. மூன்றாவது பாவம்

(1) லக்கினபாவத்திலிருந்து 3–வது, 7–வது, 9–வது. 11–வது, பாவங் களைக் கொண்டு சகோதரர்களின் விஷயம் அறிய வேண்டியது. இந்த

நான்கு பாவாதிபதிகளின் தெசா காலங்களில் ஜாதகனுக்குச் சகோதரன் பிறப்பான்.

(2) 3–வது பாவாதிபதி, 3–வது பாவாதிபதி இருக்கும் ராசியாதிபதி 3–வது பாவத்திலிருக்கின்ற கிரகம் ஆகிய இந்த மூன்று கிரகங்களில் எந்தக் கிரகம் வலிவாயிருக்கின்றதோ அந்தக் கிரக தெசாகாலத்தில் ஜாதகனுக்குச் சகோதர விருத்தியுண்டு.

(3) 3–வது பாவத்தில் செவ்வாய் பலவீனனாயிருந்தால் ஜாதக னுக்குத் தீர்க்காயுளுண்டு, 3–வது பாவ காரகன் அதாவது செவ்வாய் லக்கின பாவத்திலிருந்தால் ஜாதகன் வலிவுள்ளவனாயிருப்பான்.

(4) 3–வது பாவாதிபதியும் செவ்வாயும் 8–வது பாவத்திலிருந்தால் சகோதர நாசமுண்டாகும். இவ்விரண்டு கிரகங்களும் பாபர் வீட்டிலி ருந்தாலும் அல்லது பாபருடன் சம்பந்தப்பட்டிருந்தாலும் சகோதரர் பிறந்து இறந்து விடுவார்கள்.

(5) 3–வது பாவாதிபதியும், 3–வது பாவகாரகனாகிய செவ்வாயும் நீசராசியிலும் அல்லது நீச நவாம்சையிலும் அல்லது பாபருடனும், அல் லது குரூர சஷ்டியாம்சம் முதலிய பாப சஷ்டி அம்சத்திலும் இருந்தால் சகோதரர்கள் பிறந்து சீக்கிரத்தில் இறந்து விடுவார்கள்.

(6) 3–வது பாவத்தில் பாபர் இருந்தாலும் அல்லது 3–வது காரக னாகிய செவ்வாய், 3–வது பாவாதிபதி இவர்களுடன் பாபி சேர்ந்திருந் தாலும் ஜாதகனுக்குப் பால்யத்திலேயே தன் சகோதர நாசமுண்டாகும்.

(7) 3–வது பாவத்தில் சுபரிருந்தால் ஜாதகனுடைய சகோதரர்கள் தீர்க்காயுளுடையவர்கள். 3–வது பாவத்தில் பாபர் இருந்தாலும் அல்லது 3–வது பாவத்தைப் பாபர் பார்த்தாலும் சகோதரர்கள் சீக்கிரம் இறந்து விடுவார்கள். 3–வது பாவத்தில் சூரியனிருந்து பாபரால் பார்க்கப்பட்டால் மூத்த சகோதரன் இறந்து விடுவான். 3–வது பாவத்தில் சனியிருந்து பாபரால் பார்க்கப்பட்டால் அடுத்த இளைய சகோதரன் இறந்து விடுவான். 3–வது பாவத்தில் செவ்வாயிருந்து பாபரால் பார்க்கப்பட்டால் எல்லா இளைய சகோதரர்களும் நாசமடைவார்கள்.

(8) 3–வது பாவத்திற்குக் கேந்திர திரிகோண பாவங்களில் பாபக் கிரகமிருந்தால் அடுத்த இளைய சகோதரன் நாசமடைவான். 3–வது பாவத்திற்குக் கேந்திரதிரிகோண பாவங்களில் சுபக்கிரகமிருந்தால் இளைய சகோதரன் விருத்தியடைவான். 3–வது பாவத்திற்குக் கேந்திர திரிகோண பாவங்களில் சுபரும் பாபரும் கலந்திருந்தால் இங்கு சொல்லப்பட்ட சுப பலனும், கலந்து நடக்கும்.

(9) 3–வது பாவாதிபதியும் சந்திரனங் கூடி துஸ்தானமாகிய 6, 8 அல்லது 12–வது பாவத்திலிருந்தால் ஜாதகன் தன் தாயல்லாத அந்நிய ஸ்த்ரீயின் பாலை உண்பான். 3–வது பாவாதிபதியும் 4–வது பாவாதி பதியுங் கூடி 4–வது பாவத்திலிருந்தால் பிராதுரு பாவம் (அதாவது சகோதர பாவம்) விருத்தியடையாமல் நாசமடையும்.

(10) 3–வது, 4–வது பாவாதிபதிகள் ஒன்றாய் கூடி செவ்வாயுடன் சம்பந்தப்பட்டிருந்தால் இளைய சகோதரன் பிறப்பான், 3–வது, 4–வது பாவாதிபதிகள் கூடி செவ்வாய்த் தவிர இதர கிரகங்களுடன் சம்பந்தப் பட்டால் இளைய சகோதரன் இராது. 3–வது பாவத்தில் சனி இருந்தால் அடுத்த இளைய சகோதரன் நாசமடைவான். ஆனால் 3–வது பாவத்தில் இராகு இருந்தால் இளைய சகோதரர்கள் பிறந்து விருத்தியடைவார்கள்.

(11) 3–வது பாவாதிபதி அதிருஷ்ய ராசிகளாகிய பூமிக்குக் கீழேயிருக் கின்ற இராசிகளிலாகிலும் அல்லது 7–வது பாவத்திலாகிலும் பாபருட னிருந்தால் ஜாதகனுக்கு ஒரே இளைய சகோதரனிருப்பான். 3–வது பாவாதிபதி திருஷ்ய ராசிகளாகிய பூமிக்கு மேலே இருக்கின்ற ராசி களில் ஆண்வர்க்கத்திலிருந்து பாபருடன் சம்பந்தப்பட்டால் ஜாதகனுக்கு ஒரே இளைய சகோதரனிருப்பான். இங்கு அதிருஷ்ய ராசிகள் என்பது லக்கினராசியில் உதயமாக வேண்டிய பாகமும் 2, 3, 4, 5, 6–வது இராசியும், 7–வது இராசியில் உதயமாக வேண்டிய பாகமும் ஆகும், மீதி திருஷ்ய ராசிகளாகும்.

(12) 3–வது பாவாதிபதி ஆண்ராசியிலிருந்தால் ஜாதகனுக்கு இளைய சகோதரனுண்டு, 3–வது பாவாதிபதி இரட்டை ராசியிலிருந்து அவரைச் சந்திரனும் சுக்கிரனும் கூடினாலும் பார்த்தாலும் அல்லது 3–வது பாவாதிபதி கேந்திரபாவத்திலாகிலும் அல்லது திரிகோண பாவத்திலாகிலும் இருந்து அவர் இருக்கும் ராசி சுபராசியாகி அவரைச் சுபர் கூடினாலும், பார்த்தாலும், இளைய சகோதரர்கள் தீர்க்காயுளும், சுகமும், ஆரோக்கியமும் உடையவர்களாயிருப்பார்கள்.

(13) 3–வது பாவாதிபதி லக்கினபாவத்திலாகிலும் அல்லது லக்கி னாதிபதியுடனாகிலுமிருந்தால் இளைய சகோதரனுக்குக் கெடுதி கிடையாது. 3–வது பாவாதிபதி 3–வது பாவத்திலேயே இருந்தாலும் கூட இளைய சகோதரனுக்குக் கெடுதி கிடையாது.

(14) மூத்த சகோதர எண்: லக்கின பாவத்திற்கு 11–வது, 12–வது பாவங்களில் எத்தனை கிரகங்கள் இருக்கின்றார்களோ அத்தனை

கிரகங்களுடைய மொத்தக்கூட்டுத் தொகைப்படி ஜாதகனுக்கு முன்னே பிறந்தவர்கள் ஆணும் பெண்ணும் சேர்ந்திருப்பார்கள்.

இளைய சகோதர எண்: லக்கின பாவத்திற்கு 2–வது, 3–வது பாவங்களில் எத்தனை கிரகங்கள் இருக்கின்றார்களோ அத்தனை கிரகங்களுடைய மொத்தக் கூட்டுத் தொகைப்படி ஜாதகனுக்கு பின்னே பிறந்தவர்கள் ஆணும் பெண்ணும் சேர்ந்திருப்பார்கள்.

குறிப்பு: இந்த மூத்த இளைய சகோதரக் கணக்குகள் அனுஷ்டானத்திற்குச் சரியாய் வருவதாகத் தோன்றவில்லை.

(15) 3–வது பாவாதிபதியுடன் எத்தனை கிரகங்கள் இருக்கின்றார்களோ அத்தனை எண்ணையும் 3–வது பாவகாரகனாகிய செவ்வாயுடன் எத்தனை கிரகங்கள் இருக்கின்றார்களோ அத்தனை எண்ணையும், 3–வது பாவத்தில் எத்தனை கிரகங்கள் இருக்கின்றார்களோ அத்தனை எண்ணையும், 3–வது பாவத்தை எத்தனை கிரகங்கள் பார்க்கின்றார்களோ அத்தனை எண்ணையும் ஆக இந்த நான்கு எண்களையும் மொத்தமாய்க் கூட்டி வருகின்ற எண் எவ்வளவோ அவ்வளவு பேர் ஆணும் பெண்ணுமாக ஜாதகனுக்கு பின் சகோதரம் இருக்கும். இங்கு சொல்லப்பட்ட கிரகங்களில் பூரண பலமாயிருக்கின்ற கிரகங்களை மாத்திரம் கணக்கில் எடுத்துக் கொள்ள வேண்டும். (1) 3–வது பாவாதிபதி, (2) செவ்வாய், (3) 3–வது பாவத்திலிருக்கும் கிரகங்கள், (4) 3–வது பாவத்தைப் பார்க்கும் கிரகங்கள் ஆகிய இந்த நான்கு வித கிரகங்கள் நீசமாகவும் அல்லது அஸ்தங்கதமாகவும் அல்லது சத்துரு க்ஷேத்திரத்திலும் இருந்தால் இளைய சகோதர சகோதரிகள் பிறந்து இறப்பார்கள், இந்த நான்கு வித கிரகங்கள், பலவந்தர்களாகவும் ஒருவருக்கொருவர் மித்துருக்களாகவும் இருந்தால் இளைய சகோதர சகோதரிகள் தீர்க்காயுளுடையவர்களாயிருப்பார்கள்.

(16) செவ்வாயினுடைய அஷ்டகவர்க்கத்தில் செவ்வாயிருக்கும் பாவத்திற்கு 3–வது பாவத்தில் எத்தனை பரல் இருக்கின்றதோ அதிலிருந்து சத்துரு நீச கிரகங்களால் கொடுக்கப்பட்ட பரல்கள் எத்தனையோ அத்தனையுங் கழிக்க வருகின்ற நிகர எண் பிரகாரம் இளைய சகோதரர்களும் சகோதரிகளும் மொத்தமாகவுண்டு.

(17) 3–வது பாவம் பெண் ஓரையாகிய சந்திர ஓரையிலிருந்தாலும் அல்லது 3–வது பாவத்தில் பெண் கிரகமிருந்தாலும், ஜாதகனுக்கு அடுத்த இளைய சகோதரம் பெண் சகோதரமாகும், 3–வது பாவம் ஆண் ஓரையாகி சூரிய ஓரையிலிருந்தாலும் 3–வது பாவத்தில் ஆண் கிரகமிருந்தாலும் ஜாதகனுக்கு அடுத்த இளைய சகோதரம் ஆண்

சகோதரமாகும். 3–வது பாவஸ்புடம் எந்த ஓரையில் வருகின்றதோ அது தான் 3–வது பாவத்தின் ஓரையாகும்.

(18) 3–வது பாவாதிபதி, 3–வது பாவகாரகனாகிய செவ்வாய், 3–வது பாவத்தை பார்க்குங் கிரகம், 3–வது பாவத்திலிருக்கின்ற கிரகம் ஆகிய இவைகள் நான்கும் எத்தனை நவாம்சை சென்றிருக்கின்றனவோ அதில் நீசம், மூடம், சத்துரு நவாம்சைகளை தள்ளிவிட்டு சுபக்ஷேத்திர உச்ச நவாம்சைகளை இரட்டிக்க வருகின்ற நிகரத் தொகை ஜாதகனுக்குப் பின்னால் பிறக்கும் ஆண் பெண் சகோதரங்களின் மொத்தத் தொகையாகும்.

உதாரணமாக 3–வது பாவஸ்புடம், 245 பாகை 8 கலை என்று வைத்துக்கொள்ளுவோம். அப்போது 3–வது பாவம் 245 பாகை 8 கலைக்குரிய தனுசு ராசியாகின்றது. ஆகையால் தனுசு ராசிக்குரிய குரு 3–வது பாவாதிபதியாகின்றார். இந்த குருவின் ஸ்புடம் 28 பாகை, 17 கலை ஆகும். (என்னுடைய ஜாதக கணிதம் 2–ஆம் பதிப்பு 27, 19–வது பக்கங்களைப் பார்க்கவும்). குரு தான் இருக்கின்ற மேஷராசியில் 28 பாகை, 17 கலை சென்றிருக்கின்றார். குருவினுடைய ஸ்புடமாகிய 28 பாகை, 17 கலைக்கு உரிய அம்சம் தனுசு ஆகும். குரு இருக்கின்ற இராசி யாகிய மேஷராசிக்கு முதல் அம்சம் மேஷமேயாகும். ஆகையால் மேஷம் முதல் தனுசு வரையிலும் எண்ண மொத்தம் ஒன்பது அம்ச ஆகும். ஆகையால் குரு 9–வது அம்சத்தில் இருக்கின்றார். அவர் சென்ற 9 அம்சங்கள் மேஷம், ரிஷபம், மிதுனம், கடகம், சிம்மம், கன்னி, துலாம், விருச்சிகம், தனுசு ஆகும். இந்த 9 அம்சங்களில் குருவுக்கு நீச ராசியாகிய மகரம் வராததால் நீசாம்சம் வரவில்லை. ரிஷபம், மிதுனம், கன்னி, துலாம் இவைகள் குருவுக்கு பகை ராசியானதால் இந்த அம்சங்கள் சத்துரு அம்சங்கள் இவைகளைத் தள்ளிவிடவும், இப்படித் தள்ளிவிட நின்றது மேஷம், கடகம், சிம்மம், விருச்சிகம், தனுசு ஆக 5 நிற்கின்றது. இவைகளில் கடகம் குருவுக்கு உச்சமானதால் இதை இரட்டிக்கவும். தனுசு சுவக்ஷேத்திரமாகையால் இதை இரட்டிக்கவும் இப்படிச் செய்ய மேஷம் 1, சிம்மம் 1, விருச்சிகம் 1, கடகம் 2, தனுசு 2 ஆகும். இவைகளைக் கூட்ட மொத்தம் 7 ஆகும். ஆகையால் குரு கொடுக்கின்ற தொகை 7ஆகும். இவ்விதமாக மேற்சொல்லிய இதர மூன்று வித கிரகங்களின் ஸ்புடத்தைக்கொண்டு அவர்களால் உண்டாகும் எண்களைக் கணித்து மொத்த எண்களைக் கூட்ட வருகின்ற தொகை இளைய சகோதர சகோதரி தொகையாகும். மூடம் நவாம்சை என்பது ஒரு கிரகம் அஸ்தமனத்திலிருந்தால் எத்தனை நவாம்சை அஸ்தமனத்தை சேர்ந்ததோ அத்தனை நவாம்சையைத் தள்ளிவிடவும். இங்கு கொடுக்கப்பட்ட விதி அனுபோகத்தில் சரியாய்

வராது என்பது தோன்றுகிறது. 3-வது பாவாதிபதியும் செவ்வாயும் கொடுக்கும் எண்களைக் கூட்ட வேண்டும் என்றும், மற்ற இரண்டுவித கிரகங்கள் (அதாவது 3-வது பாவத்திலிருக்குங் கிரகமும், 3-வது பாவத்தைப் பார்க்குங் கிரகமும்) சுபக்கிரகங்களாயிருந்தால் இவர்கள் கொடுக்கும் எண்களை மேற்கொண்டபடி தொகையுடன் (அதாவது 8-வது பாவாதிபதி செவ்வாய் இவர்கள் கொடுத்த கூட்டுத் தொகையுடன்) கூட்ட வேண்டும் என்றும், பாபக் கிரகங்களாயிருந்தால் மேற்கண்ட தொகையிலிருந்து கழிக்கவேண்டும் என்றும் தோன்று கிறது. கழிக்க முடியாமலிருந்தால் பின் சகோதரமில்லை என்று பாவிக்கவும்.

(18) 3-வது பாவாதிபதியும் லக்கின பாவாதிபதியும் கூடியிருந்தால் ஜாதகனும் அவன் சகோதரர்களும் அந்நியோன்ய சினேகிதர்களாயி ருப்பார்கள். இந்த இரண்டு கிரகங்களும் ஒருவருக்கொருவர் மித்துருக்களாயிருந்து, பலவான்களாகி லக்கின பாவத்திலாகிலும் அல்லது 3-வது பாவத்திலாகிலும் இருந்தார்களானால் ஜாதகனுக்கும் அவன் சகோதரர்களுக்கும் அவர்களுடைய வாழ்நாள்களுக்குள் பாகப்பிரிவினையில்லாமல் ஏக குடும்பமாய் வசிப்பார்கள்.

(19) 3-வது பாவாதிபதியும் லக்கின பாவாதிபதியும் பலவீனர்களாகி சத்துருக்களானாலும், அல்லது 3-வது பாவத்திலிருக்கின்ற கிரகம் பலவீனமாகி 3-வது பாவகாரகனாகிய செவ்வாய் பலவீனமாகி கெட்ட ஸ்தானங்களாகிய 6, 8 அல்லது 12-வது பாவத்திலிருந்தாலும், பலவீன மான அல்லது கெட்ட ஸ்தானத்திலிருக்கின்ற அல்லது சத்துரு வாயிருக்கின்ற கிரகத்தின் தெசை நடக்கின்ற காலத்தில் குடும்பத்தில் ஜாதகனுக்கும் அவனுடைய சகோதரர்களுக்கும் பிரமாதமான கலகம், சண்டையுண்டாகும்.

(20) 3-வது பாவத்தில் சுக்கிரன் இருந்து குருவால் பார்க்கப்பட்டால் ஜாதகன் தன் சகோதர சகோதரிகளை ஆசையுடன் ரட்சிப்பான். புதன் 3-வது பாவத்திலிருந்து சூரியனால் பார்க்கப்பட்டால் ஜாதகனுக்கும் அவன் சகோதரர்களுக்கும் விசுவாசமிராது.

(21) 3-வது பாவத்திலிருக்கின்ற கிரகம் அல்லது 3-வது பாவாதிபதி அல்லது 3-வது பாவ காரகாதிபதியாகிய செவ்வாய் நீசத்திலும் அல்லது சத்துரு க்ஷேத்திரத்திலும் அல்லது துஸ்தானமாகிய 6, 8, 12-வது பாவத்திலும் இருந்தால் இந்த கிரகங்களின் தெசாபுக்தி காலங்களில் தனநாசம், சக்தி நாசம், அபஜெயம், சகோதர சகோதரி மரணம் இவைகள் உண்டாகும்.

(22) லக்கின பாவாதிபதியினுடைய ஸ்புடத்திலிருந்து 3–வது பாவாதிபதியினுடைய ஸ்புடத்தைக் கழிக்க வருகின்ற ஸ்புடத்திற்குரிய நட்சத்திரத்தில் கோட்சாரத்தில் சனி வரும் போது ஜாதகனுடைய ஆண் சகோதரம் அல்லது பெண் சகோதரம் மரணமடையும். லக்கின பாவாதிபதி, 3–வது பாவாதிபதி, 10–வது பாவாதிபதி, செவ்வாய் ஆகிய இந் நான்கு கிரகங்களினுடைய ஸ்புடங்களை ஒன்றாய்க்கூட்டவருகின்ற ஸ்புடத்திற்குரிய அம்சம் எதுவோ அந்த அம்ச ராசியில் சனி கோட்சாரத்தில் வரும்போது ஜாதகனுடைய ஆண் சகோதரம் அல்லது பெண் சகோதரம் மரணமடையும்.

உதாரணம்:– நாம் முந்தி எடுத்துக் கொண்ட ஜாதகத்தில் (1) லக்கின பாவாதிபதியின் ஸ்புடம் 204 பாகை 32 கலை, (2) 3–வது பாவாதிபதி ஸ்புடம் 28 பாகை 17 கலை, (3) 10–வது பாவாதிபதி ஸ்புடம் 118 பாகை 10 கலை, (4) செவ்வாயின் ஸ்புடம் 206 பாகை–30 கலை, ஆனால் சகோதரம் சகோதரி மரணகாலம் நிர்ணயிப்போம்.

	பாகை	கலை	வ. எண்
லக்கின பாவாதிபதி ஸ்புடம்	204	32	(5)
3–வது பாவாதிபதி ஸ்புடம்	28	17	(6)
(5) ல் இருந்து (6) யைக் கழிக்க	176	15	(7)

ஆகையால் சனி கோட்சாரத்தில் 176 பாகை 15–கலையில் வரும் போது சகோதர சகோதரி மரணம் நேரிடும். 176 பாகை–15 கலை என்பது சித்திரை 1–ம் பாதமாகையால், சனி சித்திரை 1–ம் பாதத்தில் வரும்போது மரணம் நேரிடும். சனி சாதாரண கதியாகிய நேர்கதியில் ஒரு தரமும், வக்கிரகெதி நேரிட்டு வக்கிரகதியில் இரண்டாவது தரமும், வக்கிரம் நிவர்த்தியாகி ருச்சுவிகதியில் மூன்றாவது தரமும், சித்திரை 1–ல் அதாவது 176 பாகை–15 கலையில் வந்தால் கடைசி தரமாகச் சித்திரை 1–ல் அதாவது 176–ம் பாகை 15 கலையில் வரும்போது மரணம் நேரிடும். இரண்டுதரம் மாத்திரம் சனி சித்திரை 1–ல் வருமானால் கடைசி தரமாகிய இரண்டாந்தரம் சனி வரும்போது மாரகம் நேரிடும். லக்கின பாவாதிபதி ஸ்புடம், 3–வது பாவாதிபதியின் ஸ்புடத்தைவிட சிறிய தானால் லக்கின பாவாதிபதி ஸ்புடத்துடன் ஒரு மண்டலமாகிய 360 பாகை–0 கலையைக் கூட்டி வருகின்ற தொகையிலிருந்து 3–வது பாவாதிபதி ஸ்புடத்தைக் கழிக்கவும்.

	பாகை	கலை	வ.எண்
லக்கின பாவாதிபதி ஸ்புடம்	204	32	(8)
3–வது பாவாதிபதி ஸ்புடம்	28	17	(9)
10–வது பாவாதிபதி ஸ்புடம்	118	10	(10)
செவ்வாயின் ஸ்புடம்	206	30	(11)
		89	
கூட்ட	557	29	(12)
ஒரு மண்டலம்	360	00	(13)
12–ல் இருந்து 13–யைக்கழிக்க	197	29	(14)

இங்கு வந்த நிகர ஸ்புடமாகிய 197 பாகை 29 கலைக்கு அம்சம் எண் ஜாதகக்கணிதம் 13–வது வாக்கியம் பிரகாரம் மீனம் ஆகும். ஆகையால் சனி கோட்ச்சாரத்தில் இந்த மீனராசியில் சஞ்சாரஞ் செய்யும் போது ஜாதகனுடைய சகோதர சகோதரி மரணம் நேரிடும். மீன ராசியில் சனி எங்கே வரும்போது மரணம் நேரிடும் என்பதை அடியிற்கண்டபடி துல்லியமாகக் கணிக்கலாம். 13–வது வாக்கியம் பிரகாரம் மீனம் அம்சம் ஆரம்பம் 196 பாகை 40 கலை. இதை 197 பாகை 29 கலையிலிருந்து கழிக்க 0 பாகை 49 கலை மீன அம்சத்தில் செல்லு. இந்த அம்சத்தில் செல்லான மொத்தபாகை கலையைக் கலையாக்க 49 கலையாகும். இந்த 49ஐ ஒரு ராசிக்குரிய 30 பாகையால் பெருக்கி ஒரு அம்சத்திற்குரிய கலையாகிய 200ஆல் வகுக்க வருகின்ற பாகை கலையே மீனராசியில் செல்லான பாகை கலையாகும். 49–யை 30–ஆல் பெருக்கி 200ஆல் வகுக்க 7 பாகை 21 கலை வரும். ஆகையால் மீன ராசியில் 7 பாகை, 21 கலையில் சனி வரவேண்டும். அதாவது கோட்சாரத்தில் சனியின் ஸ்புடம் 337 பாகை 21 கலையாய் வரும்போது மரணம் நேரிடும்.

(2) 3–வது பாவாதிபதி, லக்கின பாவாதிபதி, 10–வது பாவாதிபதி, செவ்வாய் இவர்களுடைய ஸ்புடங்களை ஒன்றாய்க் கூட்டவருகின்ற மொத்த ஸ்புடத்திற்குரிய திரேக்காண ராசியில் கோட்சாரத்தில் குரு சஞ்சாரஞ் செய்யும்போது ஜாதகனுடைய ஆண் சகோதரம் அல்லது பெண் சகோதரம் மரணமாகும். இந்த நான்கு கிரகங்களினுடைய ஸ்புடங்களைக் கூட்ட வருகின்ற மொத்த ஸ்புடத்திற்குரிய நட்சத்திற் குரிய தெசாகாலத்தில் ஜாதகனுடைய இளைய சகோதரர் சகோதரிக ளுக்குச் சம்பத்தும் சுகமும் உண்டாகும்.

ஜாதக பலாபலன் நிர்ணயம்
203

உதாரணம்: நாம் முந்தி எடுத்துக் கொண்ட ஜாதகத்தை எடுத்துக் கொள்வோம்.

	பாகை	கலை	வ.எண்
லக்கின பாவாதிபதி ஸ்புடம்	204	32	(1)
3-வது பாவாதிபதி ஸ்புடம்	28	17	(2)
10-வது பாவாதிபதி ஸ்புடம்	118	10	(3)
செவ்வாயின் ஸ்புடம்	206	30	(4)
		89	
கூட்ட	557	29	(5)
ஒரு மண்டலம்	360	00	(6)
(5)ல் இருந்து (6)யைக் கழிக்க	197	29	(7)

இங்கு வந்த 197 பாகை 29 கலைக்குத் திரேக்காணம் எண் ஜாதக கணிதம் 14-வது வாக்கியம் பிரகாரம் கும்பம் ஆகும். ஆகையால் இந்த கும்பராசியில் குருகோட்சாரத்தில் சஞ்சாரஞ்செய்யும் போது ஜாதகனுடைய சகோதரன் அல்லது சகோதரி மரணமடையும். கும்பத்திரேக்காணத்தில் எவ்வளவு சென்றிருக்கின்றதோ அவ்வளவு பாகம் கும்ப ராசியில் குரு சென்ற போது மரணம் நேரிடும். இதை மேலே 22-வது நெம்பருக்குச் சொல்லிய வழிபோல 200 கலைக்குப் பதிலாக திரேக்காணத்தின் பூர்ண அளவு ஆகிய 00 கலையை உபயோகித்துக் கணிக்கவும். மேலும் 197 பாகை – 29க்குரிய நட்சத்திரம் (எண் ஜாதககணிதம் 11-வது வாக்கியம் பிரகாரம்) சுவாதி ஆகின்றது. இந்த சுவாதி நட்சத்திரத்திற்குரிய தெசையாகிய ராகு தெசையில் ஜாதகனுடைய இளையசகோதரர் சகோதரிகளுக்குச் சம்பத்தும் சுகமும் உண்டாகும்.

24. (1) செவ்வாயினுடைய ஸ்புடத்திலிருந்து இராகுவினுடைய ஸ்புடத்தைக்கழிக்க வருகின்ற ஸ்புடத்திற்குரிய ராசியிலும் இந்த ராசிக்குத் திரிகோண ராசியிலும் குரு கோட்சாரத்தில் சஞ்சாரம் செய்யும் போது ஜாதகனுடைய இளைய சகோதரன் அல்லது சகோதரி மரணம் நேரிடும். (2) இராகுவினுடைய ஸ்புடத்திலிருந்து செவ்வாயினுடைய ஸ்புடத்தைக் கழிக்க வருகின்ற ஸ்புடத்திற்குரிய ராசி, அம்சத்தில் குரு கோட்சாரத்தில் சஞ்சாரஞ் செய்யும் போது ஜாதகனுடைய மூத்த சகோதரன் அல்லது மூத்த சகோதரி மரணம் நேரிடும் (3) ஜெனன காலத்தில் அல்லது கெற்பாதான காலத்தில் லக்கின பாவாதிபதியின் ஸ்புடத்தையும் 10-வது பாவாதிபதியின் ஸ்புடத்தையுங் கூட்ட வருகின்ற

ராசியில் குரு கோட்சாரத்தில் சஞ்சரிக்கும்போது ஜாதகனுக்கு ஒரு ஆண் அல்லது பெண் இளைய சகோதரம் பிறக்கும்.

உதாரணம்: நாம் முந்தி எடுத்துக்கொண்ட ஜாதகத்தை உதாரணமாக எடுத்துக் கொள்ளுவோம்.

	பாகை	கலை	வ.எண்
(1) செவ்வாய் ஸ்புடம்	206	30	(2)
இராகு ஸ்புடம்	102	7	(3)
(2) ல் இருந்து (3) யைக் கழிக்க	104	13	(4)

இங்கு வந்த 104 பாகை-13 கலைக்குரிய ராசி (என் ஜாதக கணிதம் 12-வது வாக்கியம் பிரகாரம்) கடக ராசியாகும். ஆகையால் குரு கோட்சாரத்தில் கடகராசி அல்லது கடகத்திற்குரிய திரிகோண ராசிகளாகிய விருச்சிகம் அல்லது மீன ராசியில் சஞ்சாரஞ் செய்யும்போது ஜாதகனுடைய இளைய சகோதரன் அல்லது இளைய சகோதரி மரணம் சம்பவிக்கும். மொத்தத்தில் கோட்சாரத்தில் குருவினுடைய ஸ்புடம் இங்கு வந்த 104 பாகை-13 கலை (அல்லது கடகம்) 224 பாகை-13 கலை (அல்லது விருச்சிகம்) 344 பாகை-13 கலை (அல்லது மீனத்தில்) ஆகும்போது மரணம் நேரிடும். ஒரு ஸ்புடத்தின் திரிகோண ஸ்புடத்தை கணிக்க வேண்டுமானால் 120 பாகைகூட்ட வேண்டியதால் இங்கு 104-பாகை 13 கலையுடன் 120 பாகையும், 224 பாகை-13 கலையுடன், 120 பாகையும் கூட்டியிருக்கின்றது.

	பாகை	கலை	வ.எண்
(2) இராகு ஸ்புடம்	102	17	(5)
செவ்வாய் ஸ்புடம்	206	30	(6)
(5) ல் இருந்து (6) யைக் கழிக்க	255	47	(7)

இங்கு வந்த 255 பாகை-47 கலைக்குரிய ராசி (என் ஜாதக கணிதம் 12-வது வாக்கியம் பிரகாரம்) தனுசு ராசியாகும். இதற்குரிய அம்சம் (எண் ஜாதக கணிதம் 13-வது வாக்கியம் பிரகாரம்) சிம்மம் ஆகும். ஆகையால் குரு கோட்சாரத்தில் 255 பாகை-47 கலையில், அதாவது தனுசு ராசியில் சிம்ம அம்சையில் சஞ்சரிக்கும்போது ஜாதகனுடைய மூத்த சகோதரன் அல்லது மூத்த சகோதரி மரணம் நேரிடும்.

	பாகை	கலை	வ.என்
(3) 1–வது பாவாதிபதி ஸ்புடம்	204	32	(8)
10–வது பாவாதிபதி ஸ்புடம்	118	10	(9)
(8) யையும் (9) யையும் கூட்ட	322	42	(10)

ஆகையால் குருகோட்சாரத்தில் 322 பாகை 42 கலையில் அதாவது கும்ப ராசியில் சஞ்சாரஞ்செய்யும் போது ஜாதகனுக்கு இளைய சகோதரன் அல்லது இளைய சகோதரி ஜெனனம் நேரிடும்.

(26) (1) 3–வது பாவாதிபதியின் ஸ்புடத்திலிருந்து 10–வது பாவாதி பதியின் ஸ்புடத்தைக் கழிக்க வருகின்ற ஸ்புடத்திற்குரிய ராசியில் சனி கோட்சாரத்தில் சஞ்சாரஞ் செய்யும்போது ஜாதகனுடைய சகோதரன் அல்லது சகோதரி மரணம் நேரிடும்.

(2) லக்கின பாவாதிபதியின் ஸ்புடத்திருந்து செவ்வாயின் ஸ்புடத் தைக் கழிக்க வருகின்ற ஸ்புடத்திற்குரிய ராசியில் சனி கோட்சாரத்தில் சஞ்சாரஞ் செய்யும்போது ஜாதகனுடைய சகோதரன் அல்லது சகோதரி மரணம் நேரிடும்.

உதாரணம்:–நாம் முந்தி எடுத்துக் கொண்ட ஜாதகத்தை உதார ணமாக எடுத்துக் கொள்வோம்.

	பாகை	கலை	வ. என்
(1) 3–வது பாவாதிபதி ஸ்புடம்	28	17	(2)
10–வது பாவாதிபதி ஸ்புடம்	118	10	(3)
(2)ல் இருந்து (3) யைக் கழிக்க	270	7	(4)

ஆகையால் சனி கோட்சாரத்தில் 270 பாகை–7 கலை அதாவது மகர ராசியில் சஞ்சாரஞ்செய்யும் போது ஜாதகனுடைய சகோதரன் அல்லது சகோதரி மரணம் நேரிடும்.

	பாகை	கலை	வ. என்
(2) லக்கின பாவாதிபதி ஸ்புடம்	204	32	(5)
செவ்வாய் ஸ்புடம்	206	30	(6)
(5) ல் இருந்து (6) யைக் கழிக்க	358	2	(7)

ஆகையால் சனி கோட்சாரத்தில் 358 பாகை–2 கலையில் அதாவது மீன ராசியில் சஞ்சாரஞ் செய்யும்போது, ஜாதகனுடைய சகோதரன் அல்லது சகோதரி மரணம் நேரிடும்.

குறிப்பு: இது வரையிலும் ஸ்புடரீதியாய் நிர்ணயிக்கப்பட்ட மரண காலத்தில் அல்லது ஜெனன காலத்தில் ஜாதகனுக்கு நடக்குந் தெசா புக்தி காலங்களில் சகோதர மரணம் அல்லது ஜெனனம் நேரிட ஏதாகிலும் இருக்கின்றதா என்று கிரக யோகத்தை அனுசரித்து யோசித்துப் பார்க்குங்காலையில் அப்படி ஏதும் இருந்தால் மாத்திரந்தான் ஸ்புடரீதியாய் வரப்பட்ட காலத்தில் சகோதர மரணம் அல்லது ஜெனனம் நேரிடுமே ஒழிய எப்போதும் ஒவ்வொரு ஸ்புடரீதியாய் வரப்பட்ட காலத்தில் மரணம், ஜெனனம் நேரிடாது என்று அறியவும்.

(27) 3-வது பாவாதிபதியுடன் சூரியன் கூடினால் ஜாதகன் வீரனாக விருப்பான், சந்திரன் கூடினால் மனதைரியமுடையவன், செவ்வாய் கூடினால் துஷ்டன், மூடன், கோபி, புதன் கூடினால் சாத்வீக புத்திசாலி, குரு கூடினால் நல்ல குணங்களால் வசியஞ் செய்பவன், சகல சாஸ்திரங்களையும் விசாரணை செய்பவன், சுக்கிரன் கூடினால் காமமுடையவன், காமத்தால் கலகமும் சண்டையும் விளைவிப்பவன். சனி கூடினால் புத்தியில்லாதவன், இராகு கூடினால் அதிக பயங்காளி, கேது அல்லது குளிகன் கூடினால் ஹிருதய வியாதியால் பீடிக்கப்படுவான்.

(28) 3-வது பாவாதிபதியும் குருவும் லக்கினபாவத்திலிருந்தால் நாற்கால் பிராணியாலும் பசுவாலும் அபாயம் நேரிடும். லக்கின ராசி ஜலராசியானால் ஜலகெண்டம் நேரிடும்.

(29) 3-வது பாவாதிபதியும், இராகுவும், லக்கினாதிபதியும் லக்கின பாவத்திலிருந்தால் சர்ப்பத்தால் ஆபத்து நேரிடும். புதன் 3-வது பாவாதிபதியுடனிருந்தால் கழுத்துரோகம் வரும். 3-வது பாவத்தில் ஒரு பாபக்கிரகம் குளிகனுடனிருந்தால் கழுத்துரோகம் வரும். சனி வலிவுடையவனாகி செவ்வாயுடன் 3-வது பாவத்திலிருந்தால் கண்ட ரோகம் வரும்.

(30) ஒரு பாபக்கிரகம் 3-வது பாவத்திலிருந்து அந்த பாவராசி அக்கிரகத்திற்குச் சத்துரு ராசி அல்லது நீசராசியானால் விஷம் முதலிய காரணங்களால் சகோதரர்கள் மரணமடைவார்கள்.

(31) 3-வது பாவம் வலுவாகவிருந்து குருவும் புதனும் அதிலிருந்தாலும் அல்லது அதைப் பார்த்தாலும் அல்லது 3-வது பாவத்திற்கு கேந்திர பாவத்தில் குருவும் புதனும் இருந்தாலும் ஜாதகனுடைய தொனி அதாவது கண்டஸ்வரம் மிகவும் இனிமையாகவிருக்கும்.

(32) 3-வது பாவத்தில் ஒரு சுபக்கிரகமிருந்தும் அல்லது அதைப் பார்த்தும், 3-வது பாவாதிபதி ஒரு சுபக்கிரகமுடன் சம்பந்தப்பட்டிருந்தால் ஜாதகனுக்குக் கர்ணபூஷணமுண்டு.

(33) 3-வது பாவாதிபதி 10-வது அல்லது 4-வது பாவத்தில் சுபருடனிருந்து அந்த பாவராசி சுபராசியாகினால் ஜாதகனுடைய உடைகள்

அதாவது வஸ்திரங்கள் மிகவும் அழகாயிருக்கும். ஒரு சுபக் கிரகம் 3-வது பாவத்திலிருந்தால் ஜாதகனுடைய உடைகள் மிகவும் உயர்ந்தனவாயிருக்கும். 3-வது பாவாதிபதியும் சுக்கிரனும் வலுவுள்ளவர்களாயிருந்தால் ஜாதகனுக்கு அநேகவித அழகான உடைகளுண்டு.

(34) 3-வது பாவாதிபதி சுயநவாம்சையிலிருந்தாலும் அல்லது சுபரால் பார்க்கப்பட்டாலும் அல்லது சுபருடன் கூடினாலும் அல்லது வைஸேஷி காம்சத்திலிருந்தாலும் ஜாதகன் தைரியவானாவான்.

(35) 3-வது பாவாதிபதி 6, 8, 12-வது பாவங்களிலிருந்து பாபரால் பார்க்கப்பட்டாலும் அல்லது பாபருடன் கூடினாலும் ஜாதகன் தைரியமில்லாதவன், 3-வது பாவாதிபதி கேந்திர திரிகோண பாவத்திலிருந்து சுபரால் பார்க்கப்பட்டாலும் அல்லது சுபருடன் கூடினாலும் ஜாதகன் தைரியவானாவான்.

(36) 3-வது பாவாதிபதியும் செவ்வாயும் கூடி பாப ராசியிலிருந்தால் ஜாதகன் பயங்காளி, 3-வது பாவாதிபதி பலவானாகிச் சுக்கிரனுடன் கூடி கேந்திர திரிகோண பாவங்களிலிருந்தால் தைரியவான், போகவான்.

(37) 3-வது பாவத்தில் சுபநவாம்சையில் சுக்கிரன், சந்திரன் இவர்கள் தவிர மற்ற சுபக்கிரகங்களில் ஒன்று இருந்தால் ஜாதகனுக்குச் சுகபோஜனமுண்டு.

(38) 3-வது பாவத்தில் அல்லது 6-வது பாவத்தில் சுக்கிரன் இருந்தால் சோகம், ரோகம், பயம் இவைகளுண்டாகும். சுக்கிரன் சூரியனுக்கு முன்னே சென்றால் அதாவது சுக்கிரனுடைய ஸ்புடம் சூரியனுடைய ஸ்புடத்தைவிட அதிகமாகவிருந்தால் சுக்கிரன் நல்ல பலனைக் கொடுக்கும்.

100. நான்காவது பாவம்

(1) 4-வது பாவாதிபதி 4-வது பாவத்திலேயே இருந்தாலும் அல்லது 4-வது பாவத்தைச் சுபக்கிரகம் பார்த்தாலும் அல்லது அதில் சுபக்கிரகம் இருந்தாலும் ஜாதகன் வித்தையும் விநயமுமுடையவன். புதன் எல்லாக் கிரகங்களைவிட வலுவுடையவனாயிருந்தால் ஜாதகன் வித்தையுடையவன், விநயமுடையவன். 4-வது பாவாதிபதி 6, 8 அல்லது 12 பாவத்திலிருந்தாலும் அல்லது பாபரால் பார்க்கப்பட்டாலும் அல்லது கூடப்பட்டாலும் ஜாதகனுக்கு வித்தை கிடையாது. 4-வது பாவாதிபதி பாப ராசியிலிருந்தால் ஜாதகனுக்கு வித்தை கிடையாது.

(2) 4-வது பாவாதிபதி, குரு, புதன் இவர்கள் 3-வது, 6-வது, 8-வது அல்லது 12-வது பாவத்திலிருந்தால் அல்லது நீசத்திலாகிலும்

சத்துரு ராசியிலாகிலும் இருந்தால் ஜாதகன் வித்தை, புத்தி, விவேகம் இல்லாதவன். இந்த மூன்று கிரகங்களும் உச்சம், சுவக்ஷேத்திரம், கேந்திர திரிகோணபாவம் இவைகளிலிருந்தால் ஜாதகன் அதிர்ஷ்டம், வித்தை, விநயம், யுக்தி இவைகள் அதிகமாயுடையவனாகி ராஜாதி ராஜாக்களுடைய பிரியமுள்ளவனாவான்.

(3) 4–வது பாவாதிபதி பலவந்தனாகி, சுக்கிரன் அதிக பலமுடைய வனாக விருந்தாலும், அல்லது சந்திரன் கேந்திரபாவத்தில் சுபராசியி லிருந்து சுபரால் பார்க்கப்பட்டாலும், ஜாதகனுடைய மாதா தீர்க்காயு ளுடையவன்.

(4) 4–வது பாவாதிபதி 6–வது அல்லது 12–வது பாவத்தில் பல வீனனாகவிருந்து, பாபர் லக்கினபாவத்தைப் பார்த்தாலும் அல்லது அடைந்தாலும் ஜாதகனுடைய தாயாருக்கு நாசம் நேரிடும்.

(5) 4–வது பாவத்தில் ஒரு பாபக்கிரகமிருந்து க்ஷீண சந்திரன் 9–வது, 8–வது அல்லது 12–வது பாவத்தில் பாபக்கிரகத்துடன் இருந்தால் ஜாதகனுடைய தாயாருக்குச் சந்தேகமில்லாமல் நாசம் நேரிடும்.

(6) 4–வது பாவத்தில் சனியிருந்து பாபரால் பார்க்கப்பட்டு, 8–வது பாவாதிபதி நீசஸ்தானத்தில் அல்லது சத்துரு ஸ்தானத்தில் இருந்தால் ஜாதகனுடைய மாதுருக்கு நாசமுண்டு.

(7) 4–வது பாவாதிபதி சத்துரு, நீச க்ஷேத்திரத்திலிருந்து சந்திரன் பாபியுடன் சம்பந்தப்பட்டு, பாபி 3–வது அல்லது 5–வது பாவத்திலி ருந்தால் ஜாதகனுடைய மாதுருக்கு ரோகமுண்டு.

(8) சந்திரன் 3–வது பாவாதிபதியுடன் சம்பந்தப்பட்டுக் கெட்ட ஸ்தானத்திலிருந்தால் ஜாதகன் அன்னிய ஸ்த்ரீயின் முலைப்பாலைக் குடிப்பான்.

(9) 4–வது பாவாதிபதியும் 9–வது பாவாதிபதியும், 6, 8 அல்லது 12–வது பாவத்திலிருந்து லக்கின பாவாதிபதி வலுவாயிருந்தால் தாய் தகப்பனாருக்கு மரணம் சம்பவிக்கும்.

(10) 4–வது பாவாதிபதி 4–வது பாவத்திற்குத் திரிகோண பாவத்திலும், லக்கின பாவாதிபதி லக்கின பாவத்திற்குத் திரிகோண பாவத்திலும் இருந்து லக்கின பாவத்தில் ஒரு திரிகோண பாவாதிபதி யிருந்தால் ஜாதகனுடைய தாயும் தகப்பனாரும் ஏககாலத்தில் மரண மடைவார்கள்.

(11) 4–வது , 1–வது, 9–வது பாவாதிபதிகள் கேந்திரகோண பாவங் களிலிருந்தால் அவர்களுடைய தெசாபுக்தி காலங்களில் ஜாதகனுடைய தகப்பனிறந்து, தகப்பனுடன் தாயும் இறப்பாள்.

(12) 4-வது பாவத்தில் சந்திரனும், 9-வது பாவத்தில் சூரியனும் இருந்தால் ஜாதகனுடைய தகப்பன் இறந்து, தகப்பனுடன் தாயும் இறப்பாள்.

(13) 4-வது பாவாதிபதி, 4-வது பாவக்காரகன் இவர்களுடன் சம்பந்தப்பட்ட கிரகம், 4-வது பாவத்திலிருக்கின்ற கிரகம், 4-வது பாவத்தைப் பார்த்தக் கிரகம் ஆகிய இவ் ஐந்து வித கிரகங்களில் எந்தக் கிரகம் பாபியாயிருக்கின்றதோ அந்தக் கிரகத்தின் தெசாபுக்தி காலங்களில் ஜாதகனுடைய தாய் மரணமாவாள், 4-வது பாவக்காரன் என்பது சந்திரன்.

(14) (1) சூரியனுடைய ஸ்புடத்திலிருந்து சந்திரனுடைய ஸ்புடத்தைக் கழிக்க வருகின்ற ஸ்புடத்திற்குரிய இராசி நவாம்சையில் அல்லது இந்த ராசியின் திரிக்கோண ராசியில் சனி, குரு கோட்சாரத்தில் சஞ்சாரஞ் செய்யும்போது ஜாதகனுடைய தாய் மரணமாவாள்.

(2) சந்திரனுக்கு 8-வது பாவாதிபதியினுடைய ஸ்புடத்திலிருந்து யமகண்டனுடைய ஸ்புடத்தை கழிக்க வருகின்ற ஸ்புடத்திற்குரிய இராசி, அம்சை ராசியாகிய இவ்விரண்டில் இராசியில் சனியும், அம்சை ராசியில் சூரியனும், கோட்சாரத்தில் சஞ்சாரஞ் செய்யும்போது ஜாதகனுடைய தாய் மரணமடைவாள்.

குறிப்பு:— இவ்விரண்டு வழிகளிலும் லக்கினத்தைப் பற்றிச் சொல்லாமலிருப்பதால் இவ்வழிகள் பொதுவான வழிகளாகும், எப்போதும் சரியாய் வரும் என்று தோன்றவில்லை.

(15) குரு கோபுராம்ச முதலிய வைஸேஷிகாம்சங்களிலிருந்து அல்லது 4-வது பாவத்திலிருந்து மீதி கிரகங்கள் 2-வது, 4-வது 11-வது பாவத்திலிருந்தால் ஜாதகன் சுகவானாவான்.

(16) 4-வது பாவம் புதனால் பார்க்கப்பட்டாலும் அல்லது சுபக் கிரகங்களுக்கு இடையில் இருந்தாலும் அல்லது குருவினுடைய நவாம்சையிலிருந்தாலும் ஜாதகன் சதா புண்ணிய கர்மங்களையே செய்து கொண்டிருப்பான்.

(17) 4-வது பாவாதிபதி, 4-வது பாவத்தைப் பார்க்குங் கிரகம், 4-வது பாவக்காரகன், ஆகிய இவர்கள் வலுவாய் இருந்தால் ஜாதகனுக்கு அதிக சௌக்கியமுண்டு, இந்த கிரகங்கள் நீச சத்துரு ஸ்தானத்திலிருந்தாலும், அஸ்தங்கதமாய் இருந்தாலும் ஜாதகனுடைய சுகத்திற்கு நாசமுண்டு, நல்ல கிரகங்கள் சுகத்தையம் கெட்ட கிரகங்கள் அசுகத்தையும் கொடுக்கின்றன. இங்கு 4-வது பாவகாரக கிரகம் சந்திரனும் புதனும் ஆகும்.

(18) 4–வது பாவத்தில் 9–வது பாவாதிபதியும் சுக்கிரனும் கூடியிருந்து வலுவாயிருந்தால் ஜாதகன் நெடுங்காலம் போகியாயிருப்பான் ஆனால் 9–வது பாவாதிபதி 6, 8, அல்லது 12–வது பாவங்களிலிருந்து சுபருடன் சம்பந்தப்பட்டால் ஜாதகனுக்கு அல்ப காலம் சௌக்கியமுண்டு.

(19) 4–வது பாவத்தையும் குருவையுங் கொண்டு ஜாதகனுடைய சுகத்தையும், 4–வது பாவத்தையும் சந்திரனையுங்கொண்டு ஜாதகனுடைய தாயைப் பற்றியும் 4–வது பாவத்தையும் சுக்கிரனையும் கொண்டு ஜாதகனுடைய சுகந்தம், வஸ்திரம், வாகனம், பூஷணம் இவைகளையும் அறியவேண்டும்.

(20) 4–வது பாவாதிபதி சுக்கிரனுடைய அல்லது சந்திரனுடைய வர்க்கத்திலிருந்தாலும் அல்லது சந்திரன் சுக்கிரன் இவர்களால் பார்க்கப்பட்டாலும் சம்பந்தப்பட்டாலும், அப்போது 4–வது பாவாதிபதி நீச சத்துரு கிரகத்தால் பார்க்கப்பட்டாமலிருந்தால் ஜாதகன் கால் நடைகளை உடையவன்.

(21) 4–வது பாவாதிபதி சுபக்கிரகமாயிருந்து 4–வது பாவகாராதிபதி பூர்ணபலமுடையவனாயிருந்தால் ஜாதகன், பந்துக்களால் பூஜிக்கப்பட்டவன், 4–வது பாவகாரகன் சந்திரன், புதன் ஆகும்.

(22) 4–வது பாவாதிபதி கேந்திரகோண பாவத்திலிருந்து அல்லது 11–வது பாவத்திலிருந்து வைஸேஷிகாம்சம் பெற்று பராக்கிரக சம்பந்தம் அல்லது பார்வை இல்லாமலிருந்தால் ஜாதகன் பந்துக்களிடத்தில் சினேகிதமாயிருப்பான்.

(23) 4–வது பாவத்தில் பாபக்கிரகம், நீச கிரகம், அஸ்தங்கத கிரகம் இருந்து சுபதிருஷ்டி இல்லாமலிருந்தால் ஜாதகன் பந்து துவேஷியாயிருப்பான்.

(24) 4–வது பாவத்தில் பாபக்கிரகமிருந்து 8–வது பாவாதிபதி பாபருடன் சம்பந்தப்பட்டிருந்தால் ஜாதகன் கபடனாவான். ஆனால் 8–வது பாவாதிபதி உச்ச க்ஷேத்திரம் அல்லது மித்துரு க்ஷேத்திரம் அல்லது தன்னுடைய வர்க்கம், மித்துரு வர்க்கம் இவைகளிலிருந்தால் ஜாதகன் கபடமில்லாதவன்.

(25) 4–லது பாவாதிபதி பலமுடையவனாயிருந்தாலும் அல்லது கோபுராம்ச முதலியு வைஸேஷிகாம்சங்களிலிருந்தாலும் அல்லது மிருது முதலிய சுப சஷ்டியாம்சங்களிலிருந்தாலும் ஜாதகன் சுத்தமான ஹிருதயம், மனசு உடையவன், சாந்தமானவன்.

(26) 4–வது பாவமும் 4–வது பாவாதிபதியும் பலமுடையனவாகி சுபரால் பார்க்கப்பட்டால் ஜாதகனுக்கு வாகனாதி பிராப்தி உண்டு.

ஜாதக பலாபலன் நிர்ணயம்

(27) 4-வது பாவாதிபதி சுப நவாம்சையிலிருந்து புதனுடன் சேர்ந்து 4-வது பாவத்திலேயே இருந்து சுபரால் பார்க்கப்பட்டால் ஜாதகனுக்கு வாகனாதி பிராப்தி உண்டு.

(28) 4-வது பாவாதிபதியும் சந்திரனும் கூடி லக்கின பாவத்திலிருந்தால் ஜாதகனுக்கு துரங்க வாகனம் அதாவது குதிரைவாகனப் பிராப்தி உண்டு.

(29) 4-வது பாவம் அல்லது 2-வது பாவம் சுபராசியாகி அதில் சந்திரன் சுபருடன் கூடி இருந்தால் ஜாதகனுக்குக் குதிரைவாகனப் பிராப்தி உண்டு.

(30) 4-வது பாவாதிபதியும் லக்கின பாவாதிபதியும் சந்திரனும் லக்கின பாவத்திலிருந்தால் ஜாதகனுக்குக் குதிரையுண்டு. 4-வது பாவாதிபதி சுக்கிரனுடன் கூடி லக்கின பாவத்திலிருந்தால் ஜாதகனுக்கு யானை வாகனமுண்டு.

(31) பூர்ணச்சந்திரனும் சுக்கிரனும் பலமுடையவர்களாகி கேந்திர திரிகோண பாவங்களிருந்தால் ஜாதகனுக்கு ஆந்தோளிகா வாகனம் அதாவது பல்லக்கு வாகனமுண்டு. சந்திரன் குருவினுடைய ராசியிலிருந்து குருவால் பார்க்கப்பட்டாலும் சம்பந்தப்படப்பட்டாலும் ரத்த வர்ண முடைய வஸ்திரம் அல்லது ஆபரணம் ஜாதகனுக்கு உண்டு.

(32) 4-வது பாவாதிபதியும் லக்கினாதிபதியும் கூடி சுக்கிரனுடன் கூடினால் ஜாதகனுக்குப் பல்லக்கு வாகனமும், சந்திரனுடன் கூடினால் குதிரை வாகனமுமுண்டு. 4-வது பாவாதிபதி சந்திரன், குரு, சுக்கிரன் இவர்கள் எல்லோரும் கூடி கேந்திர திரிகோண பாவத்திலிருந்தால் ஜாதகன் நாலா பக்கமும் அலங்கரிக்கப்பட்ட வாகனமுடையவன்.

(33) 4-வது பாவாதிபதி குருவுடன் சம்பந்தப்பட்டிருந்தால் ஜாதகன் நாலா பக்கமும் அலங்கரிக்கப்பட்ட வாகனமுடையவன். 4-வது பாவாதிபதி சுபருடன் கூடி 10-வது பாவத்திலிருந்தால், ஜாதகனுக்குச் சாமரமும் குடையும் பிராப்தியுண்டு.

(34) 4-வது பாவாதிபதி ஒரு கேந்திர பாவத்திலிருந்து அந்த கேந்திர பாவாதிபதி லக்கின பாவத்திலிருந்தால் ஜாதகன் வாகன போகமுடையவன், 10-வது பாவாதிபதி 11-வது பாவத்திலும், 11-வது பாவாதிபதி 10-வது பாவத்திலும் இருந்தால் ஜாதகன் பூஷணமுடையவன், வாகனமுடையவன்.

(35) 4-வது பாவாதிபதி 11-வது பாவத்திலும் அல்லது 4-வது பாவத்திலும் இருந்து, செவ்வாய் சுவக்ஷேத்திரத்திலும் அல்லது 11-வது

பாவத்திலும் இருந்தால் ஜாதகனுக்கு இராஜ்ஜியப் பிராப்தி உண்டு. அதாவது இராஜ்ஜியங் கிடைக்கும்.

(36) 4–வது பாவாதிபதி, 4–வது பாவத்திலிருக்கின்ற கிரகம், 4–வது பாவத்தைப் பார்க்கின்ற கிரகம் கேந்திரகோண பாவத்திலாகிலும் அல்லது அவர்களுக்கு உச்ச க்ஷேத்திரம் அல்லது மித்துரு க்ஷேத்திர மாயிருக்கின்ற 11–வது பாவத்திலிருந்து அவர்கள் பலவந்தர்களானால் ஜாதகனுக்குத் தீர்க்காயுள், நல்ல சயனம், நல்ல ஆசனம், நல்ல ஆடை, அதிக பூமி, நல்ல மாடமாளிகைகள், சிநேகிதமான பந்துக்கள், மனதுக்கிஷ்டமான வாகனம், கீர்த்தி, சௌக்கியம் ஆகிய இவைகள் எல்லாம் உண்டு.

(37) புதன் லக்கின பாவத்திற்குக் கேந்திர திரிகோண பாவத்தில் உச்சத்திலாகிலும் அல்லது தன் சுவக்ஷேத்திரத்திலாகிலுமிருந்தால் ஜாதகன் அதிக வித்தையும் அதிக தனமும் உடையவனாவான்.

(38) லக்கின பாவாதிபதிக்கு 4–வது, 9–வது பாவாதிபதிகளும் இந்த இரண்டு பாவங்களிலும் இருக்கின்ற கிரகங்களும் ஆகமொத்தம் நான்கு வகை கிரகங்களும் பலவந்தர்களாகி சுபவர்க்கம் ஏறி, லக்கினாதிபதி சம்பந்தம் அடைந்து, ஒருவரையொருவர் பார்த்தாலும், கூடினாலும் ஜாதகன் அரசனாவான். பூர்ணாயுசுடையவன், சுகமுடையவன், தேஜஸுடையவன், நான்கு மூலைகளுடைய வாகனமுடையவன், அதிக தனமுடையவன், இராஜ சின்னங்களுடையவன்.

(39) லக்கின பாவாதிபதிக்கு 4–வது, 9–வது பாவாதிபதிகளும், இந்த இரண்டு பாவங்களிலும் இருக்கின்ற கிரகங்களும் ஆகிய இந்த 4 கிரகங்களில் மூன்று கிரகங்கள் ஸ்தானபலத்தில் வலுவுள்ளவர் களானால் ஜாதகன் நானாவித ரத்தினங்களும், ஆபரணங்களும், சௌக்கியமுமுடையவனாவான். இந்த 4 கிரகங்களில் இரண்டு கிரகங்கள் லக்கின பாவத்தில் வலுவுள்ளவர்களாயிருந்தால் அவரவர் தெசாகாலத்தில் ஜாதகன் சௌக்கியமுடையவனாயிருப்பான்.

(40) 4–வது பாவாதிபதி பலவந்தனாகி 1–வது, 4–வது, 9–வது பாவங்களில் தனியாய் இருந்து, லக்கின பாவம் அல்லது லக்கின பாவாதிபதி சம்பந்தமடைந்திருந்தால் 4–வது பாவாதிபதி தெசா காலத்தில் ஜாதகனுக்கு வாகன பிராப்தியுண்டு.

(41) 4–வது, 9–வது, 11–வது, 2–வது பாவாதிபதிகள் லக்கின சம்பந்தமடைந்து பலவந்தர்களானால், அவர்கள் தங்களுடைய தெசாகாலங்களில் ஜாதகனுக்கு இராஜ்யம், பாக்கியம், தனலாபம் இவைகளை உண்டுபண்ணுவார்கள். இந்த நான்கு கிரகங்களும்

பலவீனர்களானால் துன்பத்தை உண்டுபண்ணுவார்கள். இந்நான்கு கிரகங்களில் சிலர் பலவந்தர்களாயும் சிலர் பலவீனர்களாயும் இருந்தால் மேற்சொல்லிய நல்ல பலனும், கெட்ட பலனும் கலந்த பலனை ஜாதகனுக்குக் கொடுப்பார்கள். இந்த நான்கு பாவங்களில் எந்த பாவத்தினுடைய காரக கிரகமும், பாவாதிபதியும் அந்த பாவத்திலுள்ள கிரகமும் பலவீனமாகி லக்கின பாவாதிபதிக்கு சத்துருவானால் ஜாதகனுக்கு அதிக துன்பமுண்டாகும்.

(42) 4–வது, 10–வது பாவாதிபதிகள் பலவந்தர்களாகி 11–வது பாவத்திலிருந்தாலும் அல்லது 11–வது பாவத்தைப் பார்த்தாலும் ஜாதகனுக்குச் சர்வ பாக்கியங்களுமுண்டு.

(43) 4–வது, 9–வது பாவாதிபதிகள் 11–வது பாவத்திலிருந்தாலும் அல்லது 4–வது பாவத்தைப் பார்த்தாலும் ஜாதகனுக்கு அநேக வாகனங்கள், சர்வ பாக்கியங்கள், இராஜப் பிரீதி இவைகள் உண்டாகும்.

(44) 4–வது, 9–வது பாவாதிபதிகள் லக்கின சம்பந்தமுண்டாகி குருவால் பார்க்கப்பட்டால் ஜாதகனுக்கு இராஜ்ஜிய வசியமும் ஆபரணங்களும் சித்திக்கும்.

(45) 4–வது, 9–வது பாவாதிபதிகள் பலவந்தர்களாகி சுபக்கிரகங்களுடன் கூடினால் ஜாதகன் பகு சேனைக்குச் சேனாதிபதியாவன், தனவானாவன்.

(46) 4–வது பாவாதிபதி 9–வது பாவத்தில் சுபருடைய ராசியிலிருந்து குருவுடனும், சுக்கிரனுடனும் கூடியிருந்து, 9–வது பாவாதிபதி கேந்திர கோண பாவத்திலிருந்தால் ஜாதகன் அநேக தேசங்களிலிருந்து தனமும், பூஷணமும், வாகனமும் பெறுவான்.

(47) 4–வது பாவாதிபதி குரு அல்லது சுக்கிரனாகி அதிக பலத்துடன் லக்கின பாவத்திற்கு 9–வது பாவத்திலிருந்து, இந்த 9–வது பாவாதிபதி கேந்திர திரிகோண பாவத்திலிருந்தால் ஜாதகனுக்கு அநேக வாகனங்களுண்டு.

(48) 4–வது பாவாதிபதி குரு சுக்கிரனுடன் கூடி 9–வது பாவத்திலிருந்து, 9–வது பாவாதிபதி கேந்திர திரிகோண பாவங்களிலிருந்தால் ஜாதகனுக்கு அநேக வாகனங்களும், பூமிகளும் உண்டு.

(49) லக்கின பாவத்தில் ஒரு சுபக்கிரகமிருந்து 9–வது பாவத்தில் ஒரு கிரகம் உச்சமாகவிருந்து, 2–வது பாவாதிபதி கேந்திர பாவத்திலிருந்தால் ஜாதகனுக்குச் சிம்மாசனப் பிராப்தியுண்டு.

(50) 9–வது பாவத்தை ஒரு சுபக்கிரகம் பார்க்க, 2–வது பாவாதிபதி சுபருடன் சம்பந்தப்பட்டு கேந்திர பாவத்திலிருக்க 2–வது பாவத்தில் ஒரு கிரகம் உச்சமாயிருக்க ஜாதகனுக்குச் சிம்மாசனப் ப்ராப்தியுண்டு.

(51) 4–வது, 1–வது, 9–வது பாவாதிபதிகள் 10–வது பாவத்திலிருந்து 10–வது பாவாதிபதி லக்கின பாவத்திலிருந்தாலும் அல்லது லக்கின பாவத்தைப் பார்த்தாலும் ஜாதகனுக்குச் சிம்மாசனப் பிராப்தியுண்டு.

(52) 4–வது, 1–வது, 10–வது பாவாதிபதிகள் 10–வது பாவத்திலிருந்து, 10–வது பாவாதிபதி லக்கின சம்பந்தமிருந்தால் ஜாதகனுக்குச் சிம்மாசன பிராப்தியுண்டு.

(53) குருவும், சுக்கிரனும் 9–வது பாவாதிபதியும், கேந்திரகோண பாவங்களில் அல்லது 11–வது பாவத்தில் இருந்தால் ஜாதகன் அநேக வாகனங்களுடையவனாகி மண்டலாதிபதியாவான்.

(54) 4–வது பாவாதிபதியும் 10–வது பாவத்திலிருக்கின்ற கிரகமும் மிகவும் பலவந்தர்களாகி, 9–வது பாவாதிபதியுடன் சம்பந்தப்பட்டாலும், அல்லது 9–வது பாவாதிபதியால் பார்க்கப்பட்டாலும் அல்லது இவர்கள் ஒருவர் வீட்டில் மற்றொருவர் இருந்தாலும் ஜாதகனுக்குச் சிம்மாசன பிராப்தியுண்டு. 4–வது பாவாதிபதியின் தெசையில் 4–வது பாவாதிபதியின் புக்தியில் 10–வது பாவாதிபதி அந்தரத்தில் 10–வது பாவாதிபதியின் சூட்சுமத்தில் ஜாதகனுக்கு மேற்சொல்லிய சிம்மாசன பிராப்தி நேரிடும்.

(55) 4–வது பாவத்தில் 1–வது, 9–வது பாவாதிபதிகளிருந்து 4–வது பாவாதிபதி லக்கின பாவத்தில் சுபராசியிலிருந்தால் ஜாதகன் எப்போதும் சௌக்கியமுடையவனாயிருப்பான். ஆனால் 9–வது பாவாதிபதி 6–வது பாவத்திலிருந்தால் ஜாகதனுக்கு கஷ்டங்கள் சம்பவிக்கும்.

(56) 4–வது பாவாதிபதி 9–வது பாவத்திலிருந்து சுபரால் பார்க்கப் படாமலிருந்தாலும் அல்லது மிகவும் பலவந்தனாயிருந்தாலும் 4–வது பாவாதிபதி தெசாகாலத்தில் ஜாதகன் தன்னுடைய சத்துருக்குத் தன பாக்கியத்தை எல்லாம் சிலகாலம் இழந்து விடுவான். இவ்விதமாக விருக்கும்போது 4–வது பாவாதிபதியுடன் ஒரு சுபக்கிரகமிருந்தால் 4–வது பாவாதிபதியின் தெசாகாலம் ஆரம்பித்து பூர்த்தியாகும் வரையிலும் ஜாதகனுடைய பாக்கியமெல்லாம் தன் சத்துருவினிடத்திலிருக்கும். ஆனால் 4–வது பாவாதிபதியுடன் சேர்ந்த கிரகம் பாபகிரகமானால் 4–வது பாவாதிபதியின் தெசை, அந்தியத்தில் ஜாதகனுடைய பாக்கியமெல்லாம் மறுபடியும் தனக்குத் திரும்பிவரும்.

(57) 4–வது பாவம் சுபராசியாகி, 4–வது பாவாதிபதி சுபருடன் கூடி 4–வது பாவகாரகன் சுபருடன் கூடினால் ஜாதகனுக்கு அதிக பூமியும் தனமும் உண்டு.

(58) 4–வது பாவாதிபதி நீசத்திலாகிலும் அல்லது சத்துருவர்க்கத்திலாகிலும் இருந்து காலாக்கினி, சூலம், அந்தகம் முதலிய கெட்ட சஷ்டியாம்சம் அடைந்து, பாபக்கிரகத்துடன், சம்பந்தப்பட்டாலும் அல்லது பாபக்கிரகத்தால் பார்க்கப்பட்டாலும், ஜாதகனுக்குப் பூமி எல்லாம் நாசமடைந்து ஜீவன மார்க்கமும் கெட்டுப் போய்விடும்.

(59) லக்கின பாவாதிபதி இருக்கும் ராசி அதிபதி லக்கினத்திற்குச் சத்துரு கிரகமானால் (அதாவது அசுபரானால்) அந்தக்கிரக தெசாபுக்தி காலங்களில் ஜாதகனுடைய பூமியும், வீடும் நாசமடையும். இந்தக் கிரகத்தின் தெசையில் 4–வது பாவாதிபதியின் புக்தியில் ஜாதகனுடைய பந்துவுக்கு ஹானி உண்டாகும். இந்தக்கிரகத்தின் தெசையில் செவ்வாய், சனி, மாந்தி இவர்களுடன் சம்பந்தப்பட்ட கிரகத்தின் புக்தியில் ஜாதகனுக்கு விபத்துகள் சம்பவிக்கும்.

(60) 4–வது, 2–வது பாவாதிபதிகள் சுபராசியாகிய 9–வது பாவத்தில் சுபருடன் கூடியிருந்தால் ஜாதகனுக்கு நிக்ஷேபம் (அதாவது புதையல்) கிடைக்கும். 4–வது பாவத்தில் 2–வது, 11–வது பாவாதிகளிலிருந்து, 4–வது பாவாதிபதி சுபராசியில் சுபருடனிருந்தால் ஜாதகனுக்கு நிக்ஷேபம் கிடைக்கும். 4–வது பாவத்தில் 11–வது பாவாதிபதி சுபருடன் சேர்ந்து இருந்தால் ஜாதகனுக்கு நிக்ஷேபங் கிடைக்கும்.

(61) 4–வது பாவத்தில் இராகு அல்லது வேறே ஒரு பாபியிருந்து பாபியால் பார்க்கப்பட்டால் ஜாதகனுக்குக் குடும்ப சுகம் கிடையாது. 4–வது பாவத்தின் ராசி சூரியன் அல்லது செவ்வாய்க்கு நீச சத்துரு ராசியாகி சூரியன் அல்லது செவ்வாய் 4–வது பாவத்திலிருந்தால் ஜாதகனுக்கு வீடு கிடையாது.

(62) 4–வது பாவத்திலிருக்கின்ற கிரகம் நீசம் அல்லது அஸ்தங்கதத்திலிருந்தால் ஜாதகன் கிணறு முதலிய ஜலாஸ்தானங்களில் தவறி விழுந்து விடுவான். 4–வது பாவத்தில் பாபக்கிரகமிருந்தால் ஜாதகனுக்குக் கெடுதிகள் சம்பவிக்கும், 4–வது பாவத்தில் சனி இருந்தால் ஜாதகனுக்குச் சுகம் கிடையாது.

(63) 4–வது பாவாதிபதி 12–வது பாவத்திலிருந்தால் ஜாதகன் அந்நிய தேசத்தில் அந்நியருடைய வீட்டிலிருப்பான், 4–வது பாவாதிபதி 8–வது பாவத்திலிருந்தால் ஜாதகனுக்கு வீடு கிடையாது. 4–வது பாவாதிபதி 6–வது பாவத்திலிருந்தால் ஜாதகன் ஞாதிகள் முதலியவர்களுடைய வீட்டிலிருப்பான்.

(64) 4–வது பாவத்தில் 4–வது பாவாதிபதியாகிலும் அல்லது ஒரு வலுவுள்ள கிரகமாகிலுமிருந்தால் ஜாதகனுக்கு வீடு கிடைக்கும். 4–வது பாவாதிபதி 6, 8 அல்லது 12–வது பாவத்திலிருந்தாலும் அல்லது 4–வது

பாவத்தில் ஒரு வலிவுள்ள பாபக்கிரகமிருந்தாலும் ஜாதகனுடைய வீடு பீடைபிடித்த வீடாயிருக்கும்.

(65) 4-வது, 2-வது, 12-வது பாவாதிபதிகள் 3-வது, 6-வது, 8-வது, 12-வது பாவத்தில் எத்தனை பாபக்கிரகங்களுடனிருக்கின்றார்களோ அத்தனை வீடு நாசமாகும்.

(66) லக்கினத்திற்குக் கேந்திர திரிகோண பாவங்களில் எத்தனை கிரகங்கள் இருக்கின்றனவோ அத்தனை நல்ல வீடுகள் ஜாதகனுக்கு உண்டு.

(67) 4-வது பாவாதிபதி 12-வது பாவத்திலிருந்தால் ஜாதகனுக்கு ஜீர்ணமாயுள்ள (அதாவது பாழடைந்த) வீடு உண்டு. 4-வது பாவாதிபதி கேந்திர கோண பாவத்திலிருந்தால் ஜாதகனுக்குப் பல வர்ணமுள்ள விசித்திரமான அழகிய வீடு உண்டு.

(68) 4-வது பாவாதிபதி வலுவாயிருந்து, 3-வது பாவத்தில் ஒரு சுபக்கிரகமிருந்தாலும், 4-வது பாவாதிபதி கோபுராம்சம் முதலிய சுப வர்க்கத்திலிருந்தாலும் ஜாதகனுக்கு நல்ல வீடு உண்டு.

(69) 4-வது பாவத்தில் 10-வது பாவாதிபதி பாபக் கிரகத்துடன் கூடியிருந்தால் ஜாதகனுக்குப் பூமியும் வேலையாட்களும் கிடையாது. 10-வது பாவாதிபதி 4-வது பாவத்தில் பாப நவாம்சையிலிருந்து மிருத்தியுகர முதலிய பாப சஷ்டியாம்சத்திலிருந்து 8-வது பாவாதிபதியுடன் சம்பந்தப் பட்டிருந்தால் ஜாதகனுக்கு பூமியும் வேலையாட்களுங் கிடையாது.

(70) 4-வது பாவாதிபதியும் லக்கின பாவாதிபதியும் வலுவாயிருந்து 3-வது பாவத்தில் ஒரு சுபக்கிரகமிருந்தால் ஜாதகனுக்கு நான்கு பக்கமும் பிரகாரமுள்ள மாளிகையுண்டு.

(71) 4-வது பாவாதிபதி பாராவதாம்சத்திலிருந்தாலும், அல்லது கோபுராம்சத்திலிருந்து குரு சந்திரனால் பார்க்கப்பட்டாலும் ஜாதகனுக்கு தெய்வீகமான மாளிகையுண்டு.

(72) 5-வது பாவாதிபதி வலுவாய் இருந்து, லக்கின பாவாதிபதி, 4-வது பாவாதிபதி, சந்திரன், இவர்கள் பலவீனமாயிருந்தால் ஜாதகனுடைய மாதா அடுத்த கர்ப்ப காலத்தில் மரணமாவாள்.

(73) சந்திரனிருக்கும் ராசி நவாம்சராசி இவ்விரண்டு ராசிகளில் எந்த ராசி வலுவாயிருக்கின்றதோ அந்த ராசிக்குத் திரிகோண ராசியில் கோட்சாரத்தில் சூரியன் சஞ்சாரஞ் செய்யும் போது ஜாதகனுடைய மாதா மரணமடைவாள்.

(74) சூரியன் இருக்கும் நவாம்சை ராசியாதிபதி இருக்கும் நவாம்சை ராசியில் சந்திரன் கோட்சாரத்தில் சஞ்சாரஞ் செய்யும் போது ஜாதகனுடைய மாதா மரணமடைவாள்.

(75) சந்திரன் சரராசியில் கேந்திர பாவத்திலிருந்தால் ஜாதகன் தன் மாதாவின் தேகத்தைத் தானே தகனம் செய்யமாட்டான்.

(76) 4–வது பாவாதிபதி பூமிக்குக்கீழே இருந்தால் ஜாதகன் தன் தாயினுடைய முகத்தைத் தன் தாயினுடைய மரணகாலத்தில் தரிசனம் செய்யமாட்டான்.

101. ஐந்தாவது பாவம்

லக்கினத்திற்கு:

(1) 5–வது பாவாதிபதி 6, 8, 12–வது பாவத்திலிருந்தால் ஜாதகனுக்குப் புத்திரனில்லை. 1, 4, 5, 7, 9, 10–வது பாவத்திலிருந்தால் சந்ததியுண்டு.

(2) 5–வது பாவாதிபதி குருயிருந்து, சுபர் வீட்டில் சூரியன் இருந்தால் ஜாதகனுக்கச் சத்புத்திரன் உதிப்பான். 1, 4, 5, 7, 9, 10–வது பாவத்தில் ஒரு சுபர் இருந்தால் ஒரே புத்திரனுதிப்பான்.

(3) 5–வது பாவாதிபதி பாபருடன் கூடி பலவீனனாய் 7–வது பாவத்தில் இருந்தால் ஜாதகன் மலடன்.

(4) 5–வது பாவாதிபதி 6–வது பாவத்தில் நீசமாயிருந்தால் ஜாதகன் மலடன்.

(5) 5–வது பாவாதிபதி 6–வது பாவத்திலும் லக்கின பாவாதிபன் செவ்வாய் வீட்டிலுமிருந்தால் ஜாதகனுக்கு முதல் குழந்தை இறக்கும்.

(6) 5–வது பாவாதிபதி நீசனாய் 6, 8, 12–வது பாவத்தில் இருந்தால் ஜாதகனுடைய மனைவி மலடியாவாள்.

(7) 5–வது பாவத்தில் கேதுவும் புதனும் இருந்தால் ஜாதகனுடைய மனைவி மலடியாவாள்.

(8) 5–வது பாவாதிபதி நீசத்திலிருந்து 5–வது பாவத்தைப் பார்க்காமலிருந்து, 5–வது பாவத்தில் புதனும் சனியும் இருந்தால் ஜாதகனுடைய மனைவி மலடியாவாள்.

(9) 5–வது பாவாதிபதி நீசத்திலிருந்து 9–வது பாவாதிபதி லக்கின பாவத்திலிருந்தால் புத்திர தோஷமுண்டு. சாந்தி செய்யக் கஷ்டத்தால் புத்திரனுண்டாகும்.

லக்கினத்திற்கு:

(10) 5–வது பாவத்தில் புதனும் கேதுவும் இருந்து 9–வது பாவாதிபதி லக்கின பாவத்திலிருந்தால் ஜாதகனுக்குப் புத்திர தோஷமுண்டு. சாந்தி செய்யக் கஷ்டத்துடன் பிள்ளை பிறக்கும்.

(11) 5–வது பாவாதிபதி 6, 8, 12–வது பாவத்திலிருந்தாலும் நீச னாகினாலும், சத்துரு வீட்டிலிருந்தாலும், ஜாதகனுக்குக் கஷ்டத்தால் சந்ததி உண்டு.

(12) 5–வது பாவம் புதன் வீடு, அல்லது சனி வீடாகி, 5–வது பாவத் தில் சனி அல்லது குளிகன் இருந்தாலும் அல்லது 5–வது பாவத்தைச் சனி பார்த்தாலும் ஜாதகனுக்குத் தத்து புத்திரயோகமுண்டு.

(13) 5–வது பாவத்தில் புதன், குரு, சுக்கிரன், 5–வது பாவாதிபதி இவர்கள் பலவந்தர்களாயிருந்து, சூரியனுடன் கூடியாவது அல்லது சூரியனால் பார்க்கப்பட்டாவதிருந்தால் ஜாதகனுக்கு அநேக சத் புத்தி ரர்களுண்டு.

(14) 5–வது பாவாதிபதி சந்திரனுடன் கூடியிருந்தாலும் 3–வது பாவத்தில் இருந்தாலும் ஜாதகனுக்குப் பெண் சந்ததி உண்டாகும்.

(15) 5–வது பாவாதிபதி உச்சமாயிருந்தால் புத்திர பாக்கியமுண்டு.

(16) 5–வது பாவாதிபதி லக்கினத்திலிருந்து 2, 5, 9–வது பாவத்தி லிருந்து குருவுடன் கூடியிருந்தாலும் அல்லது குருவால் பார்க்கப்பட் டாலும் புத்திர பாக்கியமுண்டு.

(17) 5–வது பாவத்தில் குரு இருந்து 5–வது பாவாதிபதி சுக்கிரனுடன் கூடியிருந்தால் ஜாதகனுக்கு 32 அல்லது 33–வது வயதில் புத்திர னுண்டாகும்.

(18) 5–வது பாவாதிபதி கேந்திர பாவத்திலிருந்து 5–வது காரகனுடன் கூடியிருந்தால் 30 அல்லது 36 வயதில் புத்திரனுண்டாகும்.

(19) லக்கின பாவத்திலிருந்து 9–வது பாவத்தில் குரு இருந்து குருவுக்கு 9–வது பாவத்தில் சுக்கிரனிருந்து, லக்கின பாவாதிபதி சுக் கிரனுடன் கூடி இருக்கில் ஜாதகனுக்கு 40 வயதில் புத்திரனுண்டாகும்.

(20) 5–வது பாவத்தில் ராகு இருந்து, 5–வது பாவாதிபதி பாபருடன் கூடியிருந்து, குரு நீசராசியிலிருந்தால் ஜாதகனுக்கு 32–வது வயதில் ஜாதகனுடைய புத்திரன் மரணமடைவான்.

(21) 5–வது பாவத்தில் பாபரிருந்தாலும் குருவிற்கு 5–வது பாவத்தில் பாபரிருந்தாலும் ஜாதகனுக்கு 26, 33, 40–வது வயதில் தன்னுடைய புத்திர நாசம் நேரிடும்.

(22) லக்கின பாவத்தில் குளிகனிருந்தாலும், லக்கின பாவாதிபன் நீச வீட்டிலிருந்தாலும் ஜாதகனுக்கு 56–வது வயதில் புத்திர சோக முண்டு.

(23) 5–வது பாவாதிபதி பரம உச்சத்தில் லக்கின பாவாதிபதியுடன் கூடியும் குரு சுபருடன் கூடியும் இருந்து, 4–வது, 6–வது பாவங்களில் பாபரிருந்தால் ஜாதகனுக்கு புத்திரர்களுண்டு.

(24) குரு பரம உச்சத்திலிருந்து, 2–வது பாவாதிபதி ராகுவுடன் கூடி யிருந்து பாக்கியாதிபன் பாக்கியத்திலிருந்தால் ஜாதகனுக்கு ஒன்பது புத்திரர்களுண்டு.

(25) 5–வது பாவத்திற்குப் பாக்கியத்தில் குரு இருந்து, 3–வது பாவாதிபதி பலவானாயிருந்து, 2–வது பாவாதிபதி 10–வது பாவத்திலி ருந்தால் ஜாதகனுக்கு எட்டு புத்திரர்களுண்டு.

(26) 5–வது பாவத்திற்கு 5–வது பாவத்தில் அதாவது லக்கினத்திற்கு 9–வது பாவத்தில் சனி இருந்து அந்த 9–வது பாவாதிபதி 5–வது பாவத்திலிருந்தால் ஜாதகனுக்கு ஏழு புத்திரர்களுண்டு. இரண்டு கர்ப்பம் இரட்டைப் பிறவியாய்ப் பிறக்கும்.

(27) 5–வது பாவாதிபதி 5–வது பாவத்தில் 2–வது பாவாதிபதி யுடனிருந்தால் ஜாதகனுக்கு ஆறு புத்திரர்கள் பிறக்கும், அவைகளில் மூன்று புத்திரர்கள் இறப்பார்கள்.

(28) 5–வது பாவத்தில் குரு இருந்து குருவுக்கு ஐந்தாவது பாவத்தில் சனி இருந்து சனிக்கு 5–வது பாவத்தில் இராகு இருந்தால் ஜாதக னுக்கு ஒரே புத்திரனுண்டு.

(29) 5–வது பாவத்தில் பாபர்களிருந்து குருவுக்கு ஐந்தாவது பாவத்தில் சனி இருந்தால் ஜாதகனுக்கு வேறு ஸ்த்ரீயுடன் புத்திரப் பேறுண்டு. ஜாதகனுக்கு மூன்று மனைவிகளுண்டு.

(30) 5–வது பாவத்தில் பாபர் இருந்து குருவுக்கு ஐந்தாவது பாவத்தில் சனி இருந்து 5–வது பாவத்தில் செவ்வாய் இருந்து லக்கின பாவாதிபதி இரண்டாவது பாவத்திலிருந்தால் ஜாதகனுக்குப் பிள்ளை கள் பிறந்து பிறந்து மரிக்கும். ஜாதகன் தீர்க்காயுளுடையவன்.

(31) 5–வது பாவாதிபதி ஐந்தாவது பாவத்திலிருந்தால் ஜாதகனுக் குப் புத்திரன் ஜீவித்திருக்கமாட்டான். ஜாதகன் க்ஷணநேரம் கோபமுடை யவன், கடுமையாய்ப் பேசுபவன், தர்மவான், புத்திசாலி.

(32) 5–வது பாவாதிபதி, 6–வது, 12–வது பாவத்திலிருக்கில் ஜாதக னுக்குத் தன்னுடைய புத்திரன் சத்துருவாவான்.

லக்கினத்திற்கு :

(33) 5–வது பாவாதிபதியாவது அல்லது 9–வது பாவாதிபதியாவது லக்கின பாவத்திலிருந்து 7–வது பாவத்திலாவது அல்லது இரட்டை ராசியிலாவது இருந்து, சந்திரன் சுக்கிரனுடன் கூடியாவது அல்லது சுக்கிரனால் பார்க்கப்பட்டாவது இருந்தால் ஜாதகனுக்கு அநேக பெண்கள் பிறக்கும். இவர்கள் புருஷ வர்க்கத்தில் புருஷ கிரகத்தால் பார்க்கப்பட்டாவது அல்லது ஆண் கிரகத்தால் பார்க்கப்பட்டாவது இருந்தால் ஜாதகனுக்கு அதிக புத்திரர்கள் பிறக்கும். லக்கின பாவத்திற்கு 5–வது பாவத்தைக் கொண்டும் குருவைக் கொண்டும் புத்திரபாக்கியம் அறிய வேண்டும்.

(34) லக்கினத்திற்கு 5–வது பாவம் சந்திரன் அல்லது சுக்ரனுடைய வர்க்கமாகி, சந்திரனாவது அல்லது சுக்கிரனாவது 5–வது பாவத்தில் இருந்தாலும் அல்லது 5–வது பாவத்தைப் பார்த்தாலும் அப்போது 5–வது பாவத்தில் பாபக்கிரகமில்லாமலிருந்தால் ஜாதகனுக்கு அநேக குழந்தைகளுண்டு.

(35) 5–வது பாவத்தைச் சனி, செவ்வாய் பார்த்தால் ஜாதகன் புத்திர ஈனனாவான்.

(36) 5–வது பாவத்திலிருந்து 7–வது பாவம் சுபருடைய ராசி அல்லது அம்சமானால் ஜாதகனுக்கு பௌத்திரன் (பேரன்) பிறப்பான்.

(37) 5–வது பாவத்திற்கு 7–வது பாவாதிபதி சுபக்கிரகத்துடன் சேர்ந்தாவது அல்லது சுபக்கிரகத்தால் பார்க்கப்பட்டாவது இருந்து திரிகோணத்திலாவது கேந்திரத்திலாவது இருந்தால் ஜாதகனுக்குப் பௌத்திரன் (பேரன்) பிறப்பான்.

(38) 5–வது பாவாதிபதி சுப க்ஷேத்திரத்திலிருந்தால் ஜாதகனுக்கு அநேக குழந்தைகள் இருக்காது.

(39) 5–வது பாவாதிபதி இருக்கும் அம்சாதிபதி தன் நவாம்சையிலேயே இருந்தால் ஜாதகனுக்கு ஒரே புத்திரனுண்டு.

(40) 5–வது பாவத்தில் 7–வது பாவாதிபதி இருந்தால் ஜாதகனுக்கு குழந்தைகளாவது அல்லது மனைவியாவது இல்லை.

(41) 5–வது பாவத்திலிருந்து 6–வது, 8–வது, 12–வது பாவங்களில் பாபக்கிரகங்கள் இருந்தால் ஜாதகனுடைய குடும்பம் க்ஷீணித்துப் போய்விடும்.

(42) 5–வது பாவத்தில் இராகு இருந்து அந்தப் பாவாதிபன் துஸ்தானங்களாகிய 6–வது, 8–வது, 12–வது பாவங்களில் இருந்தால் ஜாதகனுடைய புத்திரர்கள் இறப்பார்கள்.

(43) 5–வது பாவாதிபதி லக்கின பாவத்திலிருந்து லக்கின பாவாதிபதி 5–வது பாவத்திலிருந்தால் ஜாதகனுக்குத் தத்துப் புத்திரனுண்டு.

(44) 5–வது பாவாதிபதியும், லக்கின பாவாதிபதியும் துஸ்தானத்தில் (அதாவது 6, 8, 12–வது பாவத்தில்) இருந்து சுபக்கிரகத்தால் பார்க்கப்பட்டால் ஜாதகனுக்கு ஒரு தத்துப்புத்திரன் உண்டு.

(45) 5–வது பாவாதிபதி சுபருடன் கூடி சுபராசியிலுள்ள கேந்திர திரிகோண பாவத்திலிருந்தால் ஜாதகனுக்குப் பால்யத்திலேயே புத்திரன் பிறப்பான்.

(46) 5–வது பாவாதிபதி இராகுவுடன் சேர்ந்திருந்தால் 5–வது பாவாதிபதியின் புத்தியில் பிறக்கும் பிள்ளை அற்பாயுளுடையவனாகவும், இராகுவின் புத்தியில் பிறக்கும் பிள்ளை தீர்க்காயுளுடையவனாகவும் இருப்பார்கள்.

(47) 5–வது பாவாதிபதியும் 2–வது பாவாதிபதியும் பலவீனர்களாயிருந்து 5–வது பாவத்தைப் பாபிகள் பார்த்தால் ஜாதகன் அநேக களத்திரங்களை விவாகம் செய்தாலும் கூட அவனுக்குச் சந்ததி கிடையாது. ஆனல் அவனுடைய மனைவி புத்திர யோகமுடையவளாய்ப் பிறந்திருந்தால் (அதாவது அவள் ஜாதகப்பிரகாரம் அவளுக்குப் புத்திர பாக்கியமிருந்தால்) ஜாதகனுடைய ஜாதகத்தில் 5–வது பாவத்தைப் புதனாவது அல்லது 5–வது பாவத்திற்கு 6–வது பாவாதிபதியாவது பார்த்தால் அவன் மனைவி கள்ள புருஷனால் புத்திரனைப் பெறுவாள்.

(48) 5–வது பாவம் அல்லது 5–வது பாவாதிபதி அல்லது குரு இவைகளுடன் சுபர் கூடினாலும் அல்லது இவைகளைச் சுபர் பார்த்தாலும் ஜாதகனுக்குச் சந்தேகமில்லாமல் புத்திரனுண்டு.

(49) 5–வது பாவத்தில் லக்கின பாவாதிபதி இருந்து 5–வது பாவாதிபதி வலிவாயிருந்து குருவும் வலுவாயிருந்தால் ஜாதகனுக்குச் சந்தேகமில்லாமல் புத்திரனுண்டு.

(50) 5–வது பாவத்தில் குரு பூர்ண பலத்துடனிருந்து, குரு லக்கின பாவாதிபதியினால் பார்க்கப்பட்டால் ஜாதகனுக்குச் சந்தேகமில்லாமல் புத்திரனுண்டு.

(51) 5–வது பாவாதிபதியும் குருவும் வைசேஷிகாம்சத்திலிருந்து 5–வது பாவத்தை 9–வது பாவாதிபதி பார்த்தால் ஜாதகனுக்குப் புத்திரனுண்டு.

(52) 10–வது பாவத்தில் சந்திரனும், 7–வது பாவத்தில் சுக்கிரனும், 4–வது பாவத்தில் பாபிகளும் இருந்தால் ஜாதகனுடைய வம்சம் சந்தேகமில்லாமல் தன்னுடன் அற்றுப் போகும்.

(53) 5-வது பாவாதிபதி பாபிகளுடன் கூடியாகிலும் அல்லது பாபிகளாலும் அல்லது அஸ்தங்கதமடைந்த கிரகங்களாலும் பார்க்கப்பட்டு லக்கின பாவாதிபதி 6-வது அல்லது 8-வது பாவத்திலிருந்தால் ஜாதகனுக்குப் புத்திர நாசமுண்டு.

(54) 1-வது, 7-வது, 9-வது, 12-வது பாவத்தில் பாபிகளிருந்து இவர்கள் பாபவர்க்கத்தில் இருந்தால் ஜாதகனுடைய வம்சம் நாசமடையும்.

(55) 5-வது, 1-வது, 7-வது பாவாதிபதிகள், குரு இவர்கள் எல்லோரும் பலவீனமாயிருந்தால் ஜாதகனுக்குச் சந்ததி கிடையாது.

(56) 5-வது பாவத்தில் பாபக்கிரகமிருந்து, 5-வது பாவாதிபதி நீசமடைந்து சுபரால் பார்க்கப் படாமலிருந்தால் ஜாதகனுக்குச் சந்ததி கிடையாது.

(57) லக்கினத்திலிருந்து, சந்திரனிலிருந்து, குருவிலிருந்து, 5-வது பாவங்களில் பாபிகள் இருந்து, இந்தப் பாவங்களில் சுபர் இல்லாமல் இருந்தாலும் அல்லது இந்தப் பாவங்களைச் சுபர் பார்க்காமலிருந்தாலும் ஜாதகனுக்குச் சந்ததி கிடையாது.

(58) லக்கினத்திலிருந்து 5-வது பாவத்தில் ஒரு பாபி இருந்து 5-வது பாவாதிபதி இரண்டு பாபிகளின் மத்தியிலிருந்து சுபரால் பார்க்கப்படாமலும் அல்லது சம்பந்தப்படாமலிருந்தால் ஜாதகனுக்குச் சந்ததி கிடையாது.

(59) லக்கினத்திலிருந்து 5-வது பாவாதிபதி பலவீனமாயிருந்து குரு இரண்டு பாபிகளின் மத்தியிலிருந்து 5-வது பாவாதிபதி சுபரால் பார்க்கப்படாமலும் அல்லது சம்பந்தப்படாமலுமிருந்தால் ஜாதகனுக்குச் சந்ததி கிடையாது.

(60) லக்கினத்திலிருந்து 5-வது பாவத்தின் இராசியாதிபதி புதன் அல்லது சனி ஆகி, 5-வது பாவத்தில் குளிகன் அல்லது சனி இருந்தாலும் அல்லது 5-வது பாவத்தைக் குளிகன் அல்லது சனி பார்த்தாலும் ஜாதகனுக்குத் தத்துப்புத்திரன் அல்லது இதர வழியால் புத்திரனுண்டு.

(61) லக்கினத்திலிருந்து 5-வது பாவத்தின் ராசி மீனமாயிருந்து 5-வது பாவத்தில் குரு இருந்தால் ஜாதகன் அற்ப சந்ததி யுடையவன்.

(62) லக்கினத்திலிருந்து 5-வது பாவத்தின் ராசி தனுசாகவிருந்து 5-வது பாவத்தில் குரு இருந்தால் ஜாதகனுக்குக் கஷ்டத்தால் சந்ததியுண்டாகும்.

(63) லக்கினத்திலிருந்து 5-வது பாவத்தின் ராசி கடகம் அல்லது கும்பமாகில் 5-வது பாவத்தில் குரு இருந்தால் ஜாதகனுக்குச் சந்ததி கிடையாது.

(64) லக்கினத்திலிருந்து 5-வது பாவாதிபதி 9-வது பாவத்திலிருந்து சந்திரன் பாபராசியிலிருந்து, லக்கின பாவாதிபதி திரிகோணத் திலிருந்தால் ஜாதகனுக்குத் தத்துப் புத்திரனுண்டு.

(65) லக்கினத்திலிருந்து 5-வது பாவாதிபதி 4-வது பாவத் திலிருந்தாலும் அல்லது சனியினுடைய நவாம்சையிலிருந்தாலும் அப்போது லக்கின ராசி இரட்டை ராசியாகில் ஜாதகனுக்குத் தத்துப் புத்திரனுண்டு.

(66) லக்கினத்திலிருந்து 5-வது பாவாதிபதி சூரியனுடன் கூடி புதன் நவாம்சையில் இரட்டை ராசியிலாகிலும் அல்லது சனி நவாம்சை யிலாகிலும் இருந்தால் ஜாதகனுக்குத் தத்துப் புத்திரனுண்டு.

(67) லக்கினத்திலிருந்து 5-வது பாவாதிபதி சனியினுடைய நவாம்சையிலிருந்து குருவும், சுக்கிரனும் சுவக்ஷேத்திரத்திலிருந்தால் ஜாதகனுக்கு முதலில் தத்துப் புத்திரனும் அதன் பிறகு தன் மனைவி யின் மூலமாய்ப் புத்திரனுமுண்டு.

(68) லக்கின பாவத்தில் செவ்வாய் இருந்து 4-வது, 8-வது பாவத்தில் சூரியன் இருந்து சுபரால் பார்க்கப்பட்டால் ஜாதகனுக்குக் காலாந் தரத்தில் (அதாவது விருத்தாப்பிய வயதில்) புத்திரனுண்டு.

(69) லக்கினத்திலிருந்து 5-வது பாவம் பலவீனமாயிருந்து லக்கினபாவத்தில் சனி இருந்து, குரு 8-வது பாவத்திலும், செவ்வாய் 12-வது பாவத்திலுமிருந்தால் ஜாதகனுக்குக் காலாந்தரத்தில் (அதாவது விருத்தாப்பிய வயதில்) புத்திரனுண்டு.

(70) லக்கினத்திலிருந்து 5-வது பாவத்தின் ஸ்புடம் இருக்கும் படியான இராசியில் 5-வது பாவத்திய ஸ்புடம் வரையிலும் செல்லான நவாம்சத் தொகையை அந்த 5-வது பாவத்தின் சுப திருஷ்டி பலம் எத்தனை ரூபமோ அத்தனை ரூபதொகையால் பெருக்க வருகின்ற தொகையில் முழு தொகை எவ்வளவோ அத்தனை சந்ததி ஜாதகனுக்கு உண்டு.

உதாரணமாக நாம் எடுத்துக்கொண்ட ஜாதகத்திற்கு லக்கினத்தி லிருந்து 5-வது பாவத்தின் ஸ்புடம் 305 பாகை-8 கலை ஆகும். இந்த 305 பாகை-8 கலை என்பது கும்ப ராசியில் இருக்கிறது. கும்பராசி என்பது 300 பாகை-0 கலை முதல் 330 பாகை-0 கலை வரையிலும்

வியாபித்திருக்கின்றது. ஆகையால் கும்பத்தில் செல்லான பாகை–கலை 305 பாகை–8 கலையிலிருந்து 300 பாகை–0 கலையைக் கழிக்க வருகின்ற 5 பாகை–8 கலையே ஆகும். இந்த 5 பாகை 8 கலையைக் கலையாக்க 308 கலையாகும். ஒரு நவாம்சத்திற்கு 3 பாகை–20 கலை அதாவது 200 கலை ஆகும். கும்பத்தில் சென்ற 308 கலையை ஒரு நவாம்சத்திற்க்குரிய 200 கலையால் வகுக்க வருகின்றதே கும்பத்தில் செல்லான நவாம்சம் ஆகும்.

இப்படிச்செய்ய $\frac{308}{200}$ நவாம்சம் ஆகும். நாம் உதாரணமாக எடுத்துக் கொண்ட ஜாதகத்திற்கு (என்னுடைய ஜாதக கணிதம் முதல் பாகம் **52–வது** பக்கத்திலுள்ள 38–வது கட்டத்தைப் பார்க்க) 5–வது பாவத்திற்குரிய சுபபலம் 235 ஆகும். இங்கு 235 என்பது ஒரு ரூபத்தை 100 சமபாகமாக அதாவது சதாம்சமாகப் பங்கிடுவோமானால் அப்படிப்பட்ட சதாம்ச பாகம் 235 என்று அர்த்தம். ஆகையால் 235 சதாம்ச பாகத்தை ரூபமாக ஆக்கவேண்டுமானால் 235–யை 100ஆல் வகுக்கவேணும்.

அப்படிச் செய்ய $\frac{235}{100}$ ரூபம் வரும். மேலேகணித்து வந்த செல்லான நவாம்ச தெசையாகிய $\frac{308}{200}$ யை 5–வது பாவத்தின் சுப திருஷ்டி பலத்தொகையாகிய $\frac{235}{100}$ ரூபத்தால் பெருக்கவும். அப்படிப் பெருக்க

$\frac{308}{200} \times \frac{235}{100}$ வரும். அதாவது $\frac{308 \times 235}{200 \times 100} = \frac{72,380}{20,000} = 3\frac{12,380}{20,000}$

வரும், இங்கு வந்த $3\frac{12,380}{20,000}$ என்ற தொகையில் முழு தொகை 3 ஆகும். ஆகையால் ஜாதகனுக்கு மூன்று சந்ததி உண்டு என்று ஏற்படுகிறது.

(71) லக்கினத்திலிருந்து 5–வது பாவத்தின் ஸ்புடம் இருக்கும்படி யான இராசியில் 5–வது பாவத்திய ஸ்புடம் வரையிலும் செல்லான நவாம்சதொகையை அந்த 5–வது பாவத்தின் பாபதிருஷ்டி பலம் (அசுப திருஷ்டி பலம்) எத்தனை ரூபமோ அத்தனை ரூபதொகையால் பெருக்க

ஜாதக பலாபலன் நிர்ணயம்

வருகின்ற தொகையில் முழு தொகை எவ்வளவோ அத்தனை சந்ததி ஜாதகனுக்கு நாசமாகும்.

உதாரணமாக நாம் எடுத்துக்கொண்ட ஜாதகத்திற்கு லக்கினத்தி லிருந்து 5-வது பாவத்தின் ஸ்புடம் 305 பாகை 8 கலை ஆகும். மேலே 71-வது அயிட்டத்தில் கண்டபடி கும்பத்தில் செல்லான நவாம்ச தொகை $\frac{308}{200}$ வரும். நாம் உதாரணமாக எடுத்துக்கொண்ட ஜாதகத்திற்கு (என்னுடைய ஜாதக கணிதம் முதல் பாகம் 52-வது பக்கத்திலுள்ள 38-வது கட்டத்தைப் பார்க்க) 5-வது பாவத்துக்குரிய பாப பலம் (அசுப பலம்) 192 ஆகும். இங்கு 192 என்பது முன்போலவே ஒரு ரூபத்தை 100 சமபாகமாக, அதாவது சதாம்ச பாகப்பங்கிடுவோமானால் அப்படிப்பட்ட சதாம்ச பாகம் 192 என்று அர்த்தம். ஆகையால் 192 சதாம்ச பாகத்தை ரூபமாக ஆக்க வேண்டுமானால் 192 யை 100 ஆல் வகுக்க வேணும். அப்படிச் செய்ய $\frac{192}{100}$ ரூபம் வரும்.

மேலே கணித்து வந்த செல்லான நவாம்ச தெசையாகிய $\frac{308}{200}$ யை 5-வது பாவத்தின் பாபதிருஷ்டி பலத்தெசையாகிய $\frac{192}{100}$ ரூபத்தால் பெருக்கவும். அப்படிப் பெருக்க $\frac{308}{200} \times \frac{192}{100}$ வரும். அதாவது

$$\frac{308}{200} \times \frac{192}{100} = \frac{59{,}136}{20{,}000} = 2\frac{19{,}136}{20{,}000}. \text{ இங்கு வந்த } 2\frac{19{,}136}{20{,}000}$$

என்ற தொகையில் முழுத்தொகை 2 ஆகும். ஆகையால் ஜாதகருக்கு 2-சந்ததி நாசம் என்று ஏற்படுகிறது.

குறிப்பு: அயிட்டம் 70, 71 பிரகாரம் ஜாதகருக்கு மூன்று சந்ததி இருக்கும் என்றும் இரண்டு சந்ததி நாசமடையும் என்றும் ஏற்படுகிறது. அதாவது மொத்தம் ஐந்து சந்ததி ஏற்பட்டு இரண்டு சந்ததி நாச மடைந்து, மீதி மூன்று சந்ததி இருக்கும் என்று அறியவும்.

(72) லக்கினத்திலிருந்தும் சந்திரனிலிருந்தும் குருவிலிருந்தும் கணக்கிட வருகின்ற 5-வது, 9-வது பாவங்களின் அதிபதிகளின் தெசா புக்தி காலங்களில் ஜாதகனுக்குச் சந்ததி உண்டாகும். லக்கினத்தி லிருந்து 5-வது பாவாதிபதி, 7-வது பாவாதிபதி, இவர்களுடன் கூடியும்

அல்லது இவைகளைப் பார்த்தும் இருக்கின்ற கிரகங்களின் தெசாபுக்தி காலங்களில் ஜாதகனுக்குச் சந்ததி உண்டாகும். லக்கினத்திலிருந்து 5–வது பாவாதிபதியினுடைய ஸ்புடத்தையும், 7–வது பாவாதிபதியினுடைய ஸ்புடத்தையுங் கூட்டவருகின்ற ஸ்புடத்திற்குரிய நட்சத்திரத்திற்குரிய தெசையில் ஜாதகனுக்குச் சந்ததி உண்டு.

(உதாரணமாக நாம் எடுத்துக்கொண்ட உதாரண ஜாதகத்திற்கு 5–வது பாவாதிபதியாகிய சனியினுடைய ஸ்புடமாகிய பாகை 230–27 கலையை 7–வது பாவாதிபதியாகிய செவ்வாயினுடைய ஸ்புடமாகிய 206 பாகை 30 கலையுடன் கூட்ட பாகை 436–57 கலை ஆகும். அதாவது ஒரு மண்டலமாகிய 360 பாகையைக் கழிக்கப் பாகை 76–57 கலையாகும். இந்தப் பாகை 76–57 கலைக்கு உரிய நட்சத்திரம் (என் ஜாதக கணிதத்தின் 11–வது வாக்கியம் பிரகாரம்) திருவாதிரை நட்சத்திரமாகும். இந்த திருவாதிரை நட்சத்திரத்திற்குரிய தெசை இராகு தெசையாகும். ஆகையால் ஜாதகனுக்கு இராகுதெசையில் சந்ததி உண்டாகும் என்று அறியவும்.

(73) லக்கினத்திலிருந்து 5–வது பாவாதிபதியின் ஸ்புடத்தையும் லக்கின பாவாதிபதியின் ஸ்புடத்தையும் கூட்ட வருகின்ற ராசி அம்சம் இவைகளிலும், இவைகளுக்குத் திரிகோணராசி அம்சங்களிலும் குரு கோட்சார ரீதியாய் சஞ்சாரஞ் செய்யும்போது ஜாதகனுக்குப் புத்திரன் பிறப்பான்.

உதாரணம்:–	பாகை	கலை
5–வது பாவாதிபதி	230	27
லக்கின பாவாதிபதி	204	32
கூட்ட	434	59
ஒருமண்டலம்	360	00
கழிக்க	74	59

உதாரணம் : நாம் எடுத்துக் கொண்ட உதாரண ஜாதகத்திற்கு 5–வது பாவாதிபதி சனி. சனியின் ஸ்புடம் பாகை 230–27 கலை. லக்கின பாவாதிபதி சுக்கிரன். சுக்கிரனின் ஸ்புடம் பாகை 204–32 கலை. இந்த இரண்டு ஸ்புடங்களையும் கூட்டப் பாகை 434–59 கலை. அதாவது பாகை 74–59 கலை வரும். பாகை 74–59 கலைக்கு மிதுன ராசியும் கும்ப நவாம்சமும் ஆகும். (என் ஜாதக கணிதத்தில் 11–வது வாக்கியத்தைப்

பார்க்கவும்.) ஆகையால் கோட்சாரத்தில் குரு மிதுன ராசியும் அதற்குத் திரிகோண ராசிகளாகிய துலாம், கும்பம், இந்த மூன்று ராசிகளிலும் சஞ்சரிக்கும்போது ஜாதகனுக்குப் புத்திர ஜெனனமுண்டு. மேலும் நவாம்சையில் குரு கோட்சாரத்தில் கும்பத்திலும் அதற்குத் திரிகோண நவாம்சங்களாகிய மிதுனம், துலாம் இவைகளாகிய இந்த மூன்று நவாம்சைகளிலும் சஞ்சாரஞ் செய்யும் போது ஜாதகனுக்குப் புத்திர ஜெனனமுண்டு.

குறிப்பு: புத்திரயோகம் இருக்கின்ற ஜாதகத்திற்கு மாத்திரம் இந்த கணிதம் பலிக்கும். புத்திரயோகமில்லாமல் புத்திர பாக்கியம் அற்பமாய் இருக்கின்ற ஜாதகத்திற்கு இந்தக் கணிதம் சரியாய் வராமல் தவறிப் போய்விடும். ஏனென்றால் ஐந்து வருஷத்திற்கு மேற்படாமலுள்ள காலத்திற்கு ஒரு தரம் குரு மேற்சொல்லிய இராசி நவாம்சங்களில் வரக்கூடும். ஆகையால் ஐந்து வருஷத்திற்கு மேற்படாத காலத்திற்கு ஒரு தரம் புத்திரனுக்குங் காலம் மேற்கண்ட கணிதப்படி வந்து சம்பவிக்கக்கூடும். புத்திர தோஷமுள்ள ஜாதகனுக்குப் புத்திரன் பிறக்காமலேயே இருப்பதையும், அநேக பல வருஷங்கள் பொறுத்து பிறப்பதையும் நாம் அறிந்திருக்கிறோம். ஆகையால் புத்திரதோஷம் அதிகமாய் உள்ள ஜாதகங்களுக்கு மேற்கண்ட கணிதம் சரியாய் வராது. ஆகையால் அப்படிப்பட்ட புத்திரதோஷமுள்ள ஜாதகங்களுக்கு ஜாதகத்தில் கிரகங்களில் நிலையை அனுசரித்து 72-வது அயிட்டத்தில் சொல்லிய பிரகாரம் புத்திரன் ஜெனிக்கக் கூடிய தெசா புக்திகளைத் தோராயமாய் நிர்ணயித்த அக்காலத்தில் மேற்சொல்லிய கணிதரீதியாய் இராசி அம்சங்களில் கோட்சாரத்தில் குரு வருகின்றதா என்று பார்த்து, இரண்டு விதத்திலும் சரி தட்டி வருகின்ற காலம் இருக்கவேணும்; மேற்சொல்லிய கணிதரீதியாயும் பார்க்கப் புத்திரன் பிறக்கும் தருண முள்ள காலமாயும் இருக்கவேண்டும். இவ்விதமாக இரண்டு விதத்தி லும் ஒற்று வருகின்ற காலத்தில் தான் புத்திரன் பிறக்கும் என்று நிர்ணயிக்க வேண்டும். இவ்விதமாகவே சகோதர உற்பத்தியாகும் காலமும், சகோதரம் நாசமடையும் காலமும், மனைவி வந்து நேரிடும் காலமும், மனைவி நாசமடையும் காலமும் அந்த பாவகணிதத்தில் சொல்லிய கணிதம் பிரகாரம் அறிந்து கொள்ளவேண்டியது.

(74) சூரியன், சந்திரன், குரு இவர்களுடைய ஸ்புடங்களை கூட்ட வருகின்ற ஸ்புடத்திற்குரிய ராசியில் செல்லான நவாம்சம் எத்தனையோ அத்தனை சந்ததிகள் ஜாதகனுக்கு உண்டு. இது ஒரு வழி என்று அறியவும்.

உதாரணம்: நாம் எடுத்துக் கொண்ட ஜாதகத்துக்கு சூரியனுடைய ஸ்புடம் பாகை 167–2 கலையும், சந்திரனுடைய ஸ்புடம் பாகை 118–10 கலையும், குருவினுடைய ஸ்புடம் பாகை 28–17 கலையும் ஆகும். இந்த மூன்று ஸ்புடங்களையும் கூட்ட பாகை 313–29 கலையும் ஆகும். இந்த பாகை 313–29 கலைக்கு (என் ஜாதக கணிதத்தில் 11–வது வாக்கியம் பிரகாரம்.) கும்பராசியில் கும்ப நவாம்சம் ஆகும். கும்ப ராசியில் கும்ப நவாம்சம் என்பது (மேற்சொல்லிய ம1–வது வாக்கியம் பிரகாரம்) கும்பராசியில் ஐந்தாவது நவாம்சமாகும். ஆகையால் ஜாதகனுக்கு ஐந்து சந்ததி உண்டு.

குறிப்பு: இந்தக் கணிதம் பிரகாரம் ஒரு ராசியில் நவாம்சம் தான் இருப்பதால் 9–க்கு மேற்பட்ட சந்ததி உண்டாகாது என்று ஏற்படு கின்றது. ஆனால் நமது அனுபோகத்தில் சிலருக்கு 9–க்கு மேற்பட்ட சந்ததி இருப்பதால் இந்த வழி புத்திரயோகம் அதிகமாயுள்ள ஜாதகனுக்குப் பொருந்தாது.

(75) லக்கினத்திலிருந்து 5–வது, 9–வது, 4–வது பாவாதிபதிகளின் ஸ்புடங்களைக் கூட்டவருகின்ற ஸ்புடத்திற்குரிய ராசியில் செல்லான நவாம்சை எத்தனையோ அத்தனை சந்ததிகள் ஜாதகனுக்கு உண்டு, இது ஒரு வழி என்று அறியவும்.

(76) லக்கினத்திலிருந்து 5–வது, 9–வது, 4–வது பாவங்களில் இருக் கின்ற கிரகங்களின் ஸ்புடங்களை எல்லாம் சேர்த்துக் கூட்டவருகின்ற ஸ்புடத்திற்குரிய ராசியில் செல்லான நவாம்சம் எத்தனையோ அத்தனை சந்ததிகள் ஜாதகனுக்கு உண்டு, இது ஒரு வழி என்று அறியவும். 5–வது அல்லது 9–வது அல்லது 4–வது பாவத்தில் ஒரு கிரகம் கூட இல்லாமல் இருந்தால் இந்த வழியைக் கவனிக்க வேண்டாம்.

குறிப்பு: அயிட்டம் 74, 75, 76 இவைகளில் சொல்லிய பிரகாரம் சந்ததியின் தொகையைக் குறிக்கும் எண்கள் வெவ்வேறாக வந்தால் மூன்று எண்களையும் கூட்டி மூன்றால் வகுக்க வருகின்ற முழு எண்ணே சந்ததியைக் குறிக்கும் எண் என்று அறியவும்.

(77) லக்கினத்திலிருந்து 5–வது பாவாதிபதி, குரு, 5–வது பாவத்தைப் பார்க்கும் கிரகம், 5–வது பாவத்தில் இருக்கும் கிரகம், இவைகள் துஸ்தானங்களாகிய 6, 8, 12–வது பாவங்களில் இருந்தால் அல்லது 6, 8, 12–வது பாவாதிபதிகளானால் அல்லது பலவீனர்களாய் இருந்தால் அவர்களுடைய தெசாபுக்தி காலங்களில் ஜாதகனுக்குச் சந்ததி நஷ்டமடையும். இந்த கிரகங்கள் சுபர்களாகி வலுவாயிருந்தல் அவர் களுடைய தெசாபுக்தி அந்தரங்களில் ஜாதகனுக்குப் புத்திர பிராப்தியும், பிரபுக்கள் பிராப்தியும், சம்பத்தும் உண்டாகும்.

(78) லக்கினத்திலிருந்து 5–வது பாவாதிபதி, குரு, 5–வது பாவத்தைப் பார்க்குங் கிரகம், 5–வது பாவத்தில் இருக்கும் கிரகம் இவைகளின் ஸ்புடங்களை எல்லாம் ஒன்றாய்ச் சேர்த்து கூட்ட வருகின்ற ஸ்புடத்திற்குரிய இராசி நவாம்சைகளில் கோட்சார ரீதியாய் (1) குரு சஞ்சாரஞ் செய்யும் போது ஜாதகனுக்குச் சந்ததி உண்டாகும், (2) சனி சஞ்சாரஞ் செய்யும்போது ஜாதகனுடைய சந்ததி நாசமடையும்.

குறிப்பு: ராசியும் நவாம்சையும் ஸ்புட ரீதியாய் நிர்ணயிக்கும் வழி 73–வது அயிட்டத்தில் சொல்லிய வழியைப் போன்றது என்று அறியவும்.

(79) லக்கினத்திலிருந்து 5–வது, 10–வது பாவத்தில் செவ்வாய் இருந்தால் ஜாதகனுடைய அம்மான் நாசமடைவான், சூரியனிருந்தால் ஜாதகனுடைய பிதுர் நாசமடைவான், சனி இருந்தால் ஜாதகன் நாசமடைவான், சந்திரனிருந்தால் ஜாதகனுடைய மாதுர் நாசமடைவாள்.

(80) லக்கினத்திலிருந்து 5–வது பாவாதிபதி ஜெனன காலத்தில் பாதாளத்தில் இருந்தால் அதாவது ஆகாயத்தில் தெரியாமல் பூமிக்கு கீழே இருந்தால் ஜாதகன் தான் இறக்குந்தருணத்தில் புத்திரனைப் பார்க்கமாட்டான். அதாவது மரண காலத்தில் புத்திரன் அருகில் இருக்க மாட்டான். ஒரு கிரகத்தின் (இங்கு 5–வது பாவாதிபதியின்) ஸ்புடத்திலிருந்து லக்கின ஸ்புடத்தைக் கழிக்க வருவது 180 பாகைக்குள்ளிருந்தால் அந்தக் கிரகம் பூமிக்குக்கீழே இருக்கிறதென்றும், 180 பாகைக்கு மேற்பட்டிருந்தால் பூமிக்கு மேலே அதாவது ஆகாயத்தில் இருக்கிறதென்றும் கூடிய வரையிலும் சரியாய் அறிந்து கொள்ளலாம்.

(81) லக்கினத்திலிருந்து 5–வது பாவாதிபதி துஸ்தானங்களாகிய 6, 8, 12–வது பாவத்திலிருந்தாலும் அல்லது பூமிக்குக் கீழே இருந்தாலும் ஜாதகன் மந்தமான புத்தியுடையவன். இந்த 5–வது பாவாதிபதி கேந்திர திரிகோண பாவங்களில் புதன் அல்லது குருவுடன் சம்பந்தப்பட்டிருந்தால், ஜாதகன் புத்திமான், ஞானமும், யூகமும் உடையவன்.

(82) குரு தன் நவாம்சையிலிருந்து மிருது என்ற சுப சஷ்டியாம்சத்திலிருந்தாலும் அல்லது குரு கோபுராம்சம் முதலிய உயர்ந்த வைஸேஷிகாம்சங்களிலிருந்தாலும் அல்லது குரு சுப நவாம்சையிலிருந்து சுபரால் பார்க்கப்பட்டாலும் ஜாதகன் திரிகால ஞானியாவான்.

(83) லக்கினத்திலிருந்து 5–வது பாவத்திலும், 4–வது பாவத்திலும் பாபக்கிரகம் இருந்து, 5–வது பாவம் பாப சஷ்டியாம்சத்திலிருந்து சுபரால் பார்க்கப்படாமலும், அதில் சுபர் இல்லாமலுமிருந்தால் ஜாதகனுக்கு ஹிருதய ரோகமுண்டு.

(84) லக்கினத்திலிருந்து 5–வது பாவாதிபதி சுப நவாம்சத்தி லிருந்து செவ்வாய் கேந்திர பாவத்தில் சுபருடன் கூடி இருந்தால் ஜாதகன் எப்போதும் அன்னதானம் செய்யும் பரோபகாரியாவான்.

102. ஆறாவது பாவம்

லக்கினத்திலிருந்து:

(1) 6–வது பாவாதிபதி சத்துரு க்ஷேத்திரத்திலிருந்தால் ஜாதக னுடைய பங்காளி சத்துருவைப் போலிருப்பான்.

(2) 6–வது பாவாதிபதி 7–வது அல்லது 11–வது பாவத்திலிருந்தால் ஜாதகன் புகழுடையவன், தனவான், நற்குணவான், மானி, தைரிய முடையவன், புத்திரனற்றவன்.

(3) 6–வது பாவாதிபதி 8–வது, 12–வது பாவத்திலிருக்கில் ஜாதகன் நோயாளி, அறிவாளருக்குச் சத்துரு, அயலார் ஸ்தீரீகளை இச்சிப்பவன், ஜீவஹிம்சை செய்பவன்.

(4) 6–வது பாவாதிபதி 9–வது பாவத்திலிருந்தால் ஜாதகன் கட்டை, கல் இவைகளை விற்பவன். ஓரிடத்தில், விவகாரத்தில் கெடுதியும் மற்றோரிடத்தில் விருத்தியுமுண்டு.

(5) 6–வது பாவாதிபதி 10–வது, 2–வது பாவத்திலிருக்கில் ஜாதகன் தைரியவான், குலத்தில் பெயரெடுத்தவன், அன்னிய தேசத்தில் சுகமுடையவன், தன் காரியத்தில் முயற்சியுடையவன்.

(6) 6–வது பாவாதிபதி 3–வது, 4–வது பாவத்திலிருந்தால் ஜாதகன் கோபத்தால் கண் சிவந்தவன், நல்ல மனமுடையவன், வஞ்சகன், சபல சிந்தனையுடையவன், தனவான்.

(7) 6–வது பாவாதிபதி 5–வது பாவத்திலிருக்கில் ஜாதகன் நிலை யில்லாத தோழர், பணம் முதலியவை உடையவன், தயையுடையவன், சுகவான், அழகன், தன் காரியத்தில் வல்லவன், மஹான்.

(8) 6–வது பாவாதிபதி பாபியாயிருந்து 1–வது அல்லது 8–வது பாவத்திலிருந்தால், ஜாதகனுக்குச் சரீரத்தில் காயம், ருணம் முதலியவை உண்டாகும்.

(9) 6–வது பாவத்தில் பாபரிருந்து, 6–வது பாவாதிபதி பாபருடன் கூடி, ராகுவுடன் சனி கூடினால் ஜாதகன் எப்போதும் நோயாளி.

(10) 6–வது பாவத்தில் செவ்வாயிருந்து, 6–வது பாவாதிபதி 8–வது பாவத்தில் இருந்தால் ஜாதகனுக்கு 6–வது, 12–வது வயதில் ஜுர ரோகமுண்டு.

(11) 6–வது பாவத்தில் குரு இருந்து, 6–வது பாவாதிபதி சந்திரனுடன் கூடினால் ஜாதகனுக்கு 19–வது, 22–வது வயதில் குஷ்டரோகமுண்டு.

(12) 6–வது பாவத்தில் ராகு இருந்து, 6–வது பாவாதிபதி கேந்திர பாவத்தில் சனியுடன் கூடினாலும், லக்கின பாவாதிபதி 6–வது பாவத்தி லிருந்தாலும் ஜாதகனுக்கு 26–வது வயதில் க்ஷய ரோகமுண்டு.

(13) 6–வது பாவத்தில் 12–வது பாவாதிபதி இருந்து, 6–வது பாவாதிபதி 12–வது பாவத்திலிருந்தால் ஜாதகனுக்கு 29–வது, 30–வது வயதில் குன்ம நோயுண்டு.

(14) 6–வது பாவத்தில் சந்திரனும், சனியுமிருந்தால் ஜாதகனுக்கு 55–வது வயதில் ரத்த குஷ்ட நோயுண்டு.

(15) 6-வது பாவத்தில் 8-வது பாவாதிபதி இருந்து, 12–வது பாவா திபதி லக்கின பாவத்திலிருந்து, சந்திரன் 6–வது பாவாதிபதியுடன் கூடி இருந்தால் ஜாதகனுக்கு 8–வது வயதில் மிருகங்களால் ஆபத்துண்டு.

(16) 6–வது, 8–வது பாவத்தில் ராகு இருந்து, 1–வது, 3–வது பாவத் தில் சனி இருந்தால் ஜாதகனுக்கு 1–வது வயதில் அக்கினிபயமுண்டு, 3–வது வயதில் பக்ஷி தோஷமுண்டு.

(17) 6–வது, 8–வது பாவத்தில் சூரியனிருந்து, 5–வது, 7–வது பாவத் தில் சந்திரனிருந்தால் ஜாதகனுக்கு 5–வது, 9–வது வயதில் ஜல கண்ட முண்டு.

(18) 8–வது (எட்டாவது) பாவத்தில் சனி இருந்து, 9–வது, 10–வது பாவத்தில் குஜனிருந்தால் ஜாதகனுக்கு 8–வது, 9–வது வயதில் வைசூரி நோயுண்டு.

(19) 9–வது பாவாதிபன் இருக்கும் நவாம்ச ராசியில் இராகு இருந்து, அந்த நவாம்ச ராசி 8–வது பாவத்திற்குத் திரிகோண ராசியாகில் ஜாதகனுக்கு 18–வது, 22–வது வயதில் கிரந்தி, மேக நோயுண்டு.

(20) 6–வது பாவத்தில் 11–வது பாவாதிபதி இருந்து, 6–வது பாவாதிபதி 11–வது பாவத்திலிருந்தால் ஜாதகனுக்கு 1–வது, 41–வது வயதில் சத்துரு மூலம் தனவிரையமுண்டு.

(21) 6–வது பாவத்தில் 5–வது பாவாதிபதியும், 5–வது பாவாதிபதி குருவுடன் கூடி, 12–வது பாவாதிபதி லக்கின பாவத்திலிருந்தால் ஜாதகனுக்குத் தன் புத்திரன் சத்துரு ஆவான்.

(22) 6–வது பாவத்தில் லக்கின பாவாதிபதி இருந்து, 5–வது பாவத்தில் நவாம்சாதிபதி 6–வது பாவத்திலிருந்தால் ஜாதகனுக்கு 10–வது, 19–வது வயதில் ஆபத்து நேரிடும்.

லக்கினத்திலிருந்து:

(23) 6-வது பாவத்தில் குரு இருந்தால் ஜாதகன் தன் சத்துருக்களை ஜெயிப்பவன்.

(24) 6-வது பாவாதிபதியும், புதனும், இராகுவுடன் கூடி லக்கின பாவாதிபதியுடன் கூடினாலும் அல்லது அவரால் பார்க்கப்பட்டாலும் ஜாதகன் நபுஞ்சகனாவான்.

(25) 5-வது பாவத்தில் செவ்வாய் லக்கின பாவாதிபதியுடன் இருந்தால் ஜாதகனுடைய சிச்னத்தில் புண் உண்டாகி அதற்கு நோய் உண்டாகும்.

(26) 6-வது பாவத்தில் 7-வது பாவாதிபதி சுக்கிரனுடன் கூடி இருந்தால் ஜாதகன் தன் மனைவியிடத்தில் நபுஞ்சகனாவான்.

(27) 6-வது பாவத்தில் செவ்வாய் இருந்து சனியால் பார்க்கப்பட்டால் ஜாதகன் தன் சத்துருவினுடைய மனைவியுடன் சம்போகஞ் செய்வான்.

(28) 6-வது பாவத்தில் சுபர் இருந்தாலும் அல்லது 6-வது பாவத்தைச் சுபர் பார்த்தாலும் ஜாதகனுக்குச் சத்துரு பயமே கிடையாது.

(29) 6-வது பாவத்தில் பாபர் இருந்தாலும் அல்லது 6-வது பாவத்தைப் பாபர் பார்த்தாலும் சத்துருக்களால் பயமும், காயமும் உண்டாகும். புண் அடையாளம் உண்டாகும், அவமானமும் உண்டாகும்.

(30) 6-வது பாவத்தில் சூரியன் நீசஸ்தானத்திலும் அல்லது சத்துரு ஸ்தானத்திலும் இருந்து பலவீனமாகி லக்கின பாவாதிபதிக்கு விரோதியாகி இருந்தால் ஜாதகன் தன் பிதுருவர்க்கத்திற்கு விரோதியாக இருப்பவருடன் சேர்த்திருப்பான்.

(31) 6-வது பாவத்தில் சூரியன் தன் உச்ச ஸ்தானத்தில் அல்லது, தன் மித்துரு ஸ்தானத்தில் இருந்து, தன்னுடைய மித்துரு வர்க்கத்திலிருந்து, லக்கின பாவாதிபதிக்கு மித்துருவாயிருந்தால் ஜாதகன் அநேக தாயாதிகளுடையவனாயும், சத்துரு, விரணம் முதலியவை இல்லாதவனாயும் இருப்பான்.

(32) 6-வது பாவாதிபதி அல்லது 6-வது பாவத்திலிருக்குங் கிரகம் சத்துரு ஸ்தானத்திலும் அல்லது நீச ஸ்தானத்திலும் இருந்தாலும், அல்லது அஸ்தங்கதமடைந்திருந்தாலும் அல்லது வக்கிரகதி அடைந்திருந்தாலும் ஜாதகன் அநேக ஞாதி (தாயாதி) களுடையவனாயும், அநேக காயமுள்ள சரீரமுடையவனாகவும் இருப்பான்.

(33) 6-வது பாவத்தில் சூரியன் முதலிய நவக்கிரகங்களில் எந்தக் கிரகம் இருக்கின்றதோ, அந்தக் கிரககாரக வர்க்க சத்துருக்களால் ஜாதகனுக்கு எப்போதும் பீடையுண்டாகும். உதாரணமாக சூரியனாகில் பிதுர்வர்க்கத்தாராலும், சந்திரனாகில் மாதுர் வர்க்கத்தாராலும், செவ்

வாயாகில், சகோதர, சகோதரி வர்க்கத்தாராலும், புதனாகில் அம்மான் வர்க்கத்தாராலும், குருவாகில் புத்திர வர்க்கத்தாராலும், சுக்கிரனாகில் களத்திர வர்க்கத்தாராலும், சனியாகில் வேலையாட்களாலும், இராகு வாகில் பிதாமகி வர்க்கத்தாராலும், கேதுவாகில் மாதாமகி வர்க்கத் தாராலும் ஜாதகனுக்குப் பீடையுண்டாகும்.

(34) (1) 6–வது பாவாதிபதி, (2) 6–வது பாவத்திலிருக்குங் கிரகம், (3) 6–வது பாவத்தைப் பார்க்குங் கிரகம், ஆகிய இம்மூன்றுவிதக் கிரகங் களும் பாபிகளாயிருந்து பலவீனமாயிருந்தால், ஜாதகனுக்குச் சத்துருக் களால் பீடையும், நோய்களால் பீடையும், பசு முதலிய கால்நடைகள் நாச மும், தனநாசமும் உண்டாகும். ஆனால், இந்த மூன்று விதகிரகங்களும் சுபர்களாகிப் பலமாகவிருந்தால் ஜாதகனுக்கு குதிரை, பசு முதலிய கால் நடைகளையும், தனத்தையும், இராஜயோகத்தையும், பலவித பதார்த் தங்களுடன் கூடிய ராஜபோஜனத்தையும், நோயற்ற வாழ்வையும் தருவர், சத்துருக்களையும் நாசஞ்செய்வார்.

(35) (1) 6–வது பாவாதிபதி, (2) 6–வது பாவத்திலிருக்குங் கிரகம், (3) 6–வது பாவத்தைப் பார்க்குங் கிரகம், ஆகிய இம்மூன்று விதக் கிரகங்களுக்குள் இரண்டுவிதக் கிரகங்கள் மிகவும் சுபர்களாகி, மிகவும் பலவான்களாகிக் கேந்திர திரிகோண பாவங்களில் அல்லது 11–வது பாவத்தில் இருந்தால் ஜாதகனுக்கு வியாதி முதலிய பீடை கிடையாது. இம்மூன்று விதமான கிரகங்களில் ஒரு விதமான கிரகம் மிகவும் வலுவாயிருந்தால் ஜாதகனுக்குக் காயம், சத்துருபீடை, துக்கம் இவைகள் கொஞ்சமாக நேரிடும். கிரகத்திற்குத் தகுந்தபடி அந்தந்த காரக வர்க்க சத்துருக்களால் (அதாவது 33–வது அயிட்டத்தில் சொல்லிய காரக வர்க்கச் சத்துருக்களால்) ஜாதகனுக்குத் துக்கமும் அல்லது சுகமும் நேரிடும்.

(36) 6–வது பாவாதிபதி ஒரு பாபக்கிரகத்துடன் கூடி, (1) லக்கின பாவத்திலிருந்தால் ஜாதகனுக்குத் தேகருணம், புண்காயம் முதலியன உண்டாகும், (2) 5–வது பாவத்திலிருந்தால் ஜாதகனுடைய பிதாவுக்கும் அல்லது ஜாதகனுடைய புத்திரனுக்கும் அல்லது, இருவருக்கும், (3) 4–வது பாவத்திலிருந்தால் ஜாதகனுடைய தாயாருக்கும், (4) 7–வது பாவத்திலிருந்தால் ஜாதகனுடைய மனைவிக்கும், (5) 9–வது பாவத்திலிருந்தால் ஜாதகனுடைய அம்மானுக்கும், (6) 3–வது பாவத் திலிருந்தால் ஜாதகனுடைய இளைய சகோதரனுக்கும், (7) 11–வது பாவத்திலிருந்தால் ஜாதகனுடைய மூத்த சகோதரனுக்கும் தேகருணம், புண், காயம் முதலியன உண்டாகும்.

(37) 6–வது பாவாதிபதி ஒரு பாபக்கிரகத்துடன் கூடி 8–வது பாவத் திலிருந்தால் ஜாதகனுக்கு ஆசனத்தில் மூலம், பௌத்திரம் முதலிய ரோகம் நேரிடும்.

லக்கினத்திலிருந்து:

(38) ருணத்தை உண்டு பண்ணக் கூடிய கிரகம் சூரியனாகில் ஜாதக னுடைய தலையிலும், சந்திரனாகில் முகத்திலும், செவ்வாயாகில் கழுத் திலும், புதனாகில் நாபியின் கீழும் ருணத்தை உண்டு பண்ணும். குரு வாகில் நோயற்ற தன்மையை உண்டுபண்ணும், சுக்கிரனாகில் கண் ணோயையும், சனியும் இராகுவுமாகில் வாத ரோகத்தையும், கேதுவாகில் வயிற்று நோயையும் உண்டு பண்ணுவார்கள்.

(39) 6–வது பாதம் புதன் வீடாகி லக்கின பாவாதிபதி 6–வது பாவத் திலிருந்து புதனால் சம்பந்தப்படப்பட்டாலும் அல்லது பார்க்கப்பட்டாலும் ஜாதகனுக்கு மர்மஸ்தானத்தில் ருணம் உண்டாகும்.

(40) இராகு சுக்கிரனால் பார்க்கப்பட்டு இருக்கும் ராசி லக்கினத் திலிருந்து எத்தனையாவது ராசியோ, அத்தனை எண் மேஷத்திலிருந்து எண்ணவருகின்ற ராசி எதுவோ அந்த ராசிக்குரிய அவயத்தில் ஜாதகனுக்கு மச்சம், மருவு, வடிவு முதலியன இருக்கும். 1–வது அத்தி யாயம் 7–வது அயிட்டம் பார்க்கவும்.

(41) 6–வது பாவாதிபதி சனியுடனும், ராகுவுடனும் கூடியிருந்தால், ஜாதகனுக்கு குதிரை, பசு, முதலியவைகளால் ஆபத்து நேரிடும்.

(42) 6–வது பாவாதிபதி பலவீனமாகி, பாபக்கிரகத்தால் பார்க்கப் பட்டாலும் அல்லது இரண்டு பாபக்கிரகங்களுக்கிடையிலிருந்தாலும் ஜாதகனுக்குச் சத்துரு பீடை உண்டாகும்.

(43) 6–வது பாவாதிபதி துஸ்தானங்களாகிய 8–வது, 12–வது பாவங் களில் இருந்து நீசத்திலாகிலும் அல்லது அஸ்தங்கதமடைந்தாகிலும் அல்லது, சத்துரு வீட்டிலாகிலும் இருந்து லக்கின பாவாதிபதி வலுவா யிருந்தால் ஜாதகனுடைய சத்துருக்கள் நாசமடைவார்கள்.

(44) 6–வது பாவாதிபதி கோபுராம்சம் முதலிய உயர்ந்த வைசேஷி காம்சங்களிலிருந்து சூரியனால் பார்க்கப்பட்டு லக்கின பாவாதிபதி பூர்ணபலத்துடன் இருந்தால் ஜாதகன் தன்னுடைய ஞாதி (பங்காளி) களுக்கு உபகாரம் செய்பவனாக விருப்பன்.

103. ஏழாவது பாவம்

லக்கினத்திலிருந்து:

(1) 7–வது பாவாதிபதி லக்கின பாவத்திலாவது அல்லது 7–வது பாவத்திலாவது இருந்தால் ஜாதகன் அயலார் மனைவிகளிடம் பற்றுடை யவன், துஷ்டன், சாமர்த்தியவான், தைரியமுடையவன், ஹிருதயத்தில் (மார்பில்) வாத ரோகமுடையவன்.

(2) 7–வது பாவாதிபதி 6–வது, 8–வது பாவத்திலிருந்தால் ஜாதகனுடைய மனைவி நோயாளியாய் இருப்பாள், ஜாதகன் கோபியாயிருப்பான், எந்த இடத்திலும் சுகமற்றவனாயிருப்பான்.

(3) 7–வது பாவாதிபதி 9–வது, 2–வது பாவத்திலிருந்தால் ஜாதகன் பல ஸ்திரீகள் சேர்க்கையுள்ளவன், நற்காரியம் செய்பவன், தீர்க்காயுளுடையவன், முக்கியமாய் ஸ்திரீகளிடத்தில் மேன்மை செலுத்துபவன்.

(4) 7–வது பாவாதிபதி 10–வது, 4–வது பாவத்திலிருந்தால் ஜாதகனுடைய மனைவி பதிவிரதையாயிருக்கமாட்டாள், ஜாதகன் தர்மம் நிறைந்த மனதுடையவன், சத்தியத்துடன் கூடியவன், முக்கியமாய் பல் நோயுடையவன்.

(5) 7–வது பாவாதிபதி 3–வது, 11–வது பாவத்திலிருந்தால் ஜாதகனுடைய புத்திரனிறப்பான், ஒரு சமயம் பெண் ஜாதி ஜீவித்திருப்பாள், ஜாதகனுடைய கடைசி காலத்தில் கஷ்டத்தால் புத்திரனுண்டு.

(6) 7–வது பாவாதிபதி 12–வது பாவத்திலிருந்தால் ஜாதகன் தரித்திரன், வெகு லோபி. மனைவி அழகிய மகளைப் பெறுபவள், மனைவி தனமற்றவளும், துணியால் ஜீவிப்பவளுமாயிருப்பாள்.

(7) 7–வது பாவாதிபதி 5–வது பாவத்திலிருந்தால் ஜாதகன் எல்லா நற்குணங்களும் நிறைந்தவனாகவும், கானமுடையவனாகவும், தனவானாகவும், எல்லாப் பொருளும் நிறைந்தவனாகவும், எப்போதும் சந்தோஷமுடையவனாகவும் இருப்பான்.

(8) 7–வது பாவாதிபதி சுவ க்ஷேத்திரமாயுள்ள பாவம் அல்லாத 6–வது, 8–வது பாவத்தில் உச்சமாயில்லாமல் இருந்தால் ஜாதகனுடைய மனைவி நோயாளியாயிருப்பாள்.

(9) 7–வது பாவத்தில் சுக்கிரனிருந்தால் ஜாதகன் அதிகக்காமியாவன்.

(10) 7–வது பாவாதிபதி சுபக்கிரகத்துடன் கூடியாவது அல்லது, சுபரால் பார்க்கப்பட்டாவது இருந்தாலும் அல்லது பூரண பலத்துடனிருந்தாலும், ஜாதகன் நல்ல குணங்களுடையவன், தனதான்யமுடையவன், போகமுள்ளவன்.

(11) 7–வது பாவாதிபதி சனி வீட்டில் பரம உச்சத்திலிருந்து சுபக்கிரகங்களால் பார்க்கப்பட்டிருந்தால் ஜாதகன் அநேக மனைகளுடையவன். இது ருஷப, துலா லக்கின ஜாதகங்களுக்குப் பொருந்தும் என்று அறியவும்.

(12) 7–வது பாவத்தில் சூரியனிருந்தால் ஜாதகன் மலடியையும், க்ஷீணச் சந்திரன் இருந்தால் விபசாரமுடையவளையும், செவ்வாயிருந்தால் தீட்டுள்ள ஸ்திரீயையும், மலடியையும், புதன் இருந்தால் தாஸியையும், தாழ்ந்த ஜாதி ஸ்திரீயையும், வணிக ஜாதி ஸ்திரீயையும், குருவாவது, சுக்கிரனாவது இருந்தால் பிராம்மண ஸ்திரீயையும், கர்ப்ப ஸ்திரீயையும், சனி, இராகு, கேது இருந்தால் தாழ்ந்த ஜாதி ஸ்திரீயையும், தீட்டுள்ள ஸ்திரீயையும் சேருவான்.

(13) 7–வது பாவாதிபதி உச்சத்திலிருந்து 7–வது பாவத்தில் சுபர் இருந்தும், லக்கின பாவாதிபதி பலவானாகில் ஜாதகன் மனைவியுடன் கூடியிருப்பான்.

(14) 7–வது பாவாதிபதி சத்துரு, நீசவீட்டிலிருந்தாலும் அஸ்தங்கதமாயிருந்தாலும், பாபரால் பார்க்கப்பட்டாலும், 7–வது பாவத்தில் பாபர் இருந்தாலும் ஜாதகனுடைய மனைவிக்கு நாசமுண்டு.

(15) 7–வது பாவாதிபதி 6–வது, 8–வது, 12–வது பாவத்தில் பலவீனனாயிருந்தாலும், அல்லது, நீசத்திலிருந்தாலும் அல்லது நீசகிரகத் துடன் கூடியிருந்தாலும் ஜாதகனுடைய மனைவிக்கு நாசமுண்டு.

(16) 7–வது பாவத்தில் சந்திரனிருந்து, 7–வது பாவாதிபதி 12–வது பாவத்திலிருந்தாலும், சுக்கிரன் பலவீனமாகிலும் ஜாதகனுக்கு மனைவி சுகம் கிடையாது.

(17) 7–வது பாவாதிபதி நீசமாகினாலும் அல்லது பாபகிரகமானா லும் அல்லது, பாபர் வீட்டிலிருந்தாலும் அல்லது, பாபியுடன் கூடினாலும், 7–வது பாவத்தில் அலி கிரகமிருந்தாலும் ஜாதகனுக்கு இரண்டு மனைவிகள் உண்டு.

(18) 7–வது பாவத்தில் செவ்வாய், சுக்கிரன் இருந்தாலும், சனி இருந்தாலும், லக்கின பாவாதிபன் 8–வது பாவத்திலிருந்தாலும், ஜாதகனுக்கு மூன்று மனைவி உண்டு.

(19) 7–வது பாவாதிபதி பலமாகவிருந்து, சுக்கிரன் உபய ராசியிலிருந்து, சுக்கிரன் இருக்கும் உபய ராசியாதிபதி தன் உச்ச சுவ க்ஷேத்திரத்திலிருந்தாலும் ஜாதகனுக்கு அநேக மனைவிகளுண்டு.

(20) 7–வது பாவாதிபதி 9–வது பாவத்திலிருந்து, சுக்கிரன் தன் உச்ச சுவக்ஷேத்திரத்திலிருந்தால் ஜாதகனுக்குப் பெரும்பாலும் 5–வது, 9–வது வயதில் விவாகமுண்டாகும்.

(21) 7–வது பாவத்தில் சூரியன் இருந்தாலும் அல்லது, 7–வது பாவாதிபதி சுக்கிரனுடன் கூடியாவது அல்லது, சுக்கிரனால் பார்க்கப்

பட்டாவது இருந்தால் ஜாதகனுக்கு 7-வது, 11-வது வயதில் விவாகம் நேரிடும்.

(22) 7-வது பாவாதிபதி 11-வது பாவத்திலிருந்து சுக்கிரன் 2-வது பாவத்திலிருந்தால் ஜாதகனுக்குப் பெரும்பாலும் 10-வது, 16-வது வயதில் விவாகம் சம்பவிக்கும்.

(23) சுக்கிரன் லக்கின பாவத்திலிருந்து லக்கின பாவாதிபதி சனி வீட்டிலிருந்தால் ஜாதகனுக்கு 11-வது வயதில் விவாகம் உண்டு.

(24) சுக்கிரன் லக்கின பாவத்திற்குக் கேந்திர பாவத்திலிருந்து, சுக்கிரனுக்கு 7-வது பாவத்தில் சனி இருந்தால் பெரும்பாலும் ஜாதகனுக்கு 12-வது, 19-வது வயதில் விவாகமுண்டு.

(25) சந்திரனுக்கு 7-வது பாவத்தில் சுக்கிரன் இருந்தாலும், சுக்கிரனுக்கு 7-வது பாவத்தில் சனி இருந்தாலும் ஜாதகனுக்கு 18-வது வயதில் விவாகமுண்டு.

(26) லக்கினத்திலிருந்து 2-வது பாவாதிபதி 11-வது பாவத்திலிருந்து, லக்கின பாவாதிபதி 10-வது பாவத்திலிருந்தால் ஜாதகனுக்கு 15-வது வயதில் விவாகம் உண்டு.

(27) லக்கினத்திலிருந்து 2-வது பாவாதிபதி 11-வது பாவத்திலிருந்து, 11-வது பாவாதிபதி 2-வது பாவத்திலிருந்தால் ஜாதகனுக்கு 13-வது வயதில் விவாகம் உண்டு.

(28) லக்கினத்திலிருந்து 2-வது பாவத்தில் சுக்கிரனிருந்து, சுக்கிரனிருக்கும் ராசியாதிபதி செவ்வாயுடன் கூடினால் ஜாதகனுக்கு 22-வது, 27-வது வயதில் விவாகம் உண்டு.

(29) லக்கின பாவாதிபதி, 7-வது பாவம் எந்த ராசியிலிருக்கின்றதோ அந்த ராசியில் நவாம்சைச் சக்கிரத்தில் இருந்து 7-வது பாவாதிபதி 12-வது பாவத்திலிருந்தால் ஜாதகனுக்கு 23-வது அல்லது 26-வது வயதில் விவாகமுண்டு.

(30) லக்கினத்திலிருந்து 7-வது பாவாதிபதி, 8-வது பாவராசி எதுவோ அந்த ராசியில் நவாம்சைச் சக்கிரத்திலிருந்து, சுக்கிரன் லக்கின ராசி எதுவோ அந்த ராசியில் நவாம்சைச் சக்கிரத்தில் இருந்தால் ஜாதகனுக்கு 25-வது அல்லது 30-வது வயதில் விவாகம் நேரிடும்.

(31) சுக்கிரன் 9-வது பாவத்திலிருந்து, சுக்கிரனுக்கு 12-வது பாவத்தில் இராகு இருந்தால் ஜாதகனுக்கு 31-வது, 33-வது வயதில் விவாகம் நேரிடும்.

(32) 9–வது பாவத்திற்கு 7–வது பாவத்தில் சுக்கிரனிருந்து அந்தச் சுக்கிரனுக்கு 7–வது பாவத்தில் லக்கினத்திற்கு 7–வது பாவாதிபதி இருந்தால் ஜாதகனுக்கு 27–வது அல்லது 30–வது வயதில் விவாக முண்டு.

(33) சுக்கிரனுக்கு 7–வது பாவத்தில் நீச கிரகமிருந்து சுக்கிரன் 6–வது, 8–வது பாவத்திலிருந்தால் ஜாதகனுக்கு 18–வது அல்லது 33–வது வயதில் களத்திர நாசமுண்டாகும்.

(34) 7–வது பாவாதிபதி 6–வது பாவத்திலிருந்து, 12–வது பாவாதிபதி 7–வது பாவத்திலிருந்தால் ஜாதகனுக்கு 19–வது வயதில் களத்திர நாச முண்டாகும்.

(35) 7–வது பாவத்தில் செவ்வாயிருந்து, 2–வது பாவத்தில் ராகு இருந்தால் ஜாதகனுக்கு விவாகமான மூன்று தினத்திற்குள் பாம்பு கடித்து மனைவி மரணமடைவாள்.

(36) சுக்கிரன் 8–வது பாவத்திலிருந்து சுக்கிரனிருக்கும் வீட்டிற் குடையோன் சனி வீட்டிலிருந்தால் ஜாதகனுக்கு 12–வது, 21–வது வயதில் களத்திர நாசமுண்டு.

(37) லக்கின பாவாதிபதி நீச ஸ்தானத்திலிருந்து 13–வது பாவா திபதி 8–வது பாவத்திலிருந்தால் ஜாதகனுக்கு, 13–வது வயதில் களத் திரம் மரணமாவாள்.

(38) சுக்கிரனுக்கு 7–வது பாவத்தில் சந்திரனிருந்து, சந்திரனுக்கு 7–வது பாவத்தில் புதனிருந்து, 8–வது பாவாதிபதி 5–வது பாவத்திலி ருந்தால் ஜாதகனுக்கு முதல் விவாகம் 10–வது வயதிலும், இரண்டாவது விவாகம் 22–வது வயதிலும், மூன்றாவது விவாகம் 33–வது வயதிலும் நடக்கும்.

(39) லக்கினத்திலிருந்து 7–வது பாவத்தில் சுக்ரனிருந்தாலும் அல்லது 7–வது பாவாதிபதி இராகு, கேது சம்பந்தப்பட்டாலும் ஜாதகன் ஸ்திரீலோலன். ஆனால் 7–வது பாவம் சுபராசியானாலும் அல்லது 7–வது பாவத்தில் குரு இருந்தாலும் அல்லது 7–வது பாவத்தைக் குரு பார்த்தாலும் இந்தப் பலன் நடக்காது. அதாவது ஜாதகன் ஸ்திரீ லோலனாக இருக்கமாட்டான்.

(40) 7–வது பாவாதிபதி 6, 8, 12–வது பாவத்திலிருந்து, பாபர் வீட்டி லிருந்து, பாபக்கிரகத்தால் பார்க்கப்பட்டாலும் அல்லது சம்பந்தப் பட்டாலும், 7–வது பாவத்தின் பலன்கள் மத்திமமானவையாயிருக்கும், இதற்கு மாறுபாடாக விருந்தால் பலன்களும் மாறுபாடாகவிருக்கும்.

(41) 7-வது பாவாதிபதி பாபராசியில் சுக்கிரனுடன் கூடி இருந்தால் ஜாதகன் அதிக காமமுடையவன், 7-வது பாவாதிபதி சுபர் ராசியில் சுபருடன் கூடியிருந்தால் ஜாதகன் வெள்ளைக் குடை தரித்த அரசனாவான்.

(42) 7-வது பாவத்தில் ஒரு பாபக்கிரகம் 1-வது, 2-வது, 6-வது பாவாதிபதிகளுடன் இருந்தால் ஜாதகன் அன்னியருடைய மனைவிகளிடத்தில் சகவாசமுள்ளவன்.

(43) 7-வது பாவாதிபதி, 6-வது பாவாதிபதி, ஒரு பாபர் இவர்கள் 9-வது பாவத்திலிருந்தால் ஜாதகனுக்குக் காமாக்கினி மீறி இருக்கும்.

(44) 7-வது, 5-வது, 2-வது, 10-வது பாவாதிபதிகள் 10-வது பாவத்திலிருந்தால் ஜாதகன் ஸ்திரீலோலன்.

(45) 7-வது, 5-வது, 9-வது பாவாதிபதிகள் 6, 8, 12-வது பாவத்திலிருந்து, 5-வது பாவத்தைப் பாபர் பார்த்தால் ஜாதகனுக்குப் புத்திரனில்லை.

(46) 7-வது பாவத்தில் குருவும், புதனுமாவது, அல்லது சந்திரனும், சுக்கிரனுமாவது இருந்தால் ஜாதகன் அநேக ஸ்திரீகளை அனுபவிப்பான்.

(47) 7-வது பாவத்தில் சுக்கிரன் மிகவும் வலுவாயிருந்தால் ஜாதகன் அநேக ஸ்திரீகளுக்கு நாயகனாவான்.

(48) 7-வது பாவத்தில் சுக்கிரனும், செவ்வாயும் இருந்தால் ஜாதகனுக்குக் களத்திரமில்லை.

(49) 5-வது பாவத்தில் சுக்கிரனும், செவ்வாயுமிருந்தால் ஜாதகனுக்குக் களத்திரமில்லை.

(50) 6-வது பாவத்தில் சந்திரனும், சுக்கிரனுமிருந்தால் ஜாதகனுக்கு ஒரே புத்திரனுண்டு.

(51) 7-வது, 12-வது, 1-வது பாவத்தில் பாபர் இருந்து, சந்திரன் 5-வது பாவத்திலிருந்தால் ஜாதகன் மலடிக்குக் கணவனாகவாவது அல்லது மனைவியற்றவனாகவாவது இருப்பான்.

(52) 7-வது, 1-வது பாவங்களில் சுக்கிரனும், சூரியனும் கூடி இருந்தால் ஜாதகனுடைய மனைவி மலடியாவாள்.

(53) 7-வது பாவத்தில் லக்கின பாவாதிபதி சுபருடன் கூடி இருந்தால் ஜாதகன் நல்ல வம்சத்தில் பிறந்த நல்ல மனைவியை உடையவன்.

(54) 7–வது பாவம் பாபராசியாகி அந்த 7–வது பாவத்தில் லக்கின பாவாதிபதியிருந்தால் ஜாதகன் கெட்ட வம்சத்திற் பிறந்த மனைவியை உடையவன்.

(55) 7–வது பாவத்தில் பாபிகள் அல்லது உபக்கிரகங்கள் இருந்தால் ஜாதகனுடைய மனைவி கெட்டவளாயிருப்பாள். கெட்ட நடவடிக்கை யுள்ளவளாயிருப்பாள்.

(56) 7–வது பாவத்தில் புதனிருந்தால் ஜாதகனுடைய மனைவி நல்ல புத்திரர்களைப் பெறுவாள்.

(57) 7–வது பாவத்தில் குருவிருந்தால் ஜாதகனுடைய மனைவி நற்குணமுடையவள். நல்ல புத்திரர்களைப் பெறுவாள்.

(58) 7–வது பாவத்தில் சுக்கிரன் வலுவுடனிருந்தால் ஜாதகனுடைய மனைவி சுகமும் சம்பத்தும் பாக்கியமும் உடையவள்.

(59) 7–வது பாவாதிபதி அல்லது 5–வது பாவாதிபதி வலுவாயிருந்து சுபரால் பார்க்கப்பட்டு, 6–வது பாவாதிபதியால் பார்க்கப்பட்டாலும் அல்லது, சம்பந்தப்பட்டாலும் ஜாதகனுடைய மனைவிக்குச் சோர புருஷனால் புத்திரனுண்டு, ஜாதகனுக்கு எத்தனை மனைவிகள் இருந்தபோதிலும் புத்திரன் தன்னால் உண்டாகமாட்டான்.

(60) 7–வது பாவத்தில் குரு நீசமாகவிருந்தால் ஜாதகனுக்குக் களத்திர நாசமுண்டு.

(61) 7–வது பாவம் மீனமாகி அதில் சனி இருந்தால் ஜாதகனுக்குக் களத்திர நாசமுண்டு.

(62) 7–வது அல்லது 8–வது பாவத்தில் பாவக்கிரகமிருந்து, 12–வது பாவத்தில் செவ்வாயிருந்து 12–வது பாவாதிபதி கண்ணுக்குத் தெரியாமல் (அதாவது அஸ்தங்கதமடைந்து) இருந்தால் ஜாதகனுக்கு இரண்டாவது களத்திரமுண்டு.

(63) 7–வது பாவாதிபதியுடன் லக்கின பாவாதிபதி கூடினால் ஜாதக னுடைய முதல் களத்திரம் நல்ல அழகு நல்ல குணமுடையவளாவாள்.

(64) 7–வது பாவாதிபதியுடன் லக்கின பாவாதிபதி கூடி, லக்கின பாவாதிபதி அஸ்தங்கதமடைந்திருந்தால் ஜாதகனுடைய மனைவி அழகற்றவளாயும், சொரூப ஈனமுள்ளவளாயும் இருப்பாள்.

(65) 7–வது பாவாதிபதியைப் பாபர் பார்த்திருந்து, 2–வது பாவத்தில் பல பாபிகளிருந்தால் ஜாதகனுக்கு மூன்று களத்திரமுண்டு.

(66) 7–வது பாவாதிபதி கேந்திர கோண பாவத்தில் இருந்து தன் உச்ச, சுவக்ஷேத்திரத்திலாவது, மித்துரு ராசியிலாவது இருந்தாலும் அல்லது 10–வது பாவாதிபதியாலாவது பார்க்கப்பட்டாலும் ஜாதகனுக்கு அனேக களத்திரமுண்டு.

(67) 7–வது பாவாதிபதி கேந்திர பாவத்திலிருந்து சுபக்கிரகத்தால் பார்க்கப்பட்டாவது அல்லது சுப நவாம்சையிலாவது அல்லது சுபராசி யிலாவது இருந்தால் ஜாதகனுடைய மனைவி பதிதையாயும் ரவி விரதமுடையவளாயும் இருப்பாள்.

(68) 7–வது பாவாதிபதி புதனாகி, அந்தப் புதன் நீசத்திலாகிலும் அல்லது பாபவர்க்கத்திலாகிலும் இருந்து, பாபக்கிரகம் சம்பந்தமடைந்து, 6–வது, 8–வது பாவத்திலிருந்து, பாபர் மத்தியிலாவது இருந்து அல்லது பாபரால் பார்க்கப்பட்டால் ஜாதகனுடைய மனைவி தன் புருஷனைக் கொல்பவள், குலத்தை நாசஞ்செய்பவள்.

(69) 7–வது பாவாதிபதி சுப நவாம்சையிலிருந்து சுபரால் பார்க்கப் பட்டால் ஜாதகனுடைய மனைவி நல்ல வம்சத்தில் உதித்தவள்.

(70) 7–வது பாவாதிபதி பாப வர்க்கத்திலிருந்து பாபருடன் சம்பந்தப் பட்டிருந்தால் ஜாதகனுடைய மனைவி துஷ்ட வம்சத்திலுதித்தவள்.

(71) 7–வது பாவத்தில் ஒரு கிரகமிருக்கும்பட்சத்தில், சுக்கிரனுடன் எத்தனை கிரகங்கள் கூடி இருக்கின்றனவோ அத்தனை மனைவிகள் ஜாதகனுக்கு உண்டு. இங்கு சுக்கிரனுடன் கூடி இருக்கும் கிரகங்களில் எந்தக் கிரகம் தன் உச்ச சுவக்ஷேத்திரத்திலிருக்கின்றதோ அந்தக் கிரகத்தைக் கணக்கிடாமல் விட்டுவிட வேண்டும்.

(72) 7–வது பாவாதிபதி 2–வது பாவத்தில் சுக்கிரனுடைய இராசியி லிருக்கும் பட்சத்தில் சுக்கிரனுடன் எத்தனைக் கிரகம் இருக்கின்றதோ அத்தனை களத்திரங்கள் ஜாதகனுக்கு உண்டு.

(73) 7–வது பாவாதிபதியுடனும், சுக்கிரனுடனும் எத்தனைக் கிரகங் கள் இருக்கின்றனவோ, அத்தனை மனைவிகள் ஜாதகனுக்கு உண்டு.

(74) 7–வது, 2–வது பாவாதிபதிகளுடன் 6–வது அல்லது 8–வது அல்லது 12–வது பாவாதிபதியாகி எத்தனை பலவீனமான கிரகங்கள் கூடியிருக்கின்றனவோ அத்தனை மனைவிகள் ஜாதகனுக்கு நாசமாவார்.

(75) 7–வது, 2–வது பாவாதிபதிகளுடன் எத்தனை சுபக்கிரகங்களி ருக்கின்றனவோ, அத்தனை களத்திரங்களுடன் ஜாதகன் சுகமாய் ஜீவிப்பான்.

(76) 7–வது அல்லது 2–வது பாவாதிபதியுடன் ஒரு கிரகம் பூர்ண பலத்துடன் இருந்தால் ஜாதகனுக்கு ஒரே தாரமுண்டு.

(77) லக்கின பாவாதிபதியினுடைய ஸ்புடத்தையும், லக்கினத் திலிருந்து 7–வது பாவாதிபதியினுடைய ஸ்புடத்தையுங் கூட்ட வருகின்ற ஸ்புடத்தில் கோட்சார காலத்தில் குரு சஞ்சாரஞ் செய்யும்போது ஜாதகனுக்கு விவாகம் நேரிடும்.

உதாரணமாக நமது உதாரண ஜாதகத்திற்கு லக்கின பாவாதி பதியாகிய சுக்கிரனுடைய ஸ்புடமாகிய பாகை 204–32 கலையையும், லக்கினத்திலிருந்து 7–வது பாவாதிபதியாகிய செவ்வாயினுடைய ஸ்புடமாகிய பாகை 206–30 கலையையும் கூட்ட வருகின்ற பாகை 411–02 கலை அதாவது (360 பாகையைக் கழிக்க வருகின்ற) 51 பாகை 02 கலையில் கோட்சாரத்தில் குரு சஞ்சாரஞ் செய்யும் போது ஜாதகனுக்கு விவாகம் நேரிடும். பாகை 51–02 கலை என்பது ரிஷப ராசியில் 21 பாகை 02 கலையானபடியால் கோட்சாரத்தில் குரு ரிஷப ராசியில் 21 பாகை 02 கலையில் வரும் போது ஜாதகனுக்கு விவாகம் நேரிடும்.

(78) சந்திரன் இருக்கின்ற ராசி அதிபதியினுடைய ஸ்புடத்தையும், சந்திரனுக்கு 7–வது பாவாதிபதியினுடைய ஸ்புடத்தையும் கூட்ட வருகின்ற ஸ்புடத்தில் கோட்சார காலத்தில் குரு சஞ்சாரஞ் செய்யும் போது ஜாதகனுக்கு விவாகம் நேரிடும்.

உதாரணமாக நமது உதாரண ஜாதகத்திற்கு சந்திரன் இருக்கின்ற ராசி அதிபதியாகிய சந்திரன் ஸ்புடமாகிய பாகை 118–10 கலையுடன், பாவச் சக்கிரத்தில் சந்திரனுக்கு 7–வது பாவத்தின் அதிபதியாகிய சனி யினுடைய ஸ்புடமாகிய பாகை 230–27 கலையையுங் கூட்ட வருகின்ற பாகை 348–37 கலையில் கோட்சாரத்தில் குரு சஞ்சாரஞ் செய்யும்போது ஜாதகனுக்கு விவாகம் நேரிடும்.

குறிப்பு: 77–வது, 78–வது அயிட்டங்களில் சொல்லிய இரண்டு வழிகளில் 78–வது அயிட்டத்தில் சொல்லிய வழி விசேஷமானது. இவ்விரண்டு வழிகள் பிரகாரம் கணித்து வரும் ராசியில் அல்லது அந்த ராசிக்குத் திரிகோண ராசியில் குரு கோட்சாரத்தில் சஞ்சாரஞ் செய்யும்போது விவாகம் நேரிடும்.

(79) லக்கினத்திலிருந்து 7–வது பாவாதிபதி இருக்கின்ற ராசியின் அதிபதி அம்சத்தின் அதிபதி இந்த இரண்டு கிரகத்தில் எந்தக் கிரகம் அதிக வலுவுள்ளதோ அந்தக் கிரகத்தில் தெசாபுக்தி காலங்களில் கோட்சாரத்தில் 7–வது பாவாதிபதி இருக்கின்ற ராசி, அம்சம் இவைக ளின் திரிகோண இராசியில் குரு சஞ்சாரஞ் செய்யும்போது, ஜாதக னுக்கு விவாகம் நேரிடும்.

(80) சுக்கிரன், சந்திரன் இவ்விரண்டு கிரகங்களில் எந்தக் கிரகம் அதிக வலுவாயிருக்கின்றதோ அந்தக் கிரகத்தின் தெசா காலத்தில் கோட்சாரத்தில் குரு 7–வது பாவாதிபதி இருக்கும் ராசி அம்சம் இவைகளுக்குத் திரிகோணத்தில் சஞ்சாரம் செய்யும்போது ஜாதகனுக்கு விவாகம் நேரிடும்.

(81) லக்கினத்திலிருந்து 7–வது பாவாதிபதி சுக்கிரனுடன் சம்பந்தப் பட்டிருந்தால் 7–வது பாவாதிபதியின் தெசாபுக்தி காலங்களில் ஜாதகனுக்கு விவாகம் நேரிடும். இது சந்தர்ப்பப்படாவிட்டால்,

(82) லக்கினத்திலிருந்து 2–வது பாவாதிபதி இருக்கின்ற ராசியாதிபதியின் தெசாபுக்திக் காலங்களில் ஜாதகனுக்கு விவாகம் நேரிடும். இதுவும் சந்தர்ப்பப்படாவிட்டால்,

(83) லக்கினத்திலிருந்து 10–வது பாவாதிபதியின் தெசாபுக்தி காலங்களில் ஜாதகனுக்கு விவாகம் நேரிடும். இதுவும் சந்தர்ப்பபடாவிட்டால்,

(84) லக்கினத்திலிருந்து 9–வது பாவாதிபதியின் தெசாபுக்திக் காலங்களில் ஜாதகனுக்கு விவாகம் நேரிடும். இதுவும் சந்தர்ப்பப் படாவிட்டால்.

(85) லக்கினத்திலிருந்து 7–வது பாவாதிபதியின் கூட சம்பந்தப் பட்ட கிரகத்தினுடைய தெசாபுக்தி காலத்திலாவது அல்லது 7–வது பாவத்திலிருக்கின்ற கிரகத்தினுடைய தெசாபுக்திக் காலத்திலாவது ஜாதகனுக்கு விவாகம் நேரிடும்.

(86) விவாகத்தைச் செய்விக்கக்கூடிய கிரகம் சுபக்கிரகமாகி சுப ராசியிலிருந்தால் அந்தக் கிரகத்தின் தெசையின் ஆரம்பத்திலேயே ஜாதகனுக்கு விவாகம் நேரிடும்.

(87) விவாகத்தைச் செய்விக்கக்கூடிய கிரகம் சுபக்கிரகமாகி பாப ராசியிலிருந்தால், அந்தக் கிரகத்தின் தெசையின் மத்திய பாகத்தில் ஜாதகனுக்கு விவாகம் நேரிடும்.

(88) விவாகத்தைச் செய்விக்கக்கூடிய கிரகம் பாபக் கிரகமாகி பாபராசியில் இருந்தால் அந்தக் கிரகத்தின் தெசையின் முடிவில் ஜாதகனுக்கு விவாகம் நேரிடும்.

(89) விவாகத்தைச் செய்விக்கக்கூடிய கிரகம் சுபக்கிரகத்துடன் கூடி சுப ராசியிலிருந்தால் அந்தக் கிரகத்தின் தெசை பூராகவும் ஜாதகனுடைய விவாகத்திற்கு அனுகூலமான தெசை.

(90) லக்கினபாவாதிபதி இருக்கும் நவாம்சையின் அதிபதி இருக்கின்ற ராசிக்கு இரண்டாவது ராசியில் கோட்சாரத்தில் குருவும், சந்திரனும் சஞ்சாரம் செய்யும்போது ஜாதகனுக்கு விவாகம் நேரிடும்.

(91) லக்கினத்திலிருந்து 7-வது பாவாதிபதி அல்லது சுக்கிரன் இருக்கின்ற ராசியில் கோட்சாரத்தில் குரு சஞ்சாரஞ் செய்யும்போது ஜாதகனுக்கு விவாகம் நேரிடும்.

(92) லக்கினத்திலிருந்து 7-வது பாவாதிபதி அல்லது சுக்கிரன் இருக்கின்ற ராசிக்குக் கேந்திரத்தில் கோட்சாரத்தில் குருவும், சந்திரனும் ஒன்றாய்க்கூடி சஞ்சாரஞ் செய்யும்போது ஜாதகனுக்கு விவாகம் நேரிடும்.

(93) சுக்கிரனிலிருந்து 7-வது பாவத்திற்குரிய கிரகத்தின் திக்கிலிருந்து ஜாதகனுக்கு மனைவி நேரிடும்.

(94) லக்கினத்திலிருந்து 7-வது பாவத்தில் சூரியனிருந்தால் ஜாதகனுடைய மனைவி மிகவும் கடினமாகவும், வலிவாகவும் உள்ள ஸ்தனங்களுடையவள்.

(95) லக்கினத்திலிருந்து 7-வது பாவாதிபதி கேந்திரத்தில் சந்திரன் அல்லது புதன் அல்லது குரு அல்லது சுக்கிரனுடன் கூடி இருந்தால் ஜாதகனுடைய மனைவி பருத்த விசாலமான ஸ்தனங்களுடையவள்.

(96) லக்கினத்திலிருந்து 7-வது பாவத்தில் செவ்வாயிருந்தால் ஜாதகனுடைய மனைவி வரண்ட சுருங்கிய ஸ்தனங்களுடையவள்.

(97) லக்கினத்திலிருந்து 7-வது பாவத்தில் சனி, இராகு, கேது அல்லது குளிகன் இருந்தால் ஜாதகனுடைய மனைவி பருத்து தொங்குகின்ற ஸ்தனங்களுடையவள்.

(98) லக்கினத்திலிருந்து 7-வது பாவத்தில் தூமாதி பஞ்சகிரகங்களில் ஒருவர் இருந்தாலும் அல்லது 7-வது பாவாதிபதி 6, 8, 12-வது பாவங்களிலிருந்தாலும், ஜாதகனுடைய மனைவிக்கு ஸ்தனங்கள் அகோரமாய் இருக்கும்.

(99) லக்கினத்திலிருந்து 2-வது, 7-வது பாவாதிபதிகள் சுக்கிரனுடன் கூடி 3, 6, 8, 12-வது பாவத்திலிருந்தால் ஜாதகனுக்கு அநேக களத்திரங்கள் மரணமாகும். ஆனால் 2-வது, 7-வது பாவாதிபதிகள் வலுவாய் இருந்தால் ஜாதகனுடைய மனைவி ஜீவித்திருப்பாள்.

(100) லக்கினத்திலிருந்து 7–வது பாவாதிபதி சுக்கிரனுடன் கூடினாலும் அல்லது சுக்கிரனுடைய வீட்டில் இருந்தாலும் ஜாதகன் தன் மனைவியிடத்தில் அதிகப் பிரியமுள்ளவனாய் இருப்பான்.

(101) லக்கினத்திலிருந்து 2–வது பாவாதிபதி சுக்கிரனுடன் கூடினாலும் அல்லது சுக்கிரனுடைய வீட்டில் இருந்தாலும் ஜாதகன் தன் மனைவியிடத்தில் அதிகப்பிரியமுள்ளவனாய் இருப்பான்.

(102) லக்கினத்திலிருந்து 7–வது பாவத்தில் சுக்கிரனும், 10–வது பாவாதிபதியுமிருந்தால் ஜாதகன் தன் மனைவியிடத்தில் அதிகப் பிரியமுள்ளவனாய் இருப்பான்.

(103) லக்கினத்திலிருந்து 7–வது பாவாதிபதி குரு அல்லது சுக்கிரனால் ஜாதகனுடைய மனைவியின் யோனி விசாலமாகவும் அழகாயும் இருக்கும். 7–வது பாவாதிபதி சனி, சந்திரன், புதன் இவர்கள் மத்தியிலிருந்தால் ஜாதகனுடைய மனைவியின் யோனி குறுகி இருக்கும்.

(104) லக்கின பாவாதிபதி இருக்கும் அம்சையின் அதிபதியின் ராசியில் கோட்சாரத்தில் குரு சஞ்சாரஞ் செய்யும்போது ஜாதகனுக்கும் அவன் மனைவிக்கும் நிஷேக முகூர்த்தம் நடக்கும்.

(105) லக்கின பாவத்தின் ஸ்புடத்தை, லக்கினத்திலிருந்து 7–வது பாவாதிபதியினுடைய ஸ்புடத்திலிருந்து கழிக்க வருகின்ற ராசியில் அல்லது அந்த ராசியின் திரிகோண ராசியில் குரு கோட்சாரத்தில் சஞ்சாரம் செய்யும்போது ஜாதகனுடைய மனைவி மரணமடைவாள்.

(106) லக்கினத்திலிருந்து 7–வது பாவாதிபதியினுடைய ஸ்புடத்தை லக்கின பாவ ஸ்புடத்திலிருந்து கழிக்க வருகின்ற ராசியில் குரு கோட்சாரத்தில் சஞ்சாரம் செய்யும்போது ஜாதகனுடைய மனைவி மரணமடைவாள்.

104. எட்டாம் பாவம்

1. லக்கினத்திலிருந்து 8–வது பாவாதிபதி லக்கின பாவத்திலும், 7–வது பாவத்திலுமிருந்தால் ஜாதகன் இரு மனைவியுடையவன், விஷ்ணு துரோகம் செய்பவன், ரிணரோகமுடையவன், சுவல்ப தனமுடையவன், இழந்த பொருளை அடையாதவன்.

2. லக்கினத்திலிருந்து 8–வது பாவாதிபதி 2–வது பாவத்திலிருந்தால் ஜாதகன் கைபலம் குறைந்தவன்.

3. லக்கினத்திலிருந்து 7–வது பாவாதிபதி 3–வது பாவத்திலிருந்தால் ஜாதகன் பந்துக்கள் விரோதமுடையவன் அல்லது பந்துக்கள் அற்றவன்.

4. லக்கினத்திலிருந்து 8–வது பாவாதிபதி 4–வது பாவத்திலிருந்தால் ஜாதகன் பந்துக்களற்றவன், தொழில் முறையில் லோபி, மாதா பிதா மரணமாவர். சுவல்ப காலத்தில் பயம் நேரிடும்.

5. லக்கினத்திலிருந்து 8–வது பாவாதிபதி 5–வது, 11–வது பாவத்திலிருந்தால் ஜாதகன் விருத்தியடையாதவன், வீட்டில் தனம் நிலைக்காது, ஜாதகன் ஸ்திரபுத்தியுள்ளவன்.

6. லக்கினத்திலிருந்து 8–வது பாவாதிபதி 6–வது, 12–வது பாவத்திலிருந்தால் ஜாதகன் எப்போதும் ரோகமுடையவன், வாலிபத்தில் ஜலம், சர்ப்பம் இவைகளால் பயம்.

7. லக்கினத்திலிருந்து 8–வது பாவாதிபதி 8–வது பாவத்திலிருந்தால் ஜாதகனுடைய மனைவி அயலானை அடைவாள், ஜாதகன் சூதாடுபவன், திருடன், விரோதமாய்ப் பேசுபவன், பெரியோர்களை நிந்திப்பவன்.

8. லக்கினத்திலிருந்து 8–வது பாவாதிபதி 9–வது பாவத்திலிருந்தால் ஜாதகன் மஹாபாபி, நாஸ்திகன், புத்திரசோகமுடையவன், அல்லது மனைவி மலடியாயிருப்பாள். ஜாதகன் அயலான் பொருள், மனைவி இவைகளின் பேரில் ஆசையுள்ளவன்.

9. லக்கினத்திலிருந்து 8–வது பாவாதிபதி 10–வது பாவத்திலிருந்தால் ஜாதகன் இளவயதில் கஷ்டமும், முதுவயதில் சௌக்கியமும் உடையவன்.

10. லக்கின பாவாதிபதி, 8–வது பாவாதிபதி, 10–வது பாவாதிபதி, சனி இவர்களைக்கொண்டு ஜாதகனுடைய ஆயுள் நிர்ணயம் செய்ய வேண்டியது. இவர்கள் பாபக்கிரகத்துடன் கூடி இருக்கில் ஜாதகன் அற்பாயுளுடையவன்.

11. லக்கின பாவாதிபதி 8–வது பாவத்திலிருந்து, 6–வது பாவாதிபதி 6–வது, 2–வது பாவத்திலுமிருந்து, 12–வது பாவாதிபதி 6–வது, 12–வது பாவத்திலுமிருந்தால் ஜாதகனுக்குத் தீர்க்காயுளுண்டு.

12. லக்கினபாவாதிபதியும், 8–வது பாவாதிபதியும் சுவக்ஷேத்திரத்திலாகிலும், தன் அம்சத்திலாகிலும், மித்துரு வீட்டிலாகிலும் இருந்தால் ஜாதகனுக்குக் தீர்க்காயுளுண்டு.

13. லக்கின பாவாதிபதி, 8–வது பாவாதிபதி, 10–வது பாவாதிபதி, சனி இவர்கள் கேந்திர திரிகோண பாவங்களில் அல்லது 11–வது பாவத்திலாவது இருந்தால் ஜாதகனுக்குத் தீர்க்காயுளுண்டு.

14. லக்கினத்திலிருந்து 8-வது பாவாதிபதி கேந்திர பாவத்திலிருந்து, லக்கின பாவாதிபதி பலமற்றிருந்தால் ஜாதகனுக்கு வயது 20. இவனுக்குப் பரமாயுள் 32 வருஷந்தான்.

15. லக்கினத்திலிருந்து 8-வது பாவாதிபதி நீசஸ்தானத்திலிருந்து 8-வது பாவத்தில் பாபக்கிரகமிருந்து, லக்கின பாவாதிபதி பலமற்றவனாயிருந்தால் ஜாதகனுக்கு அற்பாயுளுண்டு.

16. லக்கினத்திலிருந்து 8-வது பாவாதிபதி பாபருடன் கூடியிருந்து, 8-வது பாவத்தில் பாபக்கிரகமிருந்து, 12-வது பாவத்தில் பாபக்கிரகம் இருந்தால் ஜாதகன் பிறந்தவுடன் மரணமாவான்.

17. லக்கினத்திலிருந்து 8-வது பாவாதிபதி லக்கின பாவத்தில் நீசமாய் இருந்து, கேந்திர திரிகோண பாவங்களில் பாபரிருந்து 6-வது, 8-வது பாவங்களில் சுபரும் இருந்தால் ஜாதகன் பிறந்தவுடன் மரணமடைவான்.

18. லக்கினத்திலிருந்து 8-வது பாவாதிபதி பாபருடன் கூடியிருந்து, 8-வது பாவத்தில் பாபர் இருந்து, 5-வது பாவத்தில் பாபர் இருந்தால் ஜாதகனுக்கு அற்பாயுள்.

19. லக்கினத்திலிருந்து 8-வது பாவாதிபதி 8-வது பாவத்திலிருந்து, சந்திரன் பாபருடன் கூடியிருந்து சுபரால் பார்க்கப்படாமலிருந்தால் ஜாதகன் பிறந்த ஒரு மாதத்திற்குள் மரணமடைவான்.

20. லக்கின பாவாதிபதி உச்சத்திலிருந்து சந்திரன் 11-வது பாவத்திலிருந்து, லக்கினத்திற்கு 8-வது பாவத்தில் குரு இருந்தால் ஜாதகனுக்கு தீர்க்காயுள்.

21. லக்கினத்திற்கு 8-வது பாவாதிபதி பாபருடன் கூடி 12-வது அல்லது 6-வது பாவத்திலிருந்தால் ஜாதகனுக்கு அற்பாயுள்.

22. லக்கினத்தின்படி 8-வது பாவாதிபதி பலவீனமாகி லக்கின பாவாதிபதியுடன் கூடி 6-வது அல்லது 12-வது பாவத்தில் இருந்தால் ஜாதகனுக்கு அற்பாயுள்.

23. லக்கினத்திற்கு 8-வது பாவாதிபதி சுவக்ஷேத்திரத்திலிருந்தால் ஜாதகன் தீர்க்காயுளுடையவன்.

24. லக்கின பாவாதிபதியும் 8-வது பாவாதிபதியும் 6-வது அல்லது 8-வது பாவத்தில் இருந்தால் ஜாதகன் தீர்க்காயுளும், பலமுமுடையவன்.

25. லக்கின பாவாதிபதியும், 8-வது பாவாதிபதி, 10-வது பாவாதிபதி கேந்திர திரிகோண பாவங்களிலாவது, 11-வது பாவத்திலாவது இருந்தால் ஜாதகனுக்கு தீர்க்காயுள் உண்டு.

26. லக்கின பாவாதிபதி, 8-வது பாவாதிபதி, 10-வது பாவாதிபதி இவர்கள் பலவீனமாகிச் சனியுடன் சேர்ந்திருந்தால் ஜாதகனுக்கு அற்பாயுள்.

27. லக்கின பாவாதிபதி, 8-வது பாவாதிபதி, 10-வது பாவாதிபதி இவர்கள் எல்லாம் பலவந்தர்களாகிச் சனி சம்பந்தமில்லாமல் இருந்தால் ஜாதகனுக்குத் தீர்க்காயுள். இம் மூன்று பாவாதிபதிகளில் இருவர் பலமுடையவர்களானால் ஜாதகனுக்கு மத்திமாயுள். இம்மூன்று பாவாதிபதிகளில் ஒருவர் பலமுடையவரானால் ஜாதகனுக்கு அற்பாயுள். இம்மூன்று பாவாதிபதிகளில் ஒருவர் கூட பலமில்லாமலிருந்தால் ஜாதகன் ஆயுளற்றவன்.

28. லக்கினத்திலிருந்து 8-வது பாவாதிபதியுடன் லக்கினாதிபதி சம்பந்தப்பட்டுப் பாப க்ஷேத்திரத்தில் அல்லது 6-வது, 8-வது, 12-வது பாவத்திலிருந்தால் ஜாதகனுக்கு அற்பாயுள்.

29. லக்கினத்திலிருந்து 8-வது பாவாதிபதி சுபருடன் கூடினாலும், அல்லது சுபரால் பார்க்கப்பட்டாலும் அல்லது சுபருடைய ராசியிலிருந்தாலும் அல்லது 8-வது பாவத்திலிருந்தாலும் ஜாதகனுக்குத் தீர்க்காயுள்.

30. லக்கின பாவாதிபதி 8-வது பாவத்திலிருந்தாலும் அல்லது 8-வது பாவாதிபதி பாபருடன் கூடி அல்லது பாபரால் பார்க்கப்பட்டு அஸ்தங்கத தோஷமடைந்திருந்தாலும் அல்லது 8-வது பாவத்திலிருந்தாலும் ஜாதகன் ஆயுளும், பலமும் அற்றவன்.

31. லக்கின பாவத்திலிருந்து 8-வது பாவாதிபதி உச்சத்திலிருந்தாலும் அல்லது சுபருடன் சம்பந்தப்பட்டிருந்தாலும், அல்லது கேந்திர திரிகோண பாவத்திலிருந்தாலும், அல்லது 8-வது பாவத்திலிருந்தாலும் ஜாதகனுக்குத் தீர்க்காயுள்.

32. லக்கின பாவாதிபதி லக்கின பாவத்திலிருந்தால் ஜாதகனுக்குத் தீர்க்காயுள்.

33. லக்கினத்திலிருந்து 12-வது பாவாதிபதி சுவக்ஷேத்திரத்தில் பலமாயிருந்தால் ஜாதகன் தீர்க்காயுளும் சுகமும் உடையவன்.

34. லக்கின பாவாதிபதியும், 8-வது பாவாதிபதியும் பலமாகி கேந்திரத்திலிருந்தால் ஜாதகன் தீர்க்காயுளும் சுகமும் உடையவன்.

35. புதன் அல்லது குரு, அல்லது சுக்கிரன் சந்திரனுடன் கூடியா வது அல்லது சந்திரனைப் பார்த்தாவது இருந்தாலும், அல்லது லக்கின

பாவத்தையாவது, 8-வது பாவத்தையாவது அல்லது 10-வது பாவத்தை யாவது பார்த்தாலும் அல்லது அடைந்தாலும் ஜாதகன் தீர்க்காயுளும் ஆரோக்கியமும் உடையவன்.

36. லக்கினத்திலிருந்து 8-வது பாவாதிபதி 6-வது, 8-வது அல்லது 12-வது பாவத்திலிருந்தால் (1) 8-வது பாவாதிபதியின் தெசாபுக்தி காலங்களிலாவது, (2) சனி இருக்கும் ராசியாதிபன் தெசையில் 8-வது பாவாதிபதியின் புக்தியிலாவது அல்லது (3) 8-வது பாவாதிபதியின் தெசையில் 8-வது பாவத்தில் இருக்கும் கிரகத்தின் புக்தியிலாவது ஜாதகனுக்கு மரணம் நேரிடும். இந்த மூன்று வித விதிகளில் எந்தவிதியை அனுசரிக்கவேண்டும் என்பதை இங்கு சொல்லப்பட்ட கிரகங்களின் பலத்தையும் துர்பலத்தையும் ஆராய்ச்சி செய்து யோசித்து அறிய வேண்டும்.

37. லக்கின பாவாதிபதி 6-வது, 8-வது அல்லது 12-வது பாவத்தில் ராகு அல்லது கேதுவுடன் கூடியிருந்தால், லக்கினாதிபதியுடனாவது அல்லது 8-வது பாவாதிபதியுடனாவது கூடியிருக்கிற கிரகத்தின் தெசையில் ராகு புக்தி ராகு அந்தரத்தில் ஜாதகனுக்கு மாரகம் நேரிடும்.

38. லக்கின பாவாதிபதி 6-வது, 8-வது அல்லது 12-வது பாவத்தில் ராகு அல்லது கேதுவுடன் கூடியிருந்தால் அப்போது லக்கினாதி பதியுடனாவது அல்லது 8-வது பாவாதிபதியுடனாவது கிரகம் கூடியிராமலிருந்தால், லக்கினாதிபதி, 8-வது பாவாதிபதி இருக்கின்ற ராசியின் அதிபதியின் தெசையில் ராகு புக்தி, ராகு அந்தரத்தில் ஜாதகனுக்கு மாரகம் நேரிடும்.

39. லக்கின பாவாதிபதி 8-வது பாவாதிபதி, 10-வது பாவாதிபதி, சனி இவர்களில் பலவீனமான கிரகம் இராகுவுடன் கூடியிருந்தால், இந்தப் பலவீனமான கிரகத்தின் தெசை புக்தி காலங்களில் அல்லது இந்தப் பலவீனமான கிரகத்தைப் பார்க்கும் கிரகத்தின் தெசாபுக்தி காலங்களில் அல்லது இந்தப் பலவீனமான கிரகத்துடன் சம்மந்தப்பட்ட கிரகத்தின் தெசா, புக்தி காலங்களில் ஜாதகனுக்கு மரணம் நேரிடும்.

40. லக்கினத்திலிருந்து 8-வது பாவாதிபதி 8-வது பாவத்திலி ருந்தால் அந்த பாவாதிபதியின் தெசாபுக்தி காலங்களில் ஜாதகனுக்கு வியாதி சம்பவிக்கும். லக்கின பாவத்தில் லக்கின பாவாதிபதி இருந்தால் லக்கின பாவாதிபதியின் தெசா புக்தி காலங்களில் ஜாதகனுக்கு வியாதி சம்பவிக்கும். இங்கு சொல்லிய 8-வது பாவாதிபதி லக்கின பாவாதிபதி தெசா புக்திகளில் ஜாதகன் வியாதியால் பீடிக்கப்பட்டுக் கடைசியில் வியாதி நிவர்த்தியாகி தேக ஆரோக்கியமும் சந்தோஷமும் அடைவான்.

8–வது பாவாதிபதி வலுவாய் இருந்தால் லக்கின பாவாதிபதியின் தெசையில் ஜாதகனுக்கு மாரகம் நேரிடும்.

41. ஜாதகனுடைய ஜெனன காலத்தில் லக்கின பாவம் பலமற்றதாக விருந்தால் லக்கினாதிபதி, 8–வது பாவாதிபதி இவர்களின் தெசைகளில் ஜாதகனுக்கு அதிக கஷ்டமுண்டாகும். இதற்குப்பின்னால் ஜாதகனுக்கு வெகு சுகமுண்டு. லக்கின பாவாதிபதி வலிவாய் இருந்தால் 8–வது பாவாதிபதியின் தெசா காலத்தில் ஜாதகனுக்கு மாரகம் நேரிடும்.

42. லக்கின பாவத்திற்கும் 8–வது பாவத்திற்கும் அதிபதிகள் பலவானாகி கேந்திர திரிகோண பாவங்களிலிருந்தால் அவர்களுடன் சம்பந்தமான கிரகத்தின் தெசாகாலங்களில் ஜாதகனுக்கு ரோகம், அபவாதம், நிந்தை முதலியன நேரும்.

43. லக்கினபாவாதிபதியும், 8–வது பாவாதிபதியும் இதர கிரகத்து டன் கூடி கேந்திர திரிகோண பாவங்களிலிருந்தால் 8–வது பாவத்தி லிருக்கின்ற கிரகத்தின் தெசாகாலத்தில் ஜாதகனுக்கு மாரகம் நேரிடும்.

44. லக்கின பாவாதிபதியும் 8–வது பாவாதிபதியும் இதர கிரகத்துடன் கூடி கேந்திர திரிகோண பாவங்களில் இருந்து, 8–வது பாவத்தில் கிரகம் இல்லாமல் இருக்கும்போது லக்கின பாவத்தில் இருக்கின்ற கிரகத்தின் தெசையில் ஜாதகனுக்கு மாரகம் நேரிடும். இந்த மாரகம் நேரிடுங்காலத்தில் லக்கின பாவத்திலாவது அல்லது 8–வது பாவத் திலாவது கோட்சாரத்தில் சனி வர வேண்டும். அதாவது இவ்விதமாக தெசையும் சம்பவித்து, சனியும் கோட்சாரத்தில் அடைந்து இருக்கும் காலத்தில் ஜாதகனுக்கு மாரகம் நேரிடும்.

45. லக்கின பாவாதிபதி 8–வது பாவாதிபதி இவர்களுடன் கூடி இருக்கும் கிரகங்களில் எந்தக் கிரகம் பலமற்றதோ அந்தக் கிரகத்தின் தெசாபுக்தி காலங்களில் ஜாதகனுக்கு மாரகம் நேரிடும்.

46. ஐந்தாவது பாவாதிபதியுடன் சம்மந்தப்பட்ட கிரகங்களினுடைய உடு தெசா எண்களைக் கூட்ட வருகின்ற தொகையை 12–ஆல் வகுக்க வருகின்ற மிச்சம் எத்தனையோ அத்தனை ராசி மேஷத்திலிருந்து எண்ண வருகின்ற ராசியில் சூரியன் வரும் மாதத்தில் ஜாதகனுக்கு மரணம் நேரிடும். இதனால் ஜாதகனுக்கு மரணம் நேரிடும் மாதத்தை அறியலாம். ஐந்தாவது பாவாதிபதியுடன் எந்தக் கிரகமும் சம்பந்தப் படாமல் இருந்தால் 5–வது பாவாதிபதியின் உடு தெசா எண்ணை 12–ஆல் வகுக்க முடியுமானால் வகுத்து வரும் மிச்சம் எத்தனையோ அத்தனை ராசி மேஷத்திலிருந்து எண்ண வருகின்ற ராசியில் சூரியன்

ஜாதக பலாபலன் நிர்ணயம்

சஞ்சரிக்கும் மாதத்தில் ஜாதகன் மரணமாவான். 12-ஆல் வகுக்க முடியாவிட்டால் வகுக்க முடியாத எண்ணையே மிச்ச எண்ணாகப் பாவித்து மாதத்தை முன்போல் நிர்ணயிக்கவும்.

47. ஜென்ம லக்கின பாவாதிராசி சிரோதய ராசியாய் இருக்கும்போது அந்த லக்கினபாவ ராசி சர ராசியானால் 2-வது பாவாதிபதியின் தெசா புக்தி காலங்களிலும், ஸ்திர ராசியானால் லக்கின பாவாதிபதியின் தெசாபுக்தி காலங்களிலும், உபயராசியானால் ராகு, தசா புக்தி காலங்களிலும் ஜாதகனுக்கு மாரகம் நேரிடும். சிரோதய ராசிகள் என்பது சிம்மம், கன்னி, துலாம், விருச்சிகம், கும்பம் ஆகும்.

48. ஜென்ம லக்கினபாவ ராசி பிருஷ்டோதய ராசியாய் இருக் கும்போது அந்த லக்கின ராசி சரராசியானால் திரேக்காண லக்கினா திபதியின் (அதாவது திரேக்காண லக்கினம் எந்த ராசியில் இருக் கின்றதோ அந்த ராசியாதிபதியின்) தெசாபுக்தி காலங்களிலும், ஸ்திர ராசியானால் திரேக்காண லக்கினாதிபதியால் பார்க்கப்பட்ட கிரகத்தின் தெசா, புக்தி காலங்களிலும், உபய ராசியானால் திரேக்காண லக்கினா திபதியுடன் சம்பந்தப்பட்ட கிரகத்தின் தெசாபுக்தி காலங்களிலும் ஜாதக னுக்கு மாரகம் நேரிடும். பிருஷ்டோதய ராசிகள் என்பது மேஷம், ரிஷபம், கடகம், தனுசு, மகரம் ஆகும். மீனம் சிர பிருஷ்டோதய ராசியாகும்.

105. ஒன்பதாவது பாவம்

(1) 9-ம் பாவாதிபதியும் குருவும் சுபவர்க்கத்திலிருந்து, 9-வது பாவத் தில் சுபரிருந்தால் ஜாதகன் நல்ல பாக்கியமுடையவன்.

(2) 9-வது பாவத்தில் இருக்கிற கிரகம் பாபி அல்லது சத்துரு அல்லது நீச கிரகம் அல்லது அஸ்தங்கத கிரகமாய் இருந்தால் ஜாதகன் கீர்த்தி, பாக்கியம், தர்மம் இவைகள் இல்லாதவனாயிருப்பான்.

(3) 9-வது பாவத்திலிருக்கிற பாப கிரகம் உச்சம், சுவக்ஷேத்திரம், மித்துருக்ஷேத்திரம் இவைகளில் இருந்தால் ஜாதகனுக்கு எப்போதும் நன்மையைத் தருகின்றது.

(4) 9-வது பாவத்தில் அந்த பாவாதிபதி அல்லது சுபர் இருந்தாலும் அல்லது அதை அந்த பாவாதிபதி அல்லது சுபர் பார்த்தாலும் ஜாதகனுக்கு சுகமுண்டு, பாக்கியமுண்டு.

(5) 9-வது பாவத்தில் சந்திரன் அல்லது சுக்கிரன் பாபியுடன் சம்மந் தப்பட்டு இருந்தால் ஜாதகன் ஆசாரியன் முதலிய பெரியோர்களுடைய மனைவிமார்களிடத்தில் பற்றுடையவனாயிருப்பான்.

(6) 9–வது பாவத்திலிருக்கின்ற குரு, சூரியனால் பார்க்கப்பட்டால் ஜாதகன் பிரபுவாவான், சந்திரனால் பார்க்கப்பட்டால் ஜாதகன் சுகவா னாவான். செவ்வாயால் பார்க்கப்பட்டால் ஜாதகன் மந்திரியாவான். புதனால் பார்க்கப்பட்டால் ஜாதகன் தனவானாவான். சுக்கிரனால் பார்க் கப்பட்டால் ஜாதகன் அஸ்வங்களுக்கதிபதியாவான். சனியால் பார்க்கப் பட்டால் ஜாதகன் ஒட்டகம் முதலிய வாகனங்களுக்கதிபதியாவான்.

(7) 9–வது பாவத்திலிருக்கின்ற குருவை சூரியனும், சந்திரனும் இருவருமாகப் பார்த்தால் ஜாதகன் புத்திமான், தனவான், யானை, குதிரை, பசு முதலிய ஐஸ்வரியமுடையவன். தனதான்யாதி சமுர்த்தியா யுடையவன், தாய் தகப்பனுக்குப் பிரியமுள்ளவன், இராஜ துல்லியன், அநேகவிதமான பாக்கியமுடையவன்.

சூரியனும், செவ்வாயும் இருவருமாய்ப் பார்த்தால் ஜாதகன் சேனை, வாகனங்கள், ரத்தினங்களுடையவன், ஐஸ்வரியமுடையவன்.

சூரியனும், புதனும், இருவருமாய்ப் பார்த்தால் ஜாதகன் வித்தியா விவாதத்தில் பிரியமுள்ளவன், அதிக தனவந்தன், சௌந்தர்யமுடை யவன், சிரேஷ்டமான பாரியாளும், ஆபரணமும் உடையவன், பண்டிதன்.

சூரியனும், சுக்கிரனும், இருவருமாய்ப் பார்த்தால் விநயமாகப் பேசுபவன், பசு, ஆடு, யானை முதலியவையுடையவன், அதிக நீதியை யுடையவன்.

சூரியனும், சனியும் இருவருமாகப் பார்த்தால் ஜாதகன் நல்ல குணமுடையவன், புத்திமான், அநேக கிராமமுடையவன், கியாதியை யுடையவன், தனவந்தன்.

சந்திரனும், செவ்வாயும் இருவருமாகப் பார்த்தால் கீர்த்தி, சேனை, தனம், சுகம் இவைகளுடையவன்.

சந்திரனும், புதனும் இருவருமாகப் பார்த்தால் ஜாதகன் குடும்ப சுகம், சிரேஷ்டமான சய்யாசனாதிகளாகிய படுக்கை முதலியவைகளும் உடையவன், உத்தமமான கிருகம் உடையவன், போகவான், தேஜஸுடை யவன், உத்தமமான புத்தியுடையவன்.

சந்திரனும், சுக்கிரனும் இருவருமாகப் பார்த்தால் ஜாதகன் சந்ததி யில்லாதவன், சூரன், தனவான், கர்மங்களைச் சுறுசுறுப்பாய்ச் செய்ப வன், பரதார இச்சையுடையவன்.

சந்திரனும், சனியும் இருவருமாகப் பார்த்தால் ஜாதகன் நல்ல குண வான், அந்நிய தேசத்தில் விவாதம் செய்பவன், பூர்ணாயுசுடையவன்.

ஜாதக பலாபலன் நிர்ணயம் 253

செவ்வாயும், புதனும் இருவருமாகப் பார்த்தால் ஜாதகன் நல்ல சுபாவமுடையவன், நல்ல குணமுடையவன்.

செவ்வாயும், சுக்கிரனும் இருவருமாகப் பார்த்தால் ஜாதகன் வித்தை, தனம் முதலியவை யுடையவன்.

செவ்வாயும், சனியும் இருவருமாகப் பார்த்தால் ஜாதகன் கெட்ட குணமுடையவன், அன்னிய தேசத்திலிருப்பவன், துன்மார்க்க சகவாசமுடையவன்.

புதனும், சுக்கிரனும் இருவருமாகப் பார்த்தால் ஜாதகன் வித்வான், நல்ல குணமுடையவன், சிற்ப சாஸ்திரமறிந்தவன், நல்ல சகவாச முடையவன்.

புதனும், சனியும் இருவருமாகப் பார்த்தால் ஜாதகன் சௌந்தரிய முடையவன், வித்வான்.

சுக்கிரனும், சனியும் இருவருமாகப் பார்த்தால் ஜாதகன் இராஜ சிரேஷ்டன், அதிக தனமுடையவன்.

(8) எல்லா சுபக்கிரகங்களும் 9-வது பாவத்தில் இருந்தால் ஜாதக னுக்குத் தனமும், பூமியும் நீடுழிகாலம் நிலைத்திருக்கும், ஜாதகன் பூர்ணாயுசுள்ளவன்.

(9) 9-வது பாவத்திலிருக்கிற சந்திரனைச் சனி, புதன், செவ்வாய் இவர்கள் பார்த்தால் ஜாதகன் அரசனாவான்.

(10) 9-வது பாவத்திலிருக்கிற கிரகம் உச்சமாய் இருந்து சுபக் கிரகத் தால் பார்க்கப்பட்டால் ஜாதகன் பூபதியாவான்.

9-ல் துவிகிரகயோக பலன்கள் 21.

(11) 9-வது பாவத்தில் சூரியனும், சந்திரனும் சேர்ந்திருந்தால் ஜாத கன் தனவானாவான், நேத்திர ரோகமுடையவன், அற்பாயுளுடையவன்.

(12) 9-வது பாவத்தில் சூரியனும், செவ்வாயும் சேர்ந்திருந்தால் ஜாதகன் துக்கமுடையவன், வாக்குவாதஞ் செய்வதில் ஆசையுடை யவன், அரசர்களுக்குப் பிரியன், நிபுணன்.

(13) 9-வது பாவத்தில் சூரியனும், புதனும் சேர்ந்திருந்தால் ஜாதகன் அநேக விரோதிகளுடையவன், துக்கமுடையவன், சதா ரோகமுடை யவன், நிபுணன்.

(14) 9-வது பாவத்தில் சூரியனும், குருவும் சேர்ந்திருந்தால் ஜாதகன் தன் பிதுருக்குப் பிரியமுள்ளவன், தனவான், தீர்க்காயுளுடையவன், பிதுரும் தனவான்.

(15) 9-வது பாவத்தில் சூரியனும், சனியும் சேர்ந்திருந்தால் ஜாதகன் ரோகமுடையவன்.

(16) 9-வது பாவத்தில் சூரியனும், சனியும் சேர்ந்திருந்தால் ஜாதகனும் பிதுரும் வயிற்று நோயுள்ளவர்கள், ஜாதகன் அற்பாயுளுடையவன்.

(17) 9-வது பாவத்தில் சந்திரனும், செவ்வாயும் சேர்ந்திருந்தால் ஜாதகன் மாதாவைக் கொல்பவன், விரணமான தேகத்தையுடையவன், செல்வத்தின்பேரில் அதிருப்தியும் விரக்தியுமுடையவன்.

(18) 9-வது பாவத்தில் சந்திரனும், புதனும் சேர்ந்திருந்தால் ஜாதகன் வாக்குச்சாதுர்யமுடையவன், அநேக சாஸ்திரங்கள் அறிந்தவன், அங்க ஹீனன், உத்தமமான ஜாதியிற் பிறந்தவன், பிரசித்தியுடையவன்.

(19) 9-வது பாவத்தில், சந்திரனும், குருவும் சேர்ந்திருந்தால் ஜாதகன் தீர்மான மனதுடையவன், தனவான், கீர்த்திமான், சுகவான்.

(20) 9-வது பாவத்தில் சந்திரனும், சுக்கிரனும், சேர்ந்திருந்தால் ஜாதகன் வியாதியுடையவன், மாற்றாந்தாய்க்குப் பிரியன், ஜாதகனுடைய மனைவி விபசாரஞ் செய்வாள்.

(21) 9-வது பாவத்தில் சந்திரனும், சனியும், சேர்ந்திருந்தால் ஜாதகன் அதர்ம குணமுடையவன். தன் மாதா தன் ஜாதியிலிருந்து விலக்கப்பட்டவள்.

(22) 9-வது பாவத்தில் செவ்வாயும், புதனும் சேர்ந்திருந்தால் ஜாதகன், சாஸ்திரமறிந்தவன், போகவான், சுகவான்.

(23) 9-வது பாவத்தில் செவ்வாயும், குருவும் சேர்ந்திருந்தால் ஜாதகன் தனவான், கௌரவமுடையவன்.

(24) 9-வது பாவத்தில் செவ்வாயும், சுக்கிரனும் சேர்ந்திருந்தால் ஜாதகன் இரண்டு களத்திரமுடையவன், அன்னிய தேசத்தில் வாக்கு வாதஞ்செய்பவன், குருமுடையவன். ஸ்திரீ துவேஷமுடையவன்.

(25) 9-வது பாவத்தில் செவ்வாயும், சனியும் சேர்ந்திருந்தால் ஜாதகன் பாபி, பரஸ்திரீ லோலன், துராச்சாரமுடையவன்.

(26) 9-வது பாவத்தில் புதனும், குருவும் சேர்ந்திருந்தால் ஜாதகன் புத்திமான், தனவான், வித்தவன், விந்தையாய்ப் பேசுபவன்.

(27) 9–வது பாவத்தில் புதனும், சுக்கிரனும் சேர்ந்திருந்தால் ஜாதகன் புத்திமான், சங்கீதப் பிரியன், பண்டிதன், மோகிதன், இன்பவான்.

(28) 9–வது பாவத்தில் புதனும் சனியும் சேர்ந்திருந்தால் ஜாதகன் ரோகி, அதிக தனவான், அசத்தியவான்.

(29) 9–வது பாவத்தில் குருவும் சுக்கிரனும் சேர்ந்திருந்தால் ஜாதகன் பூர்ணாயுளுடையவன், அதிக தனவான், மனிதர்களுக்குள் சிரேஷ்ட மானவன். அநேகவித சௌக்கியமுடையவன், மையான வாக்கு டையவன்.

(30) 9–வது பாவத்தில் குருவும் சனியும் சேர்ந்திருந்தால் ஜாதகன் ரோகி, ரத்தின தனமுடையவன்.

(31) 9–வது பாவத்தில் சுக்கிரனும், சனியும சேர்ந்திருந்தால் ஜாதகன் இராஜாவுக்குச் சமானமானவன், ரோகி, அநேகபுத்திரர்களுடையவன், இராஜப் பிரியன்.

9–ல் திரி கிரக யோக பலன்கள் 35

(32) 9–வது பாவத்தில் சூரியனும், சந்திரனும், செவ்வாயும் சேர்ந் திருந்தால் ஜாதகன் அங்க ஹீனன்.

(33) 9–வது பாவத்தில் சூரியனும், சந்திரனும், புதனும் சேர்ந் திருந்தால் ஜாதகன் ஹிம்சை செய்பவன், அதர்மவான் தனமுடையவன்.

(34) 9–வது பாவத்தில் சூரியனும், சந்திரனும், குருவும் சேர்ந்திருந் தால் ஜாதகன் அதிக சுகமுடையவன், அநேக வாகனமுடையவன், உத்தமன், தனவான்.

(35) 9–வது பாவத்தில் சூரியனும், சந்திரனும், சுக்கிரனும் சேர்ந்திருந் தால் ஜாதகன் அரசர்களிடத்தில் பிரியமாய் இருப்பான், பெண்களு டைய கலகத்தில் பிரியத்துடன் தலையிட்டுக்கொள்வதால் தன விரையம் செய்பவன், சுகமற்றவன், நீதி அறிந்தவன், பிரியத்துடனும் அன்புடனும் பேசுபவன்.

(36) 9–வது பாவத்தில் சூரியனும், சந்திரனும், சனியும், சேர்ந்திருந் தால் ஜாதகன் நல்லவர்களுக்கு விரோதி, ஈனத்தொழில் செய்பவன்.

(37) 9–வது பாவத்தில் சூரியனும், செவ்வாயும், புதனும், சேர்ந்திருந் தால் ஜாதகன் கோபி, விவாதப்பிரியன், விஷமுடையவன், யுத்தம் செய்வதில் ஆசையுடையவன், அந்நிய தேசத்தில் சஞ்சாரம் செய்பவன்.

(38) 9–வது பாவத்தில் சூரியனும், செவ்வாயும், குருவும் சேர்ந்தால் ஜாதகன் தெய்வங்களிடத்திலும், பிதாவிடத்திலும் பிரியமுள்ளவன்,

புத்திராள், மனைவி, தனம் இவைகளுடையவன், தெய்வப்பிராமண பக்தியுடையவன்.

(39) 9–வது பாவத்தில் சூரியனும், செவ்வாயும், சுக்கிரனும் சேர்ந் திருந்தால் ஜாதகன் விவாதப்பிரியன், கோபி, ஸ்திரீலோலன், பெண் களைத் தூஷிப்பவன், கலகப்பிரியன்.

(40) 9–வது பாவத்தில் சூரியனும், செவ்வாயும், சனியும் சேர்ந்திருந் தால் ஜாதகன் தரித்திரன், தோழரில்லாதவன், பிதுரைக் கொல்பவன், ஜனத்துவேஷி, சௌரியமுடையவன்.

(41) 9–வது பாவத்தில் சூரியனும், புதனும், குருவும் சேர்ந்திருந்தால் ஜாதகன் இராஜப் பிரியன், அதிக தனவான், சகல பாக்கியவான்.

(42) 9–வது பாவத்தில் சூரியனும், புதனும், சுக்கிரனும், சேர்ந்திருந் தால் ஜாதகன் அரசனுக்குச் சமானமானவன், காந்தியுடையவன், சத்துருவை நாசஞ் செய்பவன்.

(43) 9–வது பாவத்தில் சூரியனும், புதனும், சனியும் சேர்ந்திருந்தால் ஜாதகன் பாபி, பரஸ்திரீ நாயகன்.

(44) 9–வது பாவத்தில் சூரியனும், குருவும், சுக்கிரனும் சேர்ந்திருந் தால் ஜாதகன் பரஸ்திரீ நாயகன், தனவான், பண்டிதன், அநேக விஷயங்களறிந்தவன்.

(45) 9–வது பாவத்தில் சூரியனும், குருவும், சனியும், சேர்ந்திருந்தால் ஜாதகன் அதிக ஸ்திரீ லோலன், உத்தமமான குலத்தில் பிறந்தவன், இராஜன், தனவான்.

(46) 9–வது பாவத்தில் சூரியனும், சுக்கிரனும், சனியும் சேர்ந்திருந் தால் ஜாதகன் ஈனன், இராஜ தண்டனையடைபவன், மூர்க்கன், தரித்திரன், களத்திரமில்லாதவன்.

(47) 9–வது பாவத்தில் சந்திரனும், செவ்வாயும், புதனும் சேர்ந்திருந் தால் ஜாதகன் பால்யத்தில் கஷ்டமடைந்து யௌவனத்தில் சுகத்தையும், தனத்தையும் அடைவான்.

(48) 9–வது பாவத்தில் சந்திரனும், செவ்வாயும், குருவும் சேர்ந்திருந் தால் ஜாதகன் தேவாராதனை செய்யப் பிரியமுள்ளவன், குருபக் தியுடையவன்.

(49) 9–வது பாவத்தில் சந்திரனும், செவ்வாயும், சுக்கிரனும், சேர்ந் திருந்தால் ஜாதகனுக்குக் களத்திர நாசமுண்டு, தற்செயலால் அங்க

வீனம் உண்டாகும். ஸ்திரீலோலன், ஸ்திரீகளால் தனக்குப் பலவீன முண்டாகும். ஸ்திரீகளின் புத்தியைக் கலைக்குந் தன்மையுடையவன்.

(50) 9–வது பாவத்தில் சந்திரனும், செவ்வாயும், சனியும் சேர்ந் திருந்தால் ஜாதகன் நசிஞ்சின மாதுரு வம்சமுடையவன், நீசன், பால் யத்தில் தாயால் விட்டுவிடப்பட்டவன், அல்லது பால்யத்தில் தாய் மரிப்பாள், அரசனுக்குச் சமானமாக ஆகுபவன்.

(51) 9–வது பாவத்தில் சந்திரனும், புதனும், குருவும் சேர்ந்திருந்தால் ஜாதகன் ஆசாரியனாவான், தனவான், தன் குலத்தையும் வம்சத்தையும் விருத்தி செய்பவன், சிரேஷ்டன், அநேக மித்திரருடையவன்.

(52) 9–வது பாவத்தில் சந்திரனும், புதனும், சுக்கிரனும் சேர்ந் திருந்தால் ஜாதகன் மாற்றாந்தாயின் பிதாவின் அநுசரணையிலிருப் பவன், தர்ம குணமுடையவன், மித்திராளுடையவன்.

(53) 9–வது பாவத்தில் சந்திரனும், புதனும், சனியும் சேர்ந்திருந்தால் ஜாதகன் பாபி, கலகம், விவாதம் இவைகளில் பிரியமுள்ளவன், குயுக்தியுடையவன், குரூரன்.

(54) 9–வது பாவத்தில் சந்திரனும், குருவும், சுக்கிரனும் சேர்ந்திருந் தால் ஜாதகன் அரசனாவான், மகிபதியாவான்.

(55) 9–வது பாவத்தில் சந்திரனும், குருவும், சனியும், சேர்ந்திருந்தால் ஜாதகன் நற்குணவான், நற்கர்மவான், கியாதியுடையவன், பிரியமாய்ப் பேசுபவன், சர்வ சாஸ்திரமுமறிந்தவன்.

(56) 9–வது பாவத்தில் சந்திரனும், சுக்கிரனும், சனியும், சேர்ந்திருந் தால் ஜாதகன் கிருஷி மூலமாய் தனந்தேடுபவன், பாக்கியமுடையவன், இராஜ கார்யத்தையுஞ் செய்பவன்.

(57) 9–வது பாவத்தில் செவ்வாயும், புதனும், குருவும், சேர்ந்திருந் தால் ஜாதகன் ஒரு சிற்றரசன், தனவான், தேகசுகமுடையவன்.

(58) 9–வது பாவத்தில் செவ்வாயும், புதனும், சுக்கிரனும், சேர்ந்தி ருந்தால் ஜாதகன் சாஸ்திரமறிந்தவன். சபலன், பயந்தவன், அநேக தேசத்திற்கதிபதி, கியாதியுடையவன்.

(59) 9–வது பாவத்தில் செவ்வாயும், புதனும், சனியும் சேர்ந்திருந்தால் ஜாதகன் சபை குழப்பமுள்ளவன். எப்போதும் குற்றம் கண்டு பிடித்து வாக்கு வாதம் செய்யும் தன்மையுடையவன், கோபி, சாஸ்திரமறிந்தவன்.

(60) 9–வது பாவத்தில் செவ்வாயும், குருவும், சுக்கிரனும் சேர்ந்திருந் தால் ஜாதகன் அதிகப் பிரசித்தியுடையவன், அதனால் அபிமானமுடைய வன், படித்தவர்களிடம் ஆசையுள்ளவன், அதிக தர்மம் செய்பவன்.

(61) 9–வது பாவத்தில் செவ்வாயும், குருவும், சனியும் சேர்ந்திருந்தால் ஜாதகன் நோயில்லாதவன், நல்ல தனவான், நற்குணமுடையவன், தயையுடையவன், பயமற்றவன்.

(62) 9–வது பாவத்தில் செவ்வாயும், சுக்கிரனும், சனியும் சேர்ந்திருந்தால், ஜாதகன் அதிக பொக்கிஷமுடையவன், யானை, குதிரைகளுடையவன், இந்திரியங்களை ஜெயித்தவன், சூரன்.

(63) 9–வது பாவத்தில் புதனும், குருவும், சுக்கிரனும் சேர்ந்திருந்தால் ஜாதகன் வித்தை, தர்மம் இவைகளில் கீர்த்தியுடையவன், உத்தமமான குணமுடையவன்.

(64) 9–வது பாவத்தில் புதனும், குருவும், சனியும் சேர்ந்திருந்தால் ஜாதகன் வித்வான், வாக்குச்சாதுர்யவான்.

(65) 9–வது பாவத்தில் புதனும், சுக்கிரனும், சனியும் சேர்ந்திருந்தால், ஜாதகன் மேதாவி, புகழுடையவன், இனிமையாய்ப் பேசுபவன், சுகவான்.

(66) 9–வது பாவத்தில் குருவும், சுக்கிரனும், சனியும் சேர்ந்திருந்தால் ஜாதகன் பிரபல்யமான ஐச்வரியவான்.

(67) 9–வது பாவத்தில் நான்கு அல்லது ஐந்து அல்லது ஆறு கிரகங்கள் கூட்டமாகவிருந்து அக்கூட்டத்தில் புதனாகிலும், குருவாகிலும் இருந்தால், ஜாதகனுக்கு இராஜாங்க அதிகாரமுண்டு, ஐச்வரியமும் சகல பாக்கியங்களுமுண்டு. அக்கூட்டத்தில் புதனாகிலும் அல்லது குருவாகிலும் இல்லாமல் இருந்தால், ஜாதகன் நோயாளியாகவும், பாக்கியமில்லாதவனாகவும், பந்துக்களால் கைவிடப்பட்டவனாகவும், இராஜ தண்டனை அடைபவனாகவும், சகல கஷ்டங்களும் அனுபவிப்பவனாகவும் இருப்பான்.

(68) 9–வது பாவாதிபதி 8–வது பாவத்திலிருந்து நீசக்கிரகம் அல்லது சத்துரு கிரகத்தில் பார்க்கப்பட்டாலும் அல்லது நீசமாகவும் அல்லது குரூர சஷ்டியாம்சத்திலாகிலும் இருந்தால், ஜாதகன் பாக்கிய ஹீனனாகயிருப்பான்.

(69) 9–வது பாவாதிபதி சுபருடன் சம்மந்தப்பட்டு சுபரால் பார்க்கப்பட்டு, 9–வது பாவத்தில் சுபரிருந்தால், ஜாதகன் நல்ல கீர்த்திமான், தனவான், சகல பாக்கியவனாவான்.

(70) 9–வது பாவாதிபதி சிம்மாசனாம்சத்திலிருந்து லக்கினாதிபதி பத்தாவது பாவாதிபதி இவர்களால் பார்க்கப்பட்டால், ஜாதகன் மகா தான தர்மம் செய்பவன்.

(71) 9–வது பாவத்தில் குரு இருந்து, குரு தன் நவாம்சையிலிருந்தால், அல்லது சுபரால் பார்க்கப்பட்டால், ஜாதகன் குரு முதலிய பெரியோர்களிடத்தில் அதிக பக்தியுடையவனாயிருப்பான்.

ஜாதக பலாபலன் நிர்ணயம்

(72) 9-வது பாவத்திலிருக்கின்ற சுபக்கிரகம் குருவினுடைய வர்க்கத்திலிருந்து 9-வது பாவாதிபதியும் குருவினுடைய வர்க்கத்தில் இருந்தால், ஜாதகன் குரு முதலிய பெரியோர்களிடத்தில் பக்தியுடையவன், சுகவான்.

(73) 9-வது பாவாதிபதி அம்சத்தில் புதன் அல்லது குரு அல்லது சுக்கிரனுடைய வீட்டிலிருந்து இராசியில் சுபக்கிரகத்தால் பார்க்கப்பட்டாலும் அல்லது சுபக்கிரக சம்பந்தப்பட்டாலும் ஜாதகன் தர்ம காரியங்களைச் செய்பவன்.

(74) 9-வது பாவத்தில் ஒரு பாபக்கிரகம் இருந்தால் ஜாதகன் பாபி.

(75) 9-வது பாவாதிபதி பாபியுடன் சேர்ந்தாலும் அல்லது பாப சஷ்டியாம்சத்திலிருந்தாலும் ஜாதகன் தர்மஹீனவான், துர்குணவான்.

(76) 9-வது பாவாதிபதி திரிகோணத்திலாகிலும், கேந்திரத்திலாகிலும், வலுவுடனிருந்து, லக்கினத்தை லக்கினாதிபதி பார்த்தால் ஜாதகன் அதிக பாக்கியமுடையவன், போகத்தைமிதமாக அனுபவிப்பவன்.

(77) 10-வது (பத்தாவது) பாவாதிபதி குருவினுடைய நவாம்சம், திரேக்காணம் அல்லது திரிம்சாம்சம் அடைந்திருந்தால், ஜாதகன் அதிக பாக்கியவந்தன், போகத்தை மிதமாக அனுபவிப்பவன்.

(78) 9-வது பாவத்தில் இருக்கிற கிரகம் தன் உச்ச சுவ க்ஷேத்திரத்திலிருந்தால் ஜாதகனுக்கு அதிக தனத்தையும் கனகத்தையும் கொடுக்கின்றது.

(79) 9-வது பாவத்திலிருக்கின்ற கிரகம் சுபரால் பார்க்கப்பட்டால் ஜாதகன் சத்துருவை வெல்லுபவன், திவ்வியமான தேகமுடையவன், நல்ல கீர்த்தியையுடையவன்.

(80) 9-வது பாவாதிபதியும் 9-வது பாவத்தின் காரகனும் கெட்ட ஸ்தானத்திலிருக்கப் பிறந்த குழவியினுடைய முகத்தை அதனுடைய தகப்பன் பார்க்கமாட்டான். ஆனால் இந்த இரண்டு கிரகங்களும் கேந்திரத் திரிகோணங்களிலிருக்கப் பிறந்த குழவியினுடைய முகத்தை அதன் தகப்பன் பார்ப்பான்.

(81) 9-வது பாவாதிபதி சுபனாகி பலவந்தனாகி, சர ராசியின் முதற் கூறிலிருந்து குரு, சுக்கிரன் இவர்களால் பார்க்கப்பட்டாலும் சம்பந்தப்பட்டாலும், ஜாதகன் ஜெபம் செய்பவன், தியானம் செய்பவன், சமாதி நிஷ்டையிலிருப்பவன்.

(82) 9–வது பாவாதிபதி அல்லது 10–வது (பத்தாவது) பாவாதிபதி தேவலோகாம்சத்திலாகிலும் அல்லது இதர வைசேஷிகாம்சத்திலா கிலும் இருந்து ஒரு சுப கிரகம் பாராவதாம்சத்திலிருந்தால், ஜாதகன் பிரம்ம நிஷ்டையிலிருப்பவன்.

(83) 9–வது பாவாதிபதி குருவுடன் சம்பந்தப்பட்டு பாராவதாம்சத் திலிருந்து, லக்கினாதிபதியைக் குரு பார்த்தால், ஜாதகன் மஹா தானதர்மஞ் செய்பவனாவான்.

(84) 5–வது பாவத்தில் அல்லது 10–வது பாவத்தில் சூரியன் இருந்தால் ஜாதகனுடைய பிதா நாசமடைவான்.

(85) சூரியனிருக்கும் ராசி, நவாம்ச ராசி இவ்விரண்டு ராசிகளில் எந்த ராசி வலுவாயிருக்கின்றதோ அந்த ராசிக்குத் திரிகோண ராசியில் கோட்சாரத்தில் சூரியன் சஞ்சாரஞ் செய்யும்போது ஜாதகனுடைய பிதா மரணமடைவார்.

(86) சூரியனிருக்கும் நவாம்சை ராசியாதிபதி இருக்கும் துவாதசாம்ச ராசியில் சந்திரன் கோட்சாரத்தில் சஞ்சாரஞ் செய்யும்போது ஜாதக னுடைய பிதா மரணமடைவார்.

(87) குளிகனுடைய ஸ்புடத்திலிருந்து சூரியனுடைய ஸ்புடத்தைக் கழிக்க வருகின்ற ஸ்புடத்திற்குரிய ராசி, அம்சராசி இவைகளைத் தெரி ந்துக் கொள்ளவும். இப்படிக் கணித்து வந்த இராசியிலும் அதற்குத் திரி கோண ராசியிலும் சனி கோட்சார காலத்தில் சஞ்சாரம் செய்யும்போது ஜாதகனுடைய தகப்பனுக்கு ரோகமுண்டாகும். இங்கு மேலே கணித்து வந்த அம்சராசியில் குரு கோட்சாரத்தில் சஞ்சாரஞ் செய்யும் போது ஜாத கனுடைய தகப்பன் மரணமடைவார். இது ஒரு வழி.

(88) யமகண்டனுடைய ஸ்புடத்தையும் சூரியனுடைய ஸ்புடத்தையும் ஒன்றாய்ச் சேர்த்துக் கூட்ட வருகின்ற ஸ்புடத்திற்குரிய ராசி, அம்ச ராசி இவைகளைத் தெரிந்து கொள்ளவும். இப்படிக் கணித்து வந்த இராசியிலும் அதற்குத் திரிகோண ராசியிலும் குரு கோட்சாரத்தில் சஞ்சாரஞ் செய்யும் போது ஜாதகனுடைய தகப்பனுக்கு ரோக முண்டாகும். இங்கு மேலே கணித்து வந்த அம்ச ராசியில் குரு கோட் சாரத்தில் சஞ்சாரஞ் செய்யும்போது ஜாதகனுடைய தகப்பன் மரண மடைவார். இது ஒரு வழி.

(89) சூரியன் சர ராசியில் கேந்திர பாவத்திலிருந்தால் ஜாதகன் தன் பிதாவின் தேகத்தைத் தானே தகனம் செய்யமாட்டான்.

(90) 9–வது பாவாதிபதி பூமிக்கு கீழே இருந்தால் ஜாதகன் தன் தகப்பனுடைய முகத்தைத் தன் தகப்பனுடைய மரணகாலத்தில் தரிசனம் செய்யமாட்டான்.

(91) 5–வது பாவாதிபதி சுபக்கிரகமாகி, குரு அல்லது அந்த 5–வது பாவாதிபதி சுபக்கிரக சம்பந்தம் பெற்றிருந்தால், ஜாதகனுடைய தகப்பனுக்குச் சௌக்கியமுண்டு.

(92) 5–வது பாவாதிபதியும், குருவும் பாப அம்சத்திலாகிலும், நீச அம்சத்திலாகிலுமிருந்து, சனி அல்லது ராகு அல்லது குளிகனுடன் சம்பந்தப்பட்டிருந்தால், ஜாதகனுடைய தகப்பனுக்குத் துக்கமுண்டு, சௌக்கியம் கிடையாது.

(93) 5–வது பாவாதிபதி சுபக்கிரகமாயினும், நீசமாயிருந்தாலும், சத்துரு வீட்டிலிருந்தாலும், அஸ்தங்கதமடைந்திருந்தாலும், அல்லது பாப சஷ்டியாம்சத்திலிருந்தாலும், ஜாதகனுடைய தகப்பன் துக்கமுடையவனாவான். சுகமில்லாதவன்.

(94) லக்கினத்திலிருந்து 9–வது அல்லது 11–வது பாவத்தில் செவ்வாய், சனி, ராகு இவர்கள் இருந்தால் ஜாதகனுடைய பிதாவுக்கு மரணமுண்டாகும்.

(95) ஜென்ம லக்கினம், சிம்ம துவாதசாம்சம் அல்லது மீனத் துவாதசாம்சமாகி சூரியன் துஸ்தானங்களாகிய 6, 8, 12–வது பாவங்களிலிருந்தால், ஜாதகனுடைய பிதா ஜாதகன் ஜனிப்பதற்கு முன்னமே மரணமடைவான்.

106. பத்தாவது பாவம்

(1) 10–வது பாவாதிபதி பலவீனனாயிருந்தால், ஜாதகன் சுபலன், துராசாரமுடையவன்.

(2) சூரியன், புதன், குரு சனி இவர்கள் பலவீனராயிருந்தால், ஜாதகன் துஷ்கர்மம் செய்பவன்.

(3) 10–வது பாவத்தில் சூரியன் அல்லது இராகு இருந்தால், ஜாதகன் கங்கா ஸ்நானம் செய்பவன்.

(4) 10–வது பாவம் மீனமாய் இருந்து அதில் செவ்வாயும், புதனும் இருந்தால் ஜாதகன் முக்தியை அடைவான்.

(5) 10–வது பாவாதிபதி சுக்கிரனுடன் சம்பந்தப்பட்டு கேந்திரத்திலிருந்தாலும், அல்லது உச்ச ஸ்தானத்தில் இருந்தாலும், ஜாதகன் கங்கை முதலிய புண்ணிய தீர்த்த ஸ்நானம் செய்பவன்.

(6) 12-வது (பன்னிரண்டாவது) பாவத்தில் புதன் இருந்தாலும் அல்லது பன்னிரண்டாவது பாவாதிபதி உச்ச சுவக்ஷேத்திரத்திலிருந்தாலும், ஜாதகன் கங்கை முதலிய புண்ணிய தீர்த்த ஸ்நானம் செய்வான்.

(7) 10-வது பாவத்தில் வளர்பிறை சந்திரன் பலவானாயிருந்தால், ஜாதகன் கங்கை முதலிய புண்ணிய தீர்த்த ஸ்நானம் செய்வான்.

(8) 10-வது பாவத்தில் தேய்பிறை சந்திரன் அல்லது பாபியாயுள்ள சந்திரன் பலவீனனாயிருந்தால் ஜாதகன் துஷ்கர்மம் செய்பவன், சூதாடுபவன்.

ஜீவனம்:

9. லக்கினத்திற்கு 10-ல் அல்லது சந்திரனுக்கு 10-ல் சூரியனிருந்தால், தகப்பனாலும், சந்திரனிருந்தால் தாயினாலும், செவ்வாயிருந்தால் சத்துருவாலும், புதனிருந்தால் சினேகிதனாலும், குருவிருந்தால் சகோதரனாலும், சுக்கிரனாயிருந்தால் களத்திரத்தினாலும், சனியிருந்தால் தன் சேவகர்களாலும், பொருள் சம்பாதிப்பான் (அ) லக்கினம், சூரியன், சந்திரன் இவர்களுக்கு 10-ஆம் வீட்டிற்குடையவர் இருக்கும் நவாம்சை ராசியாதிபதிக்குச் சொல்லிய ஜீவனமே ஜாதகனுடைய தொழில் என்பதாம். (ஆ)

(அ) அந்தந்த கிரகத்திற்குச் சொல்லிய பலன்கள் அந்தந்த கிரகத்தின் தெசை, அந்தர் தெசை இவைகளில் நடக்கும் என்பதாம், லக்கினத்திற்கும் அல்லது சந்திரனுக்கும் 10-ல் எத்தனை கிரகமிருக்கின்றதோ, அத்தனை விதத்தில் மேற்சொல்லியபடி தனம் வந்து சேரும் என்றறியவும்.

(ஆ) உதாரணமாக லக்கினம் மிதுனமாக விருக்க அதற்கு 10-ஆம் வீடு மீனம். மீனத்திற்குரிய குரு ரிஷப நவாம்சையில் இருந்தால், ரிஷபத்திற்கு அதிபதி சுக்கிரன். ஆகையால் சுக்ரனுக்குரிய விலையுயர்ந்த நவரத்தினங்கள், வெள்ளி, முதலிய உலோகங்கள், பசு, எருமை, இவைகளால் பொருள் தேடுவான்.

(அ) மேற்சொல்லிய நவாம்ச ராசியாதிபதி சூரியனானால், பொன் வியாபாரம், வாசனைத்திரவியங்கள், கம்பளத்தால் செய்யப்பட்ட வஸ்திராதிகள், மருந்து வகையராக்கள், வைத்தியம் ஆகிய இவைகளால் தனம் தேடுவான்.

(ஆ) மேற்சொல்லிய நவாம்ச ராசியாதிபதி சந்திரனானால், கிருஷியாலும், ஜலத்திலுண்டாகும் வஸ்துக்களாலும், பெண்கள் மூலியமாயும் தனம் தேடுவான்.

(இ) நவாம்ச ராசியாதிபதி செவ்வாயானால் உலோகவகையாலும், தாவர வஸ்துக்களாலும், நெருப்பு உபயோகப்படுத்தும்படியான வேலையாலும், ஆயுதங்களாலும் தைரியச் செய்கைகளாலும் தனம் தேடுவான்.

(ஈ) நவாம்ச ராசியாதிபதி புதனானால் குமாஸ்தாவாகவும், கணக்குப் பிள்ளையாகவும் இருப்பதாலும், பலவித கைத்தொழில் வேலையாலும் தனம் தேடுவான்.

(அ) பொன் வேலை, ஜலம், தானியம், புல், முத்து இவைகளின் மூலமாயும், இருதிறத்தாருக்கும் மத்தியிலிருந்து வேலையைப் பூர்த்தி செய்துவைக்கும்படியான உத்தியோகத்தாலும் தனம் தேடுவான்.

(ஆ) ஜலத்திலுண்டாகின்ற முத்து, பலகரை, சங்கு, பவழம், உப்பு, மச்சம், மீன் எண்ணெய், மீன்களின் எலும்பு இவைகளாலும், ஜலத்திலுண் டாகும் இதர பலவித வஸ்துக்களாலும், பலவிதமான மண் வகையராக்க ளினாலும், விவாதங்கள் நடத்துவதாலும் செல்வவதிகள் பணத்தைச் செலவழித்து வாங்கக்கூடிய விலையுயர்ந்த ஆடைகளை விற்பனை செய்வதாலும் தனம் தேடுவான்.

(இ) சண்டை செய்வதாலும், அக்கினி ஸ்தம்பம் என்று சொல்லப்பட்ட நெருப்புகளை உபயோகப்படுத்தி அதனால் காயப்படாமலிருக்கும் படியாய் தந்திர வேலைகளை வேடிக்கையாகச் செய்து காட்டுவதாலும், திருடனாக விருப்பதாலும், சண்டைசெய்யும் இரு கட்சிக்காரர்களில் ஒரு கட்சிக்காரருடன் சேர்ந்து கொள்ளுவதாலும் தனம் தேடுவான்.

(ஈ) கவிகள் கட்டுவதாலும், கவிப் பிரசங்கஞ் செய்வதாலும் வியாக் கியானம் முதலியவைகள் எழுதுவதாலும், சிற்ப சாஸ்திரம், சித்திரங்கள் எழுதுதல் இவைகளாலும், வேதபாராயணம் செய்வதாலும், ஜோதிடத் தாலும் தனம் தேடுவான்.

(அ) நவாம்ச ராசியாதிபதி குருவானால் பிராம்மணர், தேவர், கல்வி மான்கள் இவர்கள் மூலியமாயும், தான தருமாதி காரியங்களாலும் தனம் தேடுவான்.

(ஆ) நவாம்ச ராசியாதிபதி சுக்கிரனானால் நவரத்தினங்களாலும் வெள்ளி முதலிய உலோக வகையராக்களாலும், பசு, எருமைகளாலும் தனம் தேடுவான்.

(இ) நவாம்ச ராசியாதிபதி சனியானால் கஷ்டமான வேலையாலும் துன்பத்தையும், ஹிம்சையையும் விளைவிக்கக் கூடிய தொழில்களாலும், மூட்டைகளைச் சுமப்பதாலும் தன் அந்தஸ்திற்குத் தாழ்ந்த காரியங்களைச் செய்வதாலும் தனம் தேடுவான்.

இவ்விதமாக 10–ம் வீட்டிற்கதிபனிருக்கும் நவாம்ச ராசியாதிபனைக் கொண்டு மேற்சொல்லியபடி கிரகங்களுக்குரிய ஜீவன மூலியத்தால் அந்தந்த கிரகங்களின் தெசை, அந்தர் தெசைகாலங்களில் தனம் தேடுவான்.

(அ) அதிக வட்டிக்குப்பணம் கடன் கொடுப்பதாலும், தெய்வீக சம்பந்தம், சன்மார்க்க சம்பந்தம் இவைகளைப் போதிப்பதாலும், பிராமணர்களிடத்திலும், கோயில்களிலும், உத்தியோகத்திலிருப்பதாலும் தனம் தேடுவான்.

(ஆ) பொன், கொம்பு முதலியவைகளை எடுக்கும் சுரங்கங்களில் வேலை செய்வதாலும், யானை, குதிரை, ஆடு, மாடுகளாலும், உப்பு, தயிர், வெல்லம் முதலிய ரசவர்க்கங்களாலும், சமையல் செய்து போஜனம் போடுவதாலும், மோகப் பெண்களை வைத்துக் கொண்டு ஆசை காட்டி மயக்குவதாலும் தனம் தேடுவான்.

(இ) இழிவான தொழில்களைச் செய்வதாலும், மரவேலை, கைத் தொழிலாலும், குற்றவாளிகளுக்கு விதிக்கப்பட்ட தண்டனைகளைச் செய்வதாலும், ஜீவ ஜந்துக்களை இம்சைப்படும்படி கொல்லுவதாலும், பிடிப்பதாலும் தனம் தேடுவான்.

மேலே சொல்லிய யோகத்தைக் கொடுக்கக் கூடிய கிரகம் நட்பு ராசியிலிருந்தால், மித்துருக்கள் மூலமாய ம், பகை ராசியிலிருந்தால், சத்துருக்கள் மூலியமாயும், சுவக்ஷேத்திரத்திலிருந்தால், தன்னிடத்திலிருந்தபடி வேலை செய்வதாலும் தனம் தேடுவான். மேற்சொன்ன யோகத்தைக் கொடுக்கவேண்டிய கிரகம் சூரியனாகவிருந்து உச்ச ராசியிலிருந்தால், தன்னுடைய சாமர்த்தியத்தினாலேயே தனம் தேடுவான். லக்கினம் அல்லது 12 அல்லது 11 இந்த வீடுகளில் சுபக் கிரகங்கள் வலுவுடன் இருந்தால் பல வழியிலும் தனம் தேடுவான் என்பதாம்.

குறிப்பு: இந்தப் பாவத்தில் சொல்லிய பலன்களெல்லாம் அந்தந்த கிரகங்களின் தெசை, அந்தர் தெசை, காலங்களில் நடக்கும் என்றறிய வேண்டியது.

10. லக்கினத்திற்கு நான்கு கேந்திரங்களிலும் பாபக்கிரகங்கள் இருந்தால், ஜாதகன் நீச விரதாச்சாரமுடையவன், சொத்தில்லாதவன்,

மூர்க்கன், பரஸ்திரீகளுடையவன், பிறருடைய சொத்தை கிரகிப்பவன், சூரத்தன்மையால் எப்போதாகிலும் இராஜ சன்மானம் பெறுபவன்.

11. லக்கினத்திற்கு நான்கு கேந்திரங்களிலும் சுபக்கிரகங்கள் இருந்தால், ஜாதகன் குலோத்தமன், இராஜ வம்சங்களை ஸ்தாபிப்பவன், சர்வக்கியானமுடையவன், அதிக தனவந்தன், நற்குணங்களுடையவன், அரசனாவான் அல்லது அரசர்களிடத்தில் பிரியமாயிருப்பவன்.

12. லக்கினத்திற்கு அல்லது சந்திரனுக்குப் 10–ல் (பத்தில்) சுபக்கிரக மிருந்தால் அல்லது 10–வது பாவத்தின் ஸ்புடத்திற்குரிய நவாம்சையில் சுபக்கிரகமிருந்தால் ஜாதகன் எப்போதும் புண்ணிய தர்மங்களையே செய்து கொண்டிருப்பான். இந்த விடங்களில் சுபக்கிரகமில்லாமல் பாபக்கிரகம் இருந்தால், ஜாதகன் எப்போதும் பாப கர்மங்களையே செய்து கொண்டிருப்பான்.

சந்திரனுக்குப் பத்தாவது பாவத்தில் இருக்கின்ற கிரகம்:

13. சூரியனாகில் ஜாதகன் சர்வ காரியங்களிலும் அனுகூலம டைபவன், பிரசித்தமான காரியங்களைச் செய்பவன், தனவான்.

14. செவ்வாயாகில் ஜாதகன் பாப புத்தியுடையவன், குரூரன், கிராமத்தில் வசிப்பவன்.

15. புதனாகில் ஜாதகன் வித்வான், கியாதியுடையவன், இராஜப் பிரியன், தனவான்.

16. குருவாகில் ஜாதகன் அரசனுக்குச் சமானமானவன், தனவான், தர்ம குணமுடையவன்.

17. சுக்கிரனாகில் ஜாதகன் போகவான், சௌந்தர்யவான், தனவான்.

18. சனியாகில் ஜாதகன் சோகமுடையவன், துக்கமுடையவன், தரித்திரன்.

சந்திரனுக்குப் பத்தாவது பாவத்தில் இருக்கின்ற கூட்டக் கிரகங்கள்:

19. சூரியனும், செவ்வாயுமானால் ஜாதகன் பரஸ்திரீலோலன், மதம் பிடித்தவன், ஜோதிஷ சாஸ்திரம், தர்க்க சாஸ்திரம் முதலியவை தெரிந்தவன்.

20. சூரியனும், புதனுமானால் ஜாதகன் ஜோதிஷ சாஸ்திர மறிந்தவன், ஜலவஸ்துக்களில் பிரியமுள்ளவன். தனம், ஸ்திரீ பூஷணம் இவைகளின் பேரில் அதிக பிரியமுள்ளவன், வர்த்தகஞ் செய்பவன், வஸ்திராலங்காரப் பிரியன்.

21. சூரியனும், குருவுமானால் ஜாதகன் எல்லாக் காரியங்களிலும் சித்தியுடையவன், இராஜப் பிரியன், பராக்கிரமமுடையவன், நற்குண முடையவன்.

22. சூரியனும், சுக்கிரனுமானால் ஜாதகன் இராஜப்பிரியன், ஸ்திரீதன விருத்தியுடையவன்.

23. சூரியனும், சனியுமானால் ஜாதகன் தரித்திரன், சோகமுடைய வன், விரைவாகப் பேசுபவன், சோரத்தனத்தால் தனந்தேடுபவன், கொலை செய்பவன், தண்டனை அடைபவன்.

24. செவ்வாயும், புதனுமாகில் ஜாதகன் சாஸ்திர வித்தையால் ஜீவிப் பவன், சௌந்தர்யமும், தீர்க்காயுசுமுடையவன், நன்றி கெட்டவன், அஸ்திரவித்தை யறிந்தவன், சூரன்.

25. செவ்வாயும், குருவுமானால் ஜாதகன் நீச ஜனங்களுக் கதிபதியாவான். மித்துருக்களிடத்திலிருந்து தனத்தைச் சம்பாதிப்பவன், சேனாதிபதியாவான்.

26. செவ்வாயும் சுக்கிரனுமானால் ஜாதகன் அன்னிய தேசத்தில் சுவர்ணாதி முதலிய வியாபாரஞ் செய்பவன்.

27. செவ்வாயும், சனியுமாகில் ஜாதகன் புத்திரனில்லாதவன், தைரி யமாய்க் காரியங்களைச் செய்பவன், வியாதியுடையவன்.

28. புதனும் குருவுமாகில் புத்திரனில்லாதவன், குழப்பமாய்ப் பேசுபவன், கீர்த்திமான், இராஜப் பிரியன், தனவான், தர்மி.

29. புதனும் சுக்கிரனுமானால் ஜாதகன் வித்தை, மனைவி, தனம் இவைகளுடையவன், சர்வ விஷயமும் அறிந்தவன், மந்திரி, ஸ்திரீ தனமுடையவன்.

30. புதனும் சனியுமானால் ஜாதகன் புத்தகங்களைப் பார்த்துக்காபி (copy) செய்பவன், அனாச்சாரமான காரியங்களைச் செய்பவன், மண் பாண்டம் செய்பவன், உபாத்தியாயர்.

31. குருவும், சுக்கிரனுமானால் ஜாதகன் பிராமணர்களை ரட்சிப் பவன், இராஜப்பிரியன் அல்லது அரசன், பண்டிதன்.

32. குருவும், சனியுமானால் ஜாதகன் சர்வஜன உபகாரி. தன் காரியங்களில் பிடிவாதமுள்ளவன். நீசன் அதாவது அல்பன், நிலையான ஸ்தானமுடையவன்.

33. சுக்கிரனும் சனியுமாகில் ஜாதகன் பரிமளமுள்ள நீல நிறமுள்ள வாசனாதி தூள்களைச் செய்பவன், வைத்தியன், வியாபாரி.

34. 10-வது பாவாதிபதி சுபனாகிலும், அல்லது சுபரால் பார்க்கப்பட்டாலும் அல்லது சம்பந்தப்பட்டாலும் அல்லது சுபருடைய நவாம்சையி லிருந்தாலும் ஜாதகன் அதிகாரமுடைய ஸ்தானத்திலிருப்பவன்.

35. 10-வது பாவாதிபதி சனியுடன் சேர்ந்து, 8-வது பாவாதிபதியால் பார்க்கப்பட்டு பாப நவாம்சையிலாகிலும் அல்லது கேந்திரத்திலாகிலும் இருந்தால், ஜாதகன் கடுமையான எஜமானனுக்கு அடங்கி நடக்க வேண்டியவன்.

36. சந்திரன் கடகத்திலிருந்து, குரு, சுக்கிரன் இவர்களால் பார்க்கப்பட்டு பாராவதாம்ச முதலிய வைசேஷிகாம்சங்களில் இருந்தால், ஜாதகன் நல்ல கீர்த்தியுடையவன், தனவான்.

37. 10-வது பாவாதிபதி சுபருடன் சேர்ந்தாலும், அல்லது சுபர் மத்தியி லிருந்தாலும் அல்லது சுபருடைய நவாம்சையிலிருந்தாலும் ஜாதகன் கீர்த்திமான், நல்ல அபிமானமுடையவன்.

38. 10-வது பாவத்தில் பாபக் கிரகம் இருந்து அந்தப் பாவத்தைப் பாபக்கிரகம் பார்த்து, அந்தப் பாவாதிபதி பலவீனனாயிருந்தால் ஜாதக னுக்கு அதிகாரம், கியாதி, அபிமானம், நற்கீர்த்தி, சுயமரியாதை முதலிய இவைகள் இல்லை. ஜாதகன் அபவாதியாவான்.

39. 10-வது பாவாதிபதியும், 10-வது பாவாதிபதி இருக்கின்ற நவாம் சாதிபதியும் சனியுடன் சம்பந்தப்பட்டு 6-வது பாவாதிபதியால் பார்க்கப் பட்டாலும், சம்பந்தப்பட்டாலும் ஜாதகனுக்கு அனேக மனைவிகளுண்டு.

40. செவ்வாயும் நான்காவது பாவாதிபதியும் பலவந்தர்களாகி, கேந்திரத்திலாகிலும், திரிகோணத்திலாகிலும், பதினோராவது பாவத் திலாகிலும் இருந்து பத்தாவது பாவாதிபதியை சந்திரனும், சுக்கிரனும் பார்த்தாலும், சேர்ந்தாலும் ஜாதகன் கிருஷி முதலியவைகளைச் செய்து கொண்டு அதிக பசுக்களை உடையவனாவன்.

107. பதினோராவது பாவம்

(1) 11-வது பாவத்திலிருக்கின்ற கிரகம் பூர்ண பலமாயிருந்தால், அது ஜாதகனுக்குத் தன வரவை உண்டாக்கும். அப்படிப்பட்ட கிரகம்—

சூரியனாகில் பிதுர் வர்க்கத்தார் மூலமாய் தன வரவுண்டு.

சந்திரனாகில் மாதுர் வர்க்கத்தார் மூலமாய் தன வரவுண்டு.

செவ்வாயானால் தன் பிரயத்தனத்தினாலே தன வரவுண்டு.

புதனாகில் தன் பிரியமுள்ள எஜமானனாலும், சினேகிதனாலும் அல்லது அம்மானாலும் தன வரவுண்டு.

குருவாகில் யாகம், வேத சாஸ்திர வித்தை மூலமாயும், புத்திரர்கள் மூலமாயும் தன வரவுண்டு.

சுக்கிரனாகில் ஸ்திரீகளாலும் காவியம், நாடகம், சங்கீதம், வித்தை இவைகளாலும் தன வரவுண்டு.

சனியாகில் அனேக ஆண், பெண் வேலையாட்களை வைத்துக் கொண்டு விவசாயம் செய்வதாலும், தான்யத்தாலும் தன வரவுண்டு.

(2) 11-வது பாவத்திலிருக்கின்ற அல்லது 11-வது பாவத்தைப் பார்க்கின்ற கிரகத்தின் ஜாதி எந்த ஜாதியோ அந்த ஜாதியைச் சேர்ந்தவர்கள் மூலியமாய்த் தன வரவுண்டு.

(3) 11-வது பாவத்திலிருக்கின்ற கிரகங்கள் சுபக்கிரகங்களானால் நல்ல வழியினாலும், பாபக்கிரகங்களானால் பாபவழியினாலும், சுபரும் பாபருமானால் சுப அசுப வழியினாலும் ஜாதகன் தனந்தேடுவான்.

(4) 11-வது பாவத்திலிருக்கின்ற கிரகம் மிகவும் வலுவாகி யிருந்து ஜெனன லக்கினத்திற்குச் சுப கிரகமானால் (அதாவது தாற்காலிக சுபனானால்) ஜாதகன் சர்வ நல்ல குணங்களுமுடையவன், சர்வ போகங்களுமுடையவன், ஆடை, ஆபரணம், வாகனாதி, வித்தை, ஸ்திரீகள் முதலியவைகளும் சர்வ பாக்கியங்களுமுடையவன்.

(5) 11-வது பாவாதிபதியும், 2-வது பாவாதிபதியும், லக்கினாதிபதிக்கு மித்துருக்களானால் ஜாதகன் தன் திரவியத்தை நற்கர்மம், தெய்வங்கள், பிராமணர்கள் இவர்கள் விஷயமாகச் செலவு செய்பவன்.

(6) 11-வது பாவத்திலிருக்கின்ற கிரகம் பலவீனமாகினாலும் கிரக யுத்தத்தில் தோல்வியடைந்திருந்தாலும், நீசத்திலிருந்தாலும் அல்லது சத்துரு வீட்டிலிருந்தாலும் அல்லது கெட்ட ஸ்தானங்களிலிருந்தாலும், ஜாதகன் பிரதி தினமும் தன் ஜீவனத்திற்காக யாசகம் செய்வான்.

(7) 11–வது பாவாதிபதி :

சூரியனாகில் அல்லது சந்திரனாகில் ஜாதகன் அரசன் அல்லது அரசனுக்குச் சமானமானவன், இவர்களி டத்தில் தொழிலில் இருப்பதால் தனஞ் சேகரிப்பான்.

செவ்வாயாகில் ஜாதகன் மந்திரி, சகோதரன் இவர்கள் மூலமாயும், கிருஷி மூலமாயும் தனஞ் சேகரிப்பான்.

புதனாகில் ஜாதகன் வித்தையாலும், பந்துக்கள், புத்திரர்கள் இவர்க ளாலும் தனம் சேகரிப்பான்.

குருவாகில் ஜாதகன் மத சம்பந்தமான காரியங்களைச் செய்வதில் தனம் சேகரிப்பான்.

சுக்கிரனாகில் ஜாகதன் ஸ்திரீகள் மூலமாயும், நவரத்தினங்கள், யானை, பசு முதலிய நாற்கால் ஜீவன் இவைகளாலும் தனம் சேகரிப்பான்.

சனியாகில் ஜாதகன் இழிவான காரியங்கள் செய்வதால் தனஞ் சேகரிப்பான்.

குறிப்பு: இந்தக் கிரகங்கள் வலுவாய் இருக்கும்போது மாத்திரம் இப்பலன் சம்பவிக்கும்.

(8) 11–வது பாவாதிபதி லக்கினத்திற்குக் கேந்திரத்திலாகிலும், திரி கோணத்திலாகிலும் இருந்தாலும் அல்லது 11–வது பாவத்தில் ஒரு பாபக் கிரகமிருந்தாலும் அல்லது 11–வது பாவாதிபதி உச்சம் அல்லது மித்துரு ராசி அல்லது நவாம்சையில் இருந்தாலும் ஜாதகன் தனவானாவான்.

(9) 11–வது பாவம் 11–வது பாவாதிபதி இவைகளுடன் சம்பந்தப்பட்டி ருக்கும் கிரகத்தின் வலுவை அனுசரித்து தனந் தேடுதலைச் சொல்ல வேண்டும். இக்கிரகங்களைக் கொண்டே யார் மூலமாய்த் தனஞ்சேரும் என்பதையும் சொல்லவேண்டும். இக்கிரகங்களின் தெசாபுக்தி காலங்களில் இவர்களுக்குரிய முகாந்தரத்தாலும், திக்குகளிலுமி ருந்தும், தனம் வந்து சேரும் என்று அறியவும்.

108. பனிரண்டாவது பாவம்

(1) 12–வது பாவத்திலிருக்கிற கிரகம் சரராசிக்கு அதிபதியானாலும் அல்லது 12–வது பாவம் சர ராசியானாலும் அல்லது 12–வது பாவத் திலிருக்கிற கிரகம் கெட்ட பாவங்களாகிய 6, 8–வது பாவங்களின் அதிபதியானாலும் அல்லது 12–வது பாவத்திலிருக்கின்ற கிரகத்தைச் சனி பார்த்தாலும் ஜாதகன் நானாவிதமான தேசங்களிலும் காடுகளிலும் சஞ்சாரஞ் செய்வான்.

(2) 12–வது பாவத்திலிருக்கிற கிரகம் சுபனாகி சுபக்கிரகத்தால் பார்க்கப்பட்டு, 12–வது பாவாதிபதி பலவீனனாகிலும் அல்லது நீசமாகவாகிலும் அல்லது சத்துரு ஸ்தானத்திலாகிலும் இருந்தால் ஜாதகன் தனத்தைச் செலவு செய்யமாட்டான்.

(3) 12–வது பாவத்திலிருக்கின்ற கிரகம் பலவீனனாகவிருந்து 1–வது பாவாதிபதி அதிக பலவந்தனாக விருந்தால் ஜாதகன் தன் தனத்தை விரையம் செய்வான்.

(4) 12–வது பாவாதிபதி நல்ல வர்க்கத்திலிருந்தால் ஜாதகன் தன் தனத்தை விரையஞ் செய்வான்.

(5) 12–வது பாவாதிபதி பலவீனமான கிரகத்துடன் சேர்ந்திருந்தாலும் அல்லது பலவீனமான கிரகத்தால் பார்க்கப்பட்டாலும் ஜாதகன் தன் தனத்தைக் கெட்ட வழியில் செலவு செய்வான். இந்த பலவீனமான கிரகத்தின் தெசா புக்தி காலங்களில் இந்த பலவீனமான கிரகத்திற் குரிய மனிதர்களால் ஜாதகன் தன் தனத்தை விரையம் செய்வான்.

(6) 12–வது பாவத்தில் ஒரு கெட்ட கிரகம் 6–வது அல்லது 8–வது பாவாதிபதியாகி வலுவுடன் இருந்தால் ஜாதகனின் கிருஷி தஸ்திதி முதலியவைகள் நாசமடையும்.

(7) 12–வது பாவம் இருகால் இராசி அல்லது நாற்கால் இராசியாகி அதில் இருகால் அல்லது நாற்கால் ஜந்துக்களைக் குறிக்கும் கிரகங்கள் இருந்தால் ஜாதகனுடைய வேலையாட்களும் பசு முதலிய கால் நடைகளும் நாசமடையும்.

குறிப்பு: மேஷம், ரிஷபம், சிம்மம், தனுசின் பின் அரை மகரத்தின் முன்அரை இவைகள் நாற்கால் இராசியாகும். மிதுனம், கன்னி, துலாம் தனுசின் முன் அரை, கும்பம் இவைகள் இருகால் ராசியாகும்.

குருவும், சுக்கிரனும் இருகால் பிராணியையும், செவ்வாயும் சனியும் நாற்கால் பிராணியையும் குறிக்குங் கிரகங்களாகும்.

(8) 11–வது பாவத்தில் எந்த கிரகம் இருக்கின்றதோ அந்த கிரகத்திற் குரிய ஜாதி பிரஜைகளால் ஜாதகனுடைய தனம் செலவாகும். அந்த பாவத்தில் பெண் கிரகம் இருந்தால், பெண்களாலும், ஆண் கிரகம் இருந்தால் சத்துருவாலும், மித்துரு கிரகம் இருந்தால், மித்துருவாலும் ஜாதகனுடைய தனம் செலவாகும்.

(9) 12–வது பாவத்தில் சுபக்கிரகமிருந்தால், ஜாதகன் தர்ம குணம், தயாளகுணம் உடையவனாகவும், கிருஷியில் விருப்பம் உடையவனாகவும் இருப்பான்.

(10) 12–வது பாவத்தில் பாபக் கிரகம் இருந்தால், ஜாதகன் விவாதஞ் செய்பவனாகவும், அபானவாயு புரியுந் தேகமுடையவன், நேத்திர ரோக

முடையவனாகவும், சதா சஞ்சாரஞ் செய்பவனாகவும் சபலனாகவும் இருப்பான்.

(11) 12-வது பாவத்திலிருக்கின்ற கிரகம் தன் உச்ச ஸ்தானம். சுவக்ஷேத்திரம் அல்லது மித்துரு க்ஷேத்திரத்திலிருந்தால், ஜாதகன் பரோபகாரியாயிருப்பான்.

(12) 12-வது பாவத்தில் சூரியனாகிலும் அல்லது தேய்பிறைச் சந்திரனாகிலும் இருந்தால், ஜாதகனுடைய சொத்தை இராஜாங்கத்தார் பறிமுதல் செய்யநேரிடும்.

(13) 12-வது பாவத்தில் செவ்வாய் இருந்து புதனுடன் சம்பந்தப் பட்டாலும் அல்லது புதனால் பார்க்கப்பட்டாலும், ஜாதகனுடைய தனம் பலவிதத்திலும் விரயமாகும்.

(14) 12-வது பாவத்தில் சந்திரன் (அதாவது வளர்பிறைச் சந்திரன்) அல்லது குரு அல்லது சுக்கிரன் இருந்தால், ஜாதகன் தனத்தைச் சேர்த்து அதைக்காப்பாற்றுவான்.

(15) 12-வது பாவத்தில் புதன் இருந்து சுக்கிரனுடன் சம்பந்தப் பட்டால், ஜாதகனுக்கு சையாசனாதி (அதாவது படுக்கை) முதலிய சயன சுகமுண்டு.

(16) 12-வது பாவாதிபதி தன் சுவ க்ஷேத்திரத்திலாகிலும் அல்லது உச்ச க்ஷேத்திரத்திலாகிலும் இருந்து சுபவர்கம் பெற்று சுபகிரகத்தால் பார்க்கப்பட்டால், ஜாதகனுக்கு உயர்ந்த கட்டில்படுக்கை வகையராக்கள் உண்டு.

(17) 12-வது பாவாதிபதி தன் பரம உச்சத்திலிருந்தாலும் 9-வது பாவாதிபதியால் பார்க்கப்பட்டாலும், ஜாதகன் விசித்திரமான சயனத் தின் பேரிலும், மணிகள், இரத்தினங்கள் இவைகளால் அலங்கரிக் கப்பட்ட அழகான சயனத்தின் பேரிலும் படுத்துச் சயன சுகத்தை அனுபவிப்பான்.

(18) எட்டாம் பாவத்திற்குத் திரிகோண பாவத்தில் சந்திரன் அல்லது சுக்கிரன், அல்லது சனி கேதுவுடன் இருந்தால், ஜாதகன் அதிர்ஷ்ட ஹீனன், சீரழிவான்.

(19) எட்டாம் பாவத்திற்குத் திரிகோண பாவத்தில் செவ்வாய், கேது நீங்கலாயுள்ள மற்றப் பாபக் கிரகங்களுடன் இருந்தால், ஜாதகனுடைய வீட்டில் ஆமை வரும்.

(20) எட்டாம் பாவத்திற்குத் திரிகோண பாவத்தில் செவ்வாய் புதனுடன் கூடினால் ஜாதகனை நாய் கடிக்கும்.

6-வது அத்தியாயம்

கிரக சமுதாய யோகாதி பலாத்தியாயம்

109-கிரக யோகங்களின் பெயரும் அவைகளின் பலனும்

1. மனோக்ஞ யோகம்:

சனி உச்சனாகிச் சூரியனும், செவ்வாயும், 4-ம் இடத்தில் இருந்து அல்லது சூரியன் மேஷத்திலிருந்து சூரியனுடன் சுக்கிரன் அல்லது குரு அல்லது புதன் இருப்பது இராஜாக்களால் கொண்டாடப்பட்டவன், தனவான், பொறுத்திருப்பான், தாதா, சொர்ணங்களுடையவன், அனேக ரத்தினங்களுடையவன், இராஜாக்களுடன் சாயங்காலத்தில் சஞ்சாரஞ் செய்வான், அனேகம் குழந்தைகள், வேலையாட்கள் உள்ளவன், தீர்க்காயுசு உள்ளவன், விஷ்ணு ஆலயம் கட்டி இருக்க வேண்டும். அதனால் தான் இந்த யோகம் சம்பவிக்கும். விஷ்ணு ஆலயம் கட்டியிராவிட்டால், விருத்தாப்பியத்தில் புத்திராள், பௌத்திராள் இவர்கள் மூலமாய் துக்கம் சம்பவிக்கும்.

2. வைபவ யோகம்:

5-க்குடையவனான வியாழன் பாபியினுடைய க்ஷேத்திரத்தில் இருந்து அந்தப் பாபிக்கு மித்திரனாய் அல்லது அந்தப் பாபி சம்பந்தம் இருந்து அந்தப் பாபி பந்துக்களுடையவனாகவாவது அல்லது லக்கினாதிபதியாகவாவது இல்லாமல் இருந்து, அந்தக்குருவைச் செவ்வாயும், சனியும் பார்த்தால், வைபவ யோகம் முன் ஜென்மத்தில் புண்ணிய தீர்த்த ஸ்நானங்கள் செய்து ரிஷிகளைச் சேவித்து இருந்தால் தனவானாயும், சுகியாயும், இராஜபூஜிதனாயும் ஆகிறான். மஞ்சள் வர்ணமுள்ளவன், சபலபுத்தியுள்ளவன், வாக்கு சாமர்த்தியமுள்ளவன், குணவான், மிருதுவான வாக்குடையவன், பண்டிதன், அநேக விடங்களில் தாதாவாய் இருப்பவன், மித்துருவும், சத்துருவும் சமமாய்ப் பாவிப்பான். பிள்ளையில்லை, ஒரு சமயம் பிள்ளை பிறந்தால் இறந்து விடும். இவன் பதிவிரதைகளிடம் களங்கத்தைச் சம்பாதித்துப் பிரம்ம சாபத்தை அடைந்தவன்.

3. சௌம்மிய யோகம்:

சந்திரன் 1-ல் அல்லது 6-ல் அல்லது 8-ல் இருந்து பாபிகளால் பார்க்கப்பட்டாலும் அல்லது சம்மந்தப்பட்டாலும், அப்போது குருவும், புதனும் பாபி வீட்டில் இருந்து, சுபாள் கேந்திரத்திலோ, திரிகோணத்திலோ இருந்தால் இது சௌம்மிய யோகம். முன் ஜென்மத்தில்

அம்மானுடைய மனைவியுடன் சம்மந்தப்பட்டால் சுக்கில குஷ்டம் நேரிடும். இரவில் குருடன், தீர்க்க ரோகி, சுக்கில ஈனன், அல்ப தாதா, கோபி, புத்திரன், மனைவி, மித்திரன் இவர்களால் துக்கமுண்டாகும்.

4. யாதுதான்யா யோகம்:

9–ல் பாபி இருந்து 6–லும், 10–லும் பாபிகளிலிருந்தாலும் அல்லது 8–லும், 11–லும் பாபிகள் இருந்தாலும், 5–ல் பாபிகள் இல்லாமல் இருந்தால் இது யாது தான்ய யோகம்–பிள்ளை இல்லை. பிள்ளை பிறந்தால் பிள்ளை ரோகமாய் இருக்கும். பிள்ளைக்கு ராஜ ரோகமாகிய க்ஷய ரோகம் வரும். ஜாதகன் உலுத்தன். துஷ்டவிதத்தில் சம்பாத்தியம், நன்றியில்லாதவன், குணமில்லாதவன், துஷ்டன், தான் பிறக்கும் காலத்தில் தாய்க்குக்கஷ்டம், தன் பெண்ணுக்கும், பிள்ளைக்கும் கஷ்டமுண்டு. கர்ப்பம் கலைதல் (abortion) உண்டு, பிள்ளை பிறந்தாலும் ஜீவிக்காது, பாபியாய் இருப்பான், துஷ்ட காரியம் செய்பவன்.

5. பீஷ்மக யோகம்:

4–க்குடையவனோ, 1–க்கும், 8–க்கும் உடையவனோ பாபியாகவோ அல்லது பாபியுடன் சேர்ந்தோ இருந்து, சூரியன் 6–லோ, 12–லோ இருந்து குரூர க்ஷேத்திரத்தில் பாபிகள் இருந்து, குரு கேந்திரத்திலோ திரிகோணத்திலோ, உச்சத்திலோ, ஆட்சியிலோ இருந்தால் பீஷ்ம யோகம்–சுக சம்பத்து உண்டாகும். முன் ஜென்மத்தில் புண்ணிய தீர்த்தத்தில் ஸ்நானம் செய்து ரிஷிகளைச் சேவித்து தேவார்ச்சனை செய்து பிராமண பக்தியுண்டாகி இந்த ஜென்மத்தில் சுகியாயும், தர்மிஷ்டனாயும், சத்கர்மம் செய்பவனாயும், அனேக பிள்ளை களுடையவனாயும் அனேக ஸ்திரீ சம்போகமுடையவனாயும், புத்திமானாயும், பண்டிதனாயும், மனசுக்குத் தெம்புள்ளவனாயும், தாதாவாயும், தனவானாயும், இருப்பான். 30 வருஷத்திற்குமேல், அதிக சம்பத்து உடையவன். இராஜாவாகவோ, இராஜாவால் கொண்டாடப்பட்டவனாகவோ இருப்பான். குபேரனுக்குச் சமமாய் இருப்பான். 40–க்கு மேல் பீடைவரும், ரத்தவாத ரோகத்தினாலே பீடையனுபவித்து ராஜ ரோகமாகிய காசம், க்ஷயம் வரும். ஒரு க்ஷணம் சௌக்கியம், ஒரு க்ஷணம் உடம்பு இளைத்துவிடும்.

6. ஜீமூத யோகம்:

12–லோ 8–லோ அல்லது 12–லும், 8–லும் குரூர கிரகம் இருந்து லக்கினாதிபதி 12–ல் இருந்து 10–ல் சுபக்கிரகங்கள் இருந்து 2–ல் குரூர கிரகம் இருந்தால் இது ஜீமுதயோகம் என்று பெயர் – தாதா, போகி, இராஜமான்யன், குணாதிகன், பரோபகாரி, தர்மாத்மா, கீர்த்திமான், தனவான், 16–வது வயதிலும், 20–வது வயதிலும் தன் சக்தியாலே

சௌக்கியம் வரும். யானை, குதிரை, பணம் இவைகளுடன் கூடின இராஜாவாகவோ, மந்திரியாகவோ இருப்பான். அல்ப தனமுடைய பிள்ளை பிறப்பான். ஜாதகனுக்கு 26–வது வயதிலோ, 40–வது வயதிலோ, வயிற்றிலோ, காலிலோ, கையிலோ தீர்க்கமான வேதனை உண்டாகும்.

7. விஜய யோகம்:

5–க்குடையவன், 6–லும், 6, 8, 12–ல் இதர கிரகங்கள் இருந்து 5–க்குடையவன், குரூரர்களுடன் சேர்ந்தோ அல்லது குரூரர்களால் பார்க்கப்பட்டால் இது விஜய யோகம் – ஜாதகனுக்குப் பிள்ளை பிறப்பதில்லை. பிறந்தாலும் உயிருடன் இருப்பதில்லை. இரண்டு பெண்ணோ, மூன்று பெண்ணோ பிறக்கும். முதலில் புத்திரியும், இரண்டாவது பிள்ளையும், மூன்றாவது பெண்ணும் பிறக்கும். இதரக் குழந்தைகள் கர்ப்பத்திலேயே கெட்டு விடும்.

8. ஆனந்த யோகம்:

10–க்குடையவர் பாபிகளுடனோ அல்லது பாபிகள் க்ஷேத்திரத்திலோ இருந்து, இதர கிரகங்கள் 3–லோ, 8–லோ, 6–லோ இருந்தால் இது ஆனந்த யோகம். புத்திமான் நீண்ட கண்களுடையவன், அதிக பணமுடையவன், வெளுத்தவன், சபலன், பேசுந்தன்மையுடையவன், தாதா, ஆலோசனை செய்பவன், வஞ்சகன், காரணமின்றி சீக்கிரமாய் கோபம் வந்து உடனே சாந்தமாகக்கூடியவன், 65–வயதுக்குமேல் சௌக்கியமுடையவன். இராஜாக்களால் கொண்டாடக்கூடியவன், யுத்தத்தில் ஜெயமுடையவன், தனமுடையவன், கீர்த்தியுடையவன், அனேக வேலைக்காரருடையவன், 18–வது வயதிலோ 20–வது வயதிலோ பெரிய கீர்த்தியும் தனமும் உடையவன், தினந்தோறும் சௌக்கியமும் விருத்தியும் அடைபவன். இராஜ ரோகம் உண்டு, சந்தானத்தாலே துக்கமுண்டு.

9. பிங்கள யோகம்:

சுபக் கிரகங்கள் 1–லோ, 2–லோ, 10–லோ இருந்து பாபக் கிரகங்கள் 3–லோ, நீசத்திலோ, உச்சத்திலோ, 2–லோ, 1–லோ இருந்தால் இது பிங்கள யோகம். தனம், தான்யம் கிடைக்கும். ஆனால் அதற்கு சீக்கிரம் விருத்தியும், க்ஷயமும் உண்டாகும், பால்யத்தில் துக்கமுண்டாகும். அதிக பித்தமுண்டாகும், அவனுக்குப் பிள்ளையினாலும், மனைவியினாலும் துக்கமே தவிர சுகம் கிடையாது.

10. விபல யோகம்:

5–க்குடையவன் சத்துரு க்ஷேத்திரத்திலோ, அல்லது கெட்டவனுடைய ஸ்தானத்திலோ, குரூரனுடைய ஸ்தானத்திலோ இருந்து குரு

தன் சத்துரு க்ஷேத்திரத்தில் இருந்தால் இது விபல யோகம். இதற்குப் பலன் புத்திர நாசம்.

11. மஹோததி யோகம்:

லக்கினத்தில் சுக்கிரனும் நீசத்திலோ 2–லோ சூரியன், குரு, புதன், சனி, சுக்கிரனும் இருந்து 6–லோ, 12–லோ பாபக் கிரகங்கள் இருந்து திரிகோணத்தில் சுபக்கிரகங்கள் இருந்தால் இது மஹோததி யோகம். இதற்குப் பலன் சக்ரவர்த்தியாக இருப்பான்.

12. பிசாச யோகம்:

சூரியனுடைய க்ஷேத்திரத்தில் குருவும், குருவினுடைய வீட்டில் சூரியனும், புதனும் இருந்து 5–ல் ராகுவும், சந்திரனுமிருந்து இவ் விருவரும் (அதாவது, ராகு, சந்) குருவால் பார்க்கப்படாமல் இருந்தால் இது பிசாச யோகம். இதற்குப் பலன் சந்தானம் கிடையாது. (அதாவது பிள்ளை பிறப்பதில்லை.)

13. தாமினி யோகம்:

4–க்குடையவன், சத்துரு க்ஷேத்திரத்திலோ 12–லோ, 4–லோ, 8–லோ, 6–லோ இருந்து 4–க்குடையவன் குரூரருடன் சேர்ந்திருந்து சுபாள் க்ஷேத்திரத்திலோ, திரிகோணத்திலோ இருந்தால் இது தாமினி யோகம். இதற்குப் பலன் பணமில்லை. இல்லாவிட்டால் ரோகியாய் இருப்பான். சுகம் அனுபவிக்க கூடிய யோக்கியதை இருந்தும் சுகம் அனுபவிக்கமாட்டான். பிள்ளை விஷயமான சிந்தை இருக்கும் (அதாவது பிள்ளையில்லாததால் சிந்தை).

14. சக்கிரதாமினி யோகம்:

புதன் வீட்டில் குரு இருந்தோ அல்லது குருவினுடைய வீட்டில் சுக்கிரனோ இருந்து அந்த இடத்தில் நான்கு கிரகமிருந்தால் இதற்குச் சக்கிரதாமினி யோகம் என்று பெயர். இதற்குப் பலன் நல்ல சாதுர்யம் வாய்ந்தவனாய் இருப்பான். காமி, வக்கிரகண்ணு (squint eyed), நன்றாய்ப்பேசுவான், தீர்க்கஜீவி, கொஞ்சம் கொடையாளி, மஹாசுகி.

15. வார்பவ யோகம்:

4, 5, 11, 12 இவைகளில் இரண்டு கிரகம் இருந்தால் வார்பவயோகம் – இராஜாக்களால் கொண்டாடப்பட்டவன், பணக்காரன், வாக்கு சாலன், பண்டிதன், நல்ல புத்திமான்.

16. ஸ்ரீமுக யோகம்:

சுக்கிரன் குரு க்ஷேத்திரத்தில் இருந்து சுக்கிரனுடைய வீட்டில் சனி இருந்து கடகத்தில் குரு, சூரியன், புதன் இவர்கள் இருந்தால் இது ஸ்ரீமுகயோகம் – யௌவனகாலத்தில் சுகம். 20–வது வயதில் இராஜாக்

களால் கொண்டாடப்பட்டவனாயும், பிறர் ஆச்சரியப்படக்கூடிய தன்மை யுடையவனாயும், பசு, ஆடு, குதிரை, பணம் இவைகள் உடையவனாயும், பெரிய யோகமுடையவனாயும் இருப்பான்.

17. குரூர யோகம்:

4–லோ, 5–லோ இராகு இருந்து 5–க்குடையவன், குரூரனுடன் சேர்ந்து, குரூரனுடைய வீட்டிலோ, திரிகோணத்திலோ புதன் இருந்தால் இது குரூர யோகம் – அதிக கோபமுடையவன், பெருத்த சரீர முடையவன், மானம், லஜ்ஜை, பணம் இவைகளுடையவன், சதாஸ்நானம் செய்வதில் ஆசையுடையவன் (தீர்த்தத்தில் ஆசையுடையவன்).

18. கஜ யோகம்:

லக்கினத்தில் குருவோ அல்லது சுக்கிரன் உச்சத்திலோ, லக்கினத் திலோ இருந்து, கேந்திர திரிகோணங்களில் சுபக்கிரகங்களோ அல்லது 6, 12–ல் பாபக் கிரகங்களோ இருந்தால் இது கஜ யோகம் – ஜாதக னுக்கு பிள்ளை பிறக்கும். ஜாதகன் மஹா பலிஷ்டனாயும், இராஜாக் களாலே கொண்டாடத்தகுந்தவனாயும் ஆவான். அந்தப் பிள்ளை அதிக மானமுடையவனாயும், கோபமுடையவனாயும், தீர்க்காயுசுடையவனாயும், அனேகம் பிள்ளைகளுடையவனாயும் இருப்பான்.

19. அற்புதசாகர யோகம்:

நான்கு கேந்திரத்திலும் சுபாள் இருந்து 6, 11–ல் பாபிகள் இருந்தால் இது அற்புத சாகர யோகம் – சௌக்கியமுடையவன், விஷ்ணுக்குச் சமானமானவனாய் இருப்பான் (அதாவது பணமுடையவனாய் இருப்பான்).

20. அற்தோத்புத யோகம்:

லக்கினத்தில் குரூர கிரகம் சந்திரனுடனிருந்து 4–ல் சுபக்கிரகங் களோ அசுப கிரகங்களோ இருந்தால் இது அற்தோத்புத யோகம் – இராஜாக்களால் கொண்டாடப்பட்டவன், க்ஷணகாலம் சௌக்கியம், க்ஷணகாலம் சிந்தை, சொல்ப தனம் உண்டு, பெருந்தன்மை, இராஜாக் களாலே கொண்டாடுந்தன்மை, மானம் இவைகள் எப்போதும் இருக்கும்.

21. நிபாத யோகம்:

லக்கினத்தில் சனியும், 8–ல் ராகுவும், 6–ல் குஜனும் (அல்லது 1, 6, 8–ல் சனி, ராகு, அங்காரகன் இருந்தால்) அது நிபாதயோகம் – எப்போதும் பரதேச சஞ்சாரியாய் இருப்பான், லோபியாய் இருப்பான், துஷ்ட மனதுடையவன், பணமில்லாதவன், புத்திர விஷயமான சிந்தை யுடையவன்.

22. விலாச யோகம்:

லக்கினாதிபதி 4-ல் இருந்து புதனுடைய வீட்டிலோ அல்லது சுபர்களுடைய வீட்டிலோ, சூரியனோ, செவ்வாயோ இருந்தால் இது விலாச யோகம் – உல்லாசமுடையவனாகவும், டம்பம் உடையவனாகவும், தாதாவாகவும், நல்ல யோகியாகவும், நல்ல குணமுடையவனாயும் இருப்பான்.

23. சக்கிர யோகம்:

சூரியன் மேஷத்திலோ 11-லோ இருந்து குரு கடகத்திலோ 2-லோ இருந்து, 10-ல் சுக்கிரனும் சுபக்கிரகங்களும் இருந்தால் சக்கிர யோகம். நல்ல சக்கிரமுடையவன் (அதாவது சக்கிரவர்த்தி).

24. மகிஷ யோகம்:

6, 4, 8, 12-ல் இராகு, அங்காரகன், சூரியன், சனி இவர்கள் இருந்து, லக்கினத்தில் சந்திரன் இருந்தால் தாயாருக்கு மூன்று ரிது (அதாவது 6 மாதம்) கஷ்டம், ஜாதகனுக்குப் புத்திர நாசம் உண்டாகும். 9-ல் குரு இருந்தால் சுகமுண்டாகும்.

25. தேவேந்திர யோகம்:

நான்கு கேந்திரத்திலும் உச்ச கிரகங்கள் இருந்து லக்கினத்தில் குரு, சூரியன், அங்காரகன், சனி, சந்திரன் இவர்கள் இருந்து திரிகோணத்தில் நீசக்கிரகமோ பாபக்கிரகமோ இருந்தால் இது தேவேந்திர யோகம். இது எல்லா யோகத்தைக் காட்டிலும் முக்கிய யோகம், இதற்குப் பலன் விபரமாகச் சொல்லவில்லை. அதாவது எல்லா நன்மையும் உண்டு.

26. இராஜ யோகம்:

சுபர்கள், பாபர்கள் 2-லும், லக்கினத்திலும் இருந்து குரு நீச ஸ்தானத்திலோ, சத்துரு ஸ்தானத்திலோ இருந்தால் பிதுர் கஷ்டம், மகா சௌக்கியம், கடைசியில் துக்கியாகிறான்.

4 கிரகங்கள் லக்கினத்தில் இருந்து, 2-ல் சுக்கிரன் இருந்து 9-லோ, 6-லோ சனி இருந்தால் இராஜ யோகம். இதற்குப் பலன் மஹா சுகி.

27. சூலை யோகம்:

1, 8, 12-ல் குரூர கிரகங்களும் சந்திரனும் இருந்தாலும் அல்லது எல்லாக் கிரகங்களும் மூன்று ஸ்தானத்தில் இருந்தாலும் இது சூலை யோகம். ரோகி, தனமில்லாதவன், சந்தான விஷயத்தில் சிந்தை உண்டு.

28. பாஸ்கராஸ்த யோகம்:

9–ல் சந்திரனும், 4–ல் அல்லது 11–ல் சுக்கிரனும், 3–ல் அல்லது 11–ல் குருவும், 5–ல் நான்கு குரூர கிரகங்கள் இருந்தால் இது பாஸ்கராஸ்த யோகம் – மஹா சுகம், 40–வயது முதல் 60–வயது வரையிலும் மஹாசுகி. இராஜாக்களால் கொண்டாடப்பட்டவன், குபேரனுக்குச் சமானமானவன். 60 வயதுக்கு மேல் கவலையும், பயமும், பணச்சேதமும், துக்கமும் உண்டாவதுடன் பிள்ளை, ஸ்திரீ, மித்ரர்களால் துக்கமுண்டாகும். இவனுக்குப் பிள்ளை பிறக்காது, பிறந்தாலும் நிற்காது.

29. வேறுவிதமான பாஸ்கராஸ்த யோகம்:

1–லும், 4–லும் சௌமிய கிரகங்கள் இருந்து, 8–ல் சுபனும், 9–ல் அசுபனும் இருந்தால் இது பாஸ்கராஸ்த யோகம். சுகமுண்டு, க்ஷண காலத்தில் விருத்தியும் க்ஷண காலத்தில் க்ஷயமும் உண்டு.

30. சந்திராஸ்த யோகம்:

1, 4, 7, 9 இதில் ராகு, சந்திரன், கேது, சனி இருந்து குரூர கிரகங்கள் 2–லும், சௌமிய கிரகங்கள் 1–லும் இருந்தால் இது சந்திராஸ்த யோகம். இவன் அல்பாயுசுள்ளவன். ஒருக்கால் இவன் ஜீவித்திருந்தால் குபேரனுக்குச் சமானமாய் இருப்பான். இவனுக்குச் சௌக்கியமில்லை, பிள்ளையுமில்லை, தீர்க்கரோகியாய் இருப்பான்.

31. தாருண யோகம்:

தர்மாதிபதியோ (அதாவது 9–க்குடையவனோ) 2–க்குடையவனோ குரூரனோ, குரூரனுடன் சேர்ந்தோ இருந்தாலும் அல்லது அங்காரகனால் சந்திரன் பார்க்கப்பட்டாலும் இது தாருண யோகம். பிள்ளை பிறக்கும் ஆனால் ஜீவிக்காது. சில சமயம் கன்னிகைகள் பிறந்து சிலது போய், சாகாமல் ஒன்றோ இரண்டோ நிற்கும்.

32. சந்திரராஜ யோகம்:

4–ல் சந்திரனும், 4–ம் இடத்திற்குடையவன், சந்திரன் வீட்டில் இருந்தால் இது சந்திரராஜ யோகம். ஜாதகன் மந்திரி, சுகி, தனவான்.

33. சதுஸ்சாகர்ய யோகம்:

நான்கு கேந்திரத்திலும் சௌமிய கிரகங்கள் இருந்து குரு உச்சனாய் இருந்தால் சதுஸ்சாகர யோகம் – ஜாதகன் மஹாராஜன், பெரிய பணக்காரன், அவனுக்குப் பிள்ளையாலும், வியாதியாலும் துக்கம் உண்டு.

34. சாகர யோகம்:

2–ல் 3–க்குடையவனும், 1–ல் கர்மாதிபதியும் (10–ம் வீட்டாதிபதியும்) இருந்து, குரூர கிரகங்கள் 2–லும், சௌமியக் கிரகங்கள் 3–லும் இருந்து எல்லா கிரகங்களால் சந்திரன் பார்க்கப்பட்டால் சாகர யோகம் – பைத்தியக்காரப்பிள்ளை பிறக்கும். ஜாதகன் ஜாதியை விட்டு வேறு ஜாதி போய் விடுவான். அதனால் பந்துக்கள் அவனை ஜாதியிலிருந்து விலக்கி விடுவார்கள்.

35. பிராதுருஹ யோகம்:

9–ல் குரூரன் இருந்து பிராதுரு ஸ்தானத்தில் (அதாவது 3–ல்) ஒரு குரூரன் சனி, செவ்வாயுடன் சம்மந்தப்பட்டு இருந்தால் இது பிராதுருஹ யோகம் – இவனுக்குப் பிராதா இருக்கமாட்டான்.

36. திருசு யோகம்:

அங்காரகன் வீட்டில் இராகுவும், சூரியன் வீட்டில் சனியும், சனி வீட்டில் சூரியனும் இருந்தால் இது திருசுயோகம். தாயார், தகப்பனார், இவர்களுக்கும் தனக்கும், தன் வம்சத்தில் எல்லோருக்கும் நாசம் உண்டாகும்.

37. சத்தர யோகம்:

10, 1, 4 இதில் குரூரன் இருந்து, சுபக்கிரகங்கள் 5–லும், 1–லும் இருந்து, 8–க்குடையவன் பிராதுரு ஸ்தானத்தில் (3–ல்) இருந்தால் இது சத்தர யோகம். ஜாதகன் சுகி, நல்ல கர்மம் செய்பவன், தார்மிஷ்டன், அனேக பிள்ளையுடையவன், அனேக ஸ்திரீகளை அனுபவிப்பவன், புத்திமான், கெட்டிக்காரன், தன் குலத்தில் சிறந்தவன், யானை குதிரையுடையவன், சொஸ்தசித்தன், கொடையாளி, பணக்காரன், குலசீலன், 16–வது வயதுக்கு மேல் தன் பலத்தால் சௌக்கியமடைபவன், 30 வயதுக்கு மேலே மஹா சௌக்கியமுடையவன், இராஜாவாகவோ இராஜாவால் கொண்டாடத் தகுந்தவனாய் இருந்து குபேரனுக்குச் சமானமாயிருப்பான். 40 வயதுக்கு மேலே பீடை வரும், வாத பீடையும், இராஜரோகமும் வரும். காச, சுவாச ரோகங்கள் அடிக்கடி வரும், உடம்பு இளைத்துப் போய்விடும்.

38. குரூர யோகம்:

புத்திர ஸ்தானத்தில் குரூரன் இருந்து குரூரர்களால் பார்க்கப்பட்டு, குரூர ஸ்தானத்தில் சந்திரனிருந்தால் குரூர யோகம். இவனுக்குத் தீர்க்க ரோகம் உண்டு. அதிகாரம் உண்டு, சந்ததி இல்லை, கோபம் உடையவன், பயமுடையவன்.

39. வஜ்ஜிர யோகம்:

புத்திரஸ்தானாதிபதி (அதாவது 5–க்குடையவன்) 6–லோ, 8–லோ, இருந்து சத்துரு ஸ்தானாதிபதியுடன் கூடினாலும் சரி அல்லது புத்திர ஸ்தானாதிபதி குரூரனுடைய வீட்டில் இருந்து சத்துரு ஸ்தானாதிபதி யுடன் கூடினாலுஞ் சரி அப்போது புத்திர ஸ்தானத்தைச் சூரியன் பார்த்தால் இது வஜ்ஜிர யோகம்:– ஜாதகனுக்கு புத்திர சிந்தையுண்டு, பிறக்கிற பிள்ளை சாகும். ஒரு சமயம் பிள்ளை ஜீவித்திருந்தால் அந்தப் பிள்ளை 6–வயதில், 8–வயதில் சாகும், இரண்டு பெண் இருக்கும், அவனுடைய மனைவியும் பிள்ளை பிறக்க வேணும் என்ற ஆசையுடையவளாய் இருப்பாள் (அயிட்டம் நெ. 95–யைப் பார்க்கவும்).

40. ஜகத்பதி யோகம்:

1–ல் சந்திரன், ராகு, சூரியன், சனி, புதன், இவர்கள் கூடியிருந்தால் ஜகத்பதி யோகம். இவன் தேவராஜாவாகவோ, அசுர ராஜாவாகவோ இருப்பான். இவன் காமி, யுத்தத்தில் விருப்பமுடையவன், புத்திர பௌத்திராதிகளுடையவன், பெரிய ஐஸ்வரியமுடையவன், மஹா பாக்கியசாலி, இவனுடைய வேலைக்காரனுடைய வீட்டில்கூட வேலைக் காரர்கள் இருப்பார்கள். வினோதமுடையவனாய் இருப்பான், சக்கர வர்த்தியாய் இருப்பான், ஒருவருக்கொருவருள் விரோதத்தை உண்டு பண்ணக் கூடியவன்.

41. வினாச யோகம்:

புத்திர ஸ்தானாதிபதி நல்லவர் வீட்டில் இருந்தாலோ அல்லது புதன் குரூர கிரகத்துடன் சேர்ந்திருந்தாலோ, அப்போது குரூர க்ஷேத் திரத்தில் குரு இருந்தால் இது வினாச யோகம். பலன் புத்தினாசம். (அயிட்டம் நெ. 62–யைப் பார்க்கவும்).

42. கலாப யோகம்:

5–க்குடையவன் 4–ல் இருந்து, 4–க்குடையவன் 6–ல் இருந்து, சூரியன், சனி, அங்காரகன் இவர்கள் 6, 5, 11, 12–லோ அல்லது குரூர க்ஷேத்திரத்திலோ இருந்தால் கலாப யோகம். பிள்ளை சாகும், இரண்டு பெண் உயிருடன் இருக்கும்.

43. மானச யோகம்:

10–க்குடையவன் 12–ல் இருந்து, சந்திரனுடன் கூடினாலோ அல்லது சந்திரனால் பார்க்கப்பட்டாலோ அல்லது திரிகோணத்தில் நான்கு கிரகங்கள் இருந்து அந்த திரிகோணாதிபதியால் பார்க்கப்பட்டாலும் இது மானச யோகம். சதா ஓடும்படியான விளையாட்டில் கேளிக்கை

யானவன் (அதாவது சஞ்சலகேளி), பேர்பாதி இராஜசன்மானமுடையவன், பணமுடையவன், கீர்த்தியுடையவன், மத்திய காலத்தில் சுக துக்கம் உண்டு, விருத்த காலத்தில் சௌக்கியமுண்டு, இராஜாக்களாலே கொண்டாடப்பட்டவன், இவனுக்கு ரோகத்தாலே பயம், வாதபீடையுண்டு.

44. அனுபவ யோகம்:

மூன்று ஸ்தானத்தில் சௌமியர்களும், மூன்று ஸ்தானத்தில் பாபிகளும் இருந்து, 2–லும், 3–லோ அல்லது 6–12–லோ சுபக்கிரகங்கள் இருந்தால் அனுபவ யோகம் – மஹா கிலேசமுடையவன், ரோகமுடையவன், துர்பலமாயும், சபலமாயும் உள்ள புத்தியுடையவன், பித்தவாதம் அதிகம், சிலேஷ்மம் கொஞ்சமுடையவன், 9, 10, 12–வது வயதில் வேலைக்காரராலும், பந்துக்களாலும் பயமுண்டு, 18–வயதுக்குமேல் தன்னாலே சௌக்கியமுண்டு.

45. சுப யோகம்:

லக்கினாதிபதி சுபக் கிரகங்கள், புதன், சனி இவர்களுடன் சம்பந்தப்பட்டு கேந்திர திரிகோணத்தில் இருந்து, குருவைச் சூரியன் பார்த்தாலும், அல்லது சனியைச் சூரியன் பார்த்தாலும் இது சுபயோகம். இவனுடைய தகப்பனுக்குக் கஷ்டமுண்டாகும். இவன் இராஜாவுக்குச் சமானமாகவோ, கிராமாதிபனாகவோ, தேசாதிபனாகவோ, இராஜாவாகவோ, சக்கிரவர்த்தியாகவோ ஆவான்.

வேறு விதமான சுபயோகம்:

லக்கினாதிபதி சுபர்களுடனும் புதனுடனும் சேர்ந்து ஆட்சி, உச்சம், கேந்திரத்தில் இருந்தாலும் சரி அல்லது சுபக்கிரகங்கள் ஆட்சியிலோ, 9–லோ, 2–லோ இருந்தாலும் சரி இது சுபயோகம். இராஜாக்களாலே கொண்டாடத்தகுந்தவன், பணக்காரன், அதிக சுகி, இராஜ மந்திரி ஆவான்.

46. வைதித யோகம்:

5–க்குடையவன், 6–லோ, 2–லோ, 4–லோ, 8–லோ, 5–லோ இருந்தாலும் அல்லது 5–க்குடையவன் குரூரனாய் இருந்து 5–ல் சுபனால் பார்க்கப்பட்டாலும், லக்கினத்திற்கு 5–ல் இராகுவும், சூரியனும் அல்லது சனியும் இருந்தால் இது வைதிக யோகம். பிள்ளை இல்லை, பிறந்தாலும் ஜீவிக்காது. பிரபலமான பெண் பிறக்கும்.

47. அற்புத யோகம்:

9–ல் சௌமிய கிரகங்களோ அல்லது உச்ச ஸ்தானத்தில் அங்காரகன் இருந்து அப ஜெயஸ்தானத்தில் குரூரர்கள் இருந்தால் இது அற்புத யோகம் – பணக்காரன், சுகி, மானி, நீண்ட கண்களுடையவன், கீர்த்தியுடையவன், அநேக காரியங்கள் செய்பவன், 8–வது வயதில் தாய் தகப்பனுக்கு நாசமுண்டாகும்.

48. சூன்ய யோகம்:

லக்கினாதிபதியும், சனியும், கன்னி ராசியிலிருந்தாலும் அல்லது 8–ல் அங்காரகனும், புதன், ராகு இவர்கள் துஸ்திக்கியத்திலிருந்தால் சூன்ய யோகம் :– சூன்யகதி (அதாவது நடை கொஞ்சம் சூன்யம்), சூன்ய புத்தி,எப்போதும் அசலானுக்கு வேலைக்காரனா யிருப்பான். இவனுக்கு 26, 30, 44 வயதில் பணம் விரையமாகும்.

49. நந்த யோகம்:

சந்திரன் வீட்டில் சனி, சனி வீட்டில் சந்திரன் குரூரருடன் கூடியிருந்து, கேந்திர திரிகோணங்களில் சௌமியர்களிருந்தால் இது நந்த யோகம். 26 வயதுக்குமேல் சௌக்கியமுண்டு. 50 வயதுக்கு மேல் மஹா சௌக்கியமுண்டாகும், தனமுண்டாகும். இராஜாக்களால் கொண்டாட்டமும், சன்மானமும் உண்டாகும்.

இன்னொருவிதமான நந்த யோகம்:

மூன்று ஒற்றை வீடுகளில் ஒவ்வொரு கிரகம் இருந்தால் நந்த யோகம். தீர்க்காயுளுள்ளவனாயும், இராஜ வல்லபனாயுமிருப்பான்.

50. ஜீவ யோகம்:

5–லும் 2–லும் சௌமிய கிரகங்கள், 6–ல் பாபக் கிரகங்களிருந்தாலும் அல்லது கேந்திரத்தில் சௌமிய கிரகங்களிருந்து சப்தமத்தில் பாபக்கிரகங்களிருந்தாலும் அப்போது ஜீவ யோகம். ஜாதகன் சுகி, வெகு புத்திரனுடையவன், இராஜாக்களால் கொண்டாடப்பட்டவன், பணக்காரன், குபேரன்.

51. ஸ்ரீபுஷ்ட யோகம்:

லக்கினத்தில் சுக்கிரன் குருவுடனிருந்து, தர்மாதிபதி சந்திரன் உச்ச ஸ்தானத்திலாவது, லாப ஸ்தானத்திலாவது இருப்பது ஸ்ரீபுஷ்ட யோகம். பத்து வருஷம் சுக துக்கம் இரண்டுமிருக்கும். அதற்குமேல் நான்கு வருஷம் ராஜமான்யனாகவும், மஹா சுகியாகவும் இருப்பான். 32–வது

வருஷம் வரைக்கும் தனம், தான்யம் புத்திராள் இவைகளுடையவன். விருத்த காலத்தில் மஹா சுகியாய் இருப்பான்.

52. கார்முக யோக பலன்:

1–ல் குரு, 2–ல் சுக்கிரனிருந்து, புதன் சந்திரனால் பார்க்கப்பட்டாலும், சுபக்ஷேத்திரத்திலாவது, மித்திர க்ஷேத்திரத்திலாவது, 4–லாவது இருந்தால் கார்முக யோகம். ஜாதகன் சுகி.

இன்னொருவித கார்முக யோகம்:

சனி வீட்டில் அங்காரகனும், அங்காரகன் வீட்டில் சனியும், ராகுவுமிருந்து, 2–லாவது, 4–லாவது குரூர கிரகமிருந்தால் கார்முக யோகம். சுகமே கிடையாது, ஆதியில் போகியாயிருப்பான், கடைசி காலத்தில் துக்கத்தை அனுபவிப்பான், சந்தான சிந்தை உண்டு. தீர்க்க ரோகி.

53. உன்னத யோக பலன்:

லக்கினாதிபதி சத்துரு க்ஷேத்திரத்திலிருந்து 1, 6, 8, 22, 5 இதை அங்காரகன் பார்த்தும், சௌமிய கிரகங்கள் கேந்திர திரிகோணத்திலுமிருந்தால் உன்னத யோகம். சுகியாயிருப்பான், தனவான், புத்திர ஈனன், இராஜயோகியாவான்.

வேறு கிரந்தத்தில் உன்னத யோகம்:

கேந்திர திரிகோணத்தில் சுபாள் இருந்தாலும், உச்சத்திலாவது சுப வர்க்கத்திலாவது இவர்களிருக்கும் பட்சத்தில் உன்னத யோகம். நித்தியம் தனலக்ஷ்மி சம்பத்து அனுபவிப்பான்.

54. ஊர்த்துவ யோகம்:

லக்கினத்திலும், சுப க்ஷேத்திரத்திலும் சுபர்கள் இருந்து, 10–லும், 4–லும் பாபிகளுமிருந்து, மித்திர க்ஷேத்திரத்தில் குருவும் இருந்தால் ஊர்த்துவ யோகம். சுகி, ஸ்ரீமான், சபையில் சாமர்த்தியமாய் சொல்லுபவன், குணவான், தர்மிஷ்டன், ஜெகப்பிரதிஷ்டன் இராஜ பூஜிதன், மெத்தை வீடு, கிணர், குளம், தோப்பு இவைகளை செய்வான், சந்தான சிந்தையுண்டு. 18–வயதுக்குமேல் தன்னுடைய பிரயத்தனத்தினால் சௌக்கியமுண்டு. 22–வயதுக்குமேல் வெகு சௌக்கியமும் தனமும் உண்டு. 32–வது அல்லது 36–வயதுக்கு மேலே சமமான பலன். அறுபது வயது வரையும் சௌக்கியமுண்டு. 60–க்கு மேல் 62–க்குள் மறைவாய் வைத்திருந்த பொருள் விஷயமாய் மனச்சிந்தையுண்டு. 62 வயது முடிவில் தனம் வந்து சேரும். ஆயுள் பரியந்தம் தானம் செய்வான், சந்தானம் உண்டு, குதிரையுண்டு.

55. கிருத்ய யோகம்:

5, 7–க்குடையவர் பாபியாகவோ அல்லது பாபனால் பார்க்கப் பட்டோ இருந்து, கேந்திரத்திலும், இரண்டிலும் சௌமியர்கள் இருந் தாலும் அல்லது குரூர க்ஷேத்திரத்தில் குரு இருந்தாலும் ஆகிருத்யா யோகம். வெகு சம்பத்து கிடைக்கும். இராஜ மான்யம், தனம், தான்யம் உண்டு, வேலையாட்களுடையவன், சந்தான சிந்தை உண்டு. பிள்ளை பிறந்தாலும் இறக்கும். பிள்ளையைப் பணம் கொடுத்து வாங்குவான்.

56. விகத யோகம்:

10–ல் 10–க்குடையவனும், 6, 7, 5, 8, 9 இதில் பாபிகளுமிருந்தால் விகத யோகம். 32 வயது வரைக்கும் தனமும் சௌக்கியமும் கிடையாது. அதற்குமேல் கஷ்டப்பட்டு கொஞ்சம் சௌக்கியம் வரும். 40 வயதுக்கு மேல் யானை, குதிரை, தனம் இவைகளுடையவன், 60 வயதுக்கு மேல் மஹாராஜாவாகவும், மஹா சுகியாயும் ஆகுவான், அன்னிய தேச சித்தரசர்கள் தன் வாசலில் வந்து காத்திருப்பார்கள், அடங்கியிருப் பார்கள், சரீரத்தில் மஹா ரோகமும், சோகமும் உண்டு.

57. காவ்ய யோகம்:

பாவக் கிரகங்கள் 11, 5, 1 இவைகளிலும், 5–வது வீட்டுக்குடையவனி ருக்கும் வீட்டிற்கு 6–வது வீட்டிலும், சத்துரு வீட்டிலும் இருந்தால் காவ்ய யோகம். பிள்ளையில்லாததால் சுகமில்லை, பிராதா இல்லாததாலும் துக்கமுண்டு, 22 வயதுக்குமேல் சுகம். புத்திர விஷயமான சிந்தையும் ரோகமுமுண்டு.

58. கற்புர யோகம்:

10–க்குடையவனும், 4–க்குடையவனும் குரூர கிரகங்களுடன் கூடி 6–லோ, 8–லோ இருந்தாலும் அல்லது குருவும், சனியும் 2–ல் இருந்தால் கற்புர யோகம். தனதான்யங்களுக்குக் கஷ்டம் உண்டு. சில சமயங் களில் சுவல்ப லாபம் உண்டு. 20–க்கு மேல் நல்ல சுகம் உண்டு. 22 வயதுக்கு மேல் தன் பலத்தாலே நல்ல சௌக்கியமுண்டு. 28–வது வயதில் சுகமும், சௌக்கியமும் வந்து சேரும். கர்ணனுக்குச் சமான மான கொடையாளி. எந்த இடத்திலம் தடங்கலில்லாத பிரவேசமுண்டு. தன்னிஷ்டப்படி அனுபவிப்பவன், நல்ல போகத்தை அனுபவிப்பவன், பிதாவுக்கு ஒரு காலத்திலும் இடஞ்சலை செய்யமாட்டான். அவன் லாபத்திற்குச் சில சமயத்தில் விக்கினமுண்டு. ஆனால் சுகம் மாத்திரம் எப்போதும் உண்டு.

59. சக்கர யோகம்:

12–லாவது, 8–லாவது குரூரக் கிரகமிருந்தாலும், 8–வது வீட்டுக்கு டையவன், 12–லிருந்தாலும், 10–வது வீட்டில் சுபர்களும், 2–ல் குரூரர் களுமிருந்தாலும் சக்கர யோகம். இது மிகவும் சுகத்தைத் தரக்கூடிய யோகம். தாதா, போகாதிகள் அனுபவிக்கிறவன், அரசர்களால் வெகுமதிக்கப்பட்டவன், குணங்களில் உயர்ந்தவன், பரோபகாரி, தர்ம சிந்தையுடையவன், புகழுடையவன், அனேக சந்ததியுடையவன், 15–வது வயது முதல் 16–வது வயது வரையில் தன் பலத்தால் சௌக்கியம், யானை, குதிரை, தனம் இவைகளுடையவனாய் அரசனாகவோ அல்லது மந்திரியாகவோயிருந்து சுகமுடையவனாயிருப்பான். பிறகு, ஒரு கோத்திரப் புருஷனை வயிற்றிலடித்து அதனால் அவனுக்கு சிந்தை யுண்டாகும். எப்போதும் சுவல்ப தனத்தாலேயே சௌக்கியமுண்டு, 26–வது வயதிலாவது அல்லது 42–வது வயதிலாவது நீண்ட வேதனை வயிற்றிலோ, கையிலோ, காலிலோ உண்டாகும். (அயிட்டம் நெ. 23–யைப் பார்க்கவும்).

60. மோதித யோக பலம்:

குருவினுடைய வீட்டில் சூரியனாவது, குஜன் வீட்டில் குருவாவது, கேந்திரத்திலாவது, இரண்டிலாவது, ஐந்திலாவது, லக்கினத்திலாவது சுபர்களும், அசுபர்களுமிருந்தால் யானை, குதிரைகளுடன் கூடின சுகத்தைத் தரும் மோதித யோகமாகும். அரசனால் மதிக்கக் கூடிய பணக்காரன், அநேக வேலையாட்களுடையவன், அரண்மனையில் வேலைக்காரன்.

61. சாதாரண யோகம்:

சனியினுடைய வீட்டில் சந்திரனும் மற்றக் கிரகங்களுமிருந்தாலும், 6–ல் செவ்வாயும், 8–ல் சுக்கிரனும் அல்லது 8–ல் சனியுமிருந்து 10–வது வீட்டை சுபரும் அசுபரும் பார்த்தாலும் சாதாரண யோகம். தனதான்யங் களால் பிரகாசிப்பான், கொஞ்ச காலம் விருத்தியும், கொஞ்ச காலம் நாசமும் நேரிடும். கண்ணில் நோயாவது வரும் அல்லது ஜாதகன் நொண்டியாகவாவது, குஷ்ட ரோகமுடையவனாகவாவது இருப்பான், 22, 26 வயதில் கண்ணில் வேதனை, அதிலிருந்து கண் பார்வை குறைந்துகொண்டே வரும்.

62. வினாச யோகம்:

5–வது வீட்டிற்குடையவன் சுக்கிரனுடைய ராசியில் பாபக்கிரகத் துடன் கூடியிருந்து, குரு செவ்வாயால் பார்க்கப்பட்டு குரூர க்ஷேத்திரத் திலிருந்தால் எல்லா அழிவையுந் தரக்கூடிய வினாச யோகமாகும்.

ஜாதகனுக்குச் சந்ததி கிடையாது, வெளுத்த சரீரமுடையவன், முகம் வசீகரமில்லாதவன், அதிக சந்தோஷமுடையவன், மதம் பிடித்தவன், தன் இஷ்டப்படி செல்லத்தக்கவன், ஈனத்தொழில் செய்பவன், சந்ததி ஒரு சமயம் உண்டானாலும் ஜீவித்திராது, கடைசியில் தெய்வ அனுகூலத்தால் ஒரு குழந்தை, இரண்டு குழந்தை நிலைக்கும். (அயிட்டம் நெ. 41–யைப் பார்க்கவும்.)

63. ஸ்திரீவச்ச யோகம்:

4–வது வீட்டுக்காரனாவது, 8–வது வீட்டுக்காரனாவது, லக்கினாதி பதியாவது, குரூரர்களாயிருந்தாலும், குரூரருடன் சேர்ந்திருந்தாலும் 4, 6, 8, 12–ல் குரூர கிரகங்களிலிருந்தாலும் அல்லது 4, 6, 8, 12 பாபக்கிரக ராசியாய் இருந்தாலும், குரூரக் கிரகங்கள் சத்துரு க்ஷேத்திரத் திலிருந்தாலும், அவர்களுடன் குரு இருந்தாலும் இது ஸ்திரீ வச்ச யோகம் ஆகும். சுகமுடையவன், நற்கர்மத்தைச் செய்பவன், தீர்க்காயுளு டையவன், வெகு புத்திரருடையவன், வெகு ஸ்திரீகளுடன் கூடினவன், புத்தியுடையவன், சமர்த்தன், குலத்திற்குப் பிரதானமானவன், யானை குதிரையுடையவன், சஞ்சலமில்லாத மனமுடையவன், கொடையாளி, தனவான், தாமசமுடையவன், 30–வயதுக்கு மேல் சுகம், அரசரால் விரும்பத்தக்கவனாயும், குபேரனுக்குச் சமானமான தனமுடையவ னாயும் இருப்பான். 40–வயதுக்குமேல் சுவாச காசம் முதலிய ரோகங்கள் அடிக்கடி வந்துகொண்டு நீண்ட காலம் இருக்கும்.

64. ராக்ஷச யோகம்:

லக்கினத்தில் ராகுவாவது, 4, 8, 12–ல் சனியாவது, 6, 8, 12–ல் குரு வாவது, 9, 5–ல் பாபக் கிரகங்களாவது இருந்தால் இந்த கிரகங்களுக்கு ஏற்ற ராக்ஷச யோகம் என்று பெயர். அற்பாயுசு, புண்ணிய வசத்தால் ஜீவித்திருப்பான்.

65. உற்பவ யோகம்:

3–ல் இராகுவும், 6–ல் சனியும், 12–ல் குருவும், திரிகோணத்தில் பாபக் கிரகங்களும் இருந்தால் உற்பவ யோகமுண்டாகும். பிள்ளையற் றவன், நோயுடன் கூடியவன், கஷ்டப்பட்டு பணம் சம்பாதித்து அதனால் சுகமுண்டு.

66. பீஷண யோகம்:

லக்கினத்தில், 9–ல், 2–ல், 10–ல், 7–ல் அல்லது 5–ல் குரூரகிரகங் களும், 2–ல் அல்லது லக்கினத்தில் நீச கிரகமுமிருந்தால் பீஷண யோகமாகும். தன தான்யமுடையவன், கொஞ்ச காலம் விருத்தி யுடையவன், கொஞ்ச காலம் க்ஷயமுடையவன்.

67. சௌர யோகம்:

9–ல் சனி, 5–ல் குரூரகிரகம் அல்லது சந்திரன், மற்றவர்கள் 9, 11–ல் சூரியனுடனும் இருந்தால் சௌரயோகமாகும். புத்திர நாசமுடையவன்.

68. நஹுஷ யோகம்:

லக்கினத்தில் குரூர கிரகமும், உச்சத்தில் அல்லது திரிகோணத்தில் குருவும், சனி அல்லது புதன் லக்கினத்திலும், 11–ல் குரூரக்கிரகமு மிருந்தால் நஹுஷ யோகமாகும். மந்திரி அல்லது அரசனாவான், பண்டிதன், சுகமுடையவன்.

69. கேந்திர யோகம்:

5–ல் பாபர்களும், 5–வது வீட்டுக்காரன் பாபர்களுடன் கூடியும், பாபக்கிரகங்கள் 12, 2–லும் கேந்திரங்களிலுமிருந்தால் இது கேந்திர யோகமாகும். பணமுள்ளவன், அரசரால் பூஜிக்கப்பட்டவன், தர்ம சிந்தனையுடையவன், சுகமுடையவன், போகமுடையவன், அதிக பித்த சரீரமுடையவன், அநேக இடங்களில் தானஞ் செய்பவன், திரியுஞ் சுபாவ முடையவன். ஜென்மாந்தர பாவத்தால் சந்ததியற்றவனாயுமிருப்பான்.

70. குல யோகம்:

10–வது வீட்டிற்குடையவனும், 4–வது வீட்டிற்குடையவனும், 1, 6, 8, 12–லுமிருந்து, 1–லும், 8–லும் பாபர்களுமிருந்து, சுபர்களும் பாபர்களும் 7–லிருந்தால் இது குலயோகமாகும். முதலிலும் மத்தியத்திலுஞ் சௌக்கியம், கடைசியில் தனமுண்டு, இல்லாவிடில் சகோதர ஹீன னாயும், மந்த, புத்தியுடையவனாயுமிருப்பான்.

71. மாதங்க யோகம்:

ஐந்தாம் வீட்டுடையோன் சத்துரு வீட்டிலிருந்தாலும் சத்துருவுடன் கூடினும், பார்க்கப்பட்டிருப்பினும் 1, 9, 11–ல் சுபர்கள் குரூரர்களுடனி ருந்து ஐந்தாம் வீட்டை நோக்கினும் மாதங்க யோகம். பலன் :– இவன் முன் ஜன்மத்தில் பரமசிவனை பக்தி செய்திருந்தபடியால் இந்த ஜன்மத்தில் இவன் பிதா அதிக வியாபகனாயிருப்பான், ஜாதகன் பிதுரு சௌக்கியமுடையவன், பந்து மித்ரர்களுடன் கூடியவன், புகழுடையவன், அதிக சந்ததி உடையவன், 16–வது வயதில் தன் பலத்தால் விசேஷ சுகமடைவான். யானை, குதிரை, தனங்களுடன் கூடிய அரசனுக்கு நிகராகவாவது, மந்திரியாகவாவதிருப்பான். இப்போதும் ருத்ர சேவை செய் தால் அவர் அனுக்ரகத்தால் மேற்சொன்ன பலனடைவான். முன்னால் நிந்திக்கப்பட்ட தவம் செய்தபடியால் பலனற்றவனாக இருப்பான், புத்ரநாசத்தால் அதிக சிந்தை நேரும்.

72. பங்கஜ யோகம்:

சுக்கிரன் வீட்டில் குஜனும், 1, 8, 12–ல் சனியும் 5, 9–ல் அஷ்டமாதி பனாவது இருந்தால், பங்கஜயோகம். பலன், வெளுத்தவன், சுலபமாய் பேசுபவன், அழகிய சரீரமுடையவன், மெதுவான கண்களுடையவன், அல்ப மயிருடையவன், இனிமையானவன், வாசாலகன், கன்னங்களழ கியவன், தனவான், சுகி, போகமுடையவன், அரசன் கொண்டாடத் தக்கவன். தனத்திற்கு அதிபதி, யானை, குதிரை, பொருளுடையவன், தன் பணியாளரைக் காப்பவன். கொஞ்சம் பீடையுண்டாகும், ஆகையால் இடையில் ஜபம் தானம் செய்யவும், 1, 2, 5, 6, 8, 11–ல் வருஷத்திற்கொரு தரமாவது மாசத்திற்கொருதரமாவது கஷ்டமுண்டாகும்.

73. பாவக யோகம்:

2, 9, 12–ல் குரூரர்களும் லக்னாதிபன் குரூரருடன் கூடியிருந்தாலும், கர்ப்ப காலத்தில் பிதாவுக்கு மரணம், பந்த (கட்டுப்படுதல்) முண்டாகும். இது பாவக யோகம். பலன் அதிக கஷ்டந்தீரும், சாந்தி செய்யத் தீரும்.

74. சிவயோகம்:

குரூர க்ஷேத்திரத்தில் சுபரும், சுபர் வீட்டில் பாபிகளும் சத்துரு வீட்டில் சில கிரகங்களுமிருந்தால் சிவயோகம். பலன் பூர்வ ஜென்ம மகிமையால் சுகமுடையவன். தன தான்யத்துடன் கூடியவன். தினந் தோறும் மகாராஜாவுக்கு பணி செய்வான். தீர்க்க நோயுடையவனாக வாவது புத்திரனற்றவனாகவாவதிருப்பான். சாந்தி செய்யத் தீரும்.

75. தூம்ர யோகம்:

சனி வீட்டில் ராகு இருக்கவும், 5–ல் சுபரிருக்க, சூரியனும் செவ் வாயும் சுதஸ்தானத்தை (5–வது வீட்டை) நோக்கில் தூம்ர யோகம். பலன்: முன் ஜென்மத்தில் பாலஹத்தி செய்ததால் இச் ஜென்மத்தில் அந்த பாபத்தால் நோயாளியாகவும், புத்திரனற்றவனாயுமிருப்பான். சாந்தி செய்யத்தீரும்.

76. கிரம யோகம்:

ஜென்ம காலத்தில் சனி 3, 10–லும், குஜன் 2–லும் இருந்தால் கிரம யோகம். பலன்: ஜாதகனுடைய மனைவிக்குக் கர்ப்பமுண்டாகாது. உண்டாகில் உடனே குழவி மரிக்கும். சாந்தி செய்யவும்.

77. சதுர் யோகம்:

குஜன் வீட்டில் சுக்கிரனும், சுக்கிரன் வீட்டில் குஜனும், 6, 8–ல் குரு வாகிலும், லக்கினாதிபன் சத்துரு வீட்டிலாகிலும் இருந்தால் சதுர் யோகம். பலன்: தனமுடையவன், அரசரால் வெகுமதிக்கப்பட்டவன், சுகமுடையவன், போகமனுபவிப்பவன், காமமுடையவன், அனேக

இடங்களில் தானம் செய்பவன், சந்ததி விஷயத்தில் சிந்தை நேரிடும். அப்போது ரோகமுண்டாகும். 38–வயது சென்றதும் தீர்க்க ரோக முண்டாகும். 40–ல் கஷ்டம் சிந்தை, செலவு நேரிடும். முன் பாபத்தால் மஹாரோகமுதிக்கும், சாந்தி செய்யத் தீரும்.

78. வர்த்தமான யோகம்:

கர்மாதிபன் பாபியுடன் கூடி சுக்கிரன் வீட்டில் சுக்கிரனுடன் இருந்து மற்ற பாபிகளும் சுபரும் லக்கினத்திலிருந்தால் வர்த்தமான யோகம். பலன்: முன் ஜென்மத்தில் 1000 பசுக்கள் தானம் செய்து பிராமண போஜனம், பொன், தன, தான்யதானம் செய்த படியால் இச் ஜென்மத்தில் அரசனாகவாவது, அரச மந்திரியாகவாவது இருந்து தனதான்யங் களுடன் கூடியவனாய் அரசரால் வெகுமதிக்கப்பட்டவனாய் ஆவான். நீச குலத்தில் பிறந்தாலும், அரசனாவான். 10–16வது வயதில் அரசனால் மதிக்கத்தக்கவன் அரசாங்கத்தில் பணி செய்து முதுமை காலத்தில் சீக்கிரம் சௌக்யத்தை அடைவான். பச்சாத்தாப மகிமையால் சரீரத்தில் கஷ்டமுண்டாகிறது. 21 அல்லது 30–வது வயதில் ரோக முண்டாகும், சுகமும் கஷ்டமும் மாறி மாறி வரும். பிறகு சந்ததிக்காக அதிக சிந்தை உண்டாகும். சந்ததி உண்டாகாது. உண்டாயினும் மரிக்கும். சாந்தி செய்யவும்.

79. வீரயோகம்:

சனி வீட்டில் குருவும், குரு வீட்டில் செவ்வாயும். பஞ்சமாதிபன் சுபன் வீட்டிலிருந்து அது 3, 6, 8–ஆம் இருந்தாலும் வீரயோகம். பலன்: முன் ஜென்மத்தில் விதவையிடம் கர்ப்பமுண்டுபண்ணி பாபம் செய்தபடியால் சந்ததியற்றவனாகிறான். சந்ததி உண்டாகாது. அவனுக்குப் பெரிய ரோகம் வரும், வெளுத்து மெலிந்தவன், அதி வாசாலகன், புகழ் சம்பத்து குணமிருந்தபோதிலும், அடிக்கடி பித்தம் அதிகமுள்ளவனும், திரனுமாவான், பிரியமான சொல்லுடையவனும், அல்பதாதாவும் ஆவான், புட்டத்தில் அல்பமரு உடையவன். சாந்தி செய்யவும்.

80. பிரமாத யோகம்:

பஞ்சமாதிபன் 9–லும், 9–ம் அதிபதி 5–லும் குஜனால் பார்க் கப்பட்டிருந்தாலும், 6, 8 அதிபர் 4–லும், 12–ம் அதிபர் 9–லுமிருந்தாலும், பிரமாத யோகம். பலன்: ஆசார ஈனன், முன் ஜனமத்தில் தீர்த்தயாத் திரை ஸ்நானம் அடிக்கடி செய்ததால் இந்த ஜென்மத்தில் அதன் பலனாய் நல்ல அழகன், குணமுடையவன், பேசுபவன், தனவான்,

அரசரால் வெகுமதிக்கத்தக்கவன், சாந்தன், மானி, சுலபமாய் கொடுப்பவன் பிதா சௌக்கியமுடையவன், வாயில் இனிமையாய்ப் பேசுபவன், மனதில் காலகூடவிஷத்திற்குச் சமமானவன், சந்ததி உண்டாகாது, உண்டாகில் நோயால் வருந்தும், சாந்தி செய்யத் தீரும்.

81. ஹம்ஸ யோகம்:

9, 4–ல் புதனும் (விசேஷமாக புதன் வீடாகில் உத்தமம்) 3, 6, 11–ல் குரூரர்களுமிருந்தால் ஹம்ஸ யோகம். பலன்: இந்திரனுக்கு சமமான அரசனாவான்.

82. பர்பர யோகம்:

4, 10–ல் குரூரர்களாவது 1, 6, 8–வது லக்கினத்திலாவது லக்கினாதிபன் பாபியாகவாவதிருந்தால் பர்பர யோகம். பலன்: முதல் வயதிலாவது முதல் மாதத்திலாவது தாயிடமிருந்தாவது, தகப்பனிடமிருந்தாவது சிந்தை, தன செலவு, அதிக கஷ்டம், சாந்தி செய்யத் தீரும்.

83. கோள யோகம்:

பஞ்சமாதிபன் பாபியால் பார்க்கப்பட்டு 1, 6, 12–லிருந்தாலும் பஞ்சம ஸ்தானம் பாபியால் பார்க்கப்பட்டாலும், கோளயோகம். பலன்: பிராமண ஹிம்சை, பெரியோர் நிந்தை, இச்ஜென்மத்தில் சந்ததி உண்டாகாது. சந்ததியிருந்தால் சந்ததிக்குத் தீர்க்கரோகம் பிடிக்கும்.

84. துவஜ யோகம்:

பஞ்சமாதிபன் 9–லாவது 12–லாவதிலிருந்து பாபிகள் குஜனால் பார்க்கப்பட்டாலும், பஞ்சமாதிபன் ஐந்தைப் பார்த்தாலும் சுபர்கள் கேந்திரகோணங்களிலிருந்தாலும் துவஜ யோகம். பலன் பாக்கியவான், அதிக சுகமுடையவன், ரிஷி ஸேவையடைந்து மகிமையால் அரசனுக்குச் சமானனாவான், மறுபடியும் பூனையைக் குட்டியுடன் கொன்றான். அந்தப் பாவத்தால் நோயாளியாகவாவது, புத்திரனற்றவனாகவாவது ஆவான். சாந்தி செய்யத் தீரும்.

85. மணி யோகம்:

லக்கினாதிபனாவது, பஞ்சமாதிபனாவது 1, 4, 10–லிருந்தாலும் லக்கினம் சுபக் கிரகங்களுடன் கூடியிருந்தாலும் மணியோகம். பலன்: குணவான், தர்ம புத்தி, தியாகம் செய்பவன், போகமுடையவன், தேவர்களைப் பூசிப்பவன், சுதந்திரத்தால் சௌக்கியமடைவான், இது 40–வயது வரையில் நிச்சயம், விநோதப்பிரியன், நல்ல கவி, வாசாலகன், தனதான்யம் நிரம்பியவன், முதுமையில் அதிக சுகமனுபவிப்பான்.

ஜாதக பலாபலன் நிர்ணயம் 291

86. குபேர யோகம்:

லாபாதிபனாவது, பஞ்சமாதிபதியாவது 1, 4, 9–லிருந்தாலும் மற்ற பாபர் 2, 9–ல் யிருந்தாலும் குபேரயோகம். பலன்: முன் ஜன்மத்தில் நல்ல பாத்திரதானம் செய்தவன், பஞ்சகவ்யத்தை ஆகாரமாகப் புசித்தவன், புண்ணிய தீர்த்தத்தில் மரித்தவன், அதனால் இச்ஜன்மத்தில் சுகமுடைய வனும், நல்ல கார்யம் செய்பவனும், யானை, குதிரை தனமுடையவனும், எல்லா லக்ஷணங்களும் நிரம்பியவனும், எல்லா குணங்களையும் அறிந்த சமர்த்தனுமாக இருப்பான். பிறகு முடிவில் கொஞ்சம் கஷ்டம் வரும், பலனழியும், சாந்தி செய்யத் தீரும்.

87. சிம்ம யோகம்:

சனி சத்துருவீட்டில் 1, 5–லிருந்து சிம்மத்திலிருக்கப்பட்ட சூரியனால் காணப்பட்டாலும், 6, 8, 11, 12–ல் குரூர கிரகங்களிருந்து மற்றிடங்களில் சுபர்களிருந்தால் சிம்ம யோகம். பலன்: தனவான், மானி, அதிக கோபி, ரோகி, சந்ததி துக்கமுடையவன், சந்ததியுண்டானாலும் காலத்தில் அழியும். சாந்தி செய்யத் தீரும்.

88. கேதார யோகம்:

லக்கினாதிபன் பாபியுடன் கூடியிருந்தாலும் 3, 6, 8, 12–ல் பாபிகளி லிருந்தாலும் ஐந்தில் பாபிகளிலிருந்தாலும் 3 சுபர்கள் 2–லும், 12– லுமிருந்தாலும் கேதார யோகம். பலன்: முன் ஜென்மத்தில் புண்ணியத் தீர்த்த ஸ்நானமும் அதிதிகளிடம் பக்தியும் செய்திருத்தலால், இச் ஜென்மத்தில் வெளுத்தவனும், சபலமாக பேசுபவனும், புத்திமானும், தனவானும், குலத்திற்கு முக்கியனும், தாதாவும், போகங்களனுபவிப் பவனும், அதிகமாய் கொடுப்பவனும் ஆவான். சரீரத்தில் காயம் ஏற்படும். 20 முதல் 25 வயது வரையில் அதிக சௌக்கியம். ராஜ்யப் பிராப்தி அதற்கு மேல் 2 வருஷம் அதிக சௌக்கியம். 30–வயதுக்கும் இன்னும் அதிக சௌக்கியம், 40–க்கு மேல் இவனுக்கு ராஜ்யமிருந்தால் சத்துருக்களால் அழிவு. சந்ததி உண்டாகாது, உண்டானாலும் மரிக்கும், சாந்தி செய்யவும், பக்க சூலையாவது ராஜ ருணமாவது வரும், கண்ட மாலையும் வரும், சாந்தி செய்யவும்.

89. காரக யோகம்:

கர்மாதிபன் பாபியுடன் கூடி மித்திர க்ஷேத்திரத்திலிருந்தாலும் திரி கோணங்களிடையில் குருவாவது, குஜ, சுக்கிரர்களாவது இருந்தாலும் காரக யோகம். பலன்: அல்பாயுசு உடையவன், பிழைத்திருக்கில் அரச னுக்குச் சமமான சுகமனுபவிப்பான், வெளுத்தவன், சபலமாய் பேசுபவன்,

தூரப்பார்வையுடையவன், பலவான், பிதா, மாதா, பந்துக்களுக்கு நாயகன், ஜன்மாந்தர பாவத்தால் சகோதர சிந்தையுடையவன். முன் ஜன்மத்தில் சகோதரி புத்திரனை வதைத்தவன், சாந்தி செய்யவும்.

90. காந்தர்வ யோகம்:

எட்டிலாவது, 15–லாவது பாபிகளும், 8–ம் அதிபன் 12–லும், மற்ற பாபிகள், 10–லும், 2–லும் இருந்தால் மகா சௌக்கியமுள்ள காந்தர்வ யோகம். முன் ஜென்மத்தில் கங்கைக் கரையில் அடிக்கடி ருத்திரனைப் பூசித்ததால் இங்கு தகப்பனாருக்கு சந்தோஷம், அநேக சந்ததி, 16–வது, 20–வது வயதில் தன் பலத்தால் சுகம், அரசனாகவாவது அரசர்கள் மந்திரியாகவாவது ஆவான், முன்ஜென்மத்தில் தபசியை நிந்தித்த படியால் இப்போது சுகத்தினிடையில் புத்திர சிந்தையும், அல்ப தனத் துடனிருந்தாலும் திடீரென்று நேரிடும். 26–லும் 40லும் தீர்க்க வேதனை யுண்டாகும், வயிற்றில், கை, கால்களில் அனேக காலம் இருக்கும். சாந்தி செய்யத் தீரும்.

91. பிரங்கரீடி யோகம்:

2–ல் பாபரும், மற்ற சுபர் புதன், குரு, சுக்கிரனிவர்களும், குஜனும், கேந்திரங்களிலும், 3, 5–ல் சனியுமிருந்தால் பிரங்கரீடி யோகம். பலன்: ஜாதகன் அழகன், சபலன், நன்றாய்ப் பேசுகிறவன், மிருதுவான சரீர முடையவன், சுகமுடையவன், பொருளழிவால் பெரிய சிந்தையை அடைவான். சாந்தி செய்யத்தீரும்.

92. பத்ம யோகம்:

சூரியன் வீட்டில் குருவும் குரு வீட்டில் சுக்கிரனும், சுக்கிரன் வீட்டில் சனியுமாவது, கேந்திரத்திலாவது, தனத்திலாவது, 4–லாவது, தன் வீட்டி லாவது சுக்கிரனாவது, சூரியனாவது, குருவாவதிருந்தாலும் பத்ம யோகம். பலன்: மகாபுருஷன், 7–வயதில் முக்தி, முன் ஜென்மமகிமை யால் திடீரென்று துக்கம் நேரிடும். சாந்தி செய்யத் தீரும்.

93. பிரம்பயோகம்:

1–லும், 4–லும் சுபர்களும், 6, 9–ல் பாபிகளும், தன் வீட்டில் 3, 4, 10– மதிபர் உச்சத்திலுமிருந்தால் பிரம்மயோகம். பலன்: சுகமுடையவன், தகப் பனைவிட அதிகமானவன், பிறந்ததிலிருந்து தகப்பனுக்குத் தினம் தினம் சுகம் அதிகம் உண்டாகும், முன் ஜன்மத்தில் ரிஷியை நிந்தித் ததால் துக்கமனுபவிப்பான், சாந்தி செய்யவும்.

94. சமரேசுவர யோகம்:

7–ம் வீட்டுடையோன் சத்துரு வீட்டில் பாபியால் பார்க்கப்பட்டிருந் தாலும், 7–ல் பாபிகளிலிருந்தாலும் சமரேசுவரயோகம். பலன்: அரச னாவான், யானை, குதிரை தேருடன் குடியிருப்பான், அடிக்கடி புத்திரன்,

மனைவி இவர்களை விரோதிப்பவனாவான், பெண் சந்ததியுண்டாகும். பணமுடையவளாயினும் மனைவி பார்த்துரு துக்கம் அனுபவிப்பாள். சந்ததியுண்டாகாது, உண்டாயினும் நசிக்கும். சாந்தி செய்யவும்.

95. வஜ்ர யோகம்:

1, 3, 12–ல் சுபரும் மற்றப் பாபர் திரிகோணங்களிலும் பாபி வீட்டில் குருவுமிருந்தால் வஜ்ர யோகம். பலன்: எங்கும் ஜெயமுடையவன். பணியாளர் முதலியோரைப் போஷிப்பவன், குலத்திற்கு நடுநாயகம் போன்றவன், சகல சம்பத்துமுடையவன், 10–வயதிற்குமேல் தன் பலத்தால் சுகம், 22–வது வயதில் சந்தோஷக் குறைவு, 30–க்கு மேல் தனசெலவும், பந்தனமும், அடிக்கடி அதிக கஷ்டமும், சிந்தையும் தோன்றும், 32–க்கு மேல் கொஞ்சம் தனவிருத்தி, 30–க்கு மேல் சுகாரம்பம், 40–க்கு மேல் அதிக சுகம், அடிக்கடி சந்தான சிந்தை உண்டாகும், மகாதகனம் செய்யத் தீரும்.

96. சுக்கிர யோகம்:

10–ல் பாபிகளும், 5–ல் சுபர்களும், 5–ம் அதிபன் பாபியுடன் கூடினும், 5–ல் குஜனும் சூரியனும், சுபர்களால், பார்க்கப்பட்டிருப்பினும், சுக்கிர யோகம். பலன்: சுகமுடையவன், தனவான், ஆதியில் சாதாரண சுகம், நடுவிலும், கடைசியிலும் அதிக சுகம், சந்ததி விஷயத்தில் அதிக சிந்தை யாவது, ராஜ பிளவையாவது உண்டாக்கும். முன் ஜென்மத்தில் பிராம ணனுக்கு அபசாரம் செய்ததால் இது உண்டாயிற்று. சாந்தி செய்யத் தீரும்.

97. லோஹித யோகம்:

1, 4–ல் தனாதிபனும், சுபரும், பாபரும் கூடியிருந்தாலும் 10–லாவது, 7–லாவது பாபியிருக்கினும், லோஹித யோகம். முன் ஜன்மத்தில் சூத்திரனிடமிருந்தும் பிராம்மணனிடமிருந்தும் சபலனாய்த் திருடிய படியால் இங்கு இந்த யோகத்தில் பிறந்தான். ஸ்தான ப்ரஷ்டன், அடிக் கடி கடனுடையவன், 32–வயது வரையில் அதிக கஷ்டம், துக்க முடையவன், 36–வயதிற்கு மேல் ராஜயோகம் வந்தும் தனமற்றவனாயும், அயலார் அன்னத்தை புசிப்பவனுமாவான். சாந்தி செய்யத் தீரும்.

98. நள யோகம்:

பாபி வீட்டில் சந்திரனும், புதன் வீட்டில் குஜனும் சூரியனுமாவது இருந்து லக்னாதிபன் பாபியாயிருந்து, சத்துரு வீட்டில் இருந்து கேந்தி ரத்தில் சுபரிருந்தால் நளயோகம். கீர்த்தியுடையவன், தர்மாத்மா, அரசன் அனுபவிப்பவன், கைகளிலாவது, வயிற்றிலாவது, முட்டியிலாவது எள்ளளவு மச்சையிருக்கும், முதுகிலாவது, குஹ்யத்திலாவதிருக்கும்.

முன் ஜென்மத்தில் கங்கையில் ருத்ர சாபத்தால் இது உண்டா யிற்று. இச்ஜென்மத்தில் சுகமாவது, தனமாவது இராது. சாந்தி செய்யத் தீரும்.

99. விசுவாநந்த யோகம்:

3–ல் ராகுவாவது, 3, 6, 8–ல் சனியாவது, 12–ல் குருவாவது, பாபிகள் 5, 10–லாவது இருந்து, 5, 10–ம் வீடு பாபிவீடாக இருந்து, கேந்திரத்தில் பாபிகளாவது இருந்தால் விசுவாநந்த யோகம், சந்தான சிந்தை, சரீரத்தில் நோய் உண்டாகும், சாந்தி செய்யவும்.

100. மஹாநந்த யோகம்:

5, 9–லாவது 1, 4, 7, 10, 11–லாவது உச்ச கிரகமிருந்தாலும், 5–ல் பாபிகளும், சுபர்கள் 5, 9–லிருந்தாலும் இல்லாவிடில் 5, 9–ல் இவ் விதமிருந்தாலும் மஹாநந்த யோகம். அதிக மானமுடையவன், தனம் நிரம்பியவன், சுகமுடையவன், எங்கும் ஜெயமுடையவன், புத்திர பௌத்திர சம்பத்துடையவன்.

101. கோளயோகம்:

2, 3 ஸ்தானங்களில் சுபர்களும், 2, 3, ஸ்தானங்களில் பாபிகளும் இருந்தால் கோளயோகம். முன் ஜென்மத்தில் சிசுஹத்தி செய்தான். அதனால் இச்ஜென்மத்தில் தனமற்றவனும், சுகமற்றவனுமாயிருப்பான், சுபர் கேந்திர திரிகோணங்களிலிருந்தால் தனவான், சுகி, சகோதர, புத்திர சிந்தை அல்லது நோய் உண்டாகும் சாந்தி செய்யத்தீரும்.

102. பாச யோகம்:

4–ல் பாபிகளும், சுபர் 6, 8, 12–லும் இருந்தால் அதிக துக்கமும் சிக்ஷை பந்தனமும் தரவல்ல பாசயோகம். முன் ஜென்மத்தில் பிரம்மஹத்தி செய்த படியால் இச்ஜென்மத்தில், நோயாளியாகவாவது, தனமற்றவனாக வாவது சந்ததியற்றவனாகவாவது ஆவான், சாந்தி செய்யத் தீரும்.

103. பிரஜாபதி யோகம்:

5, 1–ல் சுபரும், பாபரும், கர்மாதிபன் பாபியுடன் கூடியும், குஜன் வீட்டில் குருவுமிருந்தால் பிரஜாபதி யோகம். பலன்: சுகி, தனவானும், அரசரால் வெகுமதிக்கத்தக்கவனுமாவான், சகோதரனிடமிருந்தும், பந்துவிடமிருந்தும் கொஞ்சம் கஷ்டமாவது, நோயாவது உண்டாகும். கொஞ்சம் தானம் செய்யத்தீரும்.

104. விநாசஹானி யோகம்:

5, 9, 8–ம் அதிபன் பாபியாகவாவது, பாபியுடனாவதிருந்தாலும் பாப வீட்டிலாவதிருந்தாலும், விநாசஹானி யோகம். பலன்: முன்

ஜென்மத்தில் தவசியை நிந்தித்தல், பெண்ஹத்தி முதலியன செய்த தால் இச்ஜென்மத்தில் அல்பாயுளுடையவனாயும், தீர்க்க ரோகியாயு மிருப்பான், சந்ததியுண்டாகாது. சாந்தி செய்யத் தீரும்.

105. கோடாக்ஷ யோகம்:

10, 11–ல் பாபிகளும் 9–ல் சுபரும், பாபியும், 10–ல் 10–ம் மாதியும், 2–லும், கேந்திரத்திலும் அதாவது 1, 4, 7, 10–ல் 4–ம் அதிபனும் மித்திரன் வீட்டிலிருந்தால் கோடாக்ஷ யோகம்:–பலன்–முன் ஜென்மத்தில் சிவ பக்தி செய்தவன், இச்ஜென்மத்தில் கங்கையில் பிராணனை விடுவான், தனவான், ராஜமான்யன், பாபி, சத்துருக்களை அழிப்பான். குணவான், அரசனாகவாவது மந்திரியாகவாவது இருப்பான், போகமுடையவன், தாதா, சமர்த்தன், தகப்பனைவிட அதிகமாக இருப்பான். 18, 20–வது வயதில் தன் பலத்தால் சுகம், 24–ல் வேறு இடத்தில் சுகம், பிறகு சத்துரு பயம், பிராதுரு நாசம், மனோசிந்தை உண்டாகும். சாந்தி செய்யத் தீரும்.

106. மாலா யோகம்:

1, 4, 7, 10, 12, 11–ல் சுபரும், 8–ம் அதிபன் பாபியுடன் கூடியாவது இருந்து குரு, சூரியனாவது, புதன் சுக்கிரனாவது அவ்விதமிருந் தாலும் மாலா யோகம். பலன்: ஜாதகன் சுகி, போகி, குணாதிகன், அதிக சக்தி யுடையவன், அழகன், எப்போதும் ஆசார சீலன், எப்போதும் குழந்தை சிந்தையுடன் கூடியவன், பெண் ஜாதகமாய் இருந்தால் ஜாதகி துர்பலமுள்ளவள், ரோகமுடையவள், புத்திர சிந்தையுடையவள். சாந்தி செய்யத் தீரும்.

107. பிரமோத யோகம்:

5, 9–ல், 1, 4, 10–ம் அதிபனும், 10–ம் அதிபன் 1, 9–லும், 2–லாவது, 3–லாவது பாபரும் இருந்தால் பிரமோத யோகம். பலன்: முன் ஜென்மத் தில் கங்கைக் கரையில் எப்போதும் ஸ்நானம் செய்வான், ஒரு சமயம் அழகிய குதிரை ஒன்றை பார்த்து பிடித்துக் கொண்டு குரு க்ஷேத்திரம் சென்று அங்கு சிவாலயத்தில் நொண்டியான முனிவரைப் பார்த்து உபசரித்தான். இச் ஜன்மத்தில் அரசரால் வெகு மதிக்கப்பட்டவனும் தன தான்யங்களுடன் கூடியவனும், குலத்திற்கு முக்கியமானவனும், தகப்பனைக் காட்டிலும் அதிகமானவனுமாவான். 22–வயதிற்கு மேல் தன் பலத்தால் சுகம். 36–வயதுக்கு மேல் யானைக்கட்டி வாழ்வான், 55–வது வயதில் அரசனுக்கு நிகராவான். புத்திர பௌத்ரருடன் எல்லா கார்யத்திலும் சமர்த்தன், ஒரு சமயம் புத்திரன், தனம் முதலியவற்றால் துக்கமுண்டாகும். சாந்தி செய்யத் தீரும்.

7–வது அத்தியாயம்

மேஷாதி துவாதச ராசி லக்கினாதிபதி கிரக யோகப் பலாத்தியாயம்

110. நாடி அம்சங்கள்

நாடிக் கிரந்தங்களில் உபயோகப்படுத்தப்பட்டுள்ள "நாடி அம்சங்கள்" என்பவைகளை அறிவோம். பகலும் இரவுங்கொண்ட ஒரு தினத்தில் அறுபது நாழிகைகள் இருக்கின்றன என்பது நமக்குத் தெரிந்த விஷயம். இந்த 60 நாழிகையில் இராசிமண்டலம் ஒரு தரம் பூராகவும் சுழன்று வருகிறது. இந்த இராசி மண்டலத்தில் 12 இராசிகள் இருப்பதால் இந்த 12 இராசிகளும் 60 நாழிகையில் ஒரு தரம் பூராகவும் சுற்றி வருகிறது என்று ஏற்படும். ஆகையால் 60 நாழிகை 12–ஆல் வகுக்க வருகின்ற 5–நாழிகையே ஒரு இராசிக்குரிய சமமான (average) நாழிகை ஆகும். ஒரு நாழிகையில் 60 விநாடி இருப்பதால் 5–நாழிகையில் 300 வினாடிகள் இருக்கின்றன. ஆகையால் ஒரு ராசிக்கு 300 விநாடிகள் இருக்கின்றன என்று ஏற்படுகின்றது. நாடிக் கிரந்தங்களில் இரண்டு விநாடிக்கு ஒரு "நாடி அம்சம்" ஆக 300 விநாடிகளும், 150 நாடி அம்சங்கள் என்று ஏற்படுத்தி இருக்கின்றார்கள். இந்த 150 நாடி அம்சங்களுக்கும் 150 வெவ்வேறு விதமான பெயர்களும் கொடுத்திருக்கின்றார்கள். மேலும் ஒரு நாடி அம்சத்தைச் சில நாடிக் கிரந்தங்களில் இரண்டு சமபாகமாகப் பங்கிட்டு முன் பாகம் (அதாவது பூர்வபாகம்) என்றும், பின்பாகம் (அதாவது உத்திரபாகம்) என்றும் பெயரிட்டிருக்கின்றார்கள். இன்னம் சில நாடிக்கிரந்தங்களில் ஒரு நாடி அம்சத்தை நான்கு சமபாகங்களாகப் பங்கிட்டு முறையே விப்ரகாலம், க்ஷத்திரியக்காலம், வைசியகாலம், சூத்திரகாலம் என்று பெயரிட்டிருக்கின்றார்கள். ஒரு ராசியில் 30–பாகை அதாவது 1,800–கலைகள் இருப்பதாலும், ஒரு ராசிக்கு மொத்தம் 150 நாடி அம்சங்கள் இருப்பதாலும் ஒவ்வொரு நாடி அம்சத்திற்கும் 1,800–யை 150–ஆல் வகுக்க வருகின்ற 12 கலை ஆகும். இந்த 12 கலையைப் பூர்வபாகம், உத்திரபாகம் என்று இரண்டு சமபாகமாகப் பங்கிட ஒவ்வொரு பாகத்திற்கும் 6–கலை ஆகும். மறுபடியும் இந்த 12–கலையை விப்ரகாலம், க்ஷத்திரியகாலம், வைசிய காலம், சூத்திரகாலம் என்று நான்கு சமபாகமாகப் பங்கிட ஒவ்வொரு காலத்திற்கும் 3–கலை ஆகும். ஆகையால் சில நாடிக்கிரந்தங்கள் ரீதியாய் ஒவ்வொரு இராசிக்கும் 300–நாடி அம்சங்களும், இன்னும்

சில நாடிக்கிரந்தங்கள் ரீதியாய் 600 நாடி அம்சங்களும் ஏற்படு கின்றன. ஆகையால் 12 இராசிகளுக்கும் சில நாடிகள் ரீதியாய் 300 X 12 = 3,600 நாடி அம்சங்களும் இன்னம் சில நாடிகள் ரீதியாய் 600 X 12 = 7,200 நாடி அம்சங்களும் ஏற்படுகின்றன. லக்கினத்தை (அதாவது இராசியை) மாத்திரம் கவனிக்கும் போது 3,600 அல்லது 7,200 சமபாகமாக ஒரு லக்கினம் பங்கிடப்பட்டிருக்கின்றது என்று விளங்கும். நவக்கிரகங்கள் இருக்கும் ராசிகளையும் இவ்விதமாகவே பங்கிட ஜாதகங்கள் சாதாரண கணக்கில் அளவிட முடியாத ஜாதகங்கள் ஏற்படக்கூடும். கணித மார்க்கத்திற்கு ஒரு ராசிக்குரிய இராசிமான நாழிகையை 150 சமபாகமாகப் பங்கிட்டு நாடி அம்சத்தின் பெயரை நிர்ணயம் செய்வதை விட ஒரு ராசிக்குரிய 30 பாகையை ஸ்புட ரீதியாய் 150 சமபாகமாகப் பங்கிட்டு நாடி அம்சத்தின் பெயரை நிர்ணயம் செய்வது துல்லியமாகும்.

நாடி அம்சங்களின் பெயரையும் அவைகளுக்குரிய ஸ்புடங்களையும் கீழே கொடுத்துள்ள வாக்கியத்தில் (table) கொடுத்திருக்கின்றது. அவைகள் 150-ம் ஒன்றன்பின் ஒன்றாக வரிசைக் கிரமமாக வர வேண்டும். அவைகளின் ஆரம்பமும் முடிவும் சரராசி, ஸ்திர ராசி, உபய ராசி என்பவைகளுக்குத் தகுந்தபடி சம்பவிக்கும். அதாவது சரராசிக்கு 1-வது அதாவது "வசுதா" என்ற நாடி அம்சம் முதல் 150-வது அதாவது "பரமேஸ்வரி" என்ற நாடி அம்சம் வரையிலும் 1, 2, 3, 4.....148, 149, 150 என்று வரிசைக் கிரமமாக நேராக எண்ணவேண்டும். ஸ்திர ராசிக்கு 150-வது அதாவது "பரமேஸ்வரி" என்ற நாடி அம்சம் முதல் தலைகீழாக வரிசையாக 150, 149, 148.... 3, 2, 1 என்று 1-வது அதாவது "வசுதா" என்ற நாடி அம்சம் வரையிலும் எண்ணவேண்டும். உபயராசிக்கு 76-வது அதாவது "மஹாமாரீ" (அதாவது மஹாமாயா அல்லது மஹாதூதி) என்ற நாடி அம்சம் முதல் வரிசையாக நேராக 76, 77, 78........149, 150, 1, 2, 3, ...47, 75 என்ற திரைலோக்கிய மோஹணாகரி என்ற நாடி அம்சம் வரையிலும் எண்ணவேண்டும். ஒரு லக்கின ராசியை 150 சமபாகமாகப் பங்கிட எத்தனையாவது பாகத்தில் லக்கின ஸ்புடம் இருக்கிறதோ அத்தனை நாடி அம்சங்கள் ஆரம்பம் முதல் எண்ணிப் பார்க்க வருகின்ற நாடி அம்சமே ஜாதகனுடைய ஜென்ம லக்கின நாடி அம்சம் ஆகும்.

ஒவ்வொரு லக்கின ராசியை நூற்றைம்பது சமபாகமாகப் பங்கிட ஒவ்வொரு பாகத்திற்கும் உரிய ஆரம்ப ஸ்புடமும் முடிவு ஸ்புடமும் கீழ்க்கண்ட கட்டத்தில் கொடுக்கப்பட்டிருக்கின்றன, சௌகரியத்தின் பொருட்டு இந்தப்பாக நெம்பருக்கு நாடி துருவ என்று சொல்லுவோம்.

III. லக்கின ராசியின் 150 பாகங்களின் ஸ்புடம்

கட்டம் நெ. I

பாகத்தின் நெ. அல்லது நாடி துருவ என்	பாகத்தின் ஸ்புடம்				பாகத்தின் நெ. அல்லது நாடி துருவ என்	பாகத்தின் ஸ்புடம்			
	முதற் கொண்டு		வரையிலும்			முதற் கொண்டு		வரையிலும்	
	பா	கலை.	பா.	கலை.		பா	கலை.	பா.	கலை.
1	0	00	0	12	21	4	00	4	12
2	0	12	0	24	22	4	12	4	24
3	0	24	0	36	23	4	24	4	36
4	0	36	0	48	24	4	36	4	48
5	0	48	1	00	25	4	48	5	00
6	1	00	1	12	26	5	00	5	12
7	1	12	1	24	27	5	12	5	24
8	1	24	1	36	28	5	24	5	36
9	1	36	1	48	29	5	36	5	48
10	1	48	2	00	30	5	48	6	00
11	2	00	2	12	31	6	00	6	12
12	2	12	2	24	32	6	12	6	24
13	2	24	2	36	33	6	24	6	36
14	2	36	2	48	34	6	36	6	48
15	2	48	3	00	35	6	48	7	00
16	3	00	3	12	36	7	00	7	12
17	3	12	3	24	37	7	12	7	24
18	3	24	3	36	38	7	24	7	36
19	3	36	3	48	39	7	36	7	48
20	3	48	4	00	40	7	48	8	00

III. லக்கின ராசியின் 150 பாகங்களின் ஸ்புடம்

கட்டம் நெ. 1 – தொடர்ச்சி

பாகத்தின் நெ. அல்லது நாடி துருவ என்	பாகத்தின் ஸ்புடம்				பாகத்தின் நெ. அல்லது நாடி துருவ என்	பாகத்தின் ஸ்புடம்			
	முதற் கொண்டு		வரையிலும்			முதற் கொண்டு		வரையிலும்	
	பா	கலை.	பா.	கலை.		பா	கலை.	பா.	கலை.
41	8	00	8	12	61	12	00	12	12
42	8	12	8	24	62	12	12	12	24
43	8	24	8	36	63	12	24	12	36
44	8	36	8	48	64	12	36	12	48
45	8	48	9	00	65	12	48	13	00
46	9	00	9	12	66	13	00	13	12
47	9	12	9	24	67	13	12	13	24
48	9	24	9	36	68	13	24	13	36
49	9	36	9	48	69	13	36	13	48
50	9	48	10	00	70	13	48	14	00
51	10	00	10	12	71	14	00	14	12
52	10	12	10	24	72	14	12	14	24
53	10	24	10	36	73	14	24	14	36
54	10	36	10	48	74	14	36	14	48
55	10	48	11	00	75	14	48	15	00
56	11	00	11	12	76	15	00	15	12
57	11	12	11	24	77	15	12	15	24
58	11	24	11	36	78	15	24	15	36
59	11	36	11	48	79	15	36	15	48
60	11	48	12	00	80	15	48	16	00

III. லக்கின ராசியின் 150 பாகங்களின் ஸ்புடம்

கட்டம் நெ. 1 – தொடர்ச்சி

பாகத்தின் நெ. அல்லது நாடி துருவ என்	பாகத்தின் ஸ்புடம்				பாகத்தின் நெ. அல்லது நாடி துருவ என்	பாகத்தின் ஸ்புடம்			
	முதற் கொண்டு		வரையிலும்			முதற் கொண்டு		வரையிலும்	
	பா	கலை.	பா.	கலை.		பா	கலை.	பா.	கலை.
81	16	00	16	12	101	20	00	20	12
82	16	12	16	24	102	20	12	20	24
83	16	24	16	36	103	20	24	20	36
84	16	36	16	48	104	20	36	20	48
85	16	48	17	00	105	20	48	21	00
86	17	00	17	12	106	21	00	21	12
87	17	12	17	24	107	21	12	21	24
88	17	24	17	36	108	21	24	21	36
89	17	36	17	48	109	21	36	21	48
90	17	48	18	00	110	21	48	22	00
91	18	00	18	12	111	22	00	22	12
92	18	12	18	24	112	22	12	22	24
93	18	24	18	36	113	22	24	22	36
94	18	36	18	48	114	22	36	22	48
95	18	48	19	00	115	22	48	23	00
96	19	00	19	12	116	23	00	23	12
97	19	12	19	24	117	23	12	23	24
98	19	24	19	36	118	23	24	23	36
99	19	36	19	48	119	23	36	23	48
100	19	48	20	00	120	23	48	24	00

III. லக்கின ராசியின் 150 பாகங்களின் ஸ்புடம்

கட்டம் நெ. 1 – தொடர்ச்சி

பாகத்தின் நெ. அல்லது நாடி துருவ என்	பாகத்தின் ஸ்புடம்				பாகத்தின் நெ. அல்லது நாடி துருவ என்	பாகத்தின் ஸ்புடம்			
	முதற் கொண்டு		வரையிலும்			முதற் கொண்டு		வரையிலும்	
	பா	கலை.	பா.	கலை.		பா	கலை.	பா.	கலை.
121	24	00	24	12	136	27	00	27	12
122	24	12	24	24	137	27	12	27	24
123	24	24	24	36	138	27	24	27	36
124	24	36	24	48	139	27	36	27	48
125	24	48	25	00	140	27	48	28	00
126	25	00	25	12	141	28	00	28	12
127	25	12	25	24	142	28	12	28	24
128	25	24	25	36	143	28	24	28	36
129	25	36	25	48	144	28	36	28	48
130	25	48	26	00	145	28	48	29	00
131	26	00	26	12	146	29	00	29	12
132	26	12	26	24	147	29	12	29	24
133	26	24	26	36	148	29	24	29	36
134	26	36	26	48	149	29	36	29	48
135	26	48	27	00	150	29	48	30	00

112. 150-நாடி அம்சங்களின் பெயர்

கட்டம் நெ. 2

சராசியின் நாடி துருவ என்	ஸ்திர ராசியின் நாடி துருவ என்	உபய ராசியின் நாடி துருவ என்	நாடி அம்சத்தின் பெயர்	சராசியின் நாடி துருவ என்	ஸ்திர ராசியின் நாடி துருவ என்	உபய ராசியின் நாடி துருவ என்	நாடி அம்சத்தின் பெயர்
1	150	76	வசுதா	32	119	107	காந்தா
2	149	77	வைஷ்ணவி	33	118	108	காலா
3	148	78	பிராம்ஹி	34	117	109	கரிகரா
4	147	79	கால கூடா	35	116	110	க்ஷமா
5	146	80	சாங்கரி	36	115	111	துர் தூர
6	145	81	சுதாகரி	37	114	112	துர்பகா
7	144	82	சமா	38	113	113	விஸ்வா
8	143	83	செளம்யா	39	112	114	விசீர்ணா
9	142	84	சுரா	40	111	115	விகடா விஸ்வலா
10	141	85	மாயா	41	110	116	ஆவிலா
11	140	86	மனோஹரா	42	109	117	லித்ருமா
12	139	87	மாதவி	43	108	118	சுகதா
13	138	88	மஞ்சுஸ்வநா	44	107	119	ஸ்நிக்தா
14	137	89	கோரா	45	106	120	ஸோதரா
15	136	90	கும்பினி	46	105	121	ஸூரசுந்தரி
16	135	91	குடிலா	47	104	122	அமிர்தப் பிலாவினி
17	134	92	பிரபா				
18	133	93	பரா	48	103	123	கரளா
19	132	94	பயஸ்விணி	49	102	124	காமதுக்
20	131	95	மரலா	50	101	125	கரவீரணி
21	130	96	ஜகதீ	51	100	126	கஹவரா
22	129	97	ஜர்ஜரா	52	99	127	குந்தினி
23	128	98	துருவா	53	98	128	ரௌத்ரா காந்த
24	127	99	முஸலா	54	97	129	விஷா
25	126	100	முத்கரா	55	96	130	விஷாவிநாசினி
26	125	101	பாசா	56	95	131	நிர்மதா
27	124	102	சம்பகா	57	94	132	சீதளா
28	123	103	தாமகா,தாமினி	58	93	133	நிம்னா
29	122	104	மஹீ	59	92	134	பிரீதா
30	121	105	கலுஷா	60	91	135	பிரயவாதினி
31	120	106	கமலா	61	90	136	மானக்நா

112. 150–நாடி அம்சங்களின் பெயர்

கட்டம் நெ. 2 – தொடர்ச்சி

சரராசியின் நாடி துருவ என்	ஸ்திர ராசியின் நாடி துருவ என்	உபய ராசியின் நாடி துருவ என்	நாடி அம்சத்தின் பெயர்
62	89	137	துர்பகா
63	88	138	சித்ரா, சித்தா
64	87	139	சித்ரிணீ
65	86	140	சிரஞ்சீவினி
66	85	141	விருபா, பூபா
67	84	142	கதஹரா
68	83	143	நாளா
69	82	144	நளினி
70	81	145	நிர்மலா
71	80	146	நதி
72	79	147	ஸதா அம்ருதாம் சுகளகா
73	78	148	சபலா
74	77	149	ஸாங்குரா
75	76	150	திரைலோக்யா மோஹனகரி
76	75	1	மஹர்மாரீ
77	74	2	ஸுசீதளா
78	73	3	சுமதா, சுபகா
79	72	4	சுபபிரபா
80	71	5	சோபா
81	70	6	சோபனா
82	69	7	சிவதா
83	68	8	சிவா
84	67	9	பலா
85	66	10	ஜ்வலா
86	65	11	கதா
87	64	12	காதா
88	63	13	நூதனா

சரராசியின் நாடி துருவ என்	ஸ்திர ராசியின் நாடி துருவ என்	உபய ராசியின் நாடி துருவ என்	நாடி அம்சத்தின் பெயர்
89	62	14	ஸுமநோஹரா
90	61	15	ஸோமவல்லி
91	60	16	சோமளதா
92	59	17	மங்களா
93	58	18	முந்திரிகா
94	57	19	ஸுதா
95	56	20	மோக்ஷபவர்க்கா
96	55	21	வலயாபசதா
97	54	22	நவநீதா
98	53	23	நிசாசரி
99	52	24	நிர்விருத்தி
100	51	25	நிகதா
101	50	26	ஸாரா, சௌரா
102	49	27	சங்கீத
103	48	28	ஸுமதா
104	47	29	விஸ்வம்பரா
105	46	30	குமாரி
106	45	31	கோகிலா
107	44	32	குஞ்சராக்குருதி
108	43	33	ஐந்திரா
109	42	34	ஸ்வாஹா
110	41	35	ஸ்வரா
111	40	36	வன்ஹி
112	39	37	பிரீதா
113	38	38	ரக்ஷஜலா
114	37	39	ப்லவா
115	36	40	வாருணி
116	35	41	மதிரா
117	34	42	மைத்ரி
118	33	43	ஹாரிணி
119	32	44	ஹரிணி

112. 150-நாடி அம்சங்களின் பெயர்

கட்டம் நெ. 2 – தொடர்ச்சி

சராராசியின் நாடி துருவ என்	ஸ்திர ராசியின் நாடி துருவ என்	உபய ராசியின் நாடி துருவ என்	நாடி அம்சத்தின் பெயர்	சராராசியின் நாடி துருவ என்	ஸ்திர ராசியின் நாடி துருவ என்	உபய ராசியின் நாடி துருவ என்	நாடி அம்சத்தின் பெயர்
120	31	45	மருத்	135	16	60	பஸிதா
121	30	46	தனஞ்ஜயா	136	15	61	கந்தளி
122	29	47	தனகரீ	137	14	62	ஸ்மரா
123	28	48	தனதா	138	13	63	குந்தளா
124	27	49	மிருச்சாயா	139	12	64	கோகிலா
125	26	50	அம்புஜா	140	11	65	பாபா
126	25	51	ஈசானி	141	10	66	காமினீ
127	24	52	தூலினீ	142	9	67	கலசோத்பவா
128	23	53	ரௌத்ரி	143	8	68	வீரபிரசூ
				144	7	69	சங்கரா
129	22	54	சிவா	145	6	70	சத்யக்ஞா
130	21	55	சிவகரி	146	5	71	சதாவரி
131	20	56	களா	147	4	72	பிரஹ்விவிரஹப
132	19	57	குந்தா	148	3	73	பாடலினீ
133	18	58	முகுந்தா	149	2	74	பங்கஜா
134	17	59	பரதா	150	1	75	பரமேஸ்வரி

குறிப்பு: சில கிரந்தங்களில் சில அம்சங்களின் பெயர்களை மாறு பாடாகவும் அல்லது வித்தியாசமாகவும் கொடுக்கப்பட்டிருக்கின்றன. அவைகள் அடியிற்கண்டபடி ஆகும்.

13. மஞ்சுஸ்வநா–க்கு மஞ்சுளா
17. பிரபா–க்கு அபலா
22. ஜர்ஜரா–க்கு– ஜார்கரி
39. விசீர்ணா–க்கு– விசியர்லா
40. விகடா–க்கு– விகலா, யாலா
41. ஆவிலா–க்கு– விலா
42. வித்ருமா–க்கு– பீமா, ரமா
43. சுகதா–க்கு– சுகப்பிரதா
50. காவீரணி–க்கு– கர்வர்ஷலே

51. கஹ்–வரா–க்கு–	கவ்யா
52. குந்தினி–க்கு–	குண்டிணி குட்டினி.
53. ரௌத்ரா–க்கு–	காந்தா
54. விஷா–க்கு–	விஷாக்யா
58. நிம்னா–க்கு–	நிக்னா
61. மானக்நா–க்கு–	மானக்–யாஹி–மானக்நி.
63. சித்ரா–க்கு–	சித்தா
64. சித்ரிணீ–க்கு–	விசித்ரா
66. விரூபா–க்கு–	பூபா
67. கதஹரா–க்கு–	கத்ஹாரா
69. நளினி–க்கு–	காளினி
72. சுதா அம்ருதாம் சுகளகா–க்கு–	அம்ருதாம்சகா
73. சபலா–க்கு–	கௌசிலா
74. சாங்குரா–க்கு–	கலுஷாகுரா
76. மஹாமாரீக்கு–	மஹாமாயா, மஹாதூதி.
79. சுப்பிரபா–க்கு–	சுப்பிரதா
85. ஜ்வாலா–க்கு–	ஜ்வலா,
87. காதா–க்கு–	காடா
88. நூதனா–க்கு–	தகூனா
94. சுதா–க்கு–	சுத்ரா
95. மோக்ஷாபவர்க்கா–க்கு–	மோஉ பவர்க்கா
96. வலயா–க்கு–	லசிதா, விஸ்வலயா
100. நிகதா–க்கு–	நீகதா, நிர்கதா.
102. சங்கீத–க்கு	சகமா, சாமகா
103. ஸுமதா–க்கு–	சகதா
110. ஸ்வரா–க்கு–	சுவாதா, சுதா
113. ரக்ஷஜலா–க்கு–	ரக்ஷாசில பிரபா.
116. மதிரா–க்கு–	மஜரா,
118. ஹாரிணி–க்கு–	ஹரிணி, ஹாருணி
121. மிருச்சயா–க்கு–	கச்சபா
127. தூளினி–க்கு–	சூலினி
134. பரதா–க்கு–	வரதா,
136. கந்தளி–க்கு–	கதளி,
138. குந்தளா–க்கு–	கந்தளா
147. பிரஹ்வி–க்கு–	ஸ்ருக்வி.

113. லக்கின ஸ்புடத்திற்குரிய நாடி அம்சம் அறியும் வழி

லக்கின ஸ்புடத்திற்குரிய இராசி எந்த ராசி என்று முதலில் அறியவும், பிறகு அந்த இராசி சர ராசியா, ஸ்திர ராசியா, உபய ராசியா என்று பார்க்கவும், பிறகு இலக்கின ராசியில் செல்லான பாகை கலையை அறியவும், இந்த செல்லான பாகைகலைக்கு, "லக்கின ராசியின் 150 பாகங்களின் ஸ்புடம் கட்டம் நெ. 1" என்பதைப் பார்த்து அதனுதவியால் அந்தக் கட்டத்தில் 1–வது கலத்தின்கீழ் கொடுத்துள்ள நாடி துருவ எண்ணை அறியவேண்டும். பிறகு லக்கின ராசி சர ராசியானால் 2–வது கட்டத்தில் 1–வது கலத்தில் உள்ள நாம் கணித்து வந்த நாடி துருவ எண்ணிற்கு நேராய் உள்ள நாடி அம்சமே லக்கின நாடி அம்சமாகும். லக்கின ராசி ஸ்திர ராசியானால் 2–வது கட்டத்தில் 2–வது கலத்தில் உள்ள நாம் கணித்து வந்த நாடி துருவ எண்ணிற்கு நேராய் உள்ள நாடி அம்சமே லக்கின நாடி அம்சமாகும். லக்கின ராசி உபய ராசியானால் 2–வது கட்டத்தில் 3–வது கலத்தில் உள்ள நாம் கணித்து வந்த நாடி துருவ எண்ணிற்கு நேராய் உள்ள நாடி அம்சமே லக்கின நாடி அம்சமாகும். லக்கின நாடி அம்சத்தை அறியும் வழியைக் கீழ்கண்ட உதாரணங்களால் விளக்கிக் காட்டுவோம்.

உதாரணம் நெ. 1: லக்கின ஸ்புடம் பாகை 184–49 கலையானால் இதற்குரிய நாடி அம்சம் என்ன என்பதைக் கணிப்போம். லக்கின ஸ்புடம் பாகை 184–49 கலை ஆனதால் லக்கினம் துலா ராசியாகும். துலா ராசி ஆரம்ப ஸ்புடமாகிய பாகை 180–0 கலையை லக்கின ஸ்புடமாகிய பாகை 184–49 கலையில் இருந்து கழிக்க வருகின்ற பாகை 4–49 கலையே துலாலக்கினத்தில் செல்லான பாகை, கலை ஆகும். இந்த 4–பாகை 49–கலை என்பதற்கு 1–வது கட்டம் பிரகாரம் 23–வது நாடி துருவ எண் வரும். ஏனென்றால் 4–பாகை 49–கலை என்பது 25–வது நாடி துருவ எண்ணிற்குரிய ஆரம்ப ஸ்புடமாகிய 4–பாகை 48–கலைக்கும் முடிவு ஸ்புடமாகி 5 பாகை 0 கலைக்கும் இடையில் இருக்கிறது. இவ்விதமாக இந்த நாடி துருவ எண்ணைக் கணிக்கவும். இங்கு வந்த நாடி துருவ எண் 25 ஆகும். லக்கினம் துலா ராசி, இந்த துலா ராசி சர ராசி ஆகும். ஆகையால் லக்கினம் சர ராசி ஆகின்றது. 2–வது கட்டத்தில் சர ராசிக்குரிய 1–வது கலத்தில் மேலே கணித்து வந்த நாடி துருவ எண் ஆகிய 25–க்கு எதிரில் 4–வது கலத்தில் "முத்கரா" என்று கொடுத் திருக்கிறது. ஆகையால் "முத்கரா" என்ற நாடி அம்சமே லக்கின ஸ்புடத் திற்குரிய நாடி அம்சம் ஆகும். அதாவது லக்கினம் "முத்கராம்சத்தில்" இருக்கிறது என்று சொல்லப்படும். ஆகையால் லக்கினம் "துலா லக்கினம் முத்கராம்சம்" என்று சொல்லப்படும்.

உதாரணம் நெ. 2: லக்கினம் பாகை 230–27 கலையானால் இதற்குரிய நாடி அம்சம் என்பதைக் கணிப்போம். லக்கின ஸ்புடம் பாகை 230–27 கலை ஆனதால் லக்கினம் விருச்சிக ராசியாகும். விருச்சிக ராசி ஆரம்ப ஸ்புடமாகிய பாகை 210–0 கலையை லக்கின ஸ்புடமாகிய பாகை 230–27 கலையில் இருந்து கழிக்க வருகின்ற பாகை 20–27 கலையே விருச்சிக லக்கினத்தில் செல்லான பாகை, கலை ஆகும். இந்த 20 பாகை 27 கலை என்பதற்கு 1–வது கட்டம் பிரகாரம் 103–வது நாடி துருவ எண் வரும். லக்கினம் விருச்சிக ராசி, இந்த விருச்சிக ராசி ஸ்திர ராசியாகும். ஆகையால் லக்கினம் ஸ்திர ராசியாகின்றது. 2–வது கட்டத்தில் ஸ்திர ராசிக்குரிய 2–வது கலத்தில் மேலே கணித்து வந்த நாடி துருவ எண் ஆகிய 103–க்கு எதிரில் 4 வது கலத்தில் "காளா" என்று கொடுத்திருக்கிறது. ஆகையால் லக்கினம் "விருச்சிக லக்கினம் காளா அம்சம்" என்று சொல்லப்படும்.

உதாரணம் நெ. 3: லக்கினம் பாகை 167–2 கலையானால் இதற்குரிய நாடி அம்சம் என்பதைக் கணிப்போம். லக்கின ஸ்புடம் பாகை 167–2 கலை ஆனதால் லக்கினம் கன்னியா ராசியாகும், கன்னியா ராசி ஆரம்ப ஸ்புடமாகிய பாகை 150–0 கலையை லக்கின ஸ்புடமாகிய பாகை 167–2 கலையிலிருந்து கழிக்க வருகின்ற பாகை 17–2 கலையே கன்னியா லக்கினத்தில் செல்லான பாகை கலை ஆகும். இந்த 17 பாகை 2 கலை என்பதற்கு 1–வது கட்டம் பிரகாரம் 86–வது நாடி துருவ எண் வரும் லக்கினம் கன்னியா ராசி. இந்தக் கன்னியா ராசி உபய ராசியாகும். ஆகையால் லக்கினம் உபயராசி ஆகின்றது. 2–வது கட்டத்தில் உபயராசிக்குரிய 3–வது கலத்தில் மேலே கணித்து வந்த நாடி துருவ எண் ஆகிய 86–க்கு எதிரில் 4–வது கலத்தில் "மனோஹர" என்று கொடுத்திருக்கின்றது. ஆகையால் லக்கினம் "கன்னியா லக்கினம் மனோஹராம்சம்" என்று சொல்லப்படும்.

114. கிரகங்களின் நாடி அம்சம் அறியும் விதம்.

மேலே கொடுத்துள்ள விதி பிரகாரமும் மூன்று உதாரணங்கள் பிரகாரமும் சர, ஸ்திர, உபய லக்கினங்களுக்கு நாடி அம்சம் அறிய வேண்டும். ஒரு கிரகம் இருக்கும் நாடி அம்சம் அறிய வேண்டுமானால் அதாவது ஒரு கிரகத்தின் ஸ்புடத்திற்குரிய நாடி அம்சத்தை அறிய வேண்டுமானால் லக்கினம் என்ற பதத்திற்கு பதிலாக கிரகம் என்ற பதத்தை மேலே கொடுத்துள்ள வழியிலும் உதாரணங்களிலும் உபயோகித்து இராசிகளுக்குக் கணிதம் செய்தது போலவே கணிதஞ் செய்தால் கிரகத்தின் நாடி அம்சம் வரும்.

உதாரணம் நெ. 4: உதாரணமாக குருவினுடைய ஸ்புடம் பாகை 28–17 கலையானால் குரு இருக்கின்ற நாடி அம்சத்தைக் கணிப்போம்.

குருவினுடைய ஸ்புடம் பாகை 28–17 ஆனதால் குரு இருக்கும் ராசி மேஷ ராசியாகும், மேஷ ராசி ஆரம்ப ஸ்புடமாகிய பாகை 0–0 கலையை, குருவினுடைய ஸ்புடமாகிய பாகை 28–17 கலையில் இருந்து கழிக்க வருகின்ற பாகை 28–17 கலையே மேஷத்தின் செல்லான பாகை, கலை ஆகும். இந்த 28 பாகை 17 கலை என்பதற்கு 1-வது கட்டம் பிரகாரம் 142-வது நாடி துருவ எண் வரும். குரு இருக்கும் ராசி மேஷ ராசி. இந்த மேஷ ராசி சர ராசியாகும். ஆகையால் குரு இருக்கின்ற ராசி சரராசி ஆகின்றது. 2-வது கட்டத்தில் சர ராசிக்குரிய 1-வது கலத்தில் மேலே கணித்து வந்த நாடி துருவ எண் ஆகிய 142 க்கு எதிரில் 4-வது கலத் தில் "கலசோத்பவா" என்று கொடுத்திருக்கின்றது. ஆகையால் குரு மேஷ ராசியில் "கலசோத்பவா" என்ற நாடி அம்சத்தில் இருக்கின்றார் என்று சொல்லப்படும். இவ்விதமாக மற்ற கிரகங்களும் அந்த கிரகங்கள் இருக்கும் ஸ்புடத்தையும் அவைகள் இருக்கும் ராசியின் சரம், ஸ்திரம், உபயம் என்ற லக்ஷணத்தையும் அனுசரித்து 1-வது, 2-வது கட்டங்களின் உதவியால் நாடி அம்சம் அறியவேண்டியது.

115. நாடி அம்சங்களின் உபயோகம்

நாடிக்கிரந்தங்களில் லக்கினம், கிரகங்கள் இவைகள் இருக்கும் நாடி அம்சங்களைக்கொண்டு பலாபலன்கள் துல்லியமாகச் சொல்லி இருக்கின்றார்கள். நாடி அம்சங்களின் உதவியால் பெரும்பாலும் ஜாதகன் பிறந்த இடத்தின் நகரச் சிறப்பு, ஜாதகனுடைய குலத்தின் ஜாதி, ஜாதகன் இத்தனையாவது பிறவி. ஜாதகனுடைய சகோதர சகோதரியின் சங்கியை முதலிய துல்லியமான அம்சங்கள் நாடிக் கிரந் தங்களில் சொல்லப்பட்டிருக்கின்றன. பின்னால் கொடுக்கப்பட்டுள்ள நாடிக் கிரந்தங்களில் உபயோகப்படுத்தப்பட்ட விதிகளில் நாடி அம்சமும் சரிப்பட்டு வந்தால் ஸ்தூல பலன்களும் (broad details) அதிக விபரமான (minute details) பலன்களும் அதில் சொல்லியபடி துல்லியமாய் இருக்கும். அப்படி நாடி அம்சம் சரிபடாவிட்டால் நாடி அம்சத்தில் ஏற்படும் வித்தியாசத்திற்குத் தகுந்தபடி பலாபலன்கள் மாறுதலடையும். ஆயினும் கிரக யோகங்கள் சரியாக அடையப்பட்டு நாடி அம்சங்கள் மாத்திரம் வித்தியாசப்பட்டால் ஸ்தூலபலா பலன்கள் (i.e. broad details) கூடிய மட்டும் சரியாய் இருக்கும் என்ற காரணத்தைக் கொண்டே நாடிக் கிரந்தங்களில் உபயோகப்படுத்தப்பட்ட விதிகள் பின்னால் கொடுக்கப்பட்டிருக்கின்றன.

துவாதச லக்கின ஜாதகப் பலன்கள்

116. மேஷ லக்கினம்

(1) 1–வது பாவம் மேஷமாகில்: ஜாதகன் அதிக கோபமுடையவன், சிவந்த மேனியுடையவன், சிலேஷ்மம் அதிகரித்தவன், மந்தமான புத்தியுடையவன், நிலையான தொழிலுள்ளவன். பெண்களை அண்டுபவன்.

2–வது பாவம் ரிஷபமாகில்: ஜாதகன் எப்போதும் பயிர் தொழிலில் பிரியமுள்ளவன், பசுமாடு, எருமைமாடு, பொன், வெள்ளி இவைகளுடன் இருப்பவன்.

3–வது பாவம் மிதுனமாகில்: ஜாதகன் யானை, குதிரைகளுடன் கூடியவன். ஸ்திரீகளுக்கு அதிகப் பிரீதி செய்பவன், நல்ல மனைவியுடையவன், குலத்தவர்களில் உயர்ந்தவன்.

4–வது பாவம் கடகமாகில்: ஜாதகன் நல்ல நடவடிக்கையுடையவன், அழகன், ஸ்திரீகளால் புத்தியால் விரும்பத்தக்கவன், விநயத்துடன் கூடியவன்.

5–வது பாவம் சிம்மமாகில்: ஜாதகனுடைய புத்திரர்கள் மாமிசம் புசிப்பவர்கள். அதிக பசியுடையவர்கள். வெளிதேசத்திற்குப் பணத்திற்காகச் செல்பவர்கள், குரூர புத்தியுடையவர்.

6–வது பாவம் கன்னியாகில்: ஜாதகன் தன் வீட்டில் நீடித்திருக்கமாட்டான், வைசியர்களிடத்தில் பிரீதியுள்ளவன். பிராமணர்களுடைய விரோதமுண்டாகும்.

7–வது பாவம் துலாமாகில்: ஜாதகனுடைய மனைவி ரூபயௌவனத்துடன் கூடியவள், உதாரகுணமுடையவள், பலவித நன்மையை உடையவள்.

8–வது பாவம் விருச்சிகமாகில்: ஜாதகனுக்கத் தேள் விஷத்தால் மரணம் உண்டு. முகத்திலுண்டாகும் ரோகத்தினால் தன்னிடத்திலேயே மரணம் சம்பவிக்கும்.

9–வது பாவம் தனுசாகில்: ஜாதகன் வேதத்தில் சொல்லிய தர்மத்தைப் பின்பற்றுவான், தனம், வஸ்திரம் இவைகளைக் கொடுத்துப் பிராமணர்களைத் தன் இஷ்டம்போல் பூசிப்பான்.

10–வது பாவம் மகரமாகில்: ஜாதகன் தயையற்றவன், தினந்தோறும் பந்துக்களுடன் பாபகர்மம் செய்வதில் பற்றுள்ளவன், தர்மம், ஆச்சாரம் இவைகளில்லாதவன்.

11–வது பாவம் கும்பமாகில்: ஜாதகனுக்கு அழகிய சரீரமுண்டு, பரந்த கண்களுடையவன், தனவான், தான்யமுடையவன், சிலேஷ்மம் அதிகமாயுள்ளவன்.

12–வது பாவம் மீனமாகில்: 1. ஜாதகன் சஞ்சலன், அளவாய் பேசுபவன், அரசாங்கத்தில் தனம் சம்பாதிப்பவன், அதிக இனிமையாய்ப் பேசுபவன்.

குறிப்பு: அந்தந்தப் பாவாதிபதிகள் பூர்ண பலத்துடன் இருந்தால் மாத்திரம் இந்தப் பலன்கள் பலிக்கும்.

2. மேஷ லக்கின ஜாதகனுக்குச் சூரியனும் குருவும் சுபபலனைத் தருவர், புதன், சுக்கிரன், சனி இவர்கள் அசுபபலனைத் தருவர். புதன், சுக்கிரன், சனி இவர்கள் மாரகம் செய்வதற்கு அதிகாரமுடையவர்கள், குருவும் சனியும் சம்மந்தமானால் யோகமில்லை.

3. 4–வது பாவாதிபதியாகிய சந்திரனும், 5–வது பாவாதிபதியாகிய சூரியனும் சம்பந்தப்பட்டால் ஜாதகனுக்கு இராஜ யோகமுண்டு, இதற்குச் சந்திர சூரிய யோகம் என்று சொல்லப்படும்.

4. 9–வது, 12–வது பாவாதிபதியாகிய குரு 10–வது பாவத்தில் இருந்தால் குரு மாரகனாவான்.

5. 2–வது, 7–வது பாவாதிபதியாகிய சுக்கிரன் ஜாதகனுக்கு நாச காரகன் என்று பெயர், நாசத்தை உண்டு பண்ணுவார். ஆனால் 12வது பாவத்திலிருந்தால் சுபபலனைத் தருவார். அம்மை, கத்தி முதலிய ஆயுதங்களால் குத்தினகாயம் இவைகளால் ஜாதகனுக்கு ஆபத்து நேரிடும்.

6. 6–வது பாவாதிபதியாகிய புதனோடு செவ்வாய் கூடினால் செவ்வாய் தெசையில் செவ்வாய் புத்தியில் மரணமோ, தலை அறுதலோ உண்டாகும்.

7. செவ்வாய் சுக்கிரனுடன் கூடியிருந்தால் செவ்வாய் ஜாதகனுக்கு யோகத்தைக் கொடுப்பார்.

8. செவ்வாய், குரு அல்லது சுக்கிரனுடன் கூடி 2–வது பாவத்தில் இருந்தால் செவ்வாய் நிச்சயமாக யோகத்தைத் தருவார்.

9. செவ்வாய், குரு, சுக்கிரன் இவர்களுடன் கூடி 3–வது பாவத்தில் இருந்தால் செவ்வாய் யோகத்தைக் கொடுக்க மாட்டார்.

10. செவ்வாய் குருவுடன் கூடி 4–வது பாவத்திலிருந்தால் செவ்வாய் யோகத்தைத் தருவார்.

11. செவ்வாய் 5-வது பாவத்திலிருந்தால் செவ்வாய் தெசையில் ஜாதகனுக்கு யோகமுண்டு.

12. செவ்வாயும், புதனும் 6-வது பாவத்தில் இருந்தால் இவர்களுடைய தசா காலத்தில் ஜாதகனுக்கு விரணம், அம்மை முதலானவைகள் நேரிடும்.

13. செவ்வாயும் சுக்கிரனும் கூடி 7-வது பாவத்தில் இருந்தால் ஜாதகன் சுயார்ஜிதமாய்க் கொஞ்சம் தனம் சம்பாதிப்பான்.

14. செவ்வாய் 8-வது பாவத்தில் இருந்தால் செவ்வாய் யோகத்தை கொடுக்கமாட்டார். செவ்வாய், சூரியன், சுக்கிரன் இவர்களுடன் சேர்ந்து 8-வது பாவத்திலிருந்தால் செவ்வாய் கொஞ்சம் யோகம் கொடுப்பார்.

15. 9-வது பாவத்தில் சூரியனும், செவ்வாயும், குருவும், சுக்கிரனும் இருந்து 7-வது பாவத்தில் சனி இருந்தால் ஜாதகனுக்கு அதிக யோக முண்டு.

16. 1-வது பாவத்தில் சூரியனும், சுக்கிரனும் இருந்து குருவால் பார்க்கப்படாவிட்டால் இந்த சுக்கிரன் ஜாதகனுக்கு யோகத்தைக் கொடுப்பான்.

17. குருவால் பார்க்கப்பட்ட சுக்கிரன் ஜாதகனுக்கு யோகத்தை கொடுக்கமாட்டார்.

18. குருவால் பார்க்கப்பட்ட சூரியன் ஜாதகனுக்கு யோகத்தைக் கொடுப்பார்.

19. குரு 11-வது பாவத்திலிருந்தால் குரு தெசையில் ஜாதகனுக்கு அவயோகம் அதாவது கெட்ட யோகமுண்டு.

20. சூரியன், புதன், சுக்கிரன் இவர்கள் 11-வது பாவத்தில் இருந் தால் ஜாதகனுக்கு அவர்கள் தெசா காலங்களில் அதிக யோகமுண்டு.

21. சந்திரன் கடகத்திலும், செவ்வாய் மேஷத்திலும் இருந்தால் ஜாதகனுக்கு இராஜயோகமுண்டு.

22. சூரியன், குரு, சுக்கிரன் இவர்கள் 6-வது பாவத்திலிருந்தால் அந்தந்த தெசையில் ஜாதகனுக்குக் கங்கா ஸ்நானம் உண்டு.

குறிப்பு: மேலே சொல்லிய கிரக யோகங்களுக்கு எல்லாம் லக்கினம் மேஷம் லக்கினம் என்று கியாபகம் வைத்துக்கொண்டு மேஷ லக்கின ஜாதகத்திற்குப் பலன் சொல்லவேண்டுமே ஒழிய, மேற்படி யோக பலன்களை மற்ற லக்கினங்களுக்குச் சொல்லக்கூடாது.

23. மேஷ லக்கினத்திற்கு 7–வது பாவாதிபதி சுக்கிரனாகினால் ஜாதகனுடைய துணைவியின் யோனி அழகாயிருக்கும், இந்த சுக்கிரன் சனி, சந்திரன், புதன் இவர்களிடையில் இருந்தால் யோனி நீண்டு நெருங்கி இருக்கும்.

24. மேஷ லக்கின ஜாதகனுக்கு லக்கின பாவத்தில் சூரியன் இருந்து சனி பத்தாவது பாவத்திலிருந்து ஒன்பதாவது பாவத்தில் குருவும், சந்திரனும் இருந்தால் ஜாதகன் 14–வது வயது முதல் 29–வது வரையிலும், தனவானாயும் தேசாதிபதியாயும் இருப்பான்.

25. மேஷ லக்கின ஜாதகருக்கு லக்கின பாவத்தில் இராகு இருந்தால் உத்தம பலனை தரும்.

26. மேஷ லக்கினத்திற் பிறந்தவனுக்குப் பெரும்பாலும் ஆயுதத்தாலும், அக்கினியாலும் கெண்டம் நேரிடும்.

27. மேஷ லக்கினத்திற் பிறந்தவனுக்கு 4–வது பாவத்தில் சுக்கிரனும், புதனும் இருந்து 10–வது பாவத்தில் குரு இருக்கச் சந்திரனுக்கு 7–ல் சனி இருக்க மாதாவைப்பெற்ற பாட்டி இறந்து விடுவாள், சந்திரன் அப்போது உச்சமாய் இருந்தால் ஜாதகனுடைய தாய்க்கு அரிட்டமில்லை.

28. மேஷ லக்கினத்திற் பிறந்தவனுக்கு 4–வது பாவம் கடகமாகி அதில் சந்திரன் இருக்க ஜாதகனுடைய மாதுருக்குப் பூர்ணவயதுண்டு, இந்தச் சந்திரனுக்கு இரண்டு புறமும் பாபக்கிரகங்கள் இருக்க ஜாதகனுடைய அன்னைக்கு அரிட்டம் நேரிடும்.

29. மேஷ லக்கினத்திற்கு பிறந்தவனுக்கு 7–வது பாவாதிபதி சுக்கிரனாகி பாபருடன் கூடி பாபரால் பார்க்கப்பட்டிருக்க, சத்துரு அம்சை அல்லது பாபருடைய அம்சை இவைகளில் சுக்கிரன் இருக்க ஜாதகனுடைய மனைவி அன்னியபுருஷர்களை அண்டி அவர்களிடஞ் சோரஞ் செய்வாள்.

30. மேஷ லக்கினத்திற் பிறந்தவனுக்கு 9–வது பாவாதிபதி குருவாகி 9–வது பாவத்தில் குரு இருக்க ஜாதகன் பலர்களிடத்தில் உபதேசமும், வித்தையும் பெறுவன், 9–வது பாவாதிபதி எந்த மரபோ அந்த மரபில் உபதேசம் பெறுவன்.

31. மேஷ லக்கின ஜாதகனுக்கு 6–வது, 8–வது பாவத்தில் பாபர்கள் இருக்க ஜாதகனுக்கு விஷத்தாலும், பாஷாணத்தாலும் மரணம் உண்டு.

32. மேஷ லக்கின ஜாதகத்திற்கு மேஷத்தில் செவ்வாயும், சந்திரன் கடகத்திலும், தனுசில் குருவுமிருந்தால் ஜாதகன் அரசனாவான்.

33. மேஷலக்கின ஜாதகத்திற்கு ரிஷபத்தில் புதனும் குரு கடகத்திலும், மகரத்தில் செவ்வாயும் இருந்தால் ஜாதகன் அரசனாவான்.

34. மேஷ லக்கினத்திற் பிறந்தவனுக்குப் பாபர்கள் லக்கினத்தைப் பார்க்க அந்தப் பாபர் மேஷத்தின் மூன்றாந் திரேக்காணத்திலிருந்தால் ஜாதகனுக்கு விஷபயம், சிறை, தீ, அக்கினி பயம், திருடர் பயம் இவைகள் உண்டாகும்.

35. மேஷ லக்கினத்திற் பிறந்தவனுக்கு ரிஷபத்தில் சந்திரன் இருந்து இச்சந்திரன் குருவால் பார்க்கப்பட்டால் ஜாதகன் பிரபுக்குச் சமமானவன்.

36. மேஷ லக்கினத்திற் பிறந்தவனுக்குச் சிம்மத்தில் சூரியனிருந்து சூரியன் சுபரால் பார்க்கப்பட்டால் ஜாதகன் அரசனாவான்.

37. மேஷ லக்கினத்திற் பிறந்த ஜாதகனுக்கு சனி விருச்சிகத்தில் வக்கிரமாய் இருந்தால் ஜாதகனுக்கு இரண்டாவது வயதில் அரிட்டம் (வியாதி) நேரிடும்.

38. மேஷ லக்கினத்திற் பிறந்த ஜாதகனுக்கு 7–வது பாவத்தில் தேய்பிறை சந்திரனும், குருவும் இருந்து லக்கினத்தைப் பார்த்தால் ஜாதகனுக்கு 6, 7, 8, 9–வது வயதுகளில் அரிட்டம் (வியாதி) நேரிடும்.

39. மேஷ லக்கினத்திற் பிறந்த ஜாதகனுக்கு லக்கினத்தில் குரு இருந்து 6–வது பாவத்தைப் பாபர் பார்க்கில் ஜாதகனுடைய ஆண் குறியில் விரணம் உண்டாகும்.

40. மேஷ லக்கினத்திற் பிறந்த ஜாதகனுக்குச் சூரியனைச் சனியும், செவ்வாயும் பார்த்தால் ஜாதகனுடைய கண்ணில் பூவிழும்.

41. மேஷ லக்கினத்திற் பிறந்த ஜாதகனுக்கு 2–வது பாவாதிபதி இராகுவுடன் கூடி லக்கினத்தில் இருந்து இவர்களைப் 10–வது பாவாதிபதி பார்த்தால் ஜாதகன் சர்ப்ப வித்தையால் ஜீவிப்பான்.

117. நாடிக் கிரந்தங்களில் உபயோகப்படுத்தப்பட்ட விதிகள்

மேஷ லக்கின ஜாதகம்

1. மேஷ லக்கினம் மேஷம் (சங்கரி அம்சம்) ஆகி லக்கினாதிபன் விருச்சிகாம்சத்திலிருந்து அம்ச சக்கிரத்தில் குருவுடன் கூடி இருந்தால் ஜாதகன் கறுத்தும், கொஞ்சம் வடுவுள்ள தேகமுடையவன், சமமான சரீரபாகமுடையவன், குணங்களை அறியவன், வித்தையையுடையவன், சொரி தினவுள்ள அங்கமுடையவன். விரைவாத பீடை உடையவன்.

2. மேஷ லக்கினம் மேஷம் (சியாமாம்சம்) ஆகி லக்கினாதிபன் 9–வது பாவத்தில் இருந்து சந்திரன் குருவுடன் கூடியிருக்க ஜாதகன்

ரூபமுடையவன், கியாபகசக்தியுடையவன், வாசாலகன், தெளிவுள்ள முகம், கண்களுடையவன், அதிர்ஷ்டமுடையவன், தர்மாத்மா, வெளுத்த காந்தியுடையவன், மெலிந்த தேகம், கூட்டுத் தேகம், புத்திமான், விஷ்ணு பக்தர் குலத்திலுதித்தோன். விஷ்ணு சங்கர பக்தியுடையவன், தேவர் பிராமணரிடம் பக்தியுடையவன், தாய்பாட்டன் இறந்த பிறகு அவன் மனைவியால் (தாய்ப்பாட்டியால்) தத்து எடுத்துக் கொள்ளப்பட்டவன், அதாவது இவன் தாய்ப்பாட்டிக்குத் தத்து புத்திரனாவான், இவன் தகப்பனார் தீர்க்காயுள். இவன் தாய் சீக்கிரம் மரிப்பாள், ஸ்வீகாரத்தாய் தீர்க்காயுள். ஸ்வீகாரத்தாய்க்கு மூன்று பெண்கள். அவர்களுள் மூத்த வள் காலஞ்சென்ற இவன் தாய். புதன் தசை சனி புக்தியில் ஸ்வீகாரத் தாய் மரணம், சில மதஸ்தர் ஸ்வீகாரத்தாய் கேது தசையில் சந்திர புக்தியில் மரணம் என்பர்.

3. ஜென்ம லக்கினம் மேஷம் (சாங்கரியாம்சம்) ஆகி லக்கினாதிபன் 11–வது பாவாதிபதியுடன் கூடில் ஜாதகன் அழகன், அறிவாளி, வாசாலகன், தெளிந்த முகமும் கண்களுமுடையவன், சிவந்தமேனி யான், உயரத்தில் நடுத்தரமான தேகமும், பருமனில் கொஞ்சம் தடித்த தேகம் உடையவன்.

4. ஜென்ம லக்கினம் மேஷம் (காலாம்சம்) ஆகி லக்கினாதிபன் சுப க்ஷேத்திரத்திலிருந்து 4–வது பாவத்தில் குரு உச்ச ராசியில் இருக்கில் ஜாதகன் அழகன், அறிவாளி, வாசாலகன், பரந்த முகமும் விழிக ளுமுடையவன். அதிர்ஷ்டமுடையவன், தர்மாத்மா, சிவந்த அழகிய ரூப முடையவன், சாத்வீக குணமுடையவன், ஜராயோகமுடையவன், சிவபக்தி குலத்திலுதித்தவன், விலைமாதர் சேர்க்கை உடையவன் அல்லது அந்தண ஸ்திரீ சங்கமமுடையவன், தாமரைபோல் பரந்த கண்களுடையவன், சங்கீத ரசமறிந்தவன், படித்தவன், வாசனா திரவியம், புஷ்பம், வஸ்திரங்கள், ஸ்நானம், ஆசாரமுடையவன், மான முடையவன், விஷ்ணு, சங்கர பக்தியுடையவன், நீச பிரபு மூலம் பாக்கிய வரவு உண்டு, உத்தியோக ஜீவனம்.

5. ஜென்ம லக்கினம் மேஷம் (சாங்கரியம்) ஆகி 2–வது பாவாதிபதி சுக்கிரன் தனுசில் துலாம்சத்தில் இருந்து, நான்காதிபனால் பார்க்கப் பட்டால் ஜாதகன் கொஞ்சம் தழுதழுத்த சொல்லுடையவன், தேவி பூஜை செய்பவன், உஷ்ணவாயு சரீரமுடையவன், புட்டத்தில் வாயு பீடையுடை யவன், பருத்த விரைகளுடையவன், தேவர் பிராமணரிடம் பக்தியுடை யவன், தந்தவாயு, காது சூலை சில சமயங்களிலுள்ளவன்.

6. ஜென்ம லக்கினம் மேஷம் (சியாம்சம்) ஆகில் 2–வது பாவாதிபதி சுக்கிரன் 12–வது பாவத்தில் உச்சனாயிருந்து 2–வது பாவத்தில் இராகு இருந்தால் ஜாதகன் மூன்று எழுத்துகளில் சமர்த்தன், பல பாஷை

களறிந்தவன், சிலகாலம் தந்தவாயுவால் பீடையுடையவன், பலமற்ற பற்களுடையவன், சங்கீதத்தில் விருப்பமுள்ளவன், வாசனாதி திரவியம், புஷ்பம், வஸ்திரம் அவைகளில் பிரியன், சீக்கிர போகமுடையவன், மெதுவாய்ப் புசிப்பவன், காமமுடையவன், சத்துருக்களை அழிப்பவன், பிரதாபமுடையவன்.

7. ஜென்ம லக்கினம் மேஷம் (சாங்கரியாம்சம்) ஆகி 2–வது பாவாதிபனாகிய சுக்கிரனுடன் குருவும், சந்திரனும் கூடி ஆக மூவரும் 10–வது பாவத்தில் இருந்தால் ஜாதகன் காவிய நாடக சாரமறிந்தவன், வேதம், சாஸ்திரம் புராணம் அறிந்தவன், சமஸ்கிருதம் பிரியமாய்ச் சொல்லுபவன், பிரபுக்கள் நேசமுண்டு, தனம் சம்பாதிப்பவன், அயலார் இங்கிதமறிந்தவன், மேதாவி, வித்தை தடையுடையவன்.

8. ஜென்ம லக்கினம் மேஷம் (காலாம்சம்) ஆகி 2–வது பாவாதிபதியாகிய சுக்கிரன் சந்திரனுடன் கூடி 9–வது பாவத்தில் இருந்தால் வாசாலகன் சாதுர்யமான யுக்தியுடையவன், பரோபகாரம் செய்வதில் பற்றுடையவன், தாதா, எல்லா ஜனங்களும் விரும்பத் தக்கவன்.

9. 3–வது பாவத்தைச் சனி பார்த்தால் வைசூரி, சுரகெண்டம் உடையவன், தந்தவாயுபீடை, பல்லில் ரத்தம் பெருகும், இரண்டு எழுத்துக்களறிந்தவன், எழுத்து வித்தையில் சமர்த்தன், கம்பீரமாயும் இனிமையாயும் பேசுபவன். பிரபு லக்ஷணமுடையவன், குட்டு தக மெலிந்த அழகிய மேனி, பித்தச்சூடு அதிகம், கேததோம், காமமுடையவன், பலஜாதி பெண்களை அனுபவிப்பவன், மார்நோயுடையவன், ஆயிரத்திற்கு அதிகமான தனமுடையவன்.

10. ஜென்ம லக்கினம் மேஷம் (சாங்கரியாம்சம்) ஆகி புதன் துலா நவாம்சத்தில் விருச்சிகத்தில் இருந்தால் ஜாதகனுக்கு மூத்த சகோதரி ஒருத்தி இரண்டு புத்திரருடன் கூடியவளாய்க் கொஞ்ச காலம் சுமங்கலியாயிருந்து பின்னால் விதவையாவாள். மாற்றாந்தாயின் புத்திரன் ஒரு இளைய சகோதரன் ஜாதகனுக்கு உண்டு.

11. ஜென்ம லக்கினம் மேஷம் (சியாம்சம்) ஆகி 3–வது பாவாதிபதியாகிய புதன் ரிஷபாம்சத்தில் இருந்து இராசியில் 10–வது பாவத்தில் சூரியன், சனி இவர்கள் இருவருடனும் கூடி மூவருமாக இருந்தால் ஜாதகனுக்கு ஒரு மூத்த சகோதரன் வாலிபத்தில் மரிப்பான், ஒரு மூத்த சகோதரன் இருப்பான், இளைய சகோதரர்கள் நால்வர், ஒருத்தி உண்டு.

12. ஜென்ம லக்கினம் மேஷம் (சாங்கர்யாம்சம்) ஆகி 3–வது பாவாதிபதி புதன் மீனத்தில் சூரியன், இராகு இவர்கள் இருவருடன் கூடி மூவருமாக இருக்கில் ஜாதகனுக்கு மூத்த சகோதரம் இரண்டு உண்டு, அவர்களில் ஒருவன் இறப்பான், இளைய சகோதரம் இல்லாதவன், ஒரு

சகோதரி சுமங்கலியாய் அதிக புத்திரருடன் கூடியவள், அவள் காலாந்தரத்தில் நற்புத்ரருடையவள்.

13. ஜென்ம லக்கினம் மேஷம் (காலாம்சம்) ஆகி 3–வது பாவாதிபதி யாகிய புதன் விருச்சிகத்திலிருந்து குருவால் பார்க்கப்பட்டிருந்தால், ஜாதகன் மூத்த சகோதரனுடனும், இளைய சகோதரனுடனும் கூடியிருப்பான். இரண்டு அல்லது மூன்று சகோதரிகளுண்டு, மூத்த சகோதரன் புத்திரனுடையவனாய் வாலிபத் தசையில் மரிப்பான், மூத்த சகோதரி விதவையாகிக் கஷ்டப்படுவாள்.

14. ஜென்ம லக்கினம் மேஷம் (சாங்கரியாம்சம்) ஆகி 4–வது பாவாதி பதியாகிய சந்திரன் கன்னியாம்சத்திலிருந்து, இராசியில் 4–வது பாவத் தில் இருந்தால் ஜாதகனுடைய தாய் குணவதி புண்ணியம் செய்தவள், சனி தசையில் மரிப்பாள், சனி தசையில் குரு புத்தியில் 9–வது பிரசவத் தில் தாய் மரணமாவாள், ஒரு அம்மான் உண்டு, அந்த அம்மான் பின்னால் மரிப்பான்.

15. ஜென்ம லக்கினம் மேஷம் (சியாம்சம்) ஆகி 4–வது பாவாதிபதி யாகிய சந்திரன் கடகாம்சத்திலிருந்து இராசியில் குருவுடன் கூடி 8–வது பாவத்திலிருந்தால், சுக்கிரன் 12–வது பாவத்திலிருந்தால் ஜாதகன் பிதுரார்ஜிதமற்றவன், தான் வீடு சம்பாதிப்பான், முந்தி சுவல்ப வாகனமுடையவன், பின்னால் அனேக வாகனங்களும் பாக்கியங்களு முடையவன், கொஞ்சம் பூமி பொருளுடன் கூடி உத்தியோக ஜீவனஞ் செய்பவன், நீச அரசனை அடைபவன், ஆயிரத்திற்கு அதிகமான தன முடையவன், தாய் சுகமில்லாதவன், எப்போதும் வருந்தும் மனமுடை யவன், அதிக செலவுள்ளவன், அதிக மானமுடையவன், ஜபம் தியானத் துடன் கூடியவன்.

16. ஜென்ம லக்கினம் மேஷம் (சாங்கர்யாம்சம்) ஆகி 4–வது பாவாதி பதி சந்திரன் மகரத்தில் காளாம்சத்தில் இருந்தால் தாய் வெகு புண் ணியமுடையவள், பதி பக்தியுடைவள், சந்திர தசை முடிவில் மரிப்பாள்.

17. ஜென்ம லக்கினம் மேஷம் (சாங்கர்யாம்சம்) ஆகி 4–வது பாவாதிபதி சந்திரன் 10–வது பாவத்தில் குரு, சுக்கிரன் இவர்கள் இருவருடன் கூடி மூவருமாகவிருக்கில் ஜாதகனுக்கு மூன்று வாகன முண்டு. நரவாகனமுண்டு, பூமி, பொருள் லாபமுடையவன், சுவல்ப வியாபார லாபமுண்டு.

18. ஜென்ம லக்கினம் மேஷம் (காலாம்சம்) ஆகி 4–வது பாவாதிபதி சந்திரன் தனுசில் சுக்கிரனுடன் இருந்து 4–வது பாவம் செவ்வாயால் பார்க்கப்பட்டால் ஜாதகனுடைய தாய்க்குத் தீர்க்காயுளுண்டு, தாய்

குணமுடையவள், புத்திரனுக்குப் பிரீதி செய்பவளாய் இருப்பாள், செவ் வாய் தசையில் சந்திரபுக்தியிலாவது இராகு புக்தியிலாவது தனுசில் கடைசி பாகத்தில் சனி கோட்சாரத்தில் சஞ்சாரஞ் செய்யுங் காலம் தாய்க்குப் பீடையுண்டு.

19. ஜென்ம லக்கினம் மேஷம் (சாங்கரியாம்சம்) ஆகி 5–வது பாவத் தில் சனி இருந்தால் ஜாதகனுடைய மூத்த மகன் அழிவான். இரண்டு புத்திரன் அல்லது மூன்று புத்திரர் தீர்க்காயுளுடையவர், இரண்டு பெண் உண்டாகும், சாந்தி செய்ய மக்கள் சுகம், ஜாதகன் நற்செய்கை, ஆசார முடையவர், பால் பாக்கியம், தன தான்யம் உடையவர்.

20. ஜென்ம லக்கினம் மேஷம் (சியாமாம்சம்) ஆகி 5–வது பாவாதிபதி சூரியன் 10–வது பாவத்தில் இருந்து காரகனாகிய குரு விருச்சிகத்திலி ருந்தால் ஜாதகனுக்கு மூன்று புத்திரர்கள் தீர்க்காயுளுள்ளவர், ஐந்து பெண்களுண்டாகும், அதிகமும் உண்டாகும் சாந்தியால் புத்திர சுக முண்டு, இரண்டு மூன்று புத்திரர் மரிப்பர், ஆகையால் சாந்தி செய்ய வேண்டியது.

21. ஜென்ம லக்கினம் மேஷம் (சாங்கரியாம்சம்) ஆகி 5–வது பாவாதி பதி சூரியன் 12–வது பாவத்தில் இராகு, புதன் இவர்களிருவருடன் கூடி மூவருமாய் இருந்தால் ஜாதகன் புத்திர பாக்கியமுடையவனாய் இருந் தாலும், பிறந்தாலும் மரிக்கும், ஏகாதசியில் கோதானம் செய்து அரசப் பிரதிஷ்டை செய்தாலும், சிம்சுமார யந்திர தானத்தாலும், காலாந்தி ரத்தில் நற்புத்திரனுண்டு, சிலர் வேறு மனைவியிடம் புத்திரர் உண்டு என்கின்றனர். சாந்தி தானத்தால் ஒரு புத்திரன் உண்டாவான், அதிக கஷ்டத்தின் பேரில் இரண்டு அல்லது மூன்று பெண்கள் உண்டாவர்.

22. ஜென்ம லக்கினம் மேஷம் (காலாம்சம்) ஆகி 5–வது பாவாதி பதியாகிய சூரியன் புதனுடன் கூடி 8–வது பாவத்திலிருந்தாலும், புத்திர ஸ்தானத்தில் அதாவது 5–வது பாவத்தில் சனி இருந்தாலும் தத்து புத்திரனால் சந்ததி. ஏகாதசி கோதானத்தாலும், சந்தான கோபால மூர்த்தி தானத்தாலும் வெகு புண்ணிய வசத்தால் காலாந் தரத்தில் புத்திர லாபம் வேறு மனைவியிடமாவது உண்டாகும்.

23. ஜென்ம லக்கினம் மேஷம் (சாங்கரியாம்சம்) ஆகி 5–வது பாவாதி பதியாகிய சூரியன் மகராம்சத்திலிருந்து இராசியில் விருச்சிகத் திலிருந்தால் ஜாதகனுடைய தகப்பன் அறிவாளி, சாது, எப்போதும் தேவி பூஜை செய்பவன், மனை, பூமி, தனம் நிரம்பப் பெற்றவன், மறு மனைவியுடையவன், கேது தசை, புத புக்தியிலாவது, சுக்கிர தசை சுய புக்தியிலாவது ஜாதகனுடைய தகப்பன் மரணமாவான்.

24. ஜென்ம லக்கினம் மேஷம் (சாங்கரியாம்சம்) ஆகி 7–வது பாவா திபதி சுக்கிரன் சுய நவாம்சத்திலிருந்து, 7–வது பாவம் செவ்வாயால் பார்க்கப்பட்டால் ஜாதகனுக்கு 17–வது அல்லது 22–வது வயதில் விவாகமுண்டு. மனைவி வாக்கு சாதுர்யமுள்ளவள், உயரமாயும், கறுத்த வளாயும் இருப்பாள். புத்திரன், புத்திரிகளுடன் நல்லவள், வீட்டுவேலை நிர்வாகம் செய்பவள்.

25. ஜென்ம லக்கினம் மேஷம் (சங்கரியாம்சம்) ஆகி 5–வது பாவத்தில் சனி இருந்து மேஷாம்சத்திலிருந்தால் ஜாதகன் துஷ்ட தேவதை யிடத்தில் பக்தியுடையவன், ஒரு மனைவியுடையவன், மானமுள்ளவன், சுகியானவன், பிறவி முதல் சுகமுடையவன்.

26. ஜென்ம லக்கினம் மேஷம் (சியாமாம்சம்) ஆகி 7–வது பாவாதி பதியும் காரகனுமாகிய சுக்கிரன் 2–வது பாவத்திலிருந்து அம்சத்தில் துலாத்தில் கேதுவுடன் கூடி இருந்தால் ஜாதகனுக்குப் பதினெட்டாவது வயதில் விவாகம் இரண்டு மூன்று தரம் பிரயத்னம் செய்து பின்னால் விவாக யோகமுண்டு. தென்கிழக்குத் திசையில் விவாகம், சிவந்த மேனியுள்ள தாரம், மனைவி பெண்டு பிள்ளையுடன் கூடியவள், சிலர் மறுமனையாள் உண்டென்கின்றனர்.

27. ஜென்ம லக்கினம் மேஷம் (சாங்கர்யாம்சம்) ஆகி 7–வது பாவாதி பதி 10–வது பாவத்திலிருந்து 2–வது பாவத்தைக் குரு பார்த்தால் ஜாதகனுக்குத் தன் தேசத்தில் தாரலாபமுண்டு, தன் ஊரில் விவாக முண்டு, சிவந்த நிறமுள்ள மனைவி, மறு மனைவியுண்டு. சனி தசை சுக்கிர புக்தியில் இரு மனைவியுண்டு என்று சிலர் அபிப்பிராயம், ஆனால் நிச்சயமாய் ஒரு மனைவி தான் உண்டு.

28. ஜென்ம லக்கினம் மேஷம் (காலாம்சம்) ஆகி 7–வது பாவாதிபதி யாகிய சுக்கிரன் சந்திரனுடன் கூடி 7–வது பாவம் சனியால் பார்க்கப் பட்டால் தன் பட்டணத்திற்கு வடதிசையில் வனாந்தரம் அல்லது காடு கோடியில் தாரலாபமுண்டு, மனைவி கறுத்த நிறமுள்ளவள், எப்போதும் ரோக சரீரமுடையவள், புத்திரலாபமுடையவள், புண்ணியமுடையவள், பர்த்தாவிடம் பக்தியுடையவள், மறுமனைவியுண்டு என்று சிலர் சொல் கின்றனர்.

29. 9–வது பாவாதிபதியாகிய குரு தன் உச்ச ஸ்தானத்திலிருந்தால் ஜாதகனுக்கு 32 வயதில் விவாகம் நேரிடும்.

30. ஜென்ம லக்கினம் மேஷம் (சியாமாம்சம்) ஆகி 6–வது பாவாதி பதியாகிய புதன் 10–வது பாவத்திலிருந்து காரகனாகிய செவ்வாய்

தனுசிலிருந்தால் ஜாதகன் பித்த சூடுசரீரமுடையவன், சொரி, தினவு, வெள்ளை மேகப்பெருக்கு, நீர் வியாதி முதலியன கொஞ்சம் உண்டாகும், சிலகாலம் வயிற்றுசூலை, சிலகாலம் மூலநோய் தோன்றும்.

31. ஜென்ம லக்கினம் மேஷம் (சாங்கர்யாம்சம்) ஆகி 6–வது பாவாதி பதியாகிய புதன் மீனத்தில் தன் நீசஸ்தானத்தில் சூரியனுடனும் ராகு வுடனும் கூடி ஆக மூவருமாய் இருக்கில் ஜாதகனுக்கு எப்போதும் வாயு சரீரம், பித்தச் சூடு அதிகமான தேகம், சில சமயம் அண்ட வாயு பீடை, சிலசமயம் மார்சூலை முதலிய நோய் உண்டாகும்.

32. ஜென்ம லக்கினம் மேஷம் (சியாம்சம்) ஆகி 9–வது பாவாதிபதி குரு விருச்சிகத்திலிருந்தால் ஜாதகனுடைய தகப்பன் தீர்க்காயுள், கேது தசை, சூரியபுக்தி, சனி, ராகு, செவ்வாய் புக்திகளிலும், புதன் தசை முடிவிலும், தகப்பனுக்குப் பீடை உண்டு.

33. ஜென்ம லக்கினம் மேஷம் (சாங்கர்யாம்சம்) ஆகி 9–வது பாவா திபதி குரு 10–வது பாவத்தில் சுக்கிரன், சந்திரன் இவர்கள் இருவரு டன் கூடி மூவருமாக விருக்கில் ஜாதகனுடைய பிதா பாக்கியவான், சாது, புத்திரி புத்திரருடன் கூடியவன், ராகு தசை சனிபுக்தியில் பிதா மாரகம், ஜாதகன் கொஞ்சம் உயர்ந்த தேகமுடையவன், மனதில் கபட மற்றவன், விஷ்ணு சங்கரபக்தியுடையவன், சம்ஸ்கிருதம் பிரியமாய்ப் பேசுபவன், பிரபு லக்ஷணம் அமைந்தவன், தாஸ தாஸி ஜனங்களுள் ளவன், அறிவாளி, பந்துக்களைப் பாதுகாப்பவன், சத்துருக்களை அழிப்பவன், குணம் அறிபவன், பசு, தனம், தான்யம் நிறைந்தவன்.

34. ஜென்ம லக்கினம் மேஷம் (காலாம்சம்) ஆகி சூரியன் புதனுடன் கூடி இருக்கில் ஜாதகனுடைய பிதா யோகவான், குணவான், இருபத் தொன்பதாவது வயதில் பிதா மரணம்.

35. ஜென்ம லக்கினம் மேஷம் (சியாம்சம்) ஆகி 10–வது பாவாதிபதி யாகிய சனி பத்தாவது பாவத்திலேயே இருந்தால் ஜாதகன் தாஸ தாஸி ஜனங்களுடன் கூடியவன், பூமி, தோட்டம் பொருள் நிறைந்தவன், அரசாங்க முத்திரை பெற்ற அதிகாரமுடையவன், மெலிந்த தேக முடையவன், தயையுடையவன், பண்டிதன், மானமுடையவன், தேவர் பிராமணர் பக்தியுடையவன், நித்தம் அன்னதானத்தில் விருப்பமுள்ள வன், குடும்பி, அநேகரைப் போஷிப்பவன், எப்போதும் நோயுடைய அங்க முடையவன், பரஸ்திரீ சேர்க்கையுடையவன், அல்ப வித்தையில் சமர்த்தன், மெதுவான சொல்லுடையவன், புகழுடையவன், சில காலம் அபகீர்த்தியுண்டு, சத்துருக்கள் அதிகம் உண்டு.

36. ஜென்ம லக்கினம் மேஷம் (மாலின்யாம்சம்) என்ற நெ. 20 (மாலாம்சம்) ஆகி குரு 9-ல் கால கூடாம்சத்தில் இருக்கும் போது மாதங்க யோகத்தில் பிறந்த ஜாதகன் சிவந்த நிறமும் அழகிய உருவ மும் உடையவன் மாதங்க யோகம் என்பதைப் பற்றி 6-வது அத்தியாயம் 71-வது அயிட்டத்தைப் பார்க்கவும்.

37. ஜென்ம லக்கினம் மேஷம் (மாலின்யாம்சம்) ஆகி குரு சுவ க்ஷேத்திரத்தில் மீனாம்சத்திலிருந்து (அதாவது 12-ல் மீனாம் சத்திலிருந்து) சுக்கிரனுடன் கூடியிருக்க ஜாதகன் மாதங்க யோகத்தில் பிறந்திருந்தால் ஜாதகன் மாதங்க யோகம் பிரசித்தி பெற்றவன்.

38. ஜென்ம லக்கினம் மேஷம் (மாலின்யாம்சம்) ஆகி சந்திரன் நீச வீட்டில் (விருச்சிகத்தில்) மகராம்சத்திலிருந்து சந்திரத் திரிகோணத்தில் பாபியான சனி ராகுவுடன் கூடியிருக்கப் பிறந்தவன் மாலின்ய தோஷ முள்ள குலத்திற் பிறந்தவன்.

39. ஜென்ம லக்கினம் மேஷம் (மாலின்யாம்சம்) ஆகி மாதங்க யோக த்தில் பிறந்தவன் தன் உடன் பிறந்தவனற்றவன், மாற்றாந்தாயிடம் பிறந்த சகோதரமுடையவன், மூன்று தாரமுள்ளவன், இவன் பிதா, தாய் தீர்க்காயுள், சகோதரி கெட்ட நடவடிக்கையுள்ளவள், இவன் தாய் பதிவிருதை, சுசியானவள், வீட்டுத் தொல்லையால் வருந்தியவள், வெகு காலம் சுமங்கலியாயிருப்பாள், சகோதர நாசத்தால் துக்கமடைந்தவள்.

40. ஜென்ம லக்கினம் மேஷம் (மாலின்யாம்சம்) ஆகி மாதங்க யோகத்தில் மாதங்காம்சத்தில் (அதாவது நெ. 107, குஞ்சராக்ருதி அம்சத்தில்) குரு இருந்தால் ஜாதகனுக்கு ஒரு சகோதரி தீர்க்காயு ளுடையவள், மற்ற சகோதரிகள் நாசமடைவார்கள், ஜாதகனுடைய சிற்றப்பனாவது, அம்மானாவது, ஜாதகனுடைய கோத்திரத்தில் தாயாதி வர்க்கத்தில் மாதங்க யோகத்தில் பிறந்தவனுடைய மனைவியாவது அனுமாண (உடன்கட்டை) மடைவார். ஜாதகன் வம்சத்தில் யோகமற்ற ஒருத்தி விதவையாவாள், ஜாதகன் விவாகத்திற்கு முன்னே வாலிபத்தில் இவன் பிதா மரணமாவான்.

41. ஜென்ம லக்கினம் மேஷம் (மாலின்யாம்சம்) ஆகி 4-வது பாவாதி பதியாகிய சந்திரன் நீசத்தில் சத்துரு நவாம்சத்தில் இருந்து பாக்கியா திபனுடன் கூடி காலகூடாம்ச நாடியிலிருந்து துர்பகாவஸ்தையிலி ருந்தால் ஜாதகன் தன்னுடன் பிறந்த சகோதரமற்றவன், ஒரு சகோதரி தீர்க்காயுள், தாய் தீர்க்காயுள்.

42. ஜென்ம லக்கினம் மேஷம் (மாலின்யாம்சம்) ஆகி சந்திரன் துர்ப காவஸ்தையில் இருந்தால் ஜாதகனுடைய சகோதரி ஒருத்தி கெட்ட செய்கையுடையவள், மாற்றாந்தாய்க்குப் பிறந்த சகோதரர் நாசம்,

ஜாதகனுடைய தகப்பன் மூன்று தாரமுடையவன். இது ஒரு மதம், வேறு மதம் பிரகாரம் பிதா அதிக பாக்கியமுடையவன். பல தேசத்தில் சஞ்சாரஞ் செய்து கிரய விக்கிரய மூலமாய் ஜீவனஞ் செய்பவன், சிவந்த தான்யம், வஸ்திரம் முதலிய பலவித வியாபாரம் செய்பவன், தினந்தோறும் வட்டி ஜீவனம் செய்பவன், சகோதரருடையவன், சூரியாம்சத்திலாவது அதன் திரிகோணத்திலாவது 4–வது பாவாதிபன் திரிகோணத்திலாவது சனி ஸ்புட யோகத்தில் (அதாவது கோட்சாரத்தில்) வரும் போது பிதா மரணம். ஜென்ம தசையில் பிதா அரிஷ்டம், அல்லது 2–வது தெசையில் சுய புக்தியில் பிதா நோயால் வருந்திமரிப்பான்.

43. ஜென்ம லக்கினம் மேஷம் (மாலின்யாம்சம்) ஆகி மாதங்க யோகத்தில் பிறந்தவனுக்கு ஜென்ம தெசையில் சில சமயம் சுகங் கொடுக்கும் 2–வது தெசையில் விவாகம் நேரிடும், அதாவது 10–வது பாவாதிபதியின் புக்தியில் 20–வது வயதுக்கு மேல் 2–வருஷத் திற்குள் அல்லது 25–வயதுக்கு மேல் விவாகம், வாலிப விவாகம் தடையாகும்.

44. ஜென்ம லக்கினம் மேஷம் (மாலின்யாம்சம்) ஆகி குரு கால கூடாம்சத்தில் இருக்கப் பிறந்த மாதங்கயோக ஜாதகனுக்கு கன்னிகை விக்கிரையத்தால் தனவரவுண்டு, சகோதரியின் தனம் கொஞ்சம் வரும்.

45. ஜென்ம லக்கினம் மேஷம் (மாலின்யாம்சம்) ஆகி சனி மீனத்தில் கடகாம்சத்தில் இருந்து துலாம் கிரகத்துடன் கூடி இருக்கில் ஜாதகன் தனவான், கொஞ்சம் தன் கையால் சம்பாதித்த பொருளுடையவன், வாலிபத்தில் பிதுரார்ஜிதமுடையவன் தன் கோத்திர தாயாதிபதியின் தனவரவுண்டு அல்லது சகோதரியால் தன வரவுண்டு, வர்த்தக ஜீவனம், கர்மாம்சாதிபன், தசா காலத்தில் தோழர் வீடு, மனை பாழாகும், சகோதரி துக்கமுடையவள் அதற்குமேல் அரிஷ்டம் நேரிடும். ஜாதக னுடைய தாய் மனோ பிராந்தியுடையவள், நடுக்காட்டில் துஷ்ட ஜந்துவால் மிருகத்தால் மரிப்பாள்.

46. ஜென்ம லக்கினம் மேஷம் (மதங்காம்சம்) ஆகி 11–ம் பாவத்தில் ராகு குரூர சஷ்டியாம்சத்திலிருந்தால் ஜாதகனுடைய தாய்வழி பாட்டிக்குத் துர்மரணமுண்டு, ஜாதகனுடைய தகப்பன் வாலிபத்தில் ஸ்திரீ காரணமாய் அகால மரணமடைவான், தேசம்விட்டு தேசத்தில் ஜன்னிபாதை ஜுரத்தால் மரணமடைவான்.

47. ஜென்ம லக்கினம் மேஷம் (மாலின்யாம்சம்) ஆகி 12–வது பாவத் தில் காளாம்சத்தில் சனி, ராகுவுடன் கூடி சுபபார்வை பெற்றால் ஜாதகன் சிலகாலம் ரேகாயோகமுடையவன், சில காலம் கேம துரும யோக முடையவன்.

48. ஜென்ம லக்கினம் மேஷம் (மாலின்யாம்சம்) ஆகி 12–வது பாவத்தில் சனி, 4–வது பாவத்தில் குரு, 8–வது பாவத்தில் சந்திரன் இருந்தால் ஜாதகனுக்குச் சிலகாலம் ரேகா யோகமும், சிலகாலம் கர்க்கரி யோகமும் உண்டு.

49. ஜென்ம லக்கினம் மேஷம் (மாலின்யாம்சம்) ஆகி கேமதுருமத்தில் சந்திரனிருக்கும் மாதங்கயோக ஜாதகனுக்குச் சந்திர தசையில் அதிக நஷ்டம் உண்டு. முன் பாதியில் அதிக வியாகூலம் உண்டு. வேறு தாரத்திடம் சுகமுண்டு, பொருள் வரவுண்டு, கேமத்துரும யோகமுள்ள சந்திர தசையில் குருபுக்தியில் மாதங்கயோக ஜாதகனுக்குத் தார அரிஷ்டமுண்டு. உடனே மறுவிவாகமுண்டு. பின்னால் புக்தி, அந்திரங்களில் சுகம் உண்டு. குரு புக்தி முடிவிலிருந்து, சனி புக்தி முடியவும் சுபாதிகளுண்டு, எல்லா தசையிலும் சந்திரபுக்தி குஜபுக்திகளில் குரு அந்திரத்தில் மனோவியாகூலமுண்டு, 10–வது பாவாதிபதியின் தசையில் பின் பாகத்தில் அதிக சுகமுண்டு. அநேக வியாபார சித்தியுண்டு, தினந்தோறும் செல்வப்பெருக்குண்டு, லாபாதிபன் அம்சத்தில் அல்லது அதன் திரிகோணத்தில் அல்லது ஆறாம் பாவாதிபன் அம்சத்தில் அல்லது அதன் திரிகோணத்தில் ஸ்புட யோகத்தில் (கோட்சாரத்தில்) சனி வரும் போது சகோதரி நாசமுண்டு. 48 வயதுக்கு மேல் 51–க்குள் சகோதரி நாசமுண்டு, கர்ம யோகத்தில் பிறந்த ஜாதகனுக்கு லக்கினாதிபன் தசை சுகம் தரும், வேறு மனைவியிடம் புத்திரப் பேறு உண்டு. முதுமையில் ஸ்திரீ சுகம் உண்டு. சந்திர லக்கினாதிபன் குஜனாகில் குஜ தசையில் குரு புக்தியில் அதிக துக்கந்தரும் செய்கைகள் உண்டு. அவமிருத்யு பயமுண்டு. தனக்குச் சமானமான ஜன நாசமுண்டு, பெண் சந்ததி நாசமுண்டு, அப்படியில்லாவிடில் தசை முடிவில் தன நாசமுண்டு, மேஷ லக்கினத்தில் கடகாம்சத்தில் குஜ தசை அதிக சுகம் கொடுக்கும்.

50. ஜென்ம லக்கினம் மேஷம் (மாலின்யாம்சம்) ஆகி 12–ம் பாவத்தில் பாபர் இருந்தால் ஜாதகனுக்குத் துர்கதியுண்டு, பின்னால் இழிகுலப் பிறப்பு, முதுமையில் புத்திர யோகமுண்டு.

51. ஜென்ம லக்கினம் மேஷம் (சமாம்சம்) ஆகி குஜனுடைய திரிம் சாம்சத்தில் ஜாதகன் மலைப்பிரதேசத்தில் பட்டணத்தில் விஷ்ணு சன்னதியில் பிறந்தவன்.

52. ஜென்ம லக்கினம் மேஷம் (சமாம்சம்) ஆகி மூன்றாம் பாவாதி பனாகிய புதன் மேஷாம்சத்திலிருந்து குஜனால் பார்க்கப்பட்டால் ஜாதகன் பின் சகோதரமில்லாதவன், மூத்த சகோதரமுடையவன். இரண்டு சகோதரர், இரண்டு சகோதரி தீர்க்காயுள், சகோதர சகோ

தரிகள் இரண்டு நாசமாகும், ஒரு சகோதரி நல்லவள், புத்திர, புத்திரி களுடன் கூடியவள், ஒரு சகோதரி வாலிபத்தில் விதவைத் தன்மையால் கிலேசமடைந்தவள்.

53. ஜென்ம லக்கினம் மேஷம் (சமாம்சம்) ஆகி பிதா ஸ்தானாதிபனா கிய குரு கும்பாம்சத்திலிருந்து சூரியனால் பார்க்கப்பட்டு ராகுவுடன் கூடியாவது பார்க்கப்பட்டாவதிருந்தால் பிதா தன்னுடன் பிறந்த சகோதரன் இல்லாதவன், வாலிபத்தில் கொஞ்சம் சுகம் உண்டு, யௌவ னத்தில் கடன் பீடையுண்டு, இடை இடையில் கொஞ்சம் சுகமுண்டு, வாசாலகன், வெகு புத்திமான்.

54. ஜென்ம லக்கினம் மேஷம் (சமாம்சம்) ஆகி மாதா ஸ்தானாதி பனாகிய சந்திரன் மிதுனாம்சத்தில் இருந்து கேதுவுடன் கூடி குருவால் பார்க்கப்பட்டால் ஜாதகனுடைய தாய்க்குத் தீர்க்காயுளுண்டு. இவன் தாய் சகோதர சகோதரிகளுடன் கூடியவள், சுமங்கலி, இவன் தாய்க்கு இரண்டு சகோதரிகள் தீர்க்காயுள், ஒரு சகோதரன் தீர்க்காயுள் மிச்சம் நாசம்.

55. ஜென்ம லக்கினம் மேஷம் (சமாம்சம்) ஆகி மாதுலாதிபனாகிய புதன் தன் உச்சத்தில் மேஷ நவாம்சையில் இருந்து சனியால் பார்க்கப் பட்டால் கோட்சாரத்தில் கன்னியில் சனி வரும்போது அம்மானுக்கு அரிஷ்டம் சந்தேகமில்லை.

56. ஜென்ம லக்கினம் மேஷம் (சமாம்சம்) ஆகி சுகஸ்தானாதி பதியாகிய சந்திரன் மிதுனாம்சத்தில் இருந்து குருவால் பார்க்கப் பட்டால் ராகு தசையில் சுக்கிர புக்தியில் ஜாதகன் புது வீடு லாபமு டையவன், வியாபாரத்தால் தனலாபமுண்டு, வீட்டில் லக்ஷ்மி கடாக்ஷம் உண்டு. விசேஷ தன லாபமுண்டு வரவுக்குச் சரியான செலவுண்டு, மூன்றாம் பாவாதிபதியின் தசைகாலத்தில் கோட்சாரத்தில் ரிஷபத்தில் சனி வரும்காலம் சூரிய புக்தியில் மூத்த சகோதரன் நாசம் சந்தேக மில்லை.

57. ஜென்ம லக்கினம் மேஷம் (சமாம்சம்) ஆகி குடும்பாதிபதியாகிய சுக்கிரன் துலாம்சத்திலிருந்து குருவால் பார்க்கப்பட்டிருந்தால் கோட்சாரத்தில் ரிஷபத்தில் குரு வருங்காலம் ஜாதகனுக்கு விவாகம் முதலிய சுபங்கள் நடக்கும். கோட்சாரத்தில் தனுசில் சனி வருங்காலம் தன் அம்மான் மகனுக்கு விவாகம் நடக்கும்.

58. ஜென்ம லக்கினம் மேஷம் (சமாம்சம்) ஆகி லாபாதிபதியாகிய சனி இருக்கின்ற அம்சத்திற்குத் திரிகோண ராசியில் ஸ்புட யோகத்தில்

கோட்சாரத்தில் சனி வரும்போதும். இந்தத் திரிகோண ராசிக்குச் சனி பார்வை இருக்கும் போது ஜாதகனுடைய தாய்க்கு அரிஷ்டமுண்டு.

59. ஜென்ம லக்கினம் மேஷம் (சமாம்சம்) ஆகி அதாவது ஜென்ம லக்கினம் சரமாகி லக்கினம் தேவபாக ஷஷ்டியாம்சத்திலிருந்து தனுசில் சனி இருந்தால் ஜாதகனுக்கு நடுவயதில் சுகமுண்டு. 5-வது பாவ தசை காலத்தில் புதையல் கிடைக்கும், 45 வயதில் அல்லது 50 வயதில் சனி குபேராம்சத்தில் இருக்கும் போது புதையல் கிடைக்கும்.

60. ஜென்ம லக்கினம் மேஷம் (சமாம்சம்) ஆகி சூரியன் 5-ம் பாவத்திலிருந்து குருவால் பார்க்கப்பட்டிருந்தால் 4-வது பாவாதிபதி தசையில் சுக்கிர புக்தியில் ஜாதகனுக்குப் புத்திரலாபமுண்டு. பாக்கியாதிபதி தசை காலத்தில் வேதக கிரக புக்திகளில் தேகத்தில் நோய், பீடை முதலிய வாதரோகத்தால் ஜாதகன் வருந்துவான். 8-ம் பாவாதிபன் இருக்கும் அம்ச ராசிக்குத் திரிகோண ராசிகளில் ஸ்புட யோகத்தில் கோட்சாரத்தில் சனி வரும்போது ஜாதகனுக்கு அப மிருத்தியு பயமுண்டாகும்.

குறிப்பு: வேதகன், போகன், பாசகன் என்ற விபரம் அநேக கிரந்தங் களில் கொடுக்கப்பட்டிருக்கின்றன. அவைகளை அக்கிரந்தங்களிலி ருந்து தெரிந்து கொள்ளவும்.

குறிப்பு: மேஷ லக்கினத்தின் துடர்ச்சிப் பலனும் மீதி லக்கினங் களின் இதைப்போன்ற பலனும் மூன்றாம் பாகத்தில் கொடுக்கப்படும்.

8-வது அத்தியாயம்
118. ஸாவதிபாவ பலன்

சூரியன்:

1-ம்* பாவத்திலிருந்தால் ஜாதகனுக்கு 15-வது வயதில் பீடை உண்டாகும்

2-ம் பாவத்திலிருந்தால் ஜாதகனுக்கு 7-வது வயதில் திரவிய நாசம் உண்டாகும்

3-ம் பாவத்திலிருந்தால் ஜாதகனுக்கு 20-வது வயதில் திரவிய லாபம் உண்டாகும்.

4-ம் பாவத்திலிருந்தால் ஜாதகனுக்கு 14-வது வயதில் கலகம் உண்டாகும்.

---

* 1-ம் பாவம் என்பது லக்கின பாவமாகும்.

5-ம் பாவத்திலிருந்தால் ஜாதகனுக்கு 9-வது வயதில் பிதாவுக்கு மாரகம் உண்டாகும்.

6-ம் பாவத்திலிருந்தால் ஜாதகனுக்கு 23-வது வயதில் எல்லா சம்பத்தும் உண்டாகும்.

7-ம் பாவத்திலிருந்தால் ஜாதகனுக்கு 34-வது வயதில் ஸ்திரீ நாசம் உண்டாகும்.

8-ம் பாவத்திலிருந்தால் ஜாதகனுக்கு 27-வது வயதில் ஸ்திரீ மரணம்.

9-ம் பாவத்திலிருந்தால் ஜாதகனுக்கு 10-வது வயதில் தீர்த்த யாத்திரை உண்டு.

10-ம் பாவத்திலிருந்தால் ஜாதகனுக்கு 19-வது வயதில் பிரிவு உண்டாகும்.

11-ம் பாவத்திலிருந்தால் ஜாதகனுக்கு புத்திர லாபமுண்டாகும்.

12-ம் பாவத்திலிருந்தால் ஜாதகனுக்கு 38-வது வயதில் கெடுதி உண்டாகும், மானஹானி நேரிடும்.

சந்திரன்

சந்திரன் 1-ம் பாவத்திலிருந்தால் ஜாதகனுக்கு 27-வது வயதில் ரோகமுண்டாகும்.

2-ம் பாவத்திலிருந்தால் ஜாதகனுக்கு 27-வது வயதில் பீடை உண்டாகும்.

3-ம் பாவத்திலிருந்தால் ஜாதகனுக்கு 5-வது வயதில் பந்து லாபமுண்டாகும்.

4-ம் பாவத்திலிருந்தால் ஜாதகனுக்கு 22-வது வயதில் புத்திர லாபமுண்டாகும்.

5-ம் பாவத்திலிருந்தால் ஜாதகனுக்கு 6-வது வயதில் அக்கினி பீடையுண்டாகும்.

6-ம் பாவத்திலிருந்தால் ஜாதகனுக்கு 57-வது வயதில் உயர் பதவி நாசமும், மரணமுமுண்டாகும்.

7-ம் பாவத்திலிருந்தால் ஜாதகனுக்கு 15-வது வயதில் தாய் நாசமுண்டாகும்.

8-ம் பாவத்திலிருந்தால் ஜாதகனுக்கு 6-வது நாளிலாவது, 6 வது வயதிலாவது மரணமுண்டாகும்.

9-ம் பாவத்திலிருந்தால் ஜாதகனுக்கு 20-வது வயதில் தீர்த்த யாத்திரை உண்டு.

10-ம் பாவத்திலிருந்தால் ஜாதகனுக்கு 43-வது வயதில் லாப முண்டாகும்.

11-ம் பாவத்திலிருந்தால் ஜாதகனுக்கு 20-வது வயதில் அரசமதிப்பும், நாற்கால் ஜீவன் லாபமுமுண்டாகும்.

12-ம் பாவத்திலிருந்தால் ஜாதகனுக்கு 3 வது வயதில் பீடையும், ஹானியுமுண்டாகும்.

குஜன்

1-ம் பாவத்திலிருந்தால் ஜாதகனுக்கு 5-வது வயதில் அரிஷ்டம் உண்டாகும்.

2-ம் பாவத்திலிருந்தால் ஜாதகனுக்கு 12-வது வயதில் தன நாசமுண்டாகும்.

3-ம் பாவத்திலிருந்தால் ஜாதகனுக்கு 13-வது வயதில் பந்து சௌக்கிய முண்டாகும்.

4-ம் பாவத்திலிருந்தால் ஜாதகனுக்கு 8-வது வயதில் பந்து ஹானி (நாசம்) உண்டு.

5-ம் பாவத்திலிருந்தால் ஜாதகனுக்கு 5-வது வயதில் பந்து நாசம் உண்டாகும்.

6-ம் பாவத்திலிருந்தால் ஜாதகனுக்கு 24-வது வயதில் புத்திர லாபம் உண்டாகும்.

7-ம் பாவத்திலிருந்தால் ஜாதகனுக்கு 27-வது வயதில் தார நாசம் உண்டாகும்.

8-ம் பாவத்திலிருந்தால் ஜாதகனுக்கு 28-வது வயதில் ஆபத்து உண்டாகும்.

9-ம் பாவத்திலிருந்தால் ஜாதகனுக்கு 14-வது வயதில் பிதா நாசம் உண்டாகும்.

10-ம் பாவத்திலிருந்தால் ஜாதகனுக்கு 27-வது வயதில் ஆயுத பயமுண்டாகும்.

11-ம் பாவத்திலிருந்தால் ஜாதகனுக்கு 45-வது வயதில் தனம் உண்டாகும், லாபம் உண்டாகும்.

12-ம் பாவத்திலிருந்தால் ஜாதகனுக்கு 25-வது வயதில். ஹானி உண்டாகும்.

புதன்

1-ம் பாவத்திலிருந்தால் ஜாதகனுக்கு 10-வது வயதில் சாந்தி (சோபை) உண்டாகும்.

2-ம் பாவத்திலிருந்தால் ஜாதகனுக்கு 26-வது வயதில் தன நாசம் முண்டாகும்.

3-ம் பாவத்திலிருந்தால் ஜாதகனுக்கு 12-வது வயதில் பொருளழிவு உண்டாகும்.

4-ம் பாவத்திலிருந்தால் ஜாதகனுக்கு 22-வது வயதில் பொருளழிவு உண்டாகும்.

5-ம் பாவத்திலிருந்தால் ஜாதகனுக்கு 26-வது வயதில் புத்திர லாபமும், தாய் நாசமும் உண்டாகும்.

6-ம் பாவத்திலிருந்தால் ஜாதகனுக்கு 21-வது வயதில் சத்துருவால் மரணமுண்டு.

7-ம் பாவத்திலிருந்தால் ஜாதகனுக்கு 17-வது வயதில் ஸ்திரீ லாப முண்டாகும்.

8-ம் பாவத்திலிருந்தால் ஜாதகனுக்கு 14-வது வயதில் திரவிய நாசமுண்டாகும்.

9-ம் பாவத்திலிருந்தால் ஜாதகனுக்கு 19-வது வயதில் தாய்க்கு நாசம் உண்டாகும்.

10-ம் பாவத்திலிருந்தால் ஜாதகனுக்கு 19-வது வயதில் திரவிய லாபம் உண்டாகும்.

11-ம் பாவத்திலிருந்தால் ஜாதகனுக்கு 45-வது வயதில் தனலாப முண்டாகும்.

12-ம் பாவத்திலிருந்தால் ஜாதகனுக்கு 45-வது வயதில் ஸ்திரீ நாசமுண்டாகும்.

குரு

1-ம் பாவத்திலிருந்தால் ஜாதகனுக்கு 5-வது வயதில் பிரஜா விருத்தி உண்டாகும்.

2-ம் பாவத்திலிருந்தால் ஜாதகனுக்கு 39-வது வயதில் தன லாபம் உண்டாகும். 27 வது வயதில் அரசர் மதிப்புண்டாகும்.

3-ம் பாவத்திலிருந்தால் ஜாதகனுக்கு 20-வது வயதில் தோழர் சேர்க்கையுண்டு.

4-ம் பாவத்திலிருந்தால் ஜாதகனுக்கு 12-வது வயதில் பந்து லாபமும், தனலாபமும் உண்டாகும்.

5-ம் பாவத்திலிருந்தால் ஜாதகனுக்கு 7-வது வயதில் அம்மானுக்கு அரிஷ்டமுண்டாகும்.

6-ம் பாவத்திலிருந்தால் ஜாதகனுக்கு 40-வது வயதில் சத்துருக்க ளிடமிருந்து பயமுண்டாகும்.

7-ம் பாவத்திலிருந்தால் ஜாதகனுக்கு 27-வது வயதில் ஸ்திரீ லாபமுண்டாகும்.

8-ம் பாவத்திலிருந்தால் ஜாதகனுக்கு 31-வது வயதில் அதிக வியாதி உண்டாகும்.

9-ம் பாவத்திலிருந்தால் ஜாதகனுக்கு 15-வது வயதில் பிதாவுக்கு லாபம் உண்டாகும்.

10-ம் பாவத்திலிருந்தால் ஜாதகனுக்கு 15-வது வயதில் லாபம் உண்டாகும்.

11-ம் பாவத்திலிருந்தால் ஜாதகனுக்கு 15-வது வயதில் தன லாபம் உண்டாகும்.

12-ம் பாவத்திலிருந்தால் ஜாதகனுக்கு 25-வது வயதில் செலவு உண்டாகும்.

சுக்கிரன்

1-ம் பாவத்திலிருந்தால் ஜாதகனுக்கு 17-வது வயதில் அயலான் மனைவி சேர்க்கை உண்டாகும்.

2-ம் பாவத்திலிருந்தால் ஜாதகனுக்கு 6-வது வயதில் தன லாபம் உண்டாகும்.

3-ம் பாவத்திலிருந்தால் ஜாதகனுக்கு 6-வது வயதில் தீர்த்த யாத்திரை உண்டாகும்.

4-ம் பாவத்திலிருந்தால் ஜாதகனுக்கு 6-வது வயதில் பந்து சுகம் உண்டாகும்.

5-ம் பாவத்திலிருந்தால் ஜாதகனுக்கு 4-வது, 5-வது வயதில் லாபம் உண்டாகும்.

6-ம் பாவத்திலிருந்தால் ஜாதகனுக்கு 41-வது வயதில் ஆயுதத்தால் மரணம் உண்டாகும்.

7-ம் பாவத்திலிருந்தால் ஜாதகனுக்கு 14-வது வயதில் ஸ்திரீ லாபமுண்டாகும்.

8-ம் பாவத்திலிருந்தால் ஜாதகனுக்கு 10-வது வயதில் பல பராக்கிரம விருத்தியுண்டாகும்.

9-ம் பாவத்திலிருந்தால் ஜாதகனுக்கு 15-வது வயதில் செல்வப் பெருக்குண்டாகும்.

10-ம் பாவத்திலிருந்தால் ஜாதகனுக்கு 15-வது வயதில் அதிக சௌக்கியமுண்டு.

11-ம் பாவத்திலிருந்தால் ஜாதகனுக்கு 15-வது வயதில் அதிக லாபமுண்டாகும்.

12-ம் பாவத்திலிருந்தால் ஜாதகனுக்கு 5-வது வயதில் தனலாபம் உண்டாகும்.

சனிக்கும், ராகுவுக்கும், கேதுவுக்கும், குஜன் மாதிரி பலனறியவும்.

9-வது அத்தியாயம்

தசாந்தர் தசாத்தியாயம்

[தசா புக்தி பலன்கள்]

119 உடு தசா பலன்.

1. உடுதசா பலன் என்பது நக்ஷத்திரத்தை அனுசரித்த தசா பலன் கிருத்திகை முதல் பரணி வரையிலுமுள்ள 27 நக்ஷத்திரங்களையும் வரிசையாக சூரியன், சந்திரன், செவ்வாய், இராகு, குரு, சனி, புதன், கேது, சுக்கிரன், இவர்களுக்குப் பங்கிட ஒவ்வொரு கிரகத்திற்கும் மும் மூன்று நக்ஷத்திரங்கள் (42) வது அயிட்டத்தில் கண்டபடி வரும். உதாரணமாகச் சூரியனுக்கு கிருத்திகை, உத்திரம், உத்திராடம் இம் மூன்றும் வரும், ஆகையால் இம்மூன்று நக்ஷத்திரங்களில் அதிபதி யாகிய கிரகம் சூரியனாகும், இம்மூன்று நக்ஷத்திரங்களில் ஏதாகில் ஒன்றில் சந்திரன் ஜெனன காலத்தில் நிற்குமாகில் அப்போது ஜெனன கால தசை இந்த நக்ஷத்திரங்களுக்கு அதிபதியாகிய சூரியனுடைய தசை என்று சொல்லப்படும், இவ்விதமாகவே மற்ற எல்லா நக்ஷத்திரங்களுக்கும் தசை அறியவேண்டும். சூரியன் சந்திரன், செவ் வாய், இராகு, குரு, சனி, புதன், கேது, சுக்கிரன் இவர்களுடைய தசையின் பூர்ண காலம் முறையே 6, 10, 7, 18, 16, 19, 17, 7, 20 வருஷங் களாகும், எல்லாக் கிரகங்களுடைய பூர்ண தெசையின் மொத்த காலம் 120 வருஷமாகும். மொத்தம் 120 வருஷம் வருவதால் இவ்வித தசை கணிதத்திற்கு "விம்சோத்தரி" தசை கணிதம் என்று பெயருமுண்டு.

2. ஒவ்வொரு கிரகமும் ஆரோகண கதியில் வலுவாய் இருக்கும் போது, அஷ்டகவர்க்கத்தில் அதிக சுப பலருடன் இருக்கும்போதும், 1–வது, 10–வது, 11–வது, பாவத்தில் இருக்கும்போதும், உச்சத்திலும் சுபவர்க்கங்களிலும் இருக்கும்போதும் அல்லது சட்பலத்தில் பூர்ண பலமுடையவராயிருக்கும்போதும் சுப பலனைத் தரும். ஒரு கிரகத்தின் ஆரோகண கதி என்பது நீசத்தை விட்டு உச்சத்திற்குப் போகும் கதி. அதாவது அந்தக் கிரகத்தின் நீச ராசி பாகையில் இருந்து உச்ச ராசி பாகை வரையிலுமுள்ள ராசிகள். மற்ற ராசிகள் அந்தக் கிரகத்தின் அவரோகண கதி ராசிகள்.

3. ஒவ்வொரு கிரகமும் குளிகன் இருக்கின்ற ராசிக்கு அதிபதியாய் இருக்கும் போதும், குளிகன் இருக்கின்ற பாவத்திலிருக்கும்போதும், அஷ்டக வர்க்கத்தில் கொஞ்சம் சுப பலனுடன் இருக்கும்போதும், சத்துரு ராசி அல்லது நீசராசியிலிருக்கும் போதும் அல்லது அஸ்தமன மடைந்திருக்கும் போதும் பாவ சந்தியில் இருக்கும் போதும் ராசி சந்தியில் இருக்கும் போதும், அசுபபலனைத் தரும்.

4. சந்திரன், தசாநாதனுக்கு மித்துருவின் வீட்டிலிருக்கும் போதும் தசாநாதனுடைய உச்ச ராசியிலிருக்கும்போதும் அல்லது தசா நாதனுக்குத் திரிகோண ராசி, உபஜெய ராசி அல்லது 7-வது ராசியில் இருக்கும்போதும் சுப பலனைத் தரும்.

5. ஒரு கிரகத்தின் இஷ்ட சட்பலம் தன்கஷ்ட சட்பலத்தைவிட அதிகமாய் இருந்தால் அந்தக் கிரகம் சுபபலனைத் தரும், இஷ்ட சட்பலம் கஷ்ட சட்பலத்தைவிட குறைந்திருந்தால் அந்த கிரகம் அசுப பலனைத் தரும். இஷ்ட சட்பலமும், கஷ்டசட்பலமும், சமமாய் இருந்தால் அந்தக் கிரகம் மிஸ்ர பலனைத்தரும். அதாவது சுப பலனையும் அசுபபலனையும் கலப்பாகத் தரும்.

6. ஒவ்வொரு கிரகத்தின் தன் நிலையால் உண்டாகும் பலா பலன்கள் அந்தந்த கிரகத்தின் தசாபுக்தி காலங்களில் உண்டாகும்.

7. தசாநாதன் தன் சுவக்ஷேத்திரத்திலும், உச்சத்திலும் தன் மித்ரு வீட்டிலும் அல்லது லக்கினத்திற்கு உபஜெகத்திலும், அதாவது 3-வது, 6-வது, 11-வது பாவத்திலும், இருந்தாலும் அல்லது சுபக்கிரகம் அல்லது மித்துரு கிரகத்தால் பார்க்கப்பட்டாலும் நல்ல பலனைத் தன் தசையிலும் தன் புக்தியிலும் கொடுப்பார்.

8. தசாநாதனும், புக்திநாதனும் ஒருவருக்கொருவர் மித்துருவாய் இருந்து சட்பலத்தில் பூர்ண பலமுடையவர்களானால் அவர்களுடைய தசா புக்தி காலங்களில் சுப பலன்களுண்டாகும். இவ்விரண்டு கிரகங்களும் ஒருவருக்கொருவர் சத்துருக்களாகிய சட்பலத்தில் தாழ்ந்த பலமுடையவர்களானால் அவர்களுடைய தசா புக்தி காலங்களில் அசுப பலன்கள் உண்டாகும்.

9. ஒரு சுபக்கிரகம் ஒரு பாவத்தில் இருந்தால் அந்தக் கிரகத்தின் தசா புக்தி காலங்களில் அந்தப் பாவமும் அந்த பாவத்திற்குரிய பலன்களும் விருத்தியடையும்.

10. ஒரு பாபக்கிரகம் ஒரு பாவத்தில் இருந்தால் அந்தக் கிரகத்தின் தசாபுக்தி காலங்களில் அந்தப் பாவமும் அந்தப் பாவத்திற்குரிய பலன்களும் விருத்தியாகாமல் நாசமடையும்.

11. சுபக் கிரகத்துடன் சம்பந்தப்பட்டிருக்கின்ற கிரகத்தின் தசா புக்திகளில் நல்ல பலனுண்டாகும்.

12. பாபக்கிரகத்துடன் சம்மந்தப்பட்டிருக்கின்ற கிரகத்தின் தசா புக்திகாலங்களில் அசுப பலனுண்டாகும்.

13. சுபக் கிரகமும் பாபக் கிரகமும் அல்லாமல் சமக் கிரகமாயிருக்கும் கிரகத்துடன் சம்மந்தப்பட்டிருக்கின்ற கிரகத்தின் தசா புக்தி காலங்களில் மிஸ்ர பலன் அதாவது சுபபலனும் அசுப பலனும் கலந்துள்ள பலன்கள் நடக்கும்.

14. சிரோதய ராசியில் இருக்கின்ற கிரகம் தன் பலனைத் தன் தசையின் ஆரம்பத்தில் கொடுக்கின்றது.

15. பிருஷ்டோதய ராசியில் இருக்கின்ற கிரகம் தன் பலனைத் தன் தசையின் கடைசியில் கொடுக்கின்றது.

16. சிரபிஷ்டோதய ராசியில் இருக்கின்ற கிரகம் தன் பலனைத் தன் தசை முழுவதிலும் கொடுக்கின்றது.

17. சம்மத்து (2–ம்) தாரை, க்ஷேம (4–ம்)தாரை ஸ்தாக (6–ம்) தாரை, மைத்திர (8–ம்) தாரை இவைகளில் இருக்குங் கிரகங்களின் தசா புக்தி காலங்களில் நல்ல பலன்கள் பெரும் பாலும் நடக்கும், அயிட்டம் (42) யை இங்கு பூராவும் வாசிக்கவும்.

18. ஜெனன காலத்தில் நீசத்திலிருக்கின்ற கிரகமும் அதனுடன் சம்மந்தப்பட்ட கிரகமும் தன் தசையில் நல்ல பலனைக் கொடுப்பதில்லை.

19. நீசத்திலிருக்கின்ற கிரகம் இராகுவுடன் சம்மந்தப் பட்டிருந்தால் கெடுதியை உண்டுபண்ணுகிறது.

20. சுப பலன் இல்லாமல் இருக்கின்ற தசாநாதன் எந்த பாவாதி பதிக்கு விரோதமாய் இருக்கின்றாரோ அந்தப் பாவத்தின் பலாபலனைத் தன் தசை காலத்தில் கெடுத்துவிடுவார்.

21. சர லக்கினத்திற்கு 11–வது பாவாதிபதியும் 11–வது பாவத் திலிருக்கின்ற கிரகமும், ஸ்திர லக்கினத்திற்கு 9–வது பாவாதிபதியும், 9–வது பாவத்திலிருக்கின்ற கிரகமும், உபய லக்கினத்திற்கு 7–வது பாவாதிபதியும் 7–வது பாவத்திலிருக்கின்ற கிரகமும் தன் தசா காலத் தில் சோகம், ரோகம், முதலிய கஷ்டங்களை உண்டுபண்ணும், இங்கு சொல்லப்பட்ட பாவங்களுக்கு (அதாவது பாதா ஸ்தானங்களுக்கு) கேந்திரத்திலுள்ள கிரக தசாபுக்தி காலங்களில் துக்கமும் அன்னிய தேச சஞ்சாரமும் நேரிடும். சரத்திற்கு 11–ம் பாவமும், ஸ்திரத்திற்கு 9–ம் பாவமும், உபயத்திற்கு 7–வது பாதமும் பாதா ஸ்தானம் என்று சொல்லப்படும்.

22. இரண்டு கிரகங்கள் ஒருவருக்கொருவர் 6, 8–ல் இருந்தால் அவர்களுடைய தசாபுக்தி காலங்களில் பயமும், தன் தேசத்தை விட்டுத்திரிதலும் முதலிய கஷ்டங்கள் சம்பவிக்கும். ஆனால் இந்த இரண்டு கிரகங்களும் சுபர்களாகிலும் அல்லது ஒருவருக்கொருவர் மித்துருவாகிலும் இருந்தால் அவர்கள் தசாபுக்திகாலங்களில் நல்ல பலனுங் கெட்ட பலனும் கலந்து நடக்கும்.

23. 1. தீப்த்த அவஸ்த்தையிலுள்ள கிரகம் தன்தசையில் ஜாதகன் அரசனாவான், தனவானாவான், கீர்த்தி, வித்தை, சௌக்கியம் இவைகளை அந்த தசை கொடுக்கும்.

2. ஸ்வஸ்த அவஸ்தையிலுள்ள கிரகம் தன் தசையில் ஆச்சாரம், தர்மம்,வெகு சுகம், ஆரோக்கியம், தனம் இவைகளை உண்டு பண்ணும்.

3. முருதித அவஸ்தையிலுள்ள கிரகம் தன் தசையில் இராஜப்ரீதி, அதிக சுகம், சம்பத்து இவைகளை உண்டாக்கும்.

4. சாந்த அவஸ்தையிலுள்ள கிரகம் தன் தசையில் நோயற்ற வாழ்வு, சௌக்கியம், சம்பத்து, இராஜப்பிரீதி உற்சாகம் இவைகளை உண்டாக்கும்.

5. ஸக்த்த அவஸ்தையிலிருக்கும் கிரகம் தன் தசையில் வித்தை தனம், தபசு, தர்மம் இவைகளை உண்டாக்கும்.

6. பீடிதா அவஸ்தையிலுள்ள கிரகம் தன் தசையில் திருடர், சத்துரு, அரசர் இவர்களால் பீடை நேரிடும். இளைய சகோதரன் மரணம் அடைவான்.

7. தீன அவஸ்தையுள்ள கிரகம் தன் தசையில் பீடையை உண்டாக்கும்.

8. விகல அவஸ்தையிலிருக்குங் கிரகம் தன் தசையில் சோகத் தையும் ரோகத்தையும் உண்டாக்கும்.

9. கல அவஸ்தையிலுள்ள கிரகம் தன் தசையில் சித்த கிலேசத்தை உண்டாக்கும்.

10. பீத அவஸ்தையிலுள்ள கிரகம் தன் தசையில் சத்துரு பயத்தை உண்டாக்கும்.

1. தீப்த்த அவஸ்தை என்பது உச்ச ராசியில் அல்லது திரிகோண ராசியிலிருப்பது.
2. ஸ்வஸ்த அவஸ்தை என்பது சுவக்ஷேத்திரத்திலிருப்பது.
3. முருதித அவஸ்தை என்பது மித்துரு ராசியிலிருப்பது.
4. சாந்த அவஸ்தை என்பது சுபக்கிரக வர்க்கத்திலிருப்பது.
5. ஸக்த்த அவஸ்தை என்பது கிரகம் நல்ல பிரகாசத்துடன் ஆகாசத்தில் ஜொலிப்பது.
6. பீடிகா அவஸ்தை என்பது கிரக யுத்தத்தில் தோல்வி அடைவது,
7. தீன அவஸ்தை என்பது சத்துருக் கிரகத்தின் அம்சையில் இருப்பது.
8. விகல அவஸ்தை என்பது நீசத்திலிருப்பது.
9. கல அவஸ்தை என்பது பாபக்கிரக வர்க்கத்தில் இருப்பது.
10. பீத அவஸ்தை என்பது அஸ்தங்கதம் அடைந்திருப்பது.

(120) வேறு

24. லக்கினத்திற்கு 5–வது, 9–வது பாவாதிபதிகள் (நைசர்க்கிக அதாவது இயற்கையில்) அசுபர்கள் அல்லது சுபர்கள் ஆனாலும் நல்ல பலனையே தங்கள் தசை புத்திகளில் தருவர்.

25. லக்கினத்திற்கு 3–வது, 6–வது, 11–வது பாவாதிபதிகள் (நைசர்க்கிக அதாவது இயற்கையில்) சுபர்கள் அல்லது அசுபர்கள் ஆனலும் கெட்ட பலனையே தங்கள் தசை புத்திகளில் தருவர்.

26. லக்கினத்திற்கு 1–வது, 4–வது, 7–வது, 10–வது பாவாதிபதிகள் (நைசர்க்கிக) சுபர்களானால் தங்கள் தசை புக்தியில் நல்ல பலனைக் கொடாமல் கெட்ட பலனையே கொடுப்பர்.

27. லக்கினத்திற்கு 1–வது, 4–வது 10–வது பாவாதிபதிகள் (நைசர்க்கிக) அசுபர்களானால் தங்கள் தசாபுக்தி காலங்களில் கெட்ட பலனைக் கொடாமல் நல்ல பலனையே கொடுப்பர். செவ்வாய் மாத்திரம் கேந்திராதிபதியாய் இருக்கும்போது 5–வது அல்லது 9–வது பாவாதிபதியாய்க் கூட இருக்கும்போது மாத்திரம் நல்ல பலனைக் கொடுப்பார், கேந்திராதிபதியாய் மாத்திரம் இருக்கும்போது நல்ல பலனைக் கொடாமல் கெட்ட பலனையே கொடுப்பார்.

28. லக்கினத்திற்கு 8–வது பாவாதிபதி (நைசர்க்கிக) சுபர் அல்லது அசுபரானாலும் தன் தசாபுக்தி காலங்களில் கெட்ட பலனையே தருவார். ஆனால் இந்த 8–வது பாவாதிபதி லக்கின பாவாதிபதியாகக் கூட நேருங்காலத்தில் அசுப பலனைக் கொடாமல் தன் தசையில் சுப பலனைக் கொடுப்பார். சூரியனும் சந்திரனும் மாத்திரம் 8–வது பாவாதிபதியாய் இருக்கும்போது கெட்ட பலனைக் கொடாமல் நல்ல பலனையே கொடுப்பர்.

29. லக்கினத்திற்கு 2–வது, 12–வது பாவாதிபதிகள் அல்லது இராகு, கேது இவர்கள் தாங்கள் சம்பந்தப்பட்டிருக்கின்ற கிரகத்தின் தற்கால சுபா அசுபத்தை அனுசரித்தும் தாங்கள் இருக்கின்ற பாவங்களின் தற்கால சுபா அசுபத்தை அனுசரித்தும். தங்களைப் பார்க்கின்ற கிரகத்தின் தற்கால சுபர் அசுபர் என்பது கிரகங்கள் இயற்கையில் 1–வது அத்தியாயத்தில் 20–வது அயிட்டத்தில் சொல்லிய பிரகாரம் சுபர் அசுபராய் இருப்பது, தற்கால சுபர் அசுபர் என்பது கிரகங்கள் அந்தந்த லக்கினத்தையும் லக்கினத்தை அனுசரித்து ஏற்படும் பாவா திபத்தியத்தையும் அனுசரித்து இங்கு 24–வது நெம்பர் முதல் 28–வது நெம்பர் வரையிலும் சொல்லிய பிரகாரம் நேரிடுவது. 2–வது, 12–வது பாவாதிபதிகள் அல்லது இராகு, கேது, இவர்களுடன் சம்பந்தப்பட்ட கிரகம், அல்லது இவர்களை (அதாவது 2–வது, 12–வது பாவாதிபதி அல்லது இராகு, கேது இவர்களைப் பார்த்த கிரகம் அல்லது இவர்கள் (அதாவது 2–வது பாவாதிபதி அல்லது இராகு கேது இவர்கள் இருக்கின்ற பாவத்தின் அதிபதிகள் தற்கால சுபர்களானால் சுப பலனையும், அசுபர்களானால் அசுபபலனையும், சுபா அசுபரானால் சுபா அசுப பலனாகிய மிஸ்ரபலனையும் தங்கள் தசாபுக்தி காலங்களிற் கொடுப்பர்.

30. அசுபமாகிய 3, 6, 11–வது பாவாதிபத்தியம் அல்லது அசுபமாய் நேரிடுகின்ற 8–வது பாவாதிபத்தியம் ஆகிய இவைகளில் ஏதாகிலும் ஒன்றும் இல்லாத திரிகோணாதிபதிகளும் கேந்திராதிபாதிகளும் ஒருவருடன் மற்றொருவர் சேர்ந்தாலும், ஒருவரை மற்றொருவர்

பார்த்தாலும் அல்லது ஒருவரை ஒருவர் பார்த்தாலும் இந்தக் கிரகங்கள் தங்கள் தசா புக்தி காலங்களில் விசேஷமான நல்ல பலனைக் கொடுப்பர்.

31. தர்ம (9-வது பாவாதிபதி) கர்மாதிபதி (10-வது பாவாதிபதி) மாத்திரம் எந்த அசுப பாவாதிபத்தியம் இருந்தாலுங்கூட ஒரே பாவத்தில் சேர்ந்திருந்தாலும், ஒருவரையொருவர், பார்த்தாலும் அவர்கள் தங்கள் தசா புக்திகாலங்களில் ராஜ யோகத்தைக் கொடுப்பார்கள்.

32. 9-வது பாவாதிபதி 10-வது பாவத்திலும், 10-வது பாவாதிபதி 9-வது பாவத்திலும் மாறி மாறி இருந்தாலும், அல்லது 9-வது பாவாதிபதி மாத்திரம் 10-வது பாவத்தில் இருந்தாலும், அல்லது 10-பாவாதிபதி மாத்திரம் 9-வது பாவத்திலிருந்தாலும் இவர்கள் தசா புக்தி காலங்களில் இராஜயோகமுண்டாகும்.

33. 5-வது பாவாதிபதியுடன் 10-வது பாவாதிபதி சம்மந்தமானால் 10-வது பாவாதிபதி தன் தசாபுக்தி காலங்களில் இராஜ யோகப் பலனைத் தருவார்.

34. அசுபமாகிய 3, 6, 11, 8-வது பாவாதிபதிகள் யோகதாரசு கிரகங்களுடன் சம்மந்தப்பட்டால் சுப பலனையுங் கூட கொடுப்பார்கள்.

35. இராகு கேதுகள் கேந்திர பாவத்திலாகிலும் திரிகோண பாவத்திலாகிலும் இருந்து கேந்திர திரிகோண பாவாதிபதிகளில் யாராகிலும், ஒருவருடைய சம்மந்தம் இருந்தால் இராகு, கேதுக்கள் தங்கள் தசா புக்தி காலங்களில் இராஜயோகத்தைத் தருகின்றனர்.

36. (9-வது, 10-வது பாவாதிபதிகளுக்கு தங்களுக்குள் சம்பந்தம், பார்வை, வர்க்கு மாறியிருத்தல் இவைகள் இல்லாதபோது) 9-வது, 10-வது பாவாதிபதிக்கு 3, 6, 11-வது பாவாதிபத்தியம் வரும்போது, 9-வது பாவாதிபதி அல்லது 10-வது பாவாதிபதி, 5-வது பாவாதிபதியுடன் சம்மந்தப்பட்டிருந்தால் இந்த 9-வது, 10-வது பாவாதிபதிகள் தங்கள் தசாபுக்தி காலங்களில் 5-வது பாவாதிபதியுடன் சம்பந்தப் பட்டிருக்குங் காரணமாக இராஜயோகப் பலனைத் தருவதில்லை.

37. எந்தக்கிரகமும் தன் பாவத்திற்குத் தகுந்தபடி தன் தசையில் தன் புக்தியில் பலனைக் கொடுப்பதில்லை. அதாவது ஒரு கிரகம் மேற்சொல்லிய காரணங்களால் தன் தசையில் சுப பலனைத் தரவேண்டியதானால் தன் புக்தியில் மாத்திரம் அந்தச் சுப பலனைக் கொடுப்பதில்லை. இவ்விதமாகவே தன் தசையில் அசுப பலனைக் கொடுக்க வேண்டியதானால் தன் புக்தியில் மாத்திரம் தன் அசுப பலனைக் கொடுப்பதில்லை.

38. சுபபலனைக் கொடுக்கவேண்டிய ஒரு தசாநாதன் தன்னுடன் சம்மந்தப்பட்டிருக்கின்ற அல்லது தன்னைப் பார்த்தகிரகங்களும் சுப பலனைக் கொடுக்க வேண்டியவர்களாய் இருந்தால் அவர்களுடைய புக்தியில் தன்னுடைய (அதாவது தசா நாதனுடைய) பூரா சுப பலனையும் தசா நாதன் கொடுத்து விடுவார். அதாவது அசுப பலனை கொடுக்க

வேண்டிய கிரகங்களின் புக்திகளில் சுப பலனைத் தரவேண்டிய தசாநாதன் தன் சுப பலனைக் கொடுக்கமாட்டார் என்று ஏற்படுகிறது.

39. அசுப பலனைக் கொடுக்க வேண்டிய ஒரு தசாநாதன், தன்னுடன் சம்மந்தப்பட்டிருக்கின்ற அல்லது தன்னைப் பார்த்த கிரகங்களும் அசுப பலனைக் கொடுக்க வேண்டியவர்களாய் இருந்தால் அவர்களுடைய புக்தியில் தன்னுடைய (அதாவது தசா நாதனுடைய) பூரா அசுப பலனையும் தசா நாதன் கொடுத்துவிடுவார். அதாவது சுப பலனைத் தரவேண்டிய தசா நாதன் தன் அசுப பலனைத் தரமாட்டார் என்று ஏற்படுகின்றது.

40. அசுப பாவாதிபத்தியமாகிய 3, 6, 11, 8-வது பாவாதிபத்தியம் அல்லாத திரிகோணாதிபதியின் தசையில் கேந்திராதிபதியின் புக்தியில் தசாநாதனுக்கும் புக்தி நாதனுக்கும் கிரக சம்மந்தம் (அதாவது கிரக சேர்க்கை) இல்லாவிட்டாலுங்கூட தசா நாதன் நல்ல பலனைக் கொடுப்பார்.

41. அசுப பாவாதிபத்தியமாகிய 3, 6, 11, 8-வது பாவாதிபாத்தியம் இல்லாத கேந்திராதிபதியின் தசையில் திரிகோணாதிபதியின் புக்தியில் தசா நாதனுக்கும் புக்தி நாதனுக்கும் கிரக சம்மந்தம் (அதாவது கிரக சேர்க்கை) இல்லாவிட்டாலும் கூட தசாநாதன் நல்ல பலனைக் கொடுப்பார்.

குறிப்பு: இங்கு கேந்திராதிபதி என்பது 1, 3, 6, 10-க்குடையவர், திரிகோணாதிபதி என்பது 5, 9-க்குடையவராகும்.

42. தசாநாதன் தற்கால பாபியாய் இருந்து தன்னுடன சம்மந்தம் இல்லாத தற்கால சுபருடைய புக்தியில், இந்த புக்தி நாதன் அசுப பலனைத் தருவார்.

43. தசாநாதன் தற்கால பாபியாய் இருந்து தன்னுடன் சம்மந்தம் பெற்ற தற்கால அசுபருடைய புக்தியில், இந்தப் புக்தி நாதன் சுப பலன் அசுப பலன் இரண்டையும் கலந்து தருவார்.

44. தசாநாதன் தற்கால பாபியாயிருந்து தன்னுடன் சம்மந்தம் இல்லாத தற்கால ராஜயோககாரர்களான கிரகங்களின் புக்தியில் புக்தி நாதர்கள் அதிக பாப பலனைத் தருகின்றார்கள்.

45. மாரகந் தரவேண்டிய கிரகமானது தன் தசையில் தன்னுடன் சம்மந்தம் இருக்கின்ற அல்லது சம்மந்தம் இல்லாத தற்காலச் சுபக் கிரகத்தின் புக்தியில் மரணத்தை உண்டாக்குவதில்லை.

46. மாரகந் தரவேண்டிய கிரகமானது தன் தசையில் தன்னுடன் சம்மந்தம் இருக்கின்ற அல்லது சம்மந்தம் இல்லாத தற்காலப் பாபக்கிரகத்தின் புக்தியில் மரணத்தைக் கொடுக்கும்.

47. சூரிய தசையில் சுக்கிரன் கொடுக்கவேண்டிய தன் பலனைச் சூரிய தசையில் சுக்கிர புக்தியில் சூரிய புக்தியில் சுக்கிரன் பெரும்பாலும் கொடுப்பார்.

48. சுக்கிர தசையில் சுக்கிரன் கொடுக்க வேண்டிய தன் பலனைச் சுக்கிர தசையில் சூரிய புக்தியில் சூரியன் பெரும்பாலும் கொடுப்பார்.

49. சனி தசையில் சனி கொடுக்கவேண்டிய தன் பலனைச் சனி தசையில் சுக்கிர புக்தியில் சுக்கிரன் பெரும்பாலுங் கொடுப்பார்.

50. சுக்கிர தசையில் சுக்கிரன் கொடுக்க வேண்டிய பலனைச் சுக்கிர தசையில் சனி புக்தியில் சனி பெரும்பாலும் கொடுப்பார்.

121. வேறு

51. ஒவ்வொரு பாவத்திற்கும் அந்த பாவத்தின் 8–வது (அஷ்டம்) பாவாதிபதி இருக்கின்ற நவாம்சை ராசிக்குடைய கிரகத்தின் தசாபுக்தி காலங்களில் அந்தப் பாவத்தின் ஆதிபத்தியத்திற்குரிய மனுஷ பிறவிக்கு (அதாவது லக்கின பாவமாகில் ஜாதகனுக்கும் 3–வது, 11–வது பாவமாகில் சகோதர சகோதரிகளுக்கும் 4–வது பாவமாகில் மாதுருக்கும், 5–வது பாவமாகில் புத்திர புத்திரிகளுக்கும், 6–வது பாவமாகில் அம்மானுக்கும், 7–வது பாவமாகில் களத்திரத்திற்கும், 9–வது பாவமாகில் பிதுருக்கும்) கண்டம் நேரிடும்.

52. ஒவ்வொரு பாவத்திற்கும், அந்த பாவத்திற்கும் 8–வது (அஷ்டமம்) பாவாதிபதி இருக்கின்ற நவாம்சை ராசிக்குத் திரிகோண ராசியில் சனி வரும்போது அந்தப் பாவத்தில் ஆதிபத்தியத்திற்குரிய மனுஷ பிறவிக்கு (அதாவது 51–வது நெம்பரில் பிராக்கெட்டிற்குள் சொல்லியபடி) கண்டம் நேரிடும்.

53. திசாதிபதி குறைந்த பலமுடையகிரகங்களுடன் கூடில் தன நாசம், இடம் பெயர்த்தல், அரசகோபத்தால் ஜீவனநாசம், மரணம், யானை நாசம் முதலிய கெட்ட பலனைத் தருவார்.

54. திசாதிபன் பலமற்றிருந்தால், தன் தேகத்திற்கு ஆயாசம், பந்து ஜன அழிவால் துக்கம், வனநாசம், மனோதுக்கம், முதலிய பலனைத் தருவார்.

55. திசாதிபன் அல்ப பலமுள்ள கிரகத்துடன் கூடில், எல்லாவித பாக்கியத்தையும் நாசம் செய்வார், சுபர் அசுபருடன் கூடில் கலப்பு பலனையும், சுபருடன் கூடில் சுப பலனையும் தருவார்.

56. திசாநாதன், யோக கிரகத்தின் நவாம்சத்திலிருந்தால் வேறு யோகத்தையும் பாக்கியத்தையுங் கூட்டுவார். அரசன் தயவால், மக்கள், மனைவி, பந்துக்கள், தோழர் முதலியவர்தானே சேருவார்.

57. திசாநாதன் சத்துருகிரகத்தின் நவாம்சத்திலிருந்தால் அந்த தசாகாலத்தில் குரூரக் கிரகங்களில் புக்திகளில், அரசர், திருடர் இவர்கள் பயமும், இடம் மாறுதலும் தன்னிஷ்ட ஜனங்களுடன் விரோதமும், தனக்கு அரசாங்க காரியத்தால் விசாரமும் நேரிடும்.

58. திசாநாதன், குறைந்த பலமுள்ளவனாய் 8–ம் பாவத்திலிருந்தால், அல்லது அந்த 8–ம் பாவாதிபதியுடன் கூடியாவது பார்க்கப்பட்டாவதிருந்

தால், தன் தொழிலிலிருந்து விலகியவனாய்த் தன நாசமடைவான். தன் உடன்பிறந்த சகோதரனுடைய விரோதம் பெறுவான்.

59. திசாநாதன் சத்துரு ராசி நவாம்சத்திலிருக்கில் அந்த ஸ்தான கிரக புக்திகளிலும் சத்துரு கிரகங்களின் அந்தரங்களிலும், சத்துரு பரத்தால் துக்கமுறுவான்.

60. 10–ம் பாவத்தில் குரு இருக்கில் அல்ப சந்தானம், தன் அரச னுக்கும் பிரியன், தர்மவான், சாஸ்திரார்த்த ஞானமுடையவன், சாந்த சுபாவமுள்ளவன், நற்குணமுடையவன், திரவியம், பெண்கள், நவ ரத்தினம், பெண்கள் கிரீடை, பல வித நாட்டியம் சங்கீதம் முதலிய வியாபாரங்களில் தேர்ச்சி பெற்றவன், தாயாதிகள் விரோதமுடையவன், நிலையான புத்தியுடையவன், நற்குணமுள்ள அரசனால் வெகுமதிக்கப் பட்டவனாயும், நற்குணமுள்ளவனாயும் பண்டிதனாயுமிருப்பான்.

61. 10–ம் பாவத்தில் குரு இருந்தால் வெகு மதிக்கத்தக்கவன், மித்திர நவாம்சத்திலிருந்தால் அரசனைத் தலைவனாக உடையவன்.

62. குரு, புதன் சுக்கிரன் இவர்கள் நவாம்சத்திலிருக்கில் துக்கமு டையவன் அரசாங்க விரோதமான செய்கையுடையவன்.

63. 10–ம் பாவத்திலிருக்கின்ற குரு, சனி நவாம்சத்திலிருந்தால், மந்த புத்தியுடையவன், பொய் பேசுவதில் பிரியன், ஆசாரமற்றவன். நீசாம்ச மாகில் வெகுபாபமுடையவன். தன்னரசனுக்குச் சமமான சத்துரு உடையவன். அக்காலத்தில் திருடும் புத்தியுடையவன், குஜாம்சத்தி லிருந்தால், ஜன துவேஷமுடையவன், உள்ளுக்குள் கலகம் முதலிய விசாரமுடையவன்.

64. 10–ம் பாவத்தில் குரு இருந்து சந்திரன் பூரண பலமுள்ளவராக இருந்தால், நடு வயதில் அதிக பாக்கியம், அரச புத்திரனுக்குத் தோழனாயுமிருப்பான்.

65. குரு மீனத்தில் துலா நவாம்சத்திலிருந்தால், தன்னரசு புத்திரனுக்கு பிரியனாயிருப்பான், தன் தாயின் சகோதரி புத்திரனிடம் சினேகமுடையவனாயிருப்பான், சிற்றப்பனிடம் விரோதமுடையவனாய் இருப்பான்.

66. தசாநாதன் கோட்சாரத்தில் ஜாதகனுடைய ஜென்ம நக்ஷத்திரத்திற்கு

(1) 10, 19–வது நக்ஷத்திரத்திலிருந்தால்: அரசகோபம், மானஹானி, பலவித பொருள் சேதம், துக்கம்.

(2) 11, 20–வது நக்ஷத்திரத்திலிருந்தால்: தனசுகம், சுகபோகம், சங்கீதம், வஸ்திரம், குதிரை முதலிய பெருமை உண்டு.

(3) 12, 21–வது நக்ஷத்திரத்திலிருந்தால்: பசு, பூமி, பொருள் இவை கள் நாசம், சந்தாபம், தேகபீடை, பந்து விரோதம், கலகம், திடீரென்று நிந்தை சொற்கள் இவை உண்டாகும்.

(4) 13, 22–வது நக்ஷத்திரத்திலிருந்தால்: நன்மை, பொருள் சுகம், சுகபோகம், தாய் வரவு கௌரவம் இவைகள் உண்டு.

(5) 14, 23–வது நக்ஷத்திரத்திலிருந்தால்: அரச கோபத்தால் தன ஹானி, தொழிலின்மை, துக்கம் இவைகள் உண்டு.

(6) 15, 24–வது நக்ஷத்திரத்திலிருந்தால்: ஆரம்பிக்கும் காரிய சித்தி, சந்தானம், பொருள் விருத்தி, ஜெயம், பூமி, பொருள், மாலை, வஸ்திரம் இவை வரவு.

(7) 16, 25–வது நக்ஷத்திரத்திலிருந்தால்: பலவித துக்கம், பாப தோஷத்தால் தேக ஜாட்யம், கஷ்டம் இவைகள் உண்டு.

(8) 17, 26–வது நக்ஷத்திரத்திலிருந்தால்: தோழர் சேர்க்கை அரசனிடமிருந்து கௌரவம், பூஷணம், வாகனமேறுதல், தேவகார்யங் களில் ஊக்கம், படுக்கை சுகம் இவைகள் உண்டு.

(9) 18, 27–வது நக்ஷத்திரத்திலிருந்தால்: அரசனுடைய அன்பு பெறல், நல்ல சகவாசம், வித்தையில் விருப்பம், அரசாங்கத்தில் அதிகாரம், புத்திரர், தோழர், பந்துக்கள் வரவு, சாமர்த்தியமாயிருக்கும் தன்மை இவைகள் உண்டாகும்.

67. ஜாதகனுக்கு அசுப நக்ஷத்திரத்தில் (அதாவது 42–வது அயிட்ட த்தின் பின் பாகத்தில் சொல்லிய அசுப நக்ஷத்திரத்தில்) கோட்சாரத் தில் சனி வருங்காலத்தில் அதிக கிலேசமான காரியங்கள் உண்டாகும், அதுவும் குரூர மாசத்தில் உண்டாகும்.

ராகு இருக்கும் நக்ஷத்திரத்திற்குரிய ராசியாதிபதி கோட்சாரத்தில் குரூரக் கிரகங்கள், வேதைக் கிரகங்கள் இவைகளிடையில் இருக்குங் காலம் அரசராலும், தோழராலும், பயம் உண்டாகும். திருடர் பயமுண்டு, வீட்டில் பொருளழிவு நேரும், சூரியன் பலமும் இவ்விதமே என்றி ருக்கின்றது.

சனி, குஜன் இவர்கள் நிற்கும் ராசி நாதனுக்குரிய தசையிலும் அந்தர ங்களிலும் கடன், திருடு, பயம், காயம் முதலியனவைகளால் அதிக உபத் திரவம் நேரிடும்.

சுபக்கிரகங்கள் நிற்கும் ராசியாதிபதி நக்ஷத்திரத் தசையில் எப்போதும் சுபபலன் உண்டாகும்.

பாபக்கிரகங்கள் இருக்கும் ராசியாதிபதி நக்ஷத்திர தசையில் குரூர கிரகங்கள் புத்தி அந்தரங்களில் அபமிருத்யு பயம், பந்துஜன நாசம் உண்டாகும்.

சனியுடனாவது அல்லது மாந்தியுடனாவது நிற்கும் கிரகங்களும், 8–ம் பாவாதிபன் நிற்கும், நவாம்சாதிபதிகளும் ஆகிய இவர்களுள்

ஜாதக பலாபலன் நிர்ணயம்

துர்பலமாயிருக்குங் கிரகத்தின் தசை மரணந் தரும், அதுவும் கஷ்டந் தரத்தக்க ராசியில் சனி சஞ்சரிக்கும் போது சந்தேகமின்றி நேரும்.

68. ஜெனன நக்ஷத்திர ராசிக்கு: சூரியன் 3-ம் பாவம், 6-ம் பாவத் திலும், சந்திரன் 1-ம் பாவம், 6-ம் பாவம், 7-ம் பாவம், 1-ம் பாவத்திலும், புதன் 2-ம் பாவம், 4-ம் பாவம், 6-ம் பாவம் 8-ம் பாவத்திலும் குரு 2-ம் பாவம், 5-ம் பாவம் 7-ம் பாவம் 9-ம் பாவத்திலும் எல்லா கிரகங்களும் 11-ம் பாவத்திலும், கோட்சாரத்தில் அவர்களால் நிற்குங் காலம் சுப பலன் நேரும். எந்த கிரகமாவது கோட்சாரத்தில் 8-ம் பாவாதிபதியுடன் கூடி யாவது பார்க்கப்பட்டாவதிருந்தால் அப்பொழுது ஆபத்து நேரிடும்.

(2) சந்திர லக்கினத்திற்கு:

1-ம் பாவத்தில் நிற்குங்காலம்,		ஆபத்து, கலகம், வீண்வாதம்
2-ம்	”	பொருளழிவு, சத்துரு பீடை
3-ம்	”	சம்பத்து, பாவித சுகம்.
4-ம்	”	கிருமி, (புழு பூச்சி)நோய், தோழர் புத்திரர் நாசம், பசு, பூமி பயிர் அழிவு, மானமழிவு.
5-ம்	”	அதிக பயம், புத்தி மாராட்டம்.
6-ம்	”	சத்துரு நாசம், பலவித சுகம்
7-ம்	”	அதிக தைரியமுண்டு, மனைவி, மக்கள் பணியாளர் நாசமுண்டு.
8-ம்	”	மரணம், பொருள் அழிவு, விசனம்,
9-ம்	”	தேகம் மெலிதல், பாபச் செய்கை, பாக்கியநாசம், பீடை
10-ம்	”	பீடைபயம், கெட்ட பெயருண்டாதல்
11-ம்	”	லாபம், அரசர் தயவு, அதிக சுகம்.
12-ம்	”	நஷ்டம், சரீர பீடை, அதிக துக்கம், பணியாளரால் அவமானமுண்டு.

3. சனி: சந்திர லக்கினத்திலிருந்து 9-ம் பாவத்தில் வரும் பொழுதும், அந்தப் பாவத்தைப் பார்க்கும் பொழுதும், 9-ம் பாவாதிபன் நவாம்சத்தில் வரும்பொழுதும் தாய் தகப்பன் நாசம்.

4. சனி: சூரியன் நிற்கும் திரேக்காண ராசியிலாவது, நவாம்ச ராசியிலாவது, துவாதாம்ச ராசியிலாவது கோசாரத்தில்வருங்காலம், குரூர மாதத்தில் பிதுரு பீடை.

5. சனி: 12-ம் பாவாதிபன் நிற்கும் நவாம்ச ராசியில் வருங்காலம் புத்திர நாசம்.

6. சனி: அந்தந்த பாவாதிபர் நிற்கும் ராசிகளுக்கு அஷ்டமாதிபன் (8-ம் பாவாதிபன்) நிற்கும் நவாம்ச ராசியில் பாபர்களிருக்கும் நக்ஷத்தி ரங்களில் வருங்காலம், அந்தந்த பாவாதிபர் தசை காலங்களில் அந்தந்த பாவங்களுக்கு நாசம் நேரிடும்.

7. ராகு: கோசாரத்தில் லக்கினத்திலிருந்தாவது, சந்திர லக்கினத்திலிருந்தாவது, 11–ம் பாவத்தில் நிற்கும் காலம் அதிக கிலேச காரியங்கள் நேரிடும். தன்ஜனத்திடம் துவேஷமில்லாமை நேரிடும்.

8. சனி: லக்கினாதிபன் நிற்கும் நவாம்சத்திலும், 11–ம் பாவாதிபன் நிற்கும் நவாம்சத்திலும் 11–ம் பாவாதிபன் நிற்கும் நவாம்சத்திலும், ஸ்புட யோகத்தில் கோட்சாரத்தில் வருங்காலம் அம்மானுக்கு கிலேசம் உண்டாகும், லக்கினாதிபதி தசையில் மாதா வர்க்கத்தில் மனஸ் தாபம், 10–ம் பாவாதிபன் தசை அந்தரத்திலாவது 12–ம் பாவாதிபனந்தரத்திலாவது, 10–ம் பாவாதிபன் தசையில் அம்மானுக்குச் சுகம், 11–ம் பாவாதிபன் தசையில் 4–ம் பாவாதிபன் புக்தி அந்தரங்களில் தாய்க்குப் பீடை 11–ம் பாவாதிபன் நிற்கும் நவாம்சாதிபன் புத்தியில் ஸ்புடயோகத்தில் கோட்சாரத்தில் சனி வருங்காலம் தன் அம்மான் புத்திரர் முதலியவர்களுக்கு அரிஷ்டம்.

69. கோசாரத்தில் குரு சந்திர ராசியிலிருந்து 2, 5, 7, 9, 11–ம் பாவங்களிலிருக்கும் காலம் யானை, குதிரை, பொன், பொருள், பூமி, பல்லக்கு முதலிய லாபம் உண்டு– விவாகம், மங்களகாரியம், புத்திர லாபம், தேவார்சனை, ராஜ யோகம், அதிக சுகம் முதலியன தருவார்.

70. 3, 6, 11–ம் பாவங்களில் பாப கிரகங்களும், கேந்திர திரிகோணங்களில் சுப கிரகங்களும், கோட்சாரத்தில் நிற்கில் அப்போது சுபபலன் தருவர். இதற்கு மாறாக நிற்கில் கெட்ட பலனைத் தருவர்.

க்ஷீண சந்திரன், சூரியன், குஜன், சனியும் இவர்களுடனாவது இவர்கள் ஒருவருடனாவது கூடிய புதனும் பாபகிரகங்கள் ஆவார்.

பூர்ண சந்திரனும், குரு, சுக்கிரன், பாபருடன் கூடாத புதனும் சுபக்கிரகங்கள் ஆவர்.

குறிப்பு: தசா பலத்தையும், கோட்சார பலத்தையும் சேர்த்துப் பலன் சொல்ல வேண்டும்.

71. 6–ம் பாவத்திலும், 8–ம் பாவத்திலுமிருக்குங் குரூரக்கிரகங்களும், குரூரக் கிரகங்களின் வீட்டிலிருக்குங் கிரகங்களும், 3–காலுள்ள குரூரக்கிரகங்களும் தங்கள் தசையில் மரணத்தைத் தரும்.

72. லக்கினாதிபதியின் தசையில் லக்கினாதிபனுக்குச் சத்துரு புக்தி வருங்காலத்தில் மரணம் நேரிடும், பலஹீனமான கிரகதசையில், அந்தர்தசாதிபன் பலவானாகில், தசாரிஷ்டத்துக்குச் சொல்லப்பட்ட கெட்ட பலனை அந்தர்தசாதிபன் செய்யமாட்டான்.

73. சூரியனுடன் கூடியிருக்குங் கிரகம், சிரேஷ்டமானதாயிருந்த போதிலும், அதிக கஷ்டந்தரும், அதனுடைய தசை புக்தி முதலியவைகளின் முடிவில் அந்தக் கிரகம் மனிதருக்குத் துக்கங்கள் ஆபத்து, மானஹானி, வெளிதேசம் செல்லல் முதலிய பலனைத் தருவர்.

74. லக்கினாதிபனுக்கு 8–ம் பாவத்திலிருக்கும் கிரகங்களின் தசையில் அதிக பீடைகள் உண்டு, தசை முடிவில் மனிதருக்குப் பிராண நாசம் நேரும்.

75. நீசத்திலும், சத்துரு வீட்டிலும் இருக்கின்ற அல்லது வக்கிர மாயிருக்கின்ற கிரகங்களுடைய தசையில், ஜாதகன் கெட்ட காரியங் களில் விருப்பமுடையவனாகவும், வெளி தேசம் வாசம் செய்பவனாக வும், தன் பந்து வர்க்கங்களால் விடப்பட்டவனாயும், அண்ட இடமில்லாத வனாகவும் இருப்பான்.

76. ஜெனன லக்கினாதிபதி சத்துரு கிரகதசைகாலத்திலும் 6-ம் பாவாதிபன் தசை காலத்திலும் புத்தி மாறாட்டம், சத்துரு பயம், ராஜ்யத்தி லிருந்து நழுவுதல், துஷ்ட ஜனங்களுடன் கலகம், பலமற்றிருக்கும் தன்மை இவை நேரிடும்.

தசாநாதன் உச்சத்திலும், மூலத் திரிகோணத்திலும், சுவக்ஷேத் திரத்திலும், சுபர் அஷ்டகவர்க்கத்திலும் இருந்தாலும், சுபரால் பார்க்கப் பட்டாலும், தன் தசை அரிஷ்டத்தைப்போக்கி நன்மையைத் தருவதாயும் இருக்கும்.

77. ஜெனன லக்கினாதிபன் உச்சத்திலும், சுவ க்ஷேத்திரத்திலும், அல்லது திரிகோணத்திலும் தன்வர்க்கத்திலும், கேந்திரங்களிலு மிருந்தால், அவர் தன் தசாபுக்தி அந்தரங்களில் சுப பலனைத் தருவார்.

78. 3, 6, 11-ம் பாவங்களிலிருக்கும் எல்லா சுப கிரகங்களாலும், வாலிபத்தில் சுகம், பொருள் முதலியன உண்டாகின்றன.

3, 6, 11-ம் பாவங்களிலிருக்கும் எல்லாப் பாப கிரகங்களாலும், வயதின் கடைசி பாகத்தில் மனைவி, பொருள், சுகம் முதலிய நல்ல பலன் உண்டாகின்றன.

79. ஜெனன காலத்தில் குரு லக்கினத்திலும், தன் உச்ச சுவ க்ஷேத் திரத்திலும், 10, 8, 3-ம் பாவத்திலும் இருந்தால் ராஜ்யத்தையும் தன் குலாபிமானத்தால் பலவித உயர்ந்த போகங்களையும் தருவர்.

80. ஜாதகனுடைய தசாநாதன் ஆரோகணத்திலிருந்தால் நல்ல பலனைத் தருவர். அவரோகணத்திலிருந்தால் கெட்ட பலனைத் தருவர்.

81. சந்திரன் திசாநாதனாகிக் கடகத்திலிருந்தால் அந்தத் தசையில் ஜாதகனுக்கு ஸ்திரீ, புத்திரர், தோழர், தனம் இவைகள் கிடைக்கும்.

82. சந்திரன் குஜன் வீட்டிலிருந்தால், சந்திர தசையில் ஜாதகனுக்கு மனைவி, பசுக்களை உபத்திரவம் செய்யும் செய்கையைத் தருவர்.

83. சந்திரன் புதன் வீட்டிலிருந்தால், ஜாதகனுக்குச் சந்திர தசையில் நல்ல விஷயமான சாஸ்திரக் கேள்வி, தோழர் வரவு இவைகள் நேரும்.

84. சந்திரன் குரு வீட்டிலிருந்தால் ஜாதகனுக்குச் சந்திர தசையில் அரசன் தயவு அதிக செல்வம் இவைகள் உண்டாகும்.

85. சந்திரன் சுக்கிரன் வீட்டிலிருந்தால், ஜாதகனுக்குச் சந்திர தசையில் குரு வீட்டிலிருக்கும் பலனே உண்டாகும் அதாவது அரசன் தயவு, அதிக செல்வம் இவைகள் உண்டாகும்.

86. சந்திரன் சனி வீட்டிலிருந்தால், ஜாதகனுக்குச் சந்திர தசையில் ஏவல்பணி செய்பவனாயும் கானகத்திலும், கோட்டையிலும் வசிப்

பவனாயும் இருப்பான். தேவர் பசுக்கள் இவைகளுக்கு இருப்பிடம் கட்டு வதில் பிரீதியை யுடையவனாய் இருப்பான்.

87. சந்திரன் தன் மித்திர க்ஷேத்திரம், உபஜெய ஸ்தானம் திரிகோ ணங்கள், 7–ம் பாவம், 10–ம் பாவம் இவைகளில் இருந்தால் சந்திரன் தசையில்நற்பலன் நடக்கும், சந்திரன் சூரியன் வீட்டிலிருக்கும் பலனைக் கொடுத்திருக்கவில்லை.

I. சூரிய தசை பலன்

88. சூரியதசையில் வெளி தேச வாசம் எப்போதாவதொரு சமயத்தில் உண்டாகும், பூமி, நெருப்பு, அரசர், பிராமணர், ஆயுதம், வைத்தியம் இவைகளால் அதிக தனவரவு, மந்திரப் பிரயோகத்தில் விருப்பமும், அரச நேசமும் தெய்வவசத்தால்நேரும், பிரசித்தியுடைய செய்கைகளில் புத்தியும், அதிகப் பேச்சை மறைப்பதில் சிந்தையும் உண்டாகும், செலவு உண்டாகும். பற்கள், வயிறு, கண்கள் இவைகளில் நோய், மனைவி மக்களையும் பொருட்டு சிந்தை, அல்லது அரசர் பயம், நெருப்பு, திருடர் களால் அடிபடுதல் முதலியவை நேரிடும். பந்துக்களால் பிரபலமான தோஷமுண்டாகும். இது பொதுப்பலன்.

89. சூரியன் தன்னுச்சத்திலிருந்தால் அவர் தசையில் தனக்குரிய தர்மச் செய்கையில் விருப்பமுண்டு. தகப்பனால் சம்பாதிக்கப்பட்ட திரவியம், வீடு முதலிய லாபமுண்டு, மனைவி மக்களுக்கும் பலவித சுகம் உண்டு.

90. சூரியன் உச்சத்திலிருந்து நழுவியிருந்தால் அவர் தசையில் வெகு அதிகமான அரிஷ்டம் உண்டு, திருடர், நெருப்பு, நோய் இவைகளால் பகையுண்டு, தன்னைச்சார்ந்த ஜனங்களுடன் மனஸ்தாபம் முதலியன நேரிடும்.

91. சூரியன் தோஷத்திலிருந்தால் அவர் தசையில் ஜாதகனுக்கு நாற்கால் ஜீவன் ஹானி உண்டு. மனைவி, மக்கள், பயிர், வாகனம் இவைகளுக்குப் பீடையும், கண்கள், முகம் இவைகளுக்கு நோயும் உண்டாகும்.

92. சூரியன் ரிஷபத்திலிருந்தால் அவர் தசையில் ஜாதகனுக்கு மார்புநோய் முதலியன உண்டாகும்.

93. சூரியன் மிதுனத்திலிருந்தால் அவர் தசையில் ஜாதகன் நல்ல மந்திரங்கள், உயர்ந்த சாஸ்திரங்களறிந்தவனாய் இருப்பான். புராணங் களில் பிரீதியையும், பயிர்த் தொழிலில் தானியவிருத்தி முதலியன உண்டாகும்.

94. சூரியன் கடகத்திலிருந்தால் அவர் தசையில் பிரசித்தியையும், அரசனை அடைதலையும், எப்போதும் அதிகமாக ஸ்திரீகளால் ஜெயிக்கப்பட்டிருக்குந் தன்மையையும், அதிக கோபத்தையும், தோழர் களிடத்தில் வருத்தத்தையும், குறைவில்லாத உபத்திரவங்களையும் ஜாதகனுக்கு உண்டாக்கும்.

95. சூரியன் சிம்மத்திலிருந்தால் அவர் தசையில் கோட்டையிலிருந்தும், காடுகளிலிருந்தும், பயிர்த் தொழிலிலிருந்தும் அனேக விதமான தனவிருத்தியையும், உயர்ந்த பிரசித்தியையும், அரசரால் கௌரவத்தையும் ஜாதகனுக்கு சூரியன் உண்டாக்குவார்.

96. சூரியன் கன்னியிலிருந்தால் அவர் தசை பெண் குழந்தைகள் ஜெனனமும், பெருந்தன்மையும், தேவர் பிராமணரைப் பூசிக்குந் தன்மையும், பசுமாடு அடைதலையும் சூரியன் உண்டாக்குவார்.

97. சூரியன் துலாத்திலிருந்தால் அவர் தசையில் மனைவி, பூமி, மக்கள், பொருள் இவைகளுக்குப் பீடையும், திருடர் நெருப்பு இவைகளால் பயமும், வெளிதேசம் செல்லுதலும், பந்துக்களால் அதிக நீசனென்று கருதப்படுத் தன்மையும் உண்டாகும்.

98. சூரியன் விருச்சிகத்திலிருந்தால் அவர் தசையில் அதிக தேஜஸ் ஸுடன் கூடியிருக்குந் தன்மையையும், விஷம், அக்னி, ஆயுதம் இவைகளால் பீடையையும், தாய் தகப்பன்மாரால் அடையப்பட்ட சித்த(மானது) சுத்தியையும், சூரியன் உண்டாக்குவார்.

99. சூரியன் நீசத்திலிருந்து விடப்பட்டால் அவர் தசையில் சுகமான லாபமும் அயலாரை ஏமாற்றுதலும், மனை காரணமாய்த் துக்கமடைதலும், அதிகமாக அல்பர்களுடன் சகவாசமும் சூரியன் உண்டு பண்ணுவார்.

100. சூரியன் நீசாம்ச ராசியிலிருந்தால் அவர் தசையில் அவர் எக்காரியத்திலும் தடைபட்டிருக்குந்தன்மையையும், தோஷத்தை உண்டு பண்ணும் தன்மையையும் செய்வார்.

101. சூரியன் 6-ம் பாவத்திலிருந்தால் அவர் தசையில் புண், காயம் முதலியவையால் உண்டான பீடையும், அதிகமான பித்தத்தாலுண்டான வாதையும் நேரிடும்.

102. சூரியன் தனுசிலிருந்தால் அவர் தசையில் அவர் ஜாதகனுக்கு மக்கள், மனைவி, தனம் முதலிய சுகத்தையும், அரசாங்கத்திலிருந்தும், பிராமணரிடமிருந்தும், கௌரவத்தையும் சங்கீதம், சாஸ்திரம், ஆகமம் இவைகளின் உயர்ந்த சௌக்கியத்தையும் தருவார்.

103. சூரியன் மகரத்திலிருந்தால் அவர் தசையில் அவர் ஜாதகனுக்கு மக்கள், மனைவி, தனம் இவைகள் குறைந்திருக்குந் தன்மையையும் அதிக பீடையால் மிகவும் வருந்தும் தன்மையையும், அயலாருக்குக் கட்டுப்பட்டிருத்தலால் சிந்தையையும் உண்டு பண்ணுவார்.

104. சூரியன் கும்பத்திலிருந்தால் அவர் தசையில் அவர் ஜாதகனுக்கு மார் நோய் உபாதை, புகழ், தனம், மனைவி இவைகள் சிந்தை அயலாரன்னம் முதலிய சுகமற்றிருத்தல், சத்துரு பாதை, அதிக தீனமாயிருக்கும் தன்மை இவைகளை உண்டாக்குவார்.

105. சூரியன் மீனத்திலிருந்தால் அவர் தசையில் பெண்டு, தனசுகம், பிரசித்திபெறல், மக்கள் முதலியவருக்கு ஜுரம் முதலிய பீடை, வீணலைச்சல் முதலியன நேரும்.

106. சூரியன் 8-ம் பாவத்தில் உச்சராசியிலிருக்கில் அத்தசை கஷ்டத்தைக் கொடுப்பதாகும்.

107. சூரியன் 6-ம் பாவத்திலவ்விதமிருக்கில் புண், காயம் முதலிய பீடையும், தாய், தகப்பன்மாருக்குக் கண்டத்தையும் தரும்.

சூரியதசை முதலில் பிரவேசத்தில் தாய் தகப்பன்மாருக்கு அதிக பாதையைத் தரும். சூரியதசை லக்கினத்திலிருந்து மேற்சொன்ன வித மிருந்தால் கஷ்டந் தரும்

2. சந்திர தசை பலன்

108. சந்திரன் ஆரோகணத்திலிருந்தால் அத்தசை ஜாதகனுக்கு எல்லாவித அர்த்தசித்தியையும் தருமென்று சொல்லப்பட்டிருக் கின்றது.

109. சந்திரன் அவரோகணத்திலிருந்தால் அத்தசை எல்லா காரியங் களிலும் காலதாமதமும், புக்தி மந்தத்தையும் தரும்.

110. சந்திரன் தசை ஆரம்பத்தில் ஜாதகனுக்கு அதிக பிரதிஷ்டை, உயர்ந்த மந்திரியாயிருக்குந் தன்மை, அரசன் தயவு, பிராமணர், தேவர் இவர்களைத் திருப்தி செய்விக்குந் தன்மை. நல்ல தோழர் வித்தை, பலவிததனவரவு, பலவித சாஸ்திரங்களில் தேர்ச்சி பெற்றிருக்குந் தன்மை, வாசனை, எள், பழம், புஷ்பம், விருக்ஷங்கள் இவைகள் முதலிய தொழிலால் தனவரவு, புகழ் நல்ல நீதியுடனிருக்குந் தன்மை, அதிக வினயம், பரோபகாரம் செய்யும் புத்தி, பிரசித்தி, இங்கும் அங்கும் திரிதல், பிரியமாயிருக்குந் தன்மை, பெண் சந்தானம் உண்டாதல், மிருதுவா யிருக்கும் தன்மை, தொழில்களில் ஆதரவுடனிருக்கும் தன்மை, தாமஸம், நித்திரை இவையால் வியாகூலமாயிருக்கும் தன்மை, பொறுமை, பயிர் முதலிய தொழிலில் ஆசையுடனிருக்கும் தன்மை, ஆசாரத்துடனி ருத்தல், கபவாதம் அதிகமாயிருக்குந் தன்மை, சத்துவ குணத் துடனிருத்தல், தன் பந்துக்கள் இஷ்ட ஜனங்களுடன் விரோதம், பாவச் செய்கை, அதிகமாய் பிதற்றுதல், நற்காரியங்களில் மனது நிலையில்லா திருத்தல் இவை உண்டாகும்.

111. சந்திரன் மேஷத்திலிருந்தால் அவர் தசையில் அவர் ஜாத கனுக்கு மக்கள் மனைவியுடன் சந்தோஷமாயிருத்தல், வெளி தேசத்தில் தொழிலில் விருப்பம், பராக்கிரமம், தலைநோய், சகோதர பாதை முதலியன தருவார்.

112. சந்திரன் உச்சனாயிருந்தால் அவர் தசையில் பரம்பரையாய் கிடைத்த பொருளை அனுபவித்தல், பெண்டீர், அலங்காரம் அணி, மக்கள், பசு, குதிரை, யானை, இவைகள் சுகம், சிறிய ஜயம் இவைகள் உண்டாகும்.

113. சந்திரன் மூலத் திரிகோணத்திலிருந்தால் அவர் தசையில் அவர் ஜாதகனுக்கு வெளிதேசமடைதல், பயிர்த்தொழில் விக்கிரயம் இவை களால் தனவரவு, கபவாத நோய், தன் பந்து ஜனம், இஷ்ட ஜனத்துடன் விரோதம் இவைகளைத் தருவார்.

114. சந்திரன் ரிஷபத்தின் முன் பாதியில் பாவருடன் கூடியிருந்தால் அவர் தசையில் தாய்க்குமரணம், பின் பாதியில் தகப்பனுக்குச் சுகம், பாவருடன் கூடியாவது பார்க்கப்பட்டாவதிருந்தால் மரணத்துக்குச் சமமான நோய் இவை உண்டாகும்.

115. சந்திரன் மிதுனத்திலிருந்தால் அவர்தசையில் தேவபிராமண பக்தி, தன தான்ய சௌக்கியம். வேறு இடத்திற்கு மாறுதல், சுகத் துடனும், அந்தஸ்துடனுமிருத்தல் இவை உண்டாகும்.

116. சந்திரன் கடகத்திலிருந்தால் அவர் தசையில் பசு, திரவியம், பயிர்த்தொழில் இவை விருத்தி, சாஸ்திரங்களில் தேர்ச்சி, சாஸ்திரங் களைக் குறித்து பேசுதல், வெளியிடல், மலை, காடுகளில் விருப்பம், மர்மஸ்தானத்தில் நோய் இவை உண்டாகும்.

117. சந்திரன் சிம்மத்திலிருந்தால் அவர் தசையில் பொருளும் பிரசித்தியுமடைதல், உயர்ந்த புகழ், அங்க ஈனம் அல்லது குறைந்தி ருக்கும் தன்மை இவை உண்டாகும்.

118. சந்திரன் கன்னியிலிருந்தால் அவர் தசையில் வெளிதேசம் செல்லுதல் வியாபாரம் செய்தல், சாஸ்திரங்களில் தெளிந்த புத்திப் பெருக்கு, அல்பமான பொருள் கிடைத்தல் இவை உண்டாகும்.

119. சந்திரன் துலாத்திலிருந்தால் அவர் தசையில் பேராசை ஸ்திரீ (மனைவி) துக்கம், சிலருடன் மனஸ்தாபம், தனமில்லாமை, சந்தோஷ மில்லாமை, நீசருடன் சேர்க்கை இவை உண்டாகும்.

120. சந்திரன் நீசராயிருந்தால் அவர் தசையில் நோய்விருத்தி, தன் ஜனங்கள் பிரிவு, அல்ப கௌரவம், மனதில் அதிக சிந்தை இவை உண்டாகும்.

121. சந்திரன் நீசத்திலிருந்து விடுபட்டால் அவர் தசையில் கிரய விக்கிரயத்தால் பொ ருள் வரவு, மர்ம ஸ்தானத்தில் நோய், அல்ப தர்மம், தன் தோழர்களுடன் அல்பநேசம் இவையுண்டாகும்.

122. சந்திரன் தனுசிலிருந்தால் அவர் தசையில் யானை, குதிரை கிடைத்தல், முன் சம்பாதித்த பொருளழிவு, நிச்சயமாய் வேறு தனவரவு, சுகம் முதலியான உண்டாகும்.

123. சந்திரன் மகரத்திலிருந்தால் அவர் தசையில் புத்திர சுகம், தன வரவு, தினந்தோறும் போக்கு வரவு, நடையில் சரீர மெலிவு முதலியன உண்டாகும்.

124. சந்திரன் கும்பத்திலிருந்தால் அவர் தசையில் பீடை, விசனம், தேகமெலிவு, கடன் வரவு முதலியன உண்டாகும். கும்பத்தில் வர்க்கோத்தமம் பெற்றிருந்தால் பலவான்களுடன் விரோதம், மக்கள், மனைவி, பொருள் இவை பிரிவு, பல், வாய் நோய் இவைகள் நேரிடும்.

125. சந்திரன் மீனத்திலிருந்தால் அவர் தசையில் ஜலத்திலுதிக்கும் பொருளால் தனம், மக்கள், மனைவி சுகம், சத்துரு நாசம், அறிவுவிருத்தி உண்டாகும். வர்க்கோத்தமத்திலிருந்தால் எருமைமாடு, யானை, குதிரை, லாபம், புத்திரர் முதலிய சுகம், சத்துருநாசம், அறிவு, புகழ் விருத்தி இவை உண்டாகும்.

126. சந்திரன் ஜெனன லக்கினத்திற்கு 12-ம் பாவத்திலிருந்தால் அத்தசையில் ஜாதகன் பாபிகளிடமிருந்து தனம் சம்பாதிப்பான்.

127. சந்திரன் க்ஷீணமாயிருந்து 6-ம் பாவத்திலிருந்தால் அத்தசையில் ஜாதகன் மேற்சொன்ன பலனையே அனுபவிப்பான்.

128. சந்திரன் நீசனாய் 3-ம் பாவத்திலிருந்தால் அத்தசையில் ஜாதகனுக்கு வியாதி தோன்றும், சைத்திய நோயால் மரணம், அல்லது ஜாதியை விட்டு வழுவுதல் நேரிடும்.

கிரகங்கள் தன்னுச்சம் முதலிய வீடுகளிலிருந்து வக்கிர அஸ்தமனத்திலிருந்தாலும், அப்போக்கொத்த கிரகங்களுடன் கூடினும், தன் தசாபுக்தி காலங்களின் மிஸ்ர (கலப்பு) பலனைத் தரும். புத்திமான்கள் தசைகளை இவ்விதம் யோசித்துச் சொல்லவும்.

3. குஜன் தசை பலன்.

129. குஜன் தசையில் ஜாதகனுக்கு சாஸ்திரத்திலும், தோழி, செவிலித்தாய் ஜனத்தாலும், வைத்தியத்தாலும், நாற்கால் ஜந்துகளாலும், பலவித தொழில்களாலும் தனவரவு உண்டு. பித்தம், ரத்தகாசம், ஜூரம் முதலிய பீடை, அரச பயம், நியாயத்திலிருந்து வழுவுதல், மயக்கம் மூர்ச்சை முதலிய தேக ஓய்வு இவைகள் தன்னிருப்பிடத்திலேயே நேரும்.

130. குஜன் மூலத்திரிகோணத்திலிருந்தால் அத்தசையில் மக்கள், மனைவி, சுகம், தன வரவு, தைரியத்தால் சண்டையில் புகழ் இவை உண்டாகும்.

131. குஜன் மேஷத்திலிருந்தால் அத்தசையில் நன்மை சந்தானம் இவை உண்டாகும்.

132. குஜன் ரிஷபத்திலிருந்தால் அத்தசையில் சந்தோஷத்துடனிருத்தல், தேவபிராமண பக்தி, அதிக வார்த்தை, பரோபகார சிந்தை இவை உண்டாகும்.

133. குஜன் மிதுனத்திலிருந்தால் அத்தசையில் வெளிவாசம் செய்யும் சுபாவம், வாயு, பித்த ரோகம், அதிக செலவு, நல்லோர் விரோதம், சாஸ்திரமறிந்திருக்குந் தன்மை, தர்மமறிந்திருக்குந் தன்மை இவை உண்டாகும்.

134. குஜன் கடகத்திலிருந்தால் அத்தசையில் தோட்டம், நெருப்பு சம்பந்த பொருள் இவைகளால் தனம் வரும், பணி செய்யுந்தன்மை, மக்கள் மனைவிகளுக்குத் தூர இருத்தல், வருந்துதல், பலமற்றிருத்தல் இவை உண்டாகும்.

135. குஜன் நீசத்திலிருந்து விடுபட்டிருந்தால் அத்தசையில் பிரசித்தி, எல்லா குணங்களும் நிறைந்திருத்தல், நாற்கால் ஜந்துக்கள் நிறைந்திருத்தல் பலமுடையதாயிருத்தல் திடீரென்று குஹ்ய ரோகத்தால் வருந்துதல் இவை உண்டாகும்.

136. குஜன் சிம்மத்திலிருந்தால் அவர் தசையில் அனேகருக்குத் தலைவராயிருத்தல், மக்கள் மனைவி, பிரிவு, ஆயுதம் அக்னி இவை களால் பாதை ஆகிய இவைகள் உண்டாகும்.

137. குஜன் கன்னியிலிருந்தால் அவர் தசையில் நல்ல ஆசாரத் துடனிருத்தல், யாகம் முதலிய தொழிலில் ஆதரவுடனிருத்தல், மக்கள், மனைவி அதிக தனம், சுகம் முதலியன உண்டாகும்.

138. குஜன் துலாத்திலிருந்தால் அவர் தசையில்பொருள் மனைவி இவை பிரிவு, நாற்கால் ஜீவனிராமை, பாவத்தால் புகழில்லாதிருத்தல் பலமற்ற தேகம் இவை நேரிடும்.

139. குஜன் விருச்சிகத்திலிருந்தால் அவர் தசையில் பயிர் தொழில் விருத்தி, நற்செய்கையில் மனது, அனேகர் விரோதம் அதிகமாய் பேச்சுத்தன்மை இவைகள் நேரிடும்.

140. குஜன் தனுசில் இருந்தால் அவர் தசையில் அவர் தேவப் பிராமண பக்தியையும், அரசரிடமிருந்து இஷ்ட பூர்த்தியும் பாவ தோஷத்தால் புகழில்லாதிருத்தலும் நேரிடும்.

141. குஜன் மகரத்திலிருந்தால் அவர் தசையில் ராஜ்யம் கிடைத் தலையும், தன் குலத்தில் அபிமானத்தையும், யுத்தத்திலும் வாதத்திலும் ஜெயத்தையும், உயர்ந்த ரத்தினங்கள் கிடைத்தலையும், சௌக் கியத்தையும் உண்டாக்குவார்.

142. குஜன் உச்சமத்திலிருந்தால் அவர் தசையில் கஷ்டப் பிரயத் தினத்தால் துவங்குங் காரியங்கள் சித்தியும், ஆயுதத்தாலும் உயரத்தி லிருந்து விழுவதாலும், ஜலத்தாலும், பயம், சந்தோஷக்குறைவும், அதிக கஷ்டம் இவைகள் நேரிடும்.

143. குஜன் கும்பத்திலிருந்தால் அவர் தசையில் அவர் ஆசாரக் குறையையும், புத்திரன் முதலிய சிந்தனையும், அதிக செலவால் மனத்தாங்கலையும், துக்கத்தையும் தருவார்.

144. குஜன் மீனத்திலிருந்தால் அவர் தசையில் அவர் புத்திரன் முதலிய சிந்தையும், செலவும், வியாதியும், கேடும், விஷரோகமும், வெளி தேச வாசமும் உண்டு பண்ணுவார்.

145. குஜன் வர்க்கோத்தமம் பெற்றிருந்தால் அவர் தசையில் அவர் யுத்தத்தில் ஜயமும், தேகபலமும், அதிக நற்குண செய்கைகளும் பல வித பொருள்கள் லாபமும் தருவார்.

146. குஜன் நீசாம்சத்திலிருந்தால் அவர் தசையில் வீணலைச்சலும், மனதுக்கு விசாரமும், பலன் தரும் சமயத்தில் காரியங்கள் கெடுதியும், நல்லோர்களிடம் பொல்லாப்பும் மானமழிதலும் உண்டாகும்.

147. குஜன் மூலத் திரிகோணங்களிலும், உச்ச வீட்டிலுமிருந்தால் அவர் தசையில் அரசு கிடைத்தலும், சத்துருவை ஜெயித்தலும், உயர்ந்த அலங்காரங்களும் வாஹனங்களும் உண்டு.

4. புதன் தசை பலன்

148. புதன் தசையில் ஜாதகன் வித்தை, ஞானம், பிரபுத்தன்மை இவைகளுடன் கூடியவனாயும், பயிர்த்தொழில், யாகம், முதலிய செய் வதில் சமர்த்தனாயும் இருப்பான், உயர்ந்த செய்கையால் தன வரவுண்டு சில்ப சாஸ்திரத்தில் அதிக சாமர்த்தியமும், தினந்தோறும் மேன்மேலும் விருத்தியும், நல்ல வாத்தியங்கள், சங்கீதங்கள் இவைகளில் விருப்பமும் உண்டு. புதுவீடு கட்டுவதிலும் ஹாஸ்யத்துடன் சந்தோஷமாய் காலங்கழித்தலும், வினயமும் உண்டாகும். ஆசாரியர், வித்வான்கள், பெரியோர், இவர்களிடம் பிரியமுள்ளவனாயும், மக்கள் மனைவி சுகமுடையவனாகவும், ஆழ்ந்த கபவாத பித்தநோயுடையவனாயும் ஜாதகன் இருப்பான், தனம் சிதறலும் உண்டு. இதில் புத்திமான், கிரகத்திற்குள்ள பலாபலத்தை நன்கு ஆராய்ந்து யோசித்து பலன் சொல்லவும்.

149. புதன் மேஷத்திலிருந்தால் அவர் தசையில் ஜாதகன் ஒரிடத் திலும் நிலையில்லாதவனாயும், திரிதல், பொய்யுரைத்தல், சூதாடல் அல்பர்நேசம் இவைகளுடன் கூடியவனாயும், கொடியவனென்கிற பெயருடையவனாயும் தனமற்றவனாயும் இருப்பான்.

150. புதன் ரிஷபத்திலிருந்தால் அவர் தசையில் ஜாதகன் செலவு செய்பவனாயும், தாய்க்கு அரிஷ்டம் உண்டுபண்ணுகிறவனாயும், மக்கள் மனைவி, தோழர் இவர்கள் சிந்தையுடையவனாயும் கழுத்து நோயுடையவனாயும் பயந்தவனாயும், வருந்துபவனாயும் இருப்பான்.

151. புதன் மிதுனத்திலிருந்தால் அத்தசையில் ஜாதகன் அனேக சொற்கள் பேசுபவனாயும், அதிகம் பேசுபவனாயும் மக்கள், மனைவி தாயாதிகள் இவர்கள் சுகமுடையவனாயும், தாய்சுகம் குறைந்தவனாயும் இருப்பான்.

152. புதன் கடகத்திலிருந்தால் அத்தசையில் ஜாதகன் வெளி தேசவாசத்தால் அல்பசுகமுடையவனாயும், விரோதமுடையவனாயும், தோழராலும் உயர்ந்தசாஸ்திரங்கள் காவியங்களாலும் சம்பாதிக்கப்பட்ட பொருளுடையவனாயும், பயிர்த் தொழிலுடன் கூடியவனாயும் இருப்பான்.

153. புதன் சிம்மத்திலிருந்தால் அத்தசையில் தைரியமும் பெருந் தன்மை குறைதலும் உண்டு. ஜாதகன் பெண்டுகள், தோழர், மக்கள், மனைவி, புத்திரர் இவர்கள் சுகம் குறைந்தவனாயும் புத்தி குறைந்த வனாயும் இருப்பான்.

154. புதன் உச்சத்திலிருந்தால் அத்தசையில் ஜாதகன் அதிக வைபவத்துடன் கூடியவனாயும், எழுதுந் தொழிலிலும், காவிய சாஸ் திரங்களிலும் ஆசையுடையவனாயும், சத்ருக்களை ஜெயித்தவனாயும், நல்ல நியாயத்துடன் இருப்பவனாயும் இருப்பான்.

155. புதன் உச்சத்தில் அல்லது திரிகோணத்திலிருந்தால் அத் தசையில் ஜாதகன் பசு சௌக்கியமில்லாதவனாய் இருப்பான். தன் பந்துக்கள் விரோதத்தையும், அவயவத்தில் ஓய்வையும், பாவத்தால் கெட்ட பெயரையும் அடைவான்.

156. புதன் துலாத்திலிருந்தால் அத்தசையில் பார்வைகுறைவும், வாக்குச் சாதுரியம் அல்பமாயிருக்குந் தன்மையும், சில்பம் முதலிய தொழிலில் அதிக சாமர்த்தியமும், வர்த்தகத்தால் தன வரவும் பசுமாடு பீடையும் நேரிடும்.

157. புதன் விருச்சிகத்திலிருந்தால் அத்தசையில் ஜாதகன் அல்ப சந்தோஷ முடையவனாயும், ஆசாரகர்மத்தில் ஆசையுடையவனாயும், செல்வத்துடன் கூடியவனாயும், பந்து ஜனங்களைப் பிரிந்தவனாயும் இருப்பான்.

158. புதன் தனுசிலிருந்தால் அத்தசையில் ஜாதகன் அனேகருக்குத் தலைவனாயும், மந்திரியாகவும், இரண்டு பெயருடன் கூடியவனாயும், பயிர்த்தொழிலால் தனமுடையவனாயும் இருப்பான்.

159. புதன் மகரத்திலிருந்தால் அத்தசையில் ஜாதகன் அதிக கடனு டையவனாயும் அதிகமாய் அலைபவனாயும் வஞ்சகனாயும் நல்லோர் களுடனும் அலபர்களுடனும் நேசமுடையவனாயும் பிரசித்தியற் றவனாயும் இருப்பான்.

160. புதன் கும்பத்திலிருந்தால் அத்தசையில் ஜாதகன் பராக் கிரமமில்லாதவனாயும், அதிக தரித்திரனாயும், தோழர் முதலிய வர்களின் அவமானத்தால் வருந்திய மனமுடையவனாயும், வெளி தேசவாசத்தால் விசனமடைந்தவனாயும் இருப்பான்.

161. புதன் நீசாம்சத்திலிருந்தால் அத்தசையில் ஜாதகன் அறிவற்றவனாயும், பலமில்லாதவனாயும், தபிக்கும் மனமுடையவனாயும் வேறு இடத்தில் வசிப்பவனாயும், பயிர்த் தொழில் செய்யும், சுபாவமுடையவனாயும், அல்ப லாபமு டையவனாயும், மூடனாயும், பாவஞ் செய்பவனாயும் இருப்பான்.

5. குரு தசை பலன்

162. குருதசையில் ஜாதகன் அரசருள் முக்கியமானவனிடமிருந்து அடையப்பட்ட இஷ்டப்பூர்த்தியுடையவனாயும், நல்ல செய்கை, தர்மம் ஆகமசாஸ்திரங்கள் இவை அறிந்தவனாயும் எப்போதும் வணக்கமுள்ள வனாயும், யாகம் முதலிய கர்மங்களில் ஆதரவுடனிருக்குந் தன்மை யுடையவனாயும், தேவபிராமண பக்தியுடையவனாயும், அதிக தன வானாயும், பிரபுவாயும், புத்திரன் முதலிய சந்தோஷமுடையவனாயும், பூமி, வஸ்திரம் புசிப்பு முதலிய சுகமுடையவனாயும், பலவானாயும்,

குலத்தை விருத்தி செய்பவனாயும் சென்றது, நிகழ்வது, வருவது, இந்த காலங்களை நன்கு ஆலோசிப்பவனாயும், சாதுக்கள் சேர்க்கை யுடையவனாயும், நல்ல புத்திவாய்ந்தவனாயும், தைரியவானாயும் இருப்பான். எப்போதாவதொரு சமயம் கழுத்தில் தீப்படல், நோய் முதலிய பாதையும் நேரிடும். குரு இருக்கும் பாவ பலத்தை ஆலோசித்து பலன் சொல்லவும், கெட்ட பாவத்திலிருந்தால் இதற்கு விரோதமான கெட்ட பலன் நடக்கும்.

163. குரு மேஷத்திலிருந்தால் அத்தசையில் ஜாதகன் அரசனிடமிரு ந்து பொருள் சம்பாதிப்பான், அநேகருக்குத் தலைவனாயும், மனைவி, மக்கள் முதலிய சுகமும் உடையவனாயுமிருப்பான்.

164. குரு ரிஷபத்திலிருந்தால் அத்தசையில் ஜாதகன் அதிக துக்க முடையவனாயும், வெளி தேசத்தில் வசிப்பவனாயும், அதிக சாகஸ முடையவனாயும், அல்ப தனமுடையவனாயும், மனோ சிந்தையுடைய வனாயும் இருப்பான்.

165. குரு மிதுனத்திலிருந்தால் அத்தசையில் ஜாதகன் இந்திரியங் களை ஜெயித்தவனாயும், உயர்ந்தவனாயும், தாயுடனும் கோத்திரத்தில் பிறந்தவர்களுடனும் விரோதித்துக் கொள்கிறவனாயும், மனைவியுடன் வாதத்தால் வருந்திய மனமுடையவனாயும் இருப்பான்.

166. குரு உச்சத்திலிருந்தால் அத்தசையில் ஜாதகன் தன் வம்சத்திய பொருள் லாபமடைந்தவனாயும், இந்திரியங்களை அடக்கியவனென்கிற பிரசித்தியுடையவனாயும், உயர்ந்தவர்களுடன் நேசமடைந்தவனாயும், அதிக வைபவங்களுடையவனாயும், இருப்பான்.

167. குரு உச்சத்திலிருந்து நழுவி இருந்தால் அத்தசையில் ஜாதகன் தாய் தகப்பனாருக்குத் துக்கத்தைத் தருவபனாயும், முன் சம்பாதித்த பொருளழிவால் வருந்தியவனாயும், பலவித விசனங்களால் பீடிக்கப் பட்டவனாயும் இருப்பான்.

168. குரு சிம்மத்திலிருந்தால் அத்தசையில் ஜாதகன் தனவானா யும், உதாரத்தன்மையுடையவனாயும், அரசரிடமிருந்து கௌரவ மடைந்தவனாயும், மக்கள், மனைவி, சகோதரர் இவர்களுடன் சந்தோஷ முடையவனாயும் இருப்பான்.

169. குரு கன்னியிலிருந்தால் அத்தசையில் ஜாதகன் அரசரிடமி ருந்து அடையப்பட்ட கௌரவமுடையவனாயும், மக்கள், மனைவி, சுகமுடையவனாகவும், எப்போதாவதொரு சமயம் சூத்திரர் முதலிய அல்பர்களால் ஏற்படும் சண்டையுடையவனாயும் இருப்பான்.

170. குரு துலாத்திலிருந்தால் அத்தசையில் ஜாதகன் அறிவற்ற வனாயும், அளவுடன் புசிப்பவனாயும், மக்கள் மனைவிகளாலுண்டான விரோதத் தன்மையுடையவனாயும், சந்தோஷம் குறைந்தவனாயும் இருப்பான்.

171. குரு விருச்சிகத்திலிருந்தால் அத்தசையில் ஜாதகன் புத்திமானாகவும், சமர்த்தனாகவும், பண்டிதனாயும் புத்திர சந்தோஷமுடையவனாயும், வணக்கமுடையவனாயும், கடனாளியாகவும், நியமம் குறையாதவனாயும் இருப்பான்.

172. குரு தனுசில் மூலத்திரிகோணாம்சத்திலிருந்தால் அத்தசை யில் ஜாதகன் புத்திமானாயும், அரசனாயும், அல்லது அரசாங்கத்தில் முக்கியவனாயும், பித்தத்துடன் கூடியவனாயும், பெண்டு சொல் கேட்பவனாயும் இருப்பான்.

173. குரு தனுசில் 20 பாகைக்கு மேலிருந்தால் அத்தசையில் ஜாதகன் பயிர்த்தொழில், யாகம் செய்தல், நாற்கால் ஜீவன்கள் இந்த விஷயங்களில் மனமுடையவனாக இருப்பான்.

174. குரு மகரத்தில் நீசாம்சத்திலிருந்தால் அத்தசையில் ஜாதகன் அயலார் காரியங்களைச் செய்பவனாயும், பணியாளனாயும் வயிற்றுவலியும், குஹ்ய ரோகமுடையவனாயும், தனமில்லாதவனாயும், பந்துக்களைப் பிரிந்தவனாயும் இருப்பான்.

175. குரு நீசத்திலிருந்துவிடுபட்டிருந்தால் அத்தசையில் ஜாதகன் பயிர்த்தொழிலாலும், வேடர் தொழிலாலும், தனவரவும் அல்லது மரங்களாலும், ஜனங்களை ஏமாற்றுவதாலும், கஷ்டத்தால் தனமடைதலும் உண்டு.

176. குரு கும்பத்திலிருந்தால் அத்தசையில் ஜாதகன் சாஸ்திரங்கள் அறிந்திருக்குந் தன்மையையும், வித்தையின் அனுக்கிரகத்தையும் உயர்ந்த அறிவு பெற்றிருத்தலையும் உண்டாக்கும் ஜாதகன் எப்போதும் மனைவி போகாதிகளில் பற்றுடையவனாயும் இருப்பான்.

177. குரு மீனத்திலிருந்தால் அத்தசையில் ஜாதகன் அறிவாளியாயும், வெகு மதிப்புடையவனாயும், நல்ல மனைவியுடையவனாயும், செல்வவானாயும், அரசனை அடைந்து சுகம் பெறுபவனாயும் இருப்பான்.

6. சுக்கிர தசை பலன்

178. சுக்கிர தசையில் ஜாதகன் பெண்டுகள், அலங்காரம் ரத்தினங்கள், வஸ்திரம் இவைகள் லாபமுடையவனாயும், பலவித கௌரவமுடையவனாயும், மன்மத சுகமனுபவிப்பவனாயும் சங்கீதத்திலும், நாட்டியத்திலும், அதிக விருப்பமுள்ளவனாயும் வித்தை பயிலுவதிலும் பிரீதியுடையவனாயும், நல்ல குணமுடையவனாயும், அதிக புத்தி வாய்ந்திருக்குந் தன்மையால் அன்னதானஞ் செய்பவனாயும், கிரைய, விக்கிரயங்களில் சமர்த்தனாகவும், பசு, வாகனம், உத்யானம் இவைகளிடமிருந்து சுகமுடையவனாயும், முன் சம்பாதித்த பொருளை அடைபவனாயும், குலத்தில் தோஷமில்லாதவனாயும், கபவாத ரோகத்தால் பலமில்லாதவனாயும், அல்பர்களிடம் பற்றுடையவனாயும், விரோதமுடையவனாயும், தோழர் முதலிய சிந்தை யுடையவனாயும், சத்துரு தாப

முடையவனாயும் எப்போதாவதொரு சமயம் கெட்டவர்கள் சகவாச முடையவனாயும் இருப்பான்.

179. சுக்கிரன் மேஷத்திலிருந்தால் அத்தசையில் ஜாதகனுக்கு ஸ்திரீ சேர்க்கையும், தனவரவும், சௌக்கியமும் உண்டு. எப்போதும் திரிதலும், துக்கங்களுமுண்டு, சபல மனத்துடனிருப்பான், மனம் வெதும்பி இருப்பான்.

180. சுக்கிரன் ரிஷபத்திலிருந்தால் அத்தசையில் ஜாதகனுக்கு பயிர்த்தொழிலும், உண்மையுடனிருக்குந் தன்மையும், சுகமாயிருத் தலும் உண்டு. சாஸ்திரங்களில் மதியும், உதாரத் தன்மையும், பெண் சந்தானமுமுண்டாகும்.

181. சுக்கிரன் மிதுனத்திலிருந்தால் அத்தசையில் ஜாதகன் காவிய சாஸ்திரங்கள் அறிந்தவனாயும் அஹஸ்யம், ஆச்சரியப் படத்தக்க வஸ்துக்கள் இவைகளில் விருப்பமுடையவனாயும், வெளி தேசம் செல்வதில் ஆசையுடையவனாயும் இருப்பான்.

182. சுக்கிரன் கடகத்திலிருந்தால் அத்தசையில் ஜாதகன் தன் தொழிலில் சமர்த்தனாயும், வேறு மனைவியை யடைவதில் விருப்ப முடையவனாயும், பலவிதமான தொழில் செய்வதில் சமர்த்தனாயும் இருப்பான்.

183. சுக்கிரன் சிம்மத்திலிருந்தால் அத்தசையில் ஜாதகன் பெண்டு களிடமிருந்து அடையப்பட்ட தனமுடையவனாயும், அயலார் தனத்தால் ஜீவிப்பவனாயும், அல்பமான பசு முதலிய சுகமுடையவனாயும் இருப்பான்.

184. சுக்கிரன் கன்னியிலிருந்தால் அத்தசையில் ஜாதகன் சுகத் தாழ்வுடையவனாயும், அல்ப தனமுடையவனாயும், இஷ்டங்கள் பூர்த்தி யாகாதவனாயும், சஞ்சல மனமுடையவனாயும், நிலையில்லாத இருப்பிடமுடையவனாயும் இருப்பான்.

185. சுக்கிரன் துலாத்திலிருந்தால் அத்தசையில் ஜாதகன் பயிர்த் தொழில் செய்வான் விசேஷித்த கௌரவம் போஜனம், வாகனம் முதலியன அடைவான், தன்னினத்தாருடன் சுகமாயிருப்பான்.

186. சுக்கிரன் விருச்சிகத்திலிருந்தால் அத்தசையில் ஜாதகனுக்கு வெளிவாசஞ் செய்தலையும், அயலார் காரியத்தைச் செய்தலையும், பராக்கிரமத்துடனிருத்தலையும், குறைந்து அல்பமான தனமுடைத் தாயிருக்குந் தன்மையையும், கலகத்தில் ஊக்கமடைந்திருக்குந் தன்மையையும் உண்டாகும்.

187. சுக்கிரன் தனுசிலிருந்தால் அத்தசை ஜாதகனுக்கு அரசாங்கத் தில் பிரதிஷ்டையும் (பிரசித்தியடைந்திருத்தலையும்) சாஸ்திரங்களறிந் திருக்கும் தன்மையும், அது விஷயமான கிரந்தங்கள் செய்யும் சாமர்த் தியத்தையும், அதிக துக்கமனுபவித்தலையும் சத்துருக்கள் விருத்தியை யும் உண்டாக்கும்.

188. சுக்கிரன் மகரத்திலிருந்தால் அத்தசையில் ஜாதகனுக்கு சத்துரு நாசத்தையும் எப்போதாவதொரு சமயம் சிலேஷ்ம ரோகத்தையும், குடும்ப சிந்தையுடனிருத்தலையும் எல்லாம் பொறுத்திருக்கும் தன்மையையும் உண்டாக்கும்.

189. சுக்கிரன் கும்பத்திலிருந்தால் அத்தசை ஜாதகனுக்கு விசனத்தால் வருந்துதலையும், நோயுடனிருத்தலையும், நற்காரியங்கள் செய்யாதிருத்தலையும், பொய் பேசுவதில் ஊக்கமுடனிருத்தலையும் உண்டாக்கும்.

190. சுக்கிரன் மீனத்திலிருந்தால் அத்தசை ஜாதகனுக்கு அரசனுக்கு முக்கியமானவனாய் இருத்தலையும், அதிக தனமும் தெளிந்த மனமுடையவனாயிருத்தலையும், பயிர்த்தொழில், சுக போகங்கள் இவைகளுடன் கூடியிருத்தலையும், உண்டாக்கும்.

191. சுக்கிரன் லக்கினத்திலும், 10-ம் பாவத்திலும், உச்சத் திலுமிருக்கும் சுக்கிரனுடைய தெசையில் ஜாதகன் பொன், பொருள், பூமி, விருத்தியுடனும், உயர்ந்த யானை முதலியன உடையவனாயும், தன் வம்சத்திற்குப் பிரதானமானவனாகவுமாய் இருப்பான்.

சுக்கிர தசை பலன் முற்றிற்று.

7. சனி தசை சாமான்ய பலன்

192. சனி தசையில் ஜாதகனுக்கு பட்டணம் அல்லது கிராமங்களுக்கு அதிகாரியாக இருத்தலையும், புத்திமானாயும், தானஞ் செய்யுங் குண முடையவனாயிருத்தலையும், பலவித சாஸ்திரங்களில் சமர்த்தனா யிருத்தலையும், யானை, குதிரை, பொன், பொருள் வஸ்திரம் முதலியன நிறைந்திருத்தலையும், வணக்கமுடையவனாயிருத்தலையும், தேவர் பிராமணர்களைத் திருப்தி செய்விக்குந் தன்மையையும், பழமையான தொழிலைச் செய்து சுகமடையுந் தன்மையையும், தேவாலயங்களுக்கும், பிராமணருக்கும் இருப்பிடம் கட்டித்தரும் தன்மையையும், புகழுட னிருக்குந் தன்மையையும், தன் குலத்திற்குத் தீபம் போல் விளங்குந் தன்மையையும், மந்தமாயிருத்தலையும், நித்திரை, கபவாதபித்தத்துடனி ருத்தலையும் உண்டாக்கும். ஜுரம், ஸ்திரீரோகம், அம்மை முதலியன உண்டாகும்.

193. சனி மேஷத்திலிருந்தால் அத்தசையில் ஜாதகனுக்கு விஷேச மாக துக்கத்தால் வருத்தத்தையும், உயரத்திலிருந்து விழுவதால் துக்கத்தையும், உஷ்ண ரோகம் முதலியவைகளால் மெலிந்திருத் தலையும் செய்யும்.

194. சனி ரிஷபத்திலிருந்தால் அத்தசை ஜாதகனுக்கு புத்திமானா யிருத்தலையும், அரசாங்கத்தில் வெகுமதியுடன் விளங்குதலையும், யுத்தத்தில் ஜயத்துடன் புகழடைந்திருத்தலையும் செய்யும்.

195. சனி மிதுனத்திலிருந்தால் அத்தசை ஜாதகனுக்கு அழகிய தேகமும் கெம்பீரமான குணம் பெற்றிருத்தலையும், திருடரைச் சார்ந்தவர்களிடமிருந்தும், மனைவியைச் சார்ந்தவர்களிடமிருந்தும், தன வரவையும், சண்டையில் பரோபகாரம் செய்யும் தன்மையையும் செய்யும்.

196. சனி கடகத்திலிருந்தால் அத்தசை ஜாதகனுக்கு புத்திரராலும் மனைவியாலும், தோழராலும், மனம் நிலையில்லாதிருத்தலையும் கண்களிலும், காதுகளிலும் உபத்திரவத்தையும், பலமில்லாத தேகத்துடனிருத்தலையும் செய்யும்.

197. சனி சிம்மத்திலிருந்தால் அத்தசை ஜாதகனுக்கு பலவித உபாதைகளடைதலையும், மக்கள் மனைவி கலகத்தையும், குதிரை பசு, பணியாளர் இவர்கள் கிட்டாதிருத்தலையும் செய்யும்.

198. சனி கன்னியிலிருந்தால் அத்தசை ஜாதகனுக்கு கிரமமாக தனலாபத்தையும், ஜலத்தாலும், மரத்தாலும், உயர்ந்த பிரதேசத்தாலும் பெரிய கெண்டத்தையும் செய்யும்.

199. சனி துலாத்திலிருந்தால் அத்தசை ஜாதகனுக்கு உயர்ந்த ராஜ லக்ஷ்மியை அடைதலையும், யானை, குதிரை, பொன், வஸ்திரம் இவை நிறைந்திருத்தலையும், அதிக தயையுடனிருக்கும் தன்மையுடனிருக்கும் தன்மையையும் செய்யும்.

200. சனி விருச்சிகத்திலிருந்தால் அத்தசை ஜாதகனுக்கு சாகஸமான செய்கை செய்தலையும், வீணான அலைச்சலையும், லோபியாயிருக்குந் தன்மையையும், பொய்பேசுதலையும், அன்பர்களிடம் ஆசையுடையவனாயிருத்தலையும், தயையற்றிருக்குந் தன்மையையும் செய்யும்.

201. சனி தனுசிலிருந்தால் அத்தசையில் ஜாதகனுக்கு அரசருக்கு மந்திரியாயிருத்தலையும், யுத்தத்தில் தீரனாயிருக்குந் தன்மையையும், சதுரங்க சேனையுடன் கூடியிருத்தலையும், மக்கள் மனைவியுடன் சந்தோஷமாயிருத்தலையும் செய்யும்.

202. சனி மகரத்திலிருந்தால் அத்தசையில் ஜாதகனுக்கு வெகு சுகங்களையும், அதிக பிரசித்தியையும், உயர்ந்த பதவியையும், பயிர்த் தொழில், புத்திரர், தனம் முதலியவைகளால் லாபத்தையும் உண்டாக்கும்.

203. சனி கும்பத்திலிருந்தால் அத்தசைக்குப் பலன் இந்தக் கிரந்தத்தில் சொல்லவில்லை.

204. சனி மீனத்திலிருந்தால் அத்தசையில் ஜாதகனுக்குப் பலவிதமான பட்டணங்களிலிருந்தும், கிராமங்களிலிருந்தும், தன வரவு உண்டு, ஸ்திரீகளால் சுகமுடையவனாயிருப்பான். சந்தோஷம் குறைந்திருக்கும்.

சனி தசை பலன் முற்றிற்று.

8. இராகு தசை பலன்

205. இராகு மேஷம், ரிஷபம், கடகம் இந்த ராசிகளில் இருந்தால் அத்தசையில் ஜாதகனுக்கு தனலாபமுண்டு, காவியங்கள் ஜாதகன் செய்வான். இராஜ சபையில் ஜாதகன் பிரசங்கஞ் செய்வான், வெகுமானம் பெறுவான், புத்திரர், வேலையாட்கள் இவர்களைப் பெற்று சுகத்தை அனுபவிப்பான்.

206. இராகு, கன்னி, தனுசு, மீனம் இந்த ராசிகளிலிருந்தால் அந்தத்தசையில் ஜாதகன் புத்திரரைப்பெறுவான், தேசாதிபதியாவான் அல்லது கிராமாதிபதியாவான், ஆனால் இவைகளை எல்லாம் அந்தத் தசையில் கடைசியில் இழந்துவிடுவான்.

207. இராகு 1–வது பாவத்திலிருந்தால் அத்தசையில் ஜாதகனுக்குப் புத்திர நாசமுண்டு, விவேகச் சக்தி குறைவுண்டு, விஷம், அக்கினி, அஸ்திர சாஸ்திரம், பந்துக்கள் இவைகளால் துன்பம் நேரிடும், கலகம், ஏற்பட்டு இராஜாங்க மூலமாக வியாஜ்ஜியம் ஏற்பட்டு அதில் அபஜெய மடைதலுண்டு, கடன்படுதல், ஸ்திரீ சேர்க்கையால் அவமானப்படுதல், தண்டனை அடைதல், அபராதம் கட்டுதல், இதர தேசம் போய்விடுதல் ஆகிய இவைகள் ஜாதகனுக்குச் சம்பவிக்கும்.

208. இராகு 2–வது பாவத்திலிருந்தால் அத்தசையில் ஜாதகனுக்கு தனமும், ஜீவனோபாயங்களும் நாசமடையும், மனோவிகாரம் ஏற்படும், ஜாதகன் கெட்ட காரியங்களைச் செய்து கெட்ட பெயரெடுப்பான், தாரமிழந்து விடுவான், குடும்பத்தை கெடுத்து விடுவான்.

209. இராகு 3–வது பாவத்திலிருந்தால் அத்தசையில் ஜாதகனுடைய தாரத்திற்கும், புத்திரர்களுக்கும், சகோதரர்களுக்கும் நல்ல பலன் நடக்கும், பூமி பின் கிருஷிகள் மூலமாக நல்ல பலன் உண்டு.

210. இராகு 4–வது பாவத்திலிருந்தால் அத்தசையில் ஜாதகனுடைய மாதுருக்கும், மாதுருவர்க்கத்தாருக்கும், மாதுருக்குச் சமானமானவர் களுக்கும் மரணம் நேரிடும், பூமி, சுகம், இராஜ்யம் இவைகளுக்குப் பங்கம் நேரிடும். இராஜ தண்டனை நேரிடும், வாகனத்திலிருந்து விழுதல், உயரத்திலிருந்து விழுதல், மேல் மாடிப்படிகளிலிருந்து விழுதல் நேரிடும்.

211. இராகு 5–வது பாவத்திலிருந்தால் அத்தசையில் புத்திர விகல்ப முண்டாகும். பாபச்செய்கை செய்தல், அகால போஜனம், விவாதம், வழக்கு, கலகம், இராஜ தண்டனை, புத்திர நாஸ்தி, பிதாபாட்டன் மார்களுக்குக் கர்மம் இவைகள் உண்டாகும்.

212. இராகு 6–வது பாவத்திலிருந்தால் அத்தசையில் ஜாதகனுக்கு இராஜவிரோதம், சோரபயம், ரிணம், கடன், இவைகளால் உபத்திரவம் நேரிடும். பயித்தியம், பேய் பிசாசு, சூன்யம், இவைகளாலும் ஜாதகனுக் குக் கஷ்டம் நேரிடும், ஜெயிலில் அடைபடுதல் அபராதம் கொடுத்தல், தேசாந்திரம் போதல் இவைகளும் நேரிடும்.

213. இராகு 7–வது பாவத்திலிருந்தால் அத்தசையில் ஜாதகனுக்கு தாரநாசம், புத்திரநாசம், பரதேசப் பிரயாணம், கிருஷி நாஸ்த்தி, கால் நடை வாகனங்கள் நஷ்டம், தனதான்ய நாசம் இவைகள் உண்டாகும். தாரத்தை இழந்து அமங்கலியை விவாகம் செய்து கொள்வான்.

214. இராகு 8–வது பாவத்திலிருந்தால் அத்தசையில் ஜாதகனுக்கு மரணத்திற்குச் சமானமான கெண்டமாவது நேரிடும், புத்திரர், புத்திரி, தனம் இவைகளுக்கும் நாசமுண்டாகும், இராஜ தண்டனையாலும், விஷத்தினாலும், ஸ்திரீகளின் மருந்தினாலும், திருடராலும், அக்கினி யாலும் கஷ்டம் நேரிடும், பங்காளிகளாலும், ஸ்திரீகளாலும் வியாஜ்ஜியம் சம்பவித்து, அதனால் தோல்வி அடைந்து சஞ்சலப்படுதல், ஸ்தான நாசமுண்டாகும், வனவாஸம் நேரிடும்.

215. இராகு 9–வது பாவத்திலிருந்தால் அத்தசையில் மாதா பிதா நாச மடைவார்கள், ஜாதகன் இதர தேசங்களுக்குச் சென்று தன்னை தேடுபவர்களுக்கு அகப்படாமல் சந்நியாசி வேடம் பூண்டு மறைந்து திரிவான், ஜாதகனுடைய குருவும், பந்துவும் நாசமாவார்கள், சமுத் திரங்களில் ஸ்நானம் செய்வது, சிவார்ச்சனை செய்வது, தேவதரிசனஞ் செய்வது நேரிடும்.

216. இராகு 10–வது பாவத்தில் சுபர் வீட்டில் இருந்து சுபரால் பார்க் கப்பட்டு அல்லது சம்பந்தப்பட்டிருந்தால் அத்தசையில் ஜாதகன் புண்ணிய புராணம், சதா காவியாதிகள் இவைகளை கேட்பான் அல்லது சொல்லுவான், தர்மத்தையே செய்வான், தேவதை வசியங்களைச் செய்வான், புண்ணிய தீர்த்தங்களுக்குச் செல்லுகிறவர்களுக்கு உதவியும் செய்து ரஸ்தாக்களையும் மடங்களையும் ஏற்படுத்துவான். இராஜாங்கத்தில் ரணசிகிச்சை அதிகாரியாகப் பட்டம் பெறுவான். ஆனால் இராகு 10–வது பாவத்தில் அசுப வீட்டிலிருந்து அசுபரால் பார்க்கப்பட்டு அல்லது சம்பந்தப்பட்டிருந்தால் இங்கு சொல்லிய பலனுக்கு நேர்விரோதமான பலன்கள் நடக்கும், மேலும் ஜாதகன் பரஸ்திரீ கமனனாகவும், கெட்ட காரியங்கள் செய்பவனாகவும், எல்லோ ராலும் தூஷிக்கப்படுபவனாயுமிருப்பான். புத்திரர், தாரம் இவர்களுக்கு அரிஷ்டமுண்டாகும். ஜாதகனுக்கு அக்கினியாலும், சோரராலும் பாதையுண்டு, இராஜ தண்டனையுண்டு. சைன்னிய தளகர்த்தனாகவும் உத்தியோகத்தில் அமருவான்.

217. இராகு 11–வது பாவத்தில் இருந்தால் அத்தசையில் ஜாதகன் இராஜாக்களால் வெகுமானம், சன்மானம் இவைகளை அடைவான், எல்லா விதத்திலும் தனலாபமுண்டு. கிராமம் வாங்குவான். இதர கிராமங்களில் பூமிகளைப் பாகம் பாகமாகக் கிரையத்திற்கு வாங்குவான், நூதனமான வீடுகட்டுவான், கிரைய விக்கிரையங்களில் அதிக தன லாபமுண்டு, தனதான்ய விருத்தியுண்டு, வாகனம், அசுவம், பசு, சக டங்கள், பல்லக்குகள் இவைகளுண்டு, ஜெகத்குருவாகவும் இருப்பான்.

218. இராகு 12–வது பாவத்தில் இருந்தால் அத்தசையில் ஜாதகன் தன் தேசத்தை விட்டு இதர தேசங்களுக்குச் சென்று காடு, மலை

வனாந்திரம் முதலியவைகளில் திரிந்துகஷ்டப்படுவான். தனம், தாரம், புத்திரர், தானியம் இவைகள் நாசமடையும், இந்த இராகு சுபர் வீட்டிலிருந்து சுபரால் பார்க்கப்பட்டாலும் அல்லது சம்பந்தப்பட்டாலும் ஜாதகன் தன் வயோதிகத்திற்குத் தகுந்த மந்திரங்களை உபதேசித்தும் ஔஷதங்களை உண்டும் நரை திரை நீங்கி தபசு செய்து கொண்டு தியான நிஷ்டையில் இருப்பான்.

219. இராகு உச்சமாக இருந்தால் அத்தசையில் ஜாதகனுக்குச் சௌக்கியமும், இராஜ்ய பட்டாபிஷேகமும் உண்டு. ஸ்திரீ புத்திரர், புத்திரி, தனம், வாகனம் இவைகளை உடையவனாக இருப்பான்.

220. இராகு நீசமாயிருந்தால் அத்தசையில் ஜாதகனுக்குச் சத்துரு பாதை, இராஜ விரோதம், சோரர், அக்கினி, அம்மை வைசூரி, அதிராதி பேதி, பேய், பிசாசு, பயித்தியம் இவைகள் உண்டாகும். மறைவான தேசத்திற்கு ஓடிப்போகுதல் வனாந்திரத்தில் திரிதல் திருடுதல் இவைகள் நேரிடும்.

221. இராகு பாப நக்ஷத்திரத்திலிருந்தால் அத்தசையில் ஜாதகனுக்கு சரீரம் இளைத்து விடும். சகல பொருள்களும் நாசமாகும். இராஜ தண்டனை, கைவிலங்கு தரித்தல், அதிசார வியாதி, நீரழிவு ரோகம், ரிணபாதை இவைகளால் ஜாதகன் வருந்துவான்.

222. இராகு பாபருடைய பார்வை பெற்றிருந்தால் அத்தசையில் ஜாதகனுக்குத் தான் செய்யுங்காரியங்களுக்கு விக்கினமும், உத்தியோகபங்கமும், அக்கினி, இராஜன், சோரர் இவர்களால் உபத்திரவமும் நேரிடும். பாபச் செய்கையினால் ஜீவனஞ் செய்வான். வெளி தேசங்களுக்குப் போக்கு வரவு இயந்திரக் கருவியினால் முதலில் தனலாபமுண்டாகி பிறகு அதனால் தன விரையம் நேரிட்டு துக்கமடைவான்.

223. இராகு சுபருடையபார்வை பெற்றிருந்தால் அத்தசையில் ஜாதகன் இராஜ சன்மானம், தனலாபம் அடைவான் புண்ணியமான சத்திரியைகளைச் செய்வான், பந்துக்களுக்கு மரண சம்பவமும் நேரிடும்.

224. இராகு உச்சக் கிரகத்துடன் சம்மந்தப்பட்டால் அத்தசையில் ஜாதகனுக்கு இராஜ்ய லாபமுண்டு, ஸ்திரி புத்திர லாபமுண்டு, தனவான் என்று பெயர் பெறுவான், வஸ்திரம், பூஷணம், புஷ்பம், கந்தாதி பரிமளங்கள், இவைகள் உடையவனாகி ஜாதகன் தீர்க்க வயதுடன் வாழ்வான்.

225. இராகு நீசக்கிரகத்துடன் சம்மந்தப்பட்டிருந்தால் ஜாதகனுக்கு அத்தசையில் நீசத்தொழிலினால் ஜீவனம் உண்டு. ஆகாரம், சௌக்கியம் சந்தோஷம் இவைகள் குறைவுபடும், தாரம் புத்திரர் இவைகளுக்குக் கெடுதியுண்டு.

226. இராகு தன் தசையில் முதல் பாகத்தில் துக்கத்தையும் நடுப்பாகத்தில் சுகத்தையும் கீர்த்தியையும், மூன்றாவதாகிய கடைசி பாகத்தில் ஸ்தான நாசத்தையும், பிதுர், மாதுர் குரு இவர்களுக்கு மரணத்தையும் உண்டுபண்ணுவார். இப்பலன்களை இராகு நல்ல பலன்களையும் கெட்ட பலன்களையும் கலந்து கொடுக்கும் சந்தர்ப்பம்

அடைந்திருக்கும் போது மாத்திரம் இவ்விதமாகக் கொடுக்கும் என்று யூகித்தறியும்.

இராகு தசை பலன் முற்றிற்று.

9. கேது தசை பலன்

227. கேது 1–வது பாவத்திலிருந்தால் அத்தசையில் ஜாதகனுக்கு ஜுரம் அதிசார பேதி, அம்மை போட்டு நேத்திர விக்கினமாவது, விஷபாதை இவைகள் நேரிடும்.

228. கேது 2–வது பாவத்திலிருந்து பாபர் சம்மந்தம் அல்லது பார்வையடைந்தால் அத்தசையில் ஜாதகனுக்குத் தன நாசம் மனோ துக்கம், அகால போஜனம், சிரோவியாதி, வித்தியாஹீனம், ஆடை, ஆபரணம், பாத்திரம், வீடு முதலியவைகளைக் கடன்காரன் கைப் பற்றிக் கொள்ளுதல் இவைகள் நேரும். ஆனால் கேது சுபர் சம்மந்தம் அல்லது பார்வை அடைந்தால் இந்தப் பலன்கள் நடக்காமல் நல்ல பலன் கள் நடக்கும்.

229. கேது 3–வது பாவத்திலிருந்தால் அத்தசையில் ஜாதகனுக்கு மனசுக்குக் கிலேசமும், சகோதரர்களுடன் கலகப்படுவது, சகோதரி களுக்கு மரணமாவது அல்லது வாழ்க்கையில் தாழ்வாவது உண்டாதல் முதலியவை நடக்கும்.

230. கேது 4–வது பாவத்திலிருந்தால் அத்தசையில் ஜாதகனுக்குச் சுகமில்லாமையும், களத்திர புத்திராதிகளுக்குப் பீடையும், கிஞ்சித்து சந்தோஷமும், கிருகம், க்ஷேத்திரம், கிருஷிவாகனம், இவைகளால் லாபமும் உண்டாகும்.

231. கேது 5–வது பாவத்திலிருந்து பாபர் சம்மந்தம் அல்லது பார்வை பெற்றால் அத்தசையில் ஜாதகனுடைய புத்திரர்களுக்கு மரணமும், புத்தி விகல்பம் ஏற்படுதலும், இராஜ கோபத்தினால் தன விரையம் இவைகள் நேரிடும். ஆனால் கேது சுபர் சம்மந்தம் அல்லது பார்வை பெற்றால் அத்தசையில் நல்ல பலன்கள் நடக்கும்.

232. கேது 6–வது பாவத்திலிருந்தால் அத்தசையில் ஜாதகனுக்கு அதிக ஆபத்துக்கள் விளையும். சத்துரு, விஷம் யாத்திரையில் சோர பயம், செய்தொழில் திடீரென்று விக்கினப்பட்டு நின்று விடுதல், கால்நடை நாசம், கிருஷியும், வியாபாரங்களும் கூடி வராமலிருத்தல் ஆகிய இப் பலன்கள் நடக்கும். இப் பலன்கள் கேது இருக்கும் வீடு பாபர் வீடாகில் நடக்கும், சுபர் வீடாகில் இப்பலன்கள் கொஞ்சம் சாந்தமாக நடக்கும்.

233. கேது 7–வது பாவத்திலிருந்தால் அத்தசையில் ஜாதகனுடைய தாரத்திற்கு அதிக பயங்கள் உண்டாகும். தாரம், புத்திரர், தனம், வாகனம் இவைகள் நாசமாகும். காம ஹீனத்தினால் ஸ்திரீகளிடத்தில் வெறுப்புண்டாவது, ஸ்திரீகளால் நோயை அடைவது, தாரத்திற்குப் பிசாசு, சூன்யம், க்ஷயரோகம் இவைகள் உண்டாகி அதனால் தாரம் மரணமாகி மறுதாரம் அடைவது, அல்லது மரணமாகாமல் இருந்தால்

தாரம் சோர புருஷனுடன் ஓடிப்போய் விடுதல் முதலியவை நேரிடும். தாரம் திருடியாகவும் பாபியாகவும், கபடியாகவும், புத்திர ஹீனியாகவும் இருப்பாள். இப் பலன்கள் எல்லாம் கேது பாபருடைய சம்மந்தப்பட்டு அல்லது பார்வை பெற்று இருந்தால் தான் நடக்கும். சுபருடைய சம்மந்தம் பார்வை பெற்றிருந்தால் இந்த கெட்ட பலன்கள் நிவர்த்தியாகி நல்ல பலன்கள் உண்டாகும்.

234. கேது 8–வது பாவத்திலிருந்தால் அத்தசையில் ஜாதகனுக்கு அதிக பயம், விரோதம், எடுத்த காரியங்களுக்குத் தடை, ஆபத்து ஸ்தானபேதம், தகப்பன் அல்லது பாட்டன் பாட்டி இவர்களுக்கு மரணம், ஜாதகனுக்கச் சுவாசகாசம், பிசாசு பிடித்தல் முதலியவை நேரிடுதல், அதிக தன விரையம், க்ஷயரோகமடைந்து திடீரென்று மரணம் முதலியவை உண்டாகும்.

235. கேது 9–வது பாவத்திலிருந்தால் அத்தசையில் ஜாதகனுடைய தாய், தந்தை, பாட்டன், பாட்டி இவர்களுக்கு ஆபத்தும் மரணமும், பிதுர்வழிகளுக்குச் சேதமும், தன் குருவுக்கும் தன் அம்மான் வர்க்கத் தாருக்கும் கெடுதலுண்டாவதும் புண்ணிய ஹீனமும் ஆகிய இப்பலன்கள் நடக்கும்.

236. கேது 10–வது பாவத்திலிருந்தால் அத்தசையில் ஜாதகனுக்குத் துக்கமும், கௌரவம், செய்தொழில், உள்ள பொருள் இவைகளுக்குக் குறைவும், மான ஹானியும், அபகீர்த்தியும் உண்டாகும். இப்பலன்கள் கேது அசுபர் சம்மந்தம் பார்வையடைந்திருக்கும்போதுதான் நடக்கும். சுப சம்பந்தம் பார்வை அடைந்திருக்கும்போது நல்ல பலன்கள் நடக்கும். அதாவது புண்ணிய தீர்த்தங்களில் ஸ்நானஞ் செய்தல், வித்தியாக் கியன முண்டாகுதல், புண்ணியவான் என்று பெயரெடுத்தல், அதிக தனவானாகவும் இராஜ்யாதிகாரியாகவும் ஜாதகன் இருப்பான். கங்கா ஸ்நானம் சித்திக்கும். இதர தேச ரத்தின வஸ்துக்களால் லாபம் உண்டாகும்.

237. கேது 11–வது பாவத்திலிருந்தால் அத்தசையில் ஜாதகனுக்கு அதிக லாபமும், அதிக சௌக்கியமும், சந்தோஷமும், சகோதர சகோதரிகளுக்கு விருத்தியும், யாகக் கிரியாதிகள் நடத்தல், நடத்தி வைத்தல், இவைகளாலும், இராஜாக்களாலும் நல்ல வெகுமானம் பெறுதல், யானை, ஒட்டை, பல்லக்கு முதலிய வாகனங்களும், ரத்தின வியாபாரத்தினாலும், அசல் தேசாந்திர ஜலத்தின்மீது கப்பல் வியாபாரத்தினாலும், தன லாபமும், விசித்திரமான ஆடையாபரணம், இவைகள் அடைந்து களத்திரத்துடனும் தீர்க்காயுசுடனும், கீர்த் தியுடனும் வாழ்வான்.

238. கேது 12–வது பாவத்திலிருந்தால் அத்தசையில் ஜாதகனுக்கு அதிகக் கஷ்டமும், ஸ்தான பேதமும் தேச சஞ்சாரமும் இராஜ பீடிதமும், நேத்திர ஹீனமும், மானஹானியும் துர்விரையமும் உண்டாகும். கேது வுடன் பாபர்களும், மாரகாதிபதியாகிய கிரகங் களும் சம்மந்தப்பட்டாலும் அல்லது கேதுவைப் பார்த்தாலும் ஜாதகன் புண்ணியலோகப் பதவியை

அடைவான். கேது பாபர் சம்மந்தம் பார்வை பெற்றால் ஜாதகன் நரகத்தில் வீழ்வான்.

239. கேது தசை நடக்கிற காலத்தில் பொதுவாய் ஜாதகனுக்குத் தாரபுத்திர நாசமும், இராஜ பீதியும், அதிகக் கஷ்டமும் வீர்ய நாசமும், வித்தியா ஹீனமும் தனதான்ய சம்பத்துக்கள் நஷ்டமும், சோரர், அக்கினி இவைகளால் பாதையும் வாகனத்தின் மேலிருந்து விழுதல், விஷ ஜந்துக்களாலும், ஆயுதங்களினாலும் அபாயம் உண்டாதல், இதர தேசம் சென்று ஜீவிப்பது, வியாதி பீடிப்பதால், துக்கத்தை அடைதல் முதலிய பலன்கள் நடக்கும். இராஜாங்க விரோதமும், தன் பொருளைத் திருடர் அபகரிப்பதும், தனம் சம்பாதித்திருந்த தொழில் மாறி உத்தி யோகமில்லாதிருத்தலும், திடீரென்று வீடு நெருப்பினால் எரியப் படுவதும்,ஜாதகனுக்கும், புத்திராளுக்கும் நெருப்பினால் கண்டம் நேருவதும் முதலிய கஷ்டங்கள் நேரிடும்.

240. கேது கேந்திர ஸ்தானத்திலிருந்தால் ஜாதகன் நிஷ்பலனான காரியங்களையே செய்வான். இராஜ்ய நாசம், தார நாசம், புத்திர நாசம் விஷப் பக்ஷணங்கள் ஸ்திரீகளால் இடப்படுதல், விஷந் தீண்டுதல், மேகம், குஷ்டம், அதிகாரம், பித்த பாண்டு, சூன்யத்தினால் பாதை இவைகள் நேரிடும்.

241. கேது சுபக் கிரகத்துடன் கூடி அல்லது பார்வை பெற்று இருந்தால் அத்தசையில் ஜாதகனுக்கு அதிக சௌக்கியம் இராஜ்யாதி காரம், தனம், தான்யம், வாகனங்கள், இராஜ வெகுமானம் அதிக வித்தியா பாண்டித்துவம், சமய பிரசங்கம் செய்தல் முதலியவை உண்டாகும்.

242. கேது பாபக் கிரகங்களுடன் கூடி அல்லது பார்வை பெற்றிருந்தால் அத்தசையில் ஜாதகனுக்குப் பிதா துக்கமும் ஜுரமும், அதிகாரமும், மேக ரோகமும், ரணமும், ருணமும் சத்துரு பீடிதமும் முதலிய கஷ்டங்கள் நேரிடும்.

243. கேது தன் தசையில் முதல் பாகத்தில் துக்கத்தையும் நடு பாகத்தில் அதிகமான ஆபத்தையும், மூன்றாவதாகிய கடைசி பாகத்தில் இராஜாக்களால் அவமானத்தையும் பயங்கரத்தையும் உண்டு பண்ணு வார். இப் பலன்களைக் கேது கெட்ட பலன்களைக் கொடுக்கும் சந்தர்ப்பம் அடைந்திருக்கும்போது மாத்திரம் இவ்விதமாகக் கொடுக்கும் என்று யூகித்தறியவும்.

கேது தசை பலன் முற்றிற்று.

குறிப்பு: தெசா புக்திகளில் நடக்கும் பலன்களை இன்னம் விபரமாக அறியவேண்டுமானால் தெசாபுக்தி பலன்களுக்கு மாத்திரம் தனியாய் "கோ. ஸ்ரீனிவாச அய்யங்காரால் எழுதப்பட்டு C.G.ராஜன்" அவர்களால் பார்வையிடப்பட்டு இந்தக் கம்பெனியாரால் அச்சிடப்பட்ட "தெசாபுக்தி சிந்தாமணி" என்ற புத்தகத்தையும் "தெசாரிஷ்ட நிவாரணி" என்ற புத்தகத்தையும் வாசிக்கவும்.

இரண்டாம் பாகம் முற்றிற்று.